अभिप्राय

तसलिमाचे असुरक्षित, अस्थिर, बालपणच तिच्या या पुस्तकामुळे आपल्यापुढे उलगडत जाते व तिच्या ओघवत्या स्पष्ट, सरळ भाषेमुळे आपणही तो काळ तिच्याबरोबर अनुभवतो. मृणालिनी गडकरी यांनी बंगाली भाषेतील अनुवाद मराठीत अगदी यथातथ्य व प्रभावी भाषेत केला आहे.

बेळगाव, तरुण भारत, जून २००२

व्यापक आशयाचं आत्मकथन

वडिलांची दंडेलशाही, आईचं धर्मवेड, जवळच्या नातेवाइकांकडून झालेला लैंगिक अत्याचार, स्त्रीला दुय्यम मानणारी समाजरचना ही आपल्या संपूर्ण समाजाची कथा आहे, असा व्यापक होत जाणारा आशय हेच या पुस्तकाचे श्रेष्ठत्व होय.

महाराष्ट्र टाइम्स, २९-७

दाहक अनुभवांची धीट ओळख

तसलिमा नासरिनचं लहानपण चितारलेले हे आत्मवृत्त अतिशय जिवंत आहे. दाहक आहे. अनुवादक या नात्याने मृणालिनी गडकरींनी हा दाहक अनुभव आपल्यापुढे ठेवला आहे. तसलिमा नासरिन या लेखिकेच्या जळजळीत आणि प्रगल्भ लेखनाची त्यांनी चांगली ओळख करून दिली आहे.

दैनिक लोकसत्ता, १२-८-२००१

तत्कालीन स्त्रीचे प्रातिनिधिक चित्रण

'आमार मेयेबेला' या पुस्तकात आठवणी, घटना, प्रसंग, व्यक्ती त्या व्यक्तींचे एकमेकातील नातेसंबंध, तत्कालीन समाज, समाजातील चालीरीती, धर्मांधता, अंधश्रद्धा, शिक्षणपद्धती, स्त्रियांवर होणारे अत्याचार या साऱ्यांचा आढावा लेखिका स्वतःच्या जडणघडणीच्या चित्रणात सहजपणे घेऊन जाते.

दैनिक सामना, २५-३

वयाच्या तेरा-चौदा वर्षांपर्यंतच्या काळातील तिच्यावरचे संस्कार, चांगले-वाईट अनुभव, मनाविरुद्धच्या घटना, स्वातंत्र्यावरील बंधने, नात्यातील पुरुषांनाची केलेला शारीरिक छळ, ऋतुप्राप्तीनंतरची मनातील खळबळ, मानसिक कुचंबणा, आपल्याला कुणीही नाही, ही झालेली भावना, या सर्व गोष्टींचे परखड निवेदन आपल्याला वाचायला मिळते.

मधुरा, २६-११-२००५

तसलिमा आपलं कुवारपण आक्रमकतेने सांगते. रुढ चालीरीती, अंधश्रद्धा, समज-अपसमज, वातावरण, सगळंच चित्रण येत; पण हळुवारपणे नव्हे, तर अक्षरशः येऊन आदळतं. कारण या अनुभवांच्या प्रगटीकरणात अस्सलता आहे. कुणाला त्यात अतिशयोक्ती वाटली, तर तो दोष पुरुषप्रधान समाज व्यवस्थेचा आहे. स्त्रियांचं शोषण हाच स्थायीभाव असलेल्या समाजाच्या मनोवृत्तीचा आहे.

मंथन

आमार मेयेबेला

(माझं कुवारपण)

लेखक
तसलिमा नासरिन

अनुवाद
मृणालिनी गडकरी

मेहता पब्लिशिंग हाऊस

- *या पुस्तकातील लेखकाची मते, घटना, वर्णने ही त्या लेखकाची असून त्याच्याशी प्रकाशक सहमत असतीलच असे नाही.*

AAMAR MEYEBELA by Taslima Nasreen

© Taslima Nasreen

Originally Published in Bengali by Ananda Publishers Pvt. Ltd
Translated in Marathi Language by Mrunalini Gadkari

आमार मेयेबेला : मृणालिनी गडकरी / आत्मचरित्र

बंगाली लेखिका तसलिमा नासरिन

अनुवाद : मृणालिनी गडकरी
८ अ, 'कांचनबन', सेनापती बापट मार्ग, पुणे १६.

प्रकाशक : सुनील अनिल मेहता, मेहता पब्लिशिंग हाऊस,
१९४१, सदाशिव पेठ, माडीवाले कॉलनी, पुणे – ४११०३०.

मुखपृष्ठ : चंद्रमोहन कुलकर्णी

प्रकाशनकाल : जानेवारी, २००१ / एप्रिल, २००७ / मार्च, २०११ /
पुनर्मुद्रण : एप्रिल, २०१८

P Book ISBN 9788177661057
E Book ISBN 9789387789821
E Books available on : play.google.com/store/books
www.amazon.in

मनोगत

तसलिमा नासरिन ह्या बांगलादेशी लेखिकेला आपण एक प्रखर स्त्रीमुक्तिवादी म्हणून ओळखतो. पण तिची ही ओळख अपुरी आहे. तिचे आतापर्यंतचे साहित्य वाचल्यावर मला जाणवले की स्वातंत्र्य, समता, बुद्धिप्रामाण्य, विज्ञाननिष्ठा, सुसंस्कृत इहवाद अशा उच्च मानवी मूल्यांवरच तिचे लेखन आधारित आहे. तसलिमा ही नास्तिक, निरीश्वरवादी आणि 'मानवता' हाच धर्म मानणारी आहे आणि ह्या गोष्टींचा तिला गर्व आहे. समाजातील दीनदुबळ्या वर्गावर– विशेषत: स्त्रियांवर– होणाऱ्या अन्याय-अत्याचारांमुळे ती कमालीची अस्वस्थ होते. अशा अन्याय-अत्याचारांना कारणीभूत असलेल्या व धर्मावर आधारित कालबाह्य कायद्यांना तिचा सक्त विरोध आहे. असे कायदे बदलण्यासाठी, समाजातील अंधश्रद्धा नाहीशी करण्यासाठी तिने जगजागृती करण्याचा, चळवळ करण्याचा प्रयत्न केला. पण ती ज्या समाजात राहत होती त्या समाजाकडूनच दुर्दैवाने तिला उग्र विरोध झाला आणि धर्मनिंदक म्हणून स्वत:च्या देशातूनच तिला परागंदा व्हावे लागले.

अशा विलक्षण व्यक्तिमत्त्वाचे आत्मचरित्रात्मक पुस्तक म्हणजेच 'आमार मेयेबेला' 'आमार मेयेबेला'चा शब्दश: अर्थ 'माझा मुलगीपणाचा काळ.' खरे म्हणजे बंगालीत 'मेयेबेला' असा शब्दच नाही. खरा शब्द आहे 'छेलेबेला' आणि त्याचा अर्थ आहे 'बालपण'. त्यामुळे सुरवातीला माझी अशी समजूत झाली की बंडखोर आणि स्त्रीमुक्तिवादी तसलिमाचीच ही शब्दनिर्मिती असावी. परंतु अलीकडेच माझ्या वाचनात आले की हा शब्द प्रथम श्री. अन्नदाशंकर राय ह्यांच्या पत्नी सौ. लीला राय ह्यांनी १९८७-८८ मध्ये आनंदबाजारच्या रविवारच्या अंकात आपल्या बालपणाच्या आठवणी लिहिताना वापरला आहे. ही गोष्ट तसलिमाला माहीत आहे का नाही, की हा केवळ योगायोगच आहे, हे कळण्यास मार्ग नाही. सौ. लीला राय ह्या तसलिमाप्रमाणे बंडखोर नसल्या तरी ह्या दोघींनीही 'मेयेबेला' हा शब्द हेतुपुरस्सर वापरला आहे. 'मुलींचे बालपण मुलांच्या बालपणापेक्षा अनेक बाबतीत भिन्न असते,' हेच त्यांना ह्या शब्दातून सूचित करायचे आहे.

'आमार मेयेबेला' हे पुस्तक इतर आत्मचरित्रात्मक पुस्तकांपेक्षा वेगळे आहे. इतर आत्मचरित्रात्मक पुस्तकांप्रमाणे ह्या पुस्तकात चरित्रनायक किंवा येथे चरित्रनायिका ही केंद्रस्थानी नाही. नेहमीच विशिष्ट हेतू डोळ्यांसमोर ठेवून लेखन करणाऱ्या

तसलिमाने येथेही परंपरा वा प्रथा मोडल्याचे दिसते.

तसलिमाच्या वयाच्या तेरा-चौदा वर्षांपर्यंतच्या काळातील आठवणी, प्रसंग आणि ठळकपणे लक्षात येणाऱ्या व्यक्ती ह्यांचे अतिशय स्पष्ट आणि सर्व तपशिलांसहीत चित्रण ह्या पुस्तकात केलेले आढळते.

ह्या काळात तिच्यावर झालेले बरे-वाईट संस्कार, तिच्या मनाविरुद्ध वागण्याची तिच्यावर केली गेलेली सक्ती, तिच्या स्वातंत्र्यावर घातलेली बंधने, तिचा होणारा तोंडमारा, जवळच्या नात्यातील पुरुषांनी तिचा केलेला शारीरिक छळ, सतत धाकात राहिल्यामुळे होणारी मानसिक कुचंबणा आणि ह्या सर्वांतून निर्माण झालेले न्यूनगंड, भयगंड ह्यांचे अतिशय परखडपणे केलेले निवेदन आपल्याला विचार करण्यास प्रवृत्त करते. तसलिमाची स्वतःची कथा ही पहिली पायरी मानल्यास, दुसऱ्या पायरीवर आपल्याला तिच्या कुटुंबाची चित्तरकथा वाचायला मिळते.

देखणे, बुद्धिवादी, डॉक्टरकीचा व्यवसाय करणारे, अहंकारी, विषयासक्त, आपल्या मुलांना शिकवून मोठे करण्याची महत्त्वाकांक्षा बाळगणारे वडील आणि कुरूप, साधी, कमी शिकलेली, स्वतःबद्दल न्यूनगंड बाळगणारी, नवऱ्याकडे सतत संशयाने पाहणारी, नवरा आपल्याला आणि मुलांना सोडून देऊन दुसरे लग्न करेल म्हणून सतत भेदरलेली, वैफल्यग्रस्त आणि स्खलनशील आई अशा विजोड जोडप्याची आणि त्यांच्या चार मुलांची ही शोकांतिका आहे.

तिसऱ्या पायरीवर आपल्याला वाचायला मिळते, त्या काळातील समाजाचे तपशीलवार वर्णन. ह्या समाजातील दारिद्र्य, अंधश्रद्धा, धर्मांधपणा, भेदाभेद, दीनदुबळ्यांचे शोषण, स्त्रियांवर होणारे अत्याचार, समाजातील अनिष्ट रूढी-प्रथा, अशास्त्रीय समजुती, शिकलेल्या लोकांचा भोळसटपणा आणि त्यामुळे सहजासहजी होणारी फसवणूक ह्या सर्व गोष्टींमुळे ज्यांच्यात सुविद्य, सुसंस्कृत, सुज्ञ होण्याची क्षमता आहे अशा मुलां-मुलींच्या आयुष्याचं होणारे मातेरे ह्याचे परिणामकारक चित्रण केले आहे.

हे सर्व वाचल्यावर बुद्धिप्रामाण्यवादी, मानवतावादी, अन्यायाची चीड असणाऱ्या, नेहमीच सत्याची बाजू घेणाऱ्या, मोठ्यांच्या वागण्यातील विसंगतीवर निर्भीडपणे बोट ठेवणाऱ्या तसलिमाची जडणघडण अशी का झाली त्याचे उत्तर मिळते.

'साहित्याने नेहमी आनंदच दिला पाहिजे असं नाही,' असे तसलिमाने एके ठिकाणी म्हटले आहे. तिच्या ह्या विधानाबद्दल मतभेद होऊ शकतील. पण तिचे बहुतेक सर्वच साहित्य तिच्या ह्या मताशी सुसंगतच आहे. हे पुस्तकही त्याला अपवाद नाही.

स्वजन, स्वकीय आणि स्वधर्म ह्यांच्यावर इतक्या धीटपणे आणि स्पष्टपणे लिहिणे ही एक असाधारण गोष्ट आहे.

१९९९ साली प्रसिद्ध झालेल्या बंगालीतील सर्वोत्कृष्ट पुस्तकांपैकी हे एक पुस्तक आहे. ह्या पुस्तकाचा अनुवाद करणे मला एकापेक्षा अधिक अर्थाने आव्हानात्मक वाटले. मूळ पुस्तकाशी जास्तीत जास्त प्रामाणिक राहून त्याचे भाषांतर आणि भावांतर करण्याचा मी मनापासून आणि कष्टपूर्वक प्रयत्न केला आहे.

ह्या पुस्तकाच्या कलकत्त्यातून बंगाली भाषेत एका वर्षात पाच आवृत्त्या निघाल्या आहेत. शिवाय अतिशय मानाचा समजला जाणारा 'आनंद पुरस्कार' त्याला मिळाला आहे.

जिज्ञासू आणि अभ्यासक वाचकांसाठी एक खुलासा करणे मला आवश्यक वाटते. 'आमार मेयेबेला'ची प्रथमावृती जुलै १९९९ ला प्रसिद्ध झाली. त्यानंतर प्रथमावृत्तीत थोडे फेरफार करून दुसरी आवृत्ती ऑगस्ट १९९९ ला काढण्यात आली. आणि तिसरी आवृत्ती जानेवारी २००० ला प्रसिद्ध झाली. मूळ बंगाली पुस्तकाचे कलकत्त्यातील प्रकाशक 'पीपल्स बुक सोसायटी' ह्यांच्या विशेष सुचनेनुसार जानेवारी २००० ला प्रसिद्ध झालेल्या आवृत्तीचा अनुवाद मी केला आहे.

ह्या पुस्तकाच्या अनुवादाची जबाबदारी मोठ्या विश्वासाने माझ्यावर सोपवणाऱ्या श्री. अनिल आणि श्री. सुनील ह्या मेहता पितापुत्रांची मी अत्यंत आभारी आहे.

मृणालिनी गडकरी

अनुक्रमणिका

युद्धाचं वर्ष / १

जन्म, अकीका वगैरे वगैरे / २०

मोठे होणे / ४७

आई / ७२

साप / ८६

पीरबाडी – १ / ९७

धर्म / १२७

संस्कार / १५६

पीरबाडी – २ / १७१

फेव्हरिट / १९१

प्रेम / २१३

प्रत्यावर्तन – १ / २३४

ऋतुप्राप्ती / २५१

फुलबहारी / २५९

कवितेच्या गल्लीबोळांतून / २६८

मुबाश्वेरा थंड होऊन पडली पांढऱ्या बिछान्यावर / २७४

प्रत्यावर्तन – २ / २७९

कसरीचे आश्रयस्थान / २८७

युद्धानंतर / २९४

युद्धाचं वर्ष

युद्धाला तोंड फुटलं होतं. गावा-गावात त्याचीच चर्चा. घरीदारी, कोपऱ्या कोपऱ्यावर लोक गोळा होत आणि युद्धाबद्दलच बोलत. कोणाच्या कपाळांवर, कोणाच्या नाकांखाली, कोणाच्या अचंब्यानं उघड्या पडलेल्या तोंडांत, कोणाच्या गालांवर, कोणाच्या कानांत तर कोणाच्या डोक्यांवर जणू काही डोळेच डोळे फुटले होते. सगळे डोळे मात्र सताड उघडे. डोळ्यांसमोरून लोक नुसते पळत होते. उजेडात, अंधारात. नुसती पळापळ. पोरंबाळं, बोचकीकाचकी घेऊन धावत होते सगळे. शहरांतून खेड्यांकडे. मयमनसिंहहून फूलपूर, धोबाउडा, नान्दाईलकडे. घरंदारं, दुकानंबिकानं, शाळा, अमरावती नाट्यमंदिर सगळं सगळं सोडून नदीपलीकडे, शेतांकडे, उघड्यावाघड्या मैदानाकडे, जंगलातही. जे आपलं घर सोडून दोन पावलंही दूर जायला कधी तयार झाले नसते तेही सामानसुमान बांधायला लागले होते. गिधाडांच्या चोचींना येत होती सडलेल्या मांसाची दुर्गंधी आणि बावरलेल्या कबुतरांच्या फडफडाटात ऐकू येत होता बंदुकीच्या गोळ्यांचा धडधडाट. लोक पळून चालले होते. – पायी, रेल्वेतून, नावांतून आणि मागे उरली होती सुनी घरं, अंगणातली झाडं, बसायचे मोढे, विळे-कोयते, काळी मांजरं.

एके दिवशी संध्याकाळी आमच्या घरासमोर तीन चाकी दोन गाड्या येऊन उभ्या राहिल्या. त्यांच्यामधून आम्ही सगळे निघालो पाचरुखी बाजाराच्या दक्षिणेला असलेल्या मदारीनगर नावाच्या गावाकडे. शहर सोडून फेरीनं ब्रह्मपुत्रा पार करून आम्ही शंभुगंजला पोहोचलो नाही तोच कमरेला पंचा लावलेले सहाजण झाडीतून अचानक बाहेर आले आणि आमचा रस्ता अडवून उभे राहिले. मी घाबरून आईला घट्ट मिठी मारली. माझ्या विस्फारलेल्या डोळ्यांना दिसल्या सहा खांद्यावरच्या सहा बंदुका. अचानक रस्ता अडवून माणसं मारणं ह्यालाच युद्ध म्हणत असावेत, असा मी अंदाज केला. त्या सहाजणातल्या एकाला चांगल्या भरदार मिशा होत्या. तो मिशीवाला गाडीत डोकावून म्हणाला, 'शहर सोडून कुठं जाताहात? सगळे असेच पळून गेले तर आम्ही युद्ध कोणाशी करायचं? घरी परत जा.' आई पडदा जरा

सारून म्हणाली, 'हे काय करताय? पुढची गाडी तर निघून गेली. त्यात माझी मुलं आहेत. आम्हालाही जाऊ द्या नं!' तिच्या बोलण्यात एक छटाक राग तर दोन छटाक काकुळती होती. पण त्या मुच्छडला दया आली नाही. खांद्यावरची बंदूक जमिनीवर आपटत तो गुरगुरला, 'एक इंचभर गाडी हलली तरी खबरदार! मागे फिरा.'

गाडी पुन्हा फेरीवर चढवून गाडीच्या प्रौढ ड्रायव्हरनं बिडी शिलगावली आणि धूर सोडीत तो म्हणाला, 'हे तर बंगाली आहेत. आपलेच लोक. हे पंजाबी नाहीत तेव्हा घाबरायचं कारण नाही.'

माझी छाती इतक्या जोरात धडधडत होती की, जणू काही सहा बंदुकीतून सुटलेल्या सहा गोळ्या माझ्या छातीत घुसल्या होत्या. मला अगदी खेटून बसलेल्या दोन बुरख्यांतून सुरांचं पुटपुटणं आणि गाडीच्या चाकांची खडखड ऐकत ऐकत आम्ही ज्युबिली घाट आणि गोलपुकुर पार केलं. माझ्या छातीची धडधड, सुरांची पुटपुट आणि चाकांचा खडखडाट ह्याशिवाय कुठलाच आवाज ऐकू येत नव्हता. सगळं शहर रात्रीचं पांघरूण ओढून दिवे मालवून गाढ झोपलं होतं.

त्याच रात्री बाबांनी त्या तीन चाकी गाडीला पूर्वेऐवजी पश्चिमेला म्हणजे मदारीनगरऐवजी बेगुनबाडीला पाठवून दिलं. गाडीत यास्मीन आणि छोटकू झोपले होते. आईही डुलक्या घेत होती. माझ्याबरोबर जागी होती नानी. नानीनं एक निळ्या रंगाची प्लॅस्टिकची बास्केट घट्ट धरून ठेवली होती.

'ह्या बास्केटमध्ये काय आहे ग नानी?'

नानी थंडपणे म्हणाली, 'पोहे, मुडी[१] आणि गूळ.'

बेगुनबाडीला आमच्या बिड्या ओढणाऱ्या ड्रायव्हरनं केळ्याच्या झाडांनी वेढलेल्या एका घरासमोर आमची गाडी उभी केली. हे रुनूमावशीचं सासर होतं. गाडी थांबताच भराभर माणसं बाहेर येऊन चिमणी उंच करून पाह्यला लागली.

अरे, शहरातून पाहुणे आलेत.

विहिरीतून पाणी काढा.

स्वयंपाक करा.

पानं वाढा.

अंथरूणं घाला.

पंख्यानं वारा घाला.

शहरातले पाहुणे बिछान्यावर आडवेतिडवे झोपले. गाढ झोपलेल्या छोटकूचा पाय माझ्या पायावर पडला होता. तो पाय दूर ढकलला तर यास्मीनचा गुडघा माझ्या पोटात खुपायला लागला. त्या दोघांमध्ये मी अगदी चेंगरून गेले होते. म्हणून मी तक्रारीच्या सुरात पुटपुटले, 'आई, लोडाशिवाय मला झोप नाही येत.' घामोळ्या आल्यामुळे आग होणाऱ्या अंगाला जोरजोरात पंख्यानं वारा घालता घालता, सतत

एवढ्या तेवढ्या कारणावरून रडणाऱ्या मुलीला आईनं खालच्या आवाजात धमकावलं, 'आता लोड कशाला? तशीच झोप.'

आईनं धमकवताच ती चेंगरलेली मुलगी चूप झाली. कॉटच्या एका बाजूला अंगाचं मुटकुळं करून नानी झोपली होती. काळी किनार असलेल्या साडीच्या पदरानं तिनं तोंड, डोकं, एवढंच नाही तर पोहे, मुडी, गूळ असलेली बास्केटही झाकून घेतली होती. दाराच्या चौकटीवर चिमणी मिणमिणत होती. त्या उजेडात पत्र्याच्या छतावर पाच हात आणि पाच पाय पसरून भूत नाचत होतं आणि हूसहूस आवाज करत होतं. ते पाहून मी माझं तोंड दोन्ही गुडघ्यांत लपवलं आणि आईला हाक मारून हटलं, 'आई ग, ए आई, मला भीती वाटतेय.'

पण आईनं काहीच उत्तर दिलं नाही. तिला छोटकूसारखीच गाढ झोप लागली होती.

'ए नानी, ए नानी ग!'

नानीनंही हूं का चूं केलं नाही.

भुताची सर्व माहिती मला शराफमामनं दिली होती. एकदा रात्री धापा टाकत येऊन शराफमामा सांगायला लागला, 'तळ्याजवळ पांढरे कपडे घातलेली हडळ उभी होती. मला तिनं असा काही झटका दिला की मी शेपटी घालून पळालो.' थरथर कापत शराफमामा रजईत घुसला आणि मीही रात्रभर गोगलगाईसारखं अंग आखडून झोपले.

दुसऱ्या दिवशीही असंच काहीसं सांगत आला शराफमामा. तो बांबूच्या बेटातून येत होता. आसपास कोणीही नव्हतं. पण मामाला खविसाचा आवाज आला. अगदी अचानक. 'काय रे शराफ, कुठं चाललाहेस? जरा थांब बघू.' मामा धापा टाकत आला आणि कडक थंडी असताना रात्रीच्या वेळी त्यानं आंघोळ केली. घरात शराफमामाचा भाव वाढला. अर्ध्या रात्रीपर्यंत मी, फेलुमामा आणि टुटुमामा त्याच्याभोवती बसलो होतो. पारुलमामी पंख्यानं त्याला वारा घालत होती. भूत पाहिलेल्या आपल्या मुलासाठी नानीनं गरम गरम भात आणि शिंगाड्याचं कालवण वाढून आणलं. पानाच्या कडेला मीठही होतं.

'कानामामूच्या जाळ्यात मोठेमोठे मासे अडकायचे. पण सबंध मासा घेऊन मामू कधीच घरी आला नाही. एकदा त्यानं पाहिलं त्याच्यामागून एक मांजर येत होती. मामूनं मासा खांद्यावर टाकला होता. घराच्या रस्त्यावर त्याला हलकं हलकं वाटायला लागलं. पाहिलं तर अर्धा मासा गडप आणि मांजरीचाही पत्ता नाही. खरं तर ती मांजर नव्हतीच. मांजरीच्या रूपानं आलेलं ते मासे खाणारं 'माऊच्छा' भूत होतं.'

शराफमामा जेवता जेवता कानूमामूंचा किस्सा ऐकवत होता. हे सगळं ऐकल्यावर

भीती माझ्या रोमारोमात भिनली होती. घराच्या मागे बांबूचं वन होतं. तिथं रात्रीच काय दिवसाही मी एकटी जायला धजायची नाही. संध्याकाळ होताच शी-शू दाबून धरून घरात बसायची. फारच जोराची लागली तर घरातल्या मोठ्या कोणालातरी हातात कंदील घेऊन यावं लागायचं. ती पुढं चालायची आणि मी तिच्या मागून मागून, इकडे तिकडे पाहत. अगदी सावधपणे. भराभर कसंबसं उरकून यायची मी एकदाचं.

नानीचं घर सोडून आम्ही आमलापाडाच्या घरी राह्यला आलो तेव्हा मी होते साडेसात, आठ वर्षांची. 'घराचं नाव काय ठेवायचं? काय चांगलं दिसेल?' असं बाबांनी माझ्या दोन भावांना विचारलं. दादानं 'अवकाश' सुचवलं. छोटादादा म्हणाला, 'ब्ल्यू हेवन'. मला विचारलं नव्हतं तरी मी सांगितलं, 'रजनीगंधा.' दादानं सुचवलेलं नावच पांढऱ्या दगडावर खोदून काळ्या फाटकाच्या भिंतीवर तो दगड बसवला गेला. हे घर खूप मोठं होतं. घरातील खांबांवर व दरवाजांवर कोरीव काम केलेलं होतं. घराच्या सीलिंगकडे पाहिलं की वाटायचं आकाशाकडेच पाहतोय. आकाशात हिरव्या रंगाचा कडीपाट. कडीपाटावर आडव्या-उभ्या लोखंडी सळ्या. जणू काही रेल्वेलाइन. आता एखादी गाडी कूंऽऽझुकझुक करीत जाईल असं वाटायचं. बेलाच्या झाडापासून गच्चीपर्यंत जाणारा जिना गोल गोल होता. गच्चीच्या नक्षीदार रेलिंगला धरून उभं राहिलं की सगळं गाव दिसायचं. मैदानाच्या कडेला नारळ आणि सुपारीच्या झाडांची रांग होती. अंगणात आंबा, जांभूळ, फणस, पेरू, बेल, जलपाई, डाळिंब वगैरे झाडे होती. मी, माझे दोन दादा आणि यास्मीन– आम्ही एकदम खूष होतो. घरभर आम्ही मस्ती करायचो आणि 'गोल्लाछुट' खेळायचो. मागे राहिली दोन मैलांवरची अंधारी गल्ली, तिथलं खलशा माशांनी भरलेलं तळं, तळ्याकाठचं नानीचं चौसोपी घर, लिंबाच्या झाडाखाली बोटांनी गली करून गोट्या खेळणं, फडक्याला राख लावून कंदिलाची काच साफ करणं, कंदील लावणं, संध्याकाळी मामांबरोबर चटईवर बसून पुढेमागे डुलत डुलत 'आमची छोटी नदी वळत वळत जाते' म्हणणं, पहाटेचा खजूर रस आणि वाफवलेले पिठे. त्या घरातून मी माझ्याबरोबर दुसरं काही नाही तरी अंगावर काटा आणणारी भुतांची भीती आणली होती. ह्या युद्धाच्या काळात बेगुनबाडीला गेलो तरी त्या भीतीनं माझा पिच्छा काही सोडला नव्हता. शराफमामा सांगायचा की उजाडताच भुतं आपापल्या देशाला परत जातात.

सकाळी झोपेतून उठताच लक्षात आलं की पाच पायाचं ते भूत खोलीतून गायब झालंय, पत्र्याच्या छिद्रांतून ऊन खोलीत उतरलंय आणि उन्हामुळे खोली उबदार झालीय. अंगणात पाट मांडून नानी, आई आणि रुनूमावशीच्या सासूबाई गप्पा मारत बसल्या होत्या. ह्याआधी आमचं शहर सोडून मी कुठंही गेले नव्हते. फक्त एकदाच गाडीच्या चाकांच्या तालावर 'झिक्कीर झिक्कीर, मयमनसिंहहून ढाक्याला जायला

लागतात किती दिन' असं म्हणत ढाक्याला गेले होते. तिथं क्षितिजापर्यंत पसरलेल्या लाल मातीच्या मैदानाच्या कडेला मोठ्या मामाचं घर होतं. मला वाटायचं इथं पतंगाप्रमाणे आकाशात भराऱ्या घेऊन छोट्या छोट्या ढगांबरोबर लपाछपी खेळावी. ओसरीवर बसून कोळशाच्या पुडीनं दात घासता घासता मनात यायचं युद्ध काही तसं वाईट नाही. अचानक शाळेला सुट्टी मिळाली होती. मग माझा सगळा वेळ गच्चीवर बाहुलीशी खेळण्यात जायचा. फक्त विमानांचा आवाज आला की खाली यावं लागायचं. मग आई कानांत कापसाचे बोळे घालून आम्हाला कॉटखाली ढकलायची आणि स्वत: सुरा पुटपुटायला लागायची. जमिनीत एक लांबलचक खड्डा खणला होता. बाँब पडला तर आम्हाला सगळ्यांना त्यात लपता यावं म्हणून. पण हॉस्पिटल वर बाँब पडल्यावर शहरात राहणं आता सुरक्षित नाही असं वाटून बाबांनी दोन गाड्या करून आम्हाला खेड्यात पाठवून दिलं. माझे दोन दादा, शराफमामा, फेलुमामा, टुटुमामा ह्यांना घेऊन एक गाडी गेली मदारीनगरला आणि दुसरी गाडी आली बेगुनबाडीला. बाबा स्वत: शहरात घरीच राहिले. परिस्थिती फारच बिघडली तर तेही घराला कुलूप लावून गावाकडे येणार होते. तसं त्यांनी आम्हाला कबूल केलं होतं.

विहिरीच्या पाण्यानं मी चूळ भरली आणि ताज्या हवेत एक मोठा श्वास घेतला. हवेत लिंबाचा वास भरून राहिला होता. इथं बाबांची करडी नजर नव्हती. बसता उठता बोलणी खावी लागत नव्हती. येता जाता मार खावा लागत नव्हता. ह्याशिवाय आणखी आनंद काय असू शकतो आयुष्यात? 'मी तर गावाच्या रस्त्यावर वाऱ्याबरोबर नाचणार! वनाच्या छायेतलं सुस्तावलेपण पसरलंय झाडांच्या सावल्यांवर, वेलींवर, पानांवर. वालपापडीच्या शेंगा लागल्यात वेलींवर. शेंगाच शेंगा. हात पुढे करायचाच अवकाश की मिळतील मूठ भरभरून. भाजेन त्या अगोटीत आणि खाईन. गावातल्या शेतकऱ्यांना हाका मारून मारून बोलावेन आणि त्यांनाही वाटेन ह्या भाजलेल्या शेंगा. अहा!'

'छोटकू, चल दुकानातून चिंच विकत आणू या.'

छोटकूला एवढं म्हणायचाच अवकाश! तो वेताच्या छडीप्रमाणे ताठ उभा राहिला. चिंच खाण्याच्या नुसत्या कल्पनेनंच माझ्या तोंडाला पाणी सुटलं. घराच्या अंगणाभोवती केळी लावलेल्या होत्या. त्यांच्या खालून आम्ही शेताच्या बांधावर आलो आणि मोठ्या रस्त्याकडे निघालो. पुढे मी. माझ्यामागून छोटकू. अचानक बागुलबोवासारखा पुढे येऊन उभा राहिला हासु. त्यानं काच्या मारून लुंगी नेसली होती. तो चांगलाच तगडा होता. त्यानं हातात एक तुटकी डहाळी घेतली होती आणि ती तो जोरात गरगर फिरवत होता.

'छोटकूला दुकानात जाता येईल. तू जायचं नाहीस. तू मुलगी आहेस. मुली

दुकानात जात नाहीत.' हासु म्हणाला.

'का जायचं नाही? मी तर नेहमीच जाते.' ओठ बाहेर काढून त्या खेडवळ माणसाचं म्हणणं मला पसंत नसल्याचं मी दाखवलं.

'शहरातल्या दुकानात खुशाल जा. हे शहर नाही. गाव आहे गाव. गावात बायकामुली घरातच बसतात. बाहेर पडत नाहीत.' असं म्हणून तो बागुलबोवा आमच्या दिशेनं यायला लागला. त्याच्या डोळ्यांच्या खोबणीतून जणू दोन राखी रंगाचे उंदीर डोकी बाहेर काढून डोकावत होते. 'सुजला सुफळा शस्य श्यामला' गावांबद्दल मी पुस्तकात वाचलं होतं. म्हणूनच मला खेडेगावात जायची फार इच्छा होती. पण इथं येऊन मला शेतातल्या पिकाबरोबर नाचत आलं नाही, दोन डोळे नेतील तिथं जाता आलं नाही– रानावनात, नदी-नाल्याकाठी. भान हरपून टाकणारी गुराखी पोराची बासरीही ऐकायला मिळाली नाही. उलट सकाळी सकाळीच बघायला मिळाले उंदीर.– तेही ज्यांच्या घरी आम्ही पाहुणे म्हणून उतरलो होतो त्यांच्यापैकीच एकाच्या डोळ्यांत. माझा गळा भरून आला. मागे फिरले आणि अंगणात बसलेल्या आईला अगदी खेटून बसले. आईनं एक मळकट साडी नेसली होती. मोकळे केस घुंघटामुळे झाकले गेले होते. आईच्या पदराचं टोक बोटाभोवती गुंडाळता गुंडाळता रडक्या सुरात सांगितलं, 'मला दुकानात जाऊ देत नाही.' आईनं लक्षच दिलं नाही. मग दोन्ही हातात आईची हनुवटी पकडून तिचं तोंड माझ्याकडे वळवत मी पुन्हा सांगितलं, 'तो हासु मला चिंच आणायला दुकानात जाऊ देत नाही.'

आईनं माझ्या हातून हनुवटी सोडवून घेतली आणि मलाच दटावलं, 'चिंच खायचीच नाही. आंबट खाल्लं तर अंगातल्या रक्ताचं पाणी होतं.'

आई चिंचेबद्दल असंच म्हणायची. आईला दिसू नाही म्हणून मी गच्चीच्या जिन्यावर बसून चिंचेला मीठ लावून अंगठ्यानं थोडी थोडी तोंडात टाकत मिटक्या मारत खायची. जीभ पांढरी पडली, दात आंबले आणि रक्ताचं पाणी झालं की मगच चिंच संपायची. कधी हातापायाला खरचटलं की मला भीती वाटायची. वाटायचं आता रक्ताऐवजी पाणी येणार आणि आपली चोरी पकडली जाणार. पण कशानंही खरचटलं– काच किंवा शिंपला लागून किंवा गुलाबाच्या काट्यानं अथवा अंगणातल्या विटेला धडपडून पडले म्हणून– तरी रक्तच आलं. पाणी नाही आलं. मला लागलं की आई रक्त पुसून, डेटॉल लावून पट्टी बांधून द्यायची. मग मी हळूच हसायची.– रक्ताचं पाणी झालं नाही म्हणून.

आम्ही उतरलो होतो त्या घरी खूप माणसं होती. त्या घरातील मुलींची नावं फळांवरून ठेवलेली होती. म्हणजे डाळिंब, पेरू, अंगुर, कमला अशी आणि मुलांची नावं होती हासु, कासु, बासु, रासु. रासु म्हणजे माझे मधले मावसोबा. ते शहरात राह्यचे. युद्धाचा वास लागताच कुठं लपून बसले होते कोणालाच माहीत

नव्हतं. रुनूमावशीच्या सासूबाईंचे दोन्ही गाल नेहमीच फुगलेले असायचे कारण त्यांच्या तोंडात सतत पान असायचं. ओठांच्या कोपऱ्यांतून रस गळायचा. चुना लावून लावून बोटाचं टोक पांढरं झालेलं असायचं. ते पांढरं झालेलं बोट वगळून दुसऱ्या बोटांनी पानाच्या डब्यातली चिमूटभर तंबाखू फुगलेल्या गालात सरकवून रुनूमावशीच्या सासूबाई नानीच्या कानाजवळ तोंड नेऊन पुटपुटल्या, 'रासु कुठं आहे कोण जाणे! जगलाय का मेलाय काही कळत नाही. पंजाबी, माणसं मारून शहर उजाड करताहेत असं ऐकलंय.'

पाटावर बसलेली नानी कापडाच्या गाठोड्यासारखीच दिसायची. काळ्या काठाच्या पांढऱ्या साडीचं हे गाठोडं हालचालसुद्धा करायचं नाही. ह्या गाठोड्याच्या आत आणखी एक गाठोडं होतं. पोहे, मुडी, गूळ असलेली प्लॅस्टिकची निळी बास्केट. नानीनं ती घट्ट धरून ठेवलेली. नानीच्या डोळ्यांच्या बाहुल्यांचे दगड झाले होते. त्याही हलायच्या नाहीत. त्या बाहुल्यांनी एकदा पाहिलं होतं की मध्यरात्री, हाशिममामा, – नानीचा तीन नंबरचा मुलगा – दार वाजवतोय. नानीनं दार उघडताच रेल्वेगाडीच्या खडखडाटात हाशिममामाचे शब्द जणू विरून गेले, 'अम्मी, मी चाललो.'

'एवढ्या रात्री का हाक मारलीस रे? काय झालं?' चिमणीची वात सारत नानी पायऱ्या उतरायला लागली.

'मी गेलो.' हाशिममामा भराभर निघाला तलावाच्या बाजूच्या रस्त्यानं. नानी त्याच्यामागे धावली. 'कुठं निघालास एवढ्या रात्री? थांब.'

हाशिममामा चालता चालता मागे वळून न पाहताच म्हणाला, 'युद्धावर चाललोय. आता देशाला स्वतंत्र करूनच परत येईन.'

'थांब रे हाशिम, थांब!'

हाशिममामा अंधारात गडप होईपर्यंत नानी मोठमोठ्यानं आपल्या मुलाला हाका मारतच राहिली.

नानी निश्चल उभी होती. तिच्या छातीत कालवाकालव होत होती. पन्नासच्या दुष्काळात जन्मलेल्या ह्या मुलाला तिनं मायेची ऊब आणि छातीतलं दूध देऊन वाचवलं होतं. पारुलमामी एक पाय उंबऱ्यात व एक पायरीवर ठेऊन हुंदके देऊन रडत होती. लोक म्हणायचे, 'हाशिमची बायको म्हणजे परी आहे परी!' नानीनं पाहिलं अंधारात तिच्या अंगातून जणू चांदणं झिरपत होतं. ही सून तर साक्षात चंद्रिका होती. अशा ह्या चंद्रिकेला नानी कुठं लपवून ठेवणार? घरात पारुलमामीची सहा महिन्यांची मुलगी झोपली होती. संसार टाकून कोणी असं अचानक निघून जातं? अंधार चाचपडून ती हाशिममामाला कुठं शोधून काढणार होती? नानीनं युद्धच काय महायुद्धही पाहिलं होतं. जपान्यांनी बॉंब टाकले होते पण संसारांची अशी वाताहात झाली नव्हती.

भल्या पहाटेच पारुलमामीला तिच्या वडिलांकडे पोहोचवून, आपली चार मुलं आणि प्लॅस्टिकची निळी बास्केट घेऊन नानी आली होती मुलीकडे– 'अवकाश' मध्ये. आपलं पत्र्याचं चौसोपी घर सोडून ह्या हॉलमध्ये सल्लामसलत करायला. जावई म्हणाले, 'अम्मी, खेडेगावात जा. शहरात राहण्यात धोका आहे.'

खेडेगावात जाता जाता तीन मुलगे दुरावले. राहता राहिला छोटकू. तो तर शेंडेफळ. नातीपेक्षाही लहान.

रासुची काहीच खबरबात नाही म्हणून रुनूमावशीच्या सासूबाई रडत होत्या आणि शेजारीच उन्हाला पाठ देऊन बसलेल्या गाठोड्यासारख्या दिसणाऱ्या नानीच्या तोंडून ब्र निघत नव्हता. युद्धावर गेलेलं कोणी कधी परत आलेय? नानीच्या डोळ्यांतील बाहुल्या स्थिर झाल्या होत्या.

२

'सैन्य बेगुनबाडीच्या दिशेनं येतंय', अशी बातमी रुनूमावशीच्या सासऱ्यांना कळली. दोन फर्लांगावर तागाच्या शेतात सहा डोकी पडली होती म्हणे! काही लोक डोकी बघायला धावत होते तर काही बोचकी बांधून उलट्या दिशेनं पळत होते. आमच्यासारख्या शहरातल्या पाहुण्यांना आणखी आतल्या गावात पाठवायचं ठरलं. मध्यरात्री रेड्याच्या गाडीतून बेगुनबाडीहून आम्ही हंसपूरकडे निघालो. गाडीवाल्याला रस्ता दाखवत होता हासुचा भाऊ कासु. रातकिड्यांची किरकिर, कोल्हेकुई आणि जंगलातलं रात्रीचं झपाटलेलं वातावरण ह्यांना बुजून अचानक रेडा थांबला. मी अंगाचं मुटकुळं करून आईच्या मागे अगदी खेटून बसले. शराफमामा सांगायचा की काळोखात सगळी भुतं बाहेर पडतात. ती माणसाला पटकन् धरतात आणि गपकन् खातात. भुतांची आवडती जागा म्हणजे झाडाचा शेंडा आणि अमावस्येच्या रात्री आमची रेड्याची गाडी थांबली होती फड्या निवडुंगापाशी. कोणाच्या तरी पायाचा खसखस आवाज येतोय असं वाटत होतं. गाडीवाल्यानं रेड्याच्या पाठीवर सपासप चाबूक ओढला. पण रेडा हलायला तयार नव्हता. 'चल, चल.' सपासप आणि अचानक बांबूच्या वनातून गाडी धावायला लागली. आमची डोकी एकमेकांवर ठणाठण आदळायला लागली. छोटकूच्या आजारात त्याचे सर्व केस, भुवया, पापण्या झडून गेले होते. तो चिडून किरकिरायला लागला. त्यानं आपल्या काड्यांसारख्या हातानं नानीला घट्ट धरून ठेवलं होतं आणि नानीनं घट्ट धरून ठेवली होती पोहे, मुडी, गूळ असलेली बास्केट.

हंसपूरला कासुची बहीण डाळिंबचं सासर होतं. घरासमोरच्या मैदानात रेडा

रवंथ करत बसला. गाडीवालाही आराम करायला लागला. कासु पुढे आणि शहरातले पाहुणे मागे असे आम्ही निघालो. चालताना कासु मधून मधून मागे वळून बघायचा. हासुच्या डोळ्यांतील उंदीर कासुच्या डोळ्यांत नव्हते.

'पाहिले दोन उंदीर हासुच्या डोळ्यांत,

म्हणून तर आलो वंशवन ओलांडून हंसपुरात.'

शिकल्या सवरलेल्या, बंगल्यात राहणाऱ्या, मोटारीतून हिंडणाऱ्या शहरातील माणसांना ह्या घरातील सगळेच मान देत होते. आमच्यासाठी घरातील सर्वांत मोठी खोली रिकामी करून दिली गेली. कपाटातून फुलं-पानांची नक्षी असलेले ग्लास, डिश, वाडगे काढण्यात आले. चिंबोरीचं आणि मरळीचं कालवण केलं गेलं. जेवायला बोलावताच आम्ही सगळे स्वयंपाकघरात पाटांवर जेवायला बसलो. पाहुण्यांचं जेवण झाल्यावर घरातील मुलंबाळं, शेतावरून परत आलेली पुरुषमाणसं ह्यांचं जेवण झालं. मग खूप उशिरा घरातल्या बायका जेवायला बसल्या. अंथरुणावर वेलबुट्टीची नक्षी असलेली चादर अंथरली होती. लाल निळ्या रेशमानं भरतकाम केलेलं 'भूलो ना आमाय' अशी अक्षरं लिहिलेले अभ्रे उशांना घातलेले होते. प्रत्येकाला उशी दिली होती. तीच उशी दोन पायांत दाबून धरून मी झोपले. लोडाची सवय युद्ध झालं तरी सुटली नव्हती. स्वप्नात मी हंसपूरच्या तळ्यात हंसासारखी तरंगत होते, छोटकू, कासुच्या पतंगाप्रमाणे हवेत भराऱ्या घेत होते.

ह्या घरातील माझ्या वयाच्या मुली साडी नेसायच्या. काहींची तर लग्नंही झाली होती. त्या पहाटेच उठून बदकांच्या आणि कोंबड्यांच्या पिंजऱ्यांची दारं उघडून त्यांना बाहेर सोडायच्या, फुंकणीनं चूल फुंकायच्या, मसाला वाटायच्या, तांदूळ सडायला मदत करायच्या, सुपात घेऊन धान्य पाखडायच्या. त्यांना म्हटलं की एक्का दुक्का, कुतकुत खेळायचं का तर त्या तोंडावर हात ठेऊन हसायच्या. खेळायच्या नाहीत. मुलं झाडावर चढायची. आंबे पाडायची, रातांबे, शहाळी काढायची. त्यांच्यासारखं मलाही झाडावर चढावंसं वाटायचं. पण ती म्हणायची, 'मुलगी झाडावर चढली तर झाड मरतं.' ते लुंगीचा काच्या मारून हुतुतू खेळायचे. पण मी खेळायला गेले की म्हणायचे, 'मुलींनी हुतुतू खेळायचा नसतो.' ही मुलं खांद्यावर पंचा टाकून तळ्यावर मासे पकडायला जायची. मीही त्यांच्या मागे मागे जायला बघायची. ते मागे वळून म्हणत, 'मुली मासे पकडत नाहीत.'

'पतंग पण उडवत नाहीत?'

'नाही. मुली कधी पतंगही उडवत नाहीत.'

'कोणी ठरवलं हे सगळं?' मी कमरेवर हात ठेऊन छाती पुढे काढून एकदा विचारलंच.

अंगाला चिखल लागलेला, पिवळ्या दातांचा एक काळा कुळकुळीत मुलगा

माझ्याजवळ येऊन म्हणाला, 'काचा गाब पाका गाब काचा गाब पाका गाब' असं म्हण बघू. भराभर म्हणायचं बरं का!'

असं म्हटल्यास ही मुलं मला त्यांच्याबरोबर मासे पकडायला नेतील अशी मला आशा वाटली. म्हणून मी म्हणायचा प्रयत्न केला तर काय? 'काचागाबयाचाबापकाकापाप' असं काहीतरी तोंडातून बाहेर पडलं. पिवळ्या दातांचा हॅ हॅ करून हसायला लागला. मग सगळेच खो खो हसत मला सोडून निघून गेले. रेडिमेड फ्रॉक घातलेली शहरातली मी मुलगी एकटीच त्यांच्याकडे पाहत राहिले.

दुपारी मुली तळ्यात पोहायच्या, एका दमात त्या तळ्याच्या ह्या काठावरून त्या काठावर जायच्या. मध्येच बुडी मारून एकदम काठापाशीच वर यायच्या. तेव्हा मी आश्चर्यानं पाहत राह्यची. मी आपली पाण्यात पाय बुडवून घाटाच्या पायरीवर बसून नुसतं पाहत राह्यची. मला उघडं पाहून त्या मुली म्हणायच्या, 'पोरगी उंच झालीय पण अजून छाती नाही दिसायला लागली.'

खलशा माशांनी भरलेल्या तळ्यात शराफमामा उलटा पोहायचा. डुबकी मारून कमळाची फुलं तोडून आणायचा. काठावर बसलेल्या मला विचारायचा, 'पोहायला शिकायचंय का? खूप मुंग्या खा म्हणजे पोहता येईल.' मुंग्या लागलेला गूळ आणि साखर खाऊन पोहणं शिकण्याचा बरेच दिवस प्रयत्न केला. पण मी पाण्यात उतरताच पाणी माझे दोन्ही पाय खेचून मला तळाशी घेऊन जायचं. हंसपूरला छोट्या छोट्या नागड्या मुलांना पोहताना पाहून मला लाज वाटायची. मी एवढी दांडगी मुलगी पण कमरेइतक्या पाण्यात कमळाच्या वेलाप्रमाणे उभी राह्यची. मनातल्या मनात मी त्या मुलींप्रमाणे सर्व तळं पोहून जायची, ह्या काठापासून त्या काठापर्यंत. अंग भाजून काढणाऱ्या दुपारी थंड पाण्यात पोहण्यात काही औरच आनंद आहे ना! पण आईचा निरोप यायचा, 'पाण्यात फार वेळ राहू नकोस. थंडी वाजून ताप येईल.' कमरेइतक्या पाण्यातून शहरातल्या मुलीला काठावर यावं लागायचं. पाण्याबाहेर आल्यावर भट्टीत उभं राहिल्यासारखं वाटायचं.

बाहेर पुष्कळ काही घडत होतं. पंजाब्यांनी गावांतील घरं जाळून टाकली होती. जाळलेल्या घरातल्या बायका हंसपुरातील घरोघरी जाऊन छाती पिटून रडत होत्या. हंसपूरही भेदरलं होतं. जणू लगेचच त्याच्या डोक्यावर बॉंब पडणार होता. गावातल्या दोन घरांत रेडिओ होते. ज्या घरात आम्ही अवेळी येऊन राहिलो होतो त्या घरात एक रेडिओ होता आणि दुसरा कासिम शिकदारकडे. संध्याकाळी रेडिओवरच्या बातम्या ऐकायला दोन्ही घरी लोक गर्दी करायचे.

रेडिओ ऐकायला आलेले लोक अंगणात चटईवर बसून हुक्का ओढायचे. हुक्का एकाकडून दुसऱ्याकडे असा फिरत राह्यचा. गोबऱ्या गालाचे टक्कल पडलेले हिरवी लुंगी लावलेले गृहस्थ गेल्या दोन महिन्यांपासून सांगत होते की, 'स्वतंत्र

बांगलाच्या बातम्यात मुक्तिबाहिनी यायला आता वेळ लागणार नाही, असं सांगताहेत.'

डाळिंबचे सासरे मोढ्यावर बसून त्यांच्या काळ्याकुट्ट पाठीवर सपासप टॉवेलचे फटकारे मारून डासांना हाकलायचे. ते आपल्या पांढऱ्याशुभ्र दाढीतून बोटं फिरवत सांगायचे, 'मिलिटरीबरोबर हे काय लढणार! भारतातून हे लोक ट्रेनिंग घेऊन आलेत असं ऐकलंय. गावातले जमीर अली, तुराब, जब्बार, धनुमियाँ हे सगळेच तर लढायला गेलेत. ओठ पिळले तर दूध निघेल असे हे सगळे! हे काय युद्ध करणार? ढाक्यात प्रेतांचे ढीग पडलेत. गावच्या गावं जाळलीत. मिलिटरी काय माणसं आहेत! जनावरं आहेत ती! मला पण त्रिशाल बाजारात एका शिपायानं विचारलं की तुमचं नाव काय? मी म्हटलं, 'माझ्या नावाशी तुम्हाला काय देणंघेणं आहे?' 'चांदतारा' मशिदीचे इमाम त्याच्या मागे मागे जात होते. मला इमामांचा हेतू काही बरा दिसला नाही.' 'हं!' असा हुंकार देऊन तारु खलिफांनी एक सुस्कारा सोडला. त्यांना म्हातारपणामुळे नीट दिसत नसे. हातात नेहमी बांबूची लाठी असायची. त्यांनी घातलेल्या गंजीच्या चिंध्या झाल्या होत्या. लोकांच्या मते, 'म्हाताऱ्याजवळ गडगंज पैसा होता. तो त्रिशाल बाजारात शिंपी होता.' डावा डोळा गेल्यावर शिंप्याचा धंदा सोडून हंसपूरला मुलाकडे राह्यला आले होते. मधून मधून ते घरातून नाहीसे होत. कुठं जात कोणालाच माहीत नसे. महिन्यानंतर परत येत. युद्ध सुरू झाल्यापासून मात्र तारु खलिफा हंसपूर सोडून कुठंही गेले नव्हते. संध्याकाळ होताच रेडिओ ऐकायला आम्ही राहत असलेल्या घरी यायचे. ते फारसे बोलत नसत. बहुतेक वेळ मान उजवीकडे झुकवून दुसऱ्यांचं बोलणं ऐकायचे. बोलणं पसंत पडलं नाही तर मधून मधून 'हं' 'हं' म्हणायचे. संधी मिळताच आपलं मत मुद्देसूदपणे मांडायचे. तारु खलिफांनी 'हं' म्हटल्यावर हुक्क्याच्या गुडगुड आवाजाशिवाय दुसरा आवाज नव्हता. टक्कल असलेल्या आणि हिरवी लुंगी घातलेल्या गृहस्थांची तारु खलिफाकडे पाठ होती. ते तोंड फिरवून बसले. म्हातारबाबांनी आणखी दोन-तीन वेळा 'हं' 'हं' केलं आणि मग बोलणं सुरू केलं, 'मुक्तिबाहिनी देश स्वतंत्र करणारच. आमचे गरिला पुढे सरकताहेत. जरूर वाटली तर भारताचं सैन्यही उतरेल इथं. हा देश आमचा होणार. शेख मुजीबांच्या हातात सत्ता येईल. अयूब, याह्याचा जमाना आता संपणार, कायमचा संपणार.'

तारु खलिफांचं बोलणं संपताच हिरवी लुंगीवाले गृहस्थ मोठ्यानं म्हणाले, 'ए सिराज, जरा एक पंखा आण बघू.'

पिवळ्या दाताचा मुलगा पटकन् उठला आणि घरातून एक हातपंखा आणून त्यानं त्या गृहस्थांना दिला. त्या पिवळ्या दातवाल्याच्या अंगाला आता चिखलबिखल नव्हता. मासे पकडून अंघोळ वगैरे करून आला होता तो. हिरवी लुंगीवाले एका हातानं अंग खाजवत होते आणि दुसऱ्या हातानं वारा घेत होते. घरातल्या बायका

आतून कान देऊन बाहेरच्या गप्पा ऐकायच्या. बिछान्यावर गाठोड्याप्रमाणे नानी बसून राह्यची. तिच्या डोळ्यांत जिवंतपणाचा लवलेश नव्हता. भुतांच्या भीतीबरोबरच मिलिटरीच्या भीतीनं माझ्या मनात घर केलं होतं.

तारु खलिफांचंच म्हणणं खरं ठरलं. मुक्तिबाहिनीनंच अखेर देशाला स्वातंत्र्य मिळवून दिलं. आम्ही तेव्हा दापुनिया नावाच्या गावी होतो. थंडी होती. मी सकाळी ओसरीत ऊन खात बसले होते. तोंडातून वाफ येताना पाहून मला गंमत वाटत होती. एकदम आरडाओरडा ऐकू आला. पोरंटोरं काय आहे ते पाहायला पक्क्या रस्त्याकडे पळाली. कान देऊन ऐकल्यावर लक्षात आलं की आवाज आमच्या घराच्या दिशेनं पुढे पुढे येतोय. लोकांना कुतूहल वाटत होतं. काय झालं? आता आणखी कोण येतंय दापुनियात? पुन्हा घरं जाळल्याच्या, लोकांना मारल्याच्या बातम्या येणार का? गेला आठवडा सतत गोळ्यांचा आवाज ऐकून दापुनियाच्या लोकांच्या कानांना दडे बसले होते. कुतूहल आणि काळजी दापुनियाला नीट श्वासही घेऊ देत नव्हती. आता कोण येतंय आरोळ्या ठोकत? एवढ्या सकाळी पक्क्या रस्त्यानं कोण येतंय गावात? मिलिटरी? नाही. हा मिलिटरीचा आवाज नाही. लोक एकमेकांकडे प्रश्नार्थक चेहऱ्यानं पाहत होते. घरांतल्या बायका खिडक्यांचे पडदे सारून आवाजाच्या दिशेनं पाहत होत्या. मी घरातल्या बायकांत नव्हते. मुलांच्या गर्दीत घुसण्याइतकीही मी मोठी झालेली नव्हते. उंच झाले होते पण अजून छातीला आकार आला नव्हता ना! आजचा आवाज काही वेगळाच होता. आशेनं अंगावर शहारे येत होते. माझ्या मनात शेकडो कबुतरं फडफडायला लागली होती. आवाज दापुनिया बाजाराच्या दिशेनं पुढे यायला लागला. हातात बंदूक घेतलेले वीस-पंचवीस तरुण ट्रकमध्ये उभे राहून 'जय बांगला'ची घोषणा देत होते. शंभुगंजला आमची गाडी अडवणाऱ्यांसारखेच हे दिसत होते. त्या घोषणेत केवढा जोर होता! लोकांत चैतन्य निर्माण करण्याची केवढी शक्ती होती! दापुनियातील शांततेचा अगदी चक्काचूर झाला. फार दिवसांनंतर लोक जणू अंधाऱ्या गुहेतून बाहेर आले होते आणि त्यांना प्रकाशात चमकणारं जग दिसलं होतं. नदीच्या बर्फासारख्या थंडगार पाण्यात बुडता बुडता लोकांना जणू शीड उभारलेली नाव दिसली होती. दापुनियातील लोक, आतापर्यंत, मनातल्या मनात किंवा फार झालं तर एकमेकांच्या कानांत पुटपुटत होते 'जय बांगला'. आज अतिशय आनंदात मोठमोठ्यानं दिलेली 'जय बांगला'ची घोषणा सर्वजण ऐकत होते. दहशतवादाची चादर दूर फेकून देऊन गळा फाडून माणसं 'जय बांगला'चा घोष करत होती. मीसुद्धा त्यांच्या सुरात माझा सूर मिसळला होता. त्यांच्याचप्रमाणे हाताची मूठ वर करून मीही घोषणा देत होते. माणसं चालली होती ट्रकच्या मागून, 'जय बांगला'च्या मागून, मुक्तीच्या मागून. आईला ही बातमी सांगायला मी धावत घरात आले. आई खिडकीपाशी उभी होती.

'आई, म्हण 'जय बांगला'! देश स्वतंत्र झाला.' आनंदानं गिरक्या घेऊन नाचत मी म्हणाले.

आई हसत होती आणि तिच्या डोळ्यांतून पाण्याचा धारा लागल्या होत्या. पदरानं ती डोळे पुसत होती तरी डोळे वाहतच होते. तरीही ती हसत होती. ती हसतही होती आणि त्याच वेळी रडतही होती.

पण नानीचे डोळे मात्र दगडासारखे निश्चल. ती स्वत:च केव्हापासून दगड झाली होती! फरक इतकाच की दगडावर काही आपटल्यास ठण्ठण् आवाज येतो, तसा नानीच्या अंगातून येत नव्हता. नानी आपले पानानं रंगलेले दात दाखवत हसत का नाही? तिला प्लॅस्टिकची बास्केट हरवली म्हणून वाईट वाटतेय का? आता तिला ती घट्ट धरून ठेवायला नको की पोटाशी धरून गाठोड्यासारखं बसायला नको.

रस्त्यावर अजूनही गर्दी होती. लोक धावत होते. 'जय बांगला', 'जय बांगला' म्हणत त्यांनी दापुनिया डोक्यावर घेतलं होतं. काल गोळ्यांचा आवाज येत होता, आक्रोश होता. आज हसू, उल्हास, खुशीत नाचणं आणि 'जय बांगला'चा घोष. ह्याचा अर्थ आता कोणी कोणाच्या घराला आग लावणार नाही, आता कोणी कोणाला गोळी मारणार नाही, कुठंही बॉंब पडणार नाही, डोळ्यांवर पट्टी बांधून कोणी कोणाला पकडून नेणार नाही, वाऱ्यावर प्रेतांची दुर्गंधी येणार नाही, गिधाडं आकाशात गर्दी करणार नाहीत, आम्ही आमच्या घरी परत जाणार, लोड छातीशी धरून मी ताणून देणार. माझी 'आई बाहुली' आणि 'तिची छोटी मुलगी' अजूनही त्यांच्या छोट्या छोट्या कॉटवर झोपलेल्या असणार. मी घरी जाणार आणि त्यांना उठवणार, जागं करणार.

उत्साह माझ्या मागून येत होता की मी उत्साहाच्या मागून जात होते? मी उत्साहाच्या खांद्यावर बसले होते की उत्साह माझ्या खांद्यावर? मला काहीच समजत नव्हतं. मी तशीच गर्दीच्या दिशेनं धावले. मिरवणुकीत खालिद सर्वांच्या पुढे होता. त्यानं झेंडा धरला होता. झेंड्यावर हिरव्या रंगावर एक लाल गोळा होता. गोळ्याच्यामध्ये पिवळं कापड लावलं होतं. खालिदच्या मागून गावातील मुलं, तरुण, सर्वचजण चालले होते.

गर्दीत छोटकू दिसला. त्याच्याही हातात तसलाच झेंडा होता. मलाही एक झेंडा हवा होता. हा झेंडा एकदम नवाच होता. शाळेत, हिरव्यावर मध्ये चांदतारा असलेल्या झेंड्यासमोर उभं राहून आम्हाला 'पाक सर जमिन साद बाद' असं म्हणावं लागत होतं. छोटा दादा मिरवणुकीत जायचा आणि 'आयुबशाहीचा ध्वंस हो' असं म्हणायचा. एकदा उशीखालून त्यानं चांदतारा असलेला हिरवा झेंडा नेला. संध्याकाळी मिरवणुकीहून परत आल्यावर त्यानं घरात जाहीर केलं की आज आम्ही झेंडा जाळला.

मिरवणुकीचा शेवट रस्त्याकडेच्या फणसाच्या झाडाजवळ झाला. खालिद झाडावर चढला आणि हातातला झेंडा उंच करून म्हणाला, 'हा 'जय बांगला'चा झेंडा आहे. आता हाच आमचा झेंडा. सगळ्यांनी म्हणा, 'जय बांगला.' झेंड्याचा हिरवा रंग हा आमच्या हिरव्यागार शेतांचं प्रतीक आहे. मध्ये आहे लाल सूर्य आणि सूर्याच्या मध्ये आहे पिवळ्या रंगात आमच्या देशाचा नकाशा. नऊ महिन्यांच्या युद्धानंतर आम्हाला आमचा देश मिळालाय. आजपासून ह्या देशाचं नाव 'जय बांगला.' आता ह्या देशाला पूर्व पाकिस्तान म्हणायचं नाही. सगळ्यांनी म्हणा, 'जय बांगला.'

सगळ्यांनी 'जय बांगला'चा जयजयकार केला. खालिद झाडावरून खाली उतरला. त्यानं पांढरा शर्ट घातला होता. त्याची लुंगीही पांढरी होती. काळे केस असलेल्या काळ्या खालिदच्या तोंडावर लाल डाग होते. त्याचे डोळे भुंग्याप्रमाणे काळे आणि मोठे होते. रात्री सगळे झोपल्यावर तट्ट्याला टेकून ठेवलेल्या बंदुकीकडे मी उशीवरून डोकं उचलून पाहत होते, एवढ्यात पावलांचा आवाज आला म्हणून मी पटकन पांघरूण ओढून घेतलं. बंदुकीत गोळ्या भरण्याचा आवाज ऐकून मी हळूच पांघरूणातून डोकं बाहेर काढलं, तेव्हा मला खालिदचे ते भुंग्यासारखे डोळे दिसले. त्यानं विचारलं, 'हे काय आहे माहीत आहे?'

मी मान हलवून म्हटलं, 'हो. बंदूक.'

'हा आहे बंदुकीचा बट. इथं गोळ्या घालायच्या. ह्याला म्हणतात ट्रिगर. हा दाबला की गोळी उडते.' खालिद बंदुकीवर हात ठेवून मला समजावून सांगत होता. 'तुम्ही माणसांना मारता?' प्रश्न विचारून आ वासून मी उत्तराची वाट पाहू लागले. खालिद हसून म्हणाला, 'आम्ही शत्रूंना मारतो.'

बंदूक कित्येक दिवस गवताखाली लपवून ठेवली होती. त्या गवतावरच अंथरूण घालून आम्ही झोपत असू, हे कोणाला माहीत होतं! अचानक घरी येऊन गवत बाजूला सारून खालिद बंदूक बाहेर काढायचा आणि रात्री मध्यरात्री अंगावर काळी चादर लपेटून बंदूक घेऊन बाहेर पडायचा.

दापुनियात आल्याच्या रात्री त्याला मी पहिल्यांदा पाहिलं होतं आणि आज दुसऱ्यांदा. खालिद अगदी हाशिममामासारखा दिसायचा. दोघं अगदी जिवलग मित्र होते. एकाच शाळेत होते. एकाच ताटात जेवले होते. हाशिममामा युद्धावर गेल्याचं कळल्यावर खालिदही गेला होता.

मी पांघरूण ओढून पुन्हा झोपले. गवतामुळे थंडीत ऊब येते. छोटकू गाढ झोपला होता. त्या रात्रीसुद्धा तो असाच गाढ झोपला होता. उशीवर डोकं ठेवताच त्याला झोप येते. तो जागा असता तर नक्कीच ओरडला असता आणि त्यांनी त्याला गोळी मारली असती. त्यालाच नाही तर त्याच्याशेजारी त्याच्याच बिछान्यावर

झोपलेल्या मला आणि यास्मीनलाही. मी झोपले नव्हतेच. झोपल्याचं सोंग केलं होतं. जणू झोपेत मी झोपेच्या राज्यातील निद्रापरीबरोबर खेळत होते, झोके घेत होते, जणू मी आता माणसांच्या जगात नव्हतेच, घरांत बूट घातलेले बरेच लोक वावरताहेत, ह्याचा मला पत्ताच नव्हता. त्या लोकांच्या खांद्यावर बंदुका होत्या. हसता हसता, बोलता बोलता, थट्टा-मस्करी करता करता ते कोणालाही गोळी मारू शकत होते. जे कोणी झोपलेलं नाही, त्याची खोपडी गोळीनं उडवू शकत होते किंवा न झोपलेल्याला कॅम्पमध्ये पकडून नेऊन तिथं मारून मारून, संगीनी टोचून टोचून हाडांचा पार चुरा करून टाकू शकत होते. बूटवाल्यांना जे करायचंय ते करू देत, पोरी, तू झोपून राहा. तुझ्या पापण्याही हलता कामा नयेत. तुझे हातपायच नव्हे तर बोटसुद्धा हलू देऊ नकोस. ते जेव्हा मच्छरदाणी उचलून तुझ्याकडे भयंकर नजरेनं पाहतील तेव्हा त्यांच्या डोळ्यांत वासना असेल, जिभेवर विखार असेल आणि त्यांची भाषा तुला समजणारी नसेल. त्या वेळीसुद्धा तुझ्या छातीतली धडधड त्यांना समजता कामा नये. ते टॉर्चचा प्रकाश टाकतील तुझ्या तोंडावर, छातीवर, मांड्यांवर. तेव्हाही त्यांना कसलीही चाहूल लागता कामा नये. तू फक्त मोठी दिसतेस. तू खरं तर अजून किशोरी झालेली नाहीस, युवती झालेली नाहीस, वयात आलेली नाहीस हे सुद्धा त्यांना कळता कामा नये.

जणू काही माझ्या अंगावरून एक थंडगार साप फिरत होता. त्यानं माझा गळा आवळला होता. मला श्वास घेणंही कठीण जात होतं. तरीही मी श्वास घेतंच राहिले. टॉर्चच्या उजेडानं माझ्या पापण्या हलणार होत्या. पण मी त्यांना हलू दिलं नाही. छोटकूचा पाय माझ्या पायावर पडला तो तसाच राहू दिला. माझा हात यास्मीनच्या पोटावर पडला होता तोही काढला नाही. लोड पडला होता माझ्या पाठीमागे तोही तसाच राहू दिला.

बूटवाले आमच्या कॉटपाशी उभे होते. एकानं मच्छरदाणी उचलून धरली होती आणि दुसरा टॉर्च मारत होता. त्यांच्या डोळ्यांत वासना होती. तोंडातून लाळ गळत होती. ते माझं शरीर निरखून पाहत होते. त्यांच्या शरीरांतून निघालेला एक थंडगार साप माझ्या शरीरात शिरला. तो माझ्या अंगा-अंगात फिरला. पोट, पाठ, ओटीपोट, योनी हुंगायला लागला आणि शेवटी माझ्या हाडामांसांत भिनून गेला.

बंदूक घेऊन, दरवाजा डोक्याला लागू नये म्हणून थोडं खाली वाकून खालिद बाहेर गेला आणि तो साप पुन्हा माझ्या अंगात सरपटायला लागला. मी डोळे उघडेच ठेवले. बूट, डोक्यावर हेल्मेट, हिरवट रंगाचा ड्रेस असं कोणी येत तर नाही ना? पांघरूण, गवत काहीच माझ्या थंड पडलेल्या शरीराला ऊब देऊ शकत नव्हतं. साप माझं शरीर सोडायला तयार नव्हता.

अशीच कितीतरी वेळ पडून राहिले. झोपण्याचं ढोंग करून जागी राहणारी

मुलगी! मला वाटत होतं कित्येक वर्षं उलटली तरी ते टॉर्च बंद करीत नाहीयेत. कित्येक युगं उलटली तरी हातात मच्छरदाणी तशीच. वाटलं आता मी थंड पडत पडत शेवटी मरणार. कबुतराच्या गळून पडलेल्या पिसाप्रमाणे मी हलकी होत चालले होते. मी छोटकू आणि यास्मीनच्या मध्ये झोपले नव्हतेच. उत्तरेचे वारे मला घेऊन चालले होते चंद्राच्या देशात. तिथं आता कोणीही बूटवाला उभा नव्हता. मी आता सगळ्याच्या पार दुसऱ्या जगातच चालले होते.

चंद्रावरची म्हातारी चरखा फिरवता फिरवता हात हलवून म्हणत होती, 'ये ग, ये!' 'ए म्हातारे, मला खूप तहान लागलीय, पाणी देशील?' 'पाणी? चंद्रावर तर पाणी नाही.' 'काय म्हणतेस? पाणी नाही. मग मी मरून जाणार. तहानेनं माझा घसा कोरडा पडलाय.' बुटांचा आवाज दूर गेला. ह्या खोलीतून त्या खोलीत. चंद्रावरची म्हातारी म्हणत होती. 'पोरी, डोळे उघड. थंडीच्या रात्री तुला एवढा घाम का आलाय?' 'नाही. नाही. मी डोळे उघडणार नाही. डोळे उघडले तर मला दिसेल आग आणि लाळ. थंडगार साप दिसेल माझ्या अंगावर. मी डोळे उघडणार नाही.' माझे डोळे मिटलेलेच होते. यास्मीनच्या पोटावर माझा हात आणि माझ्या पायावर छोटकूचा पाय.

दूरवरून बासरीचा सूर ऐकू आला. एवढ्या रात्री कोण बासरी वाजवतंय? अवेळी माझी झोप कोण मोडतंय? मी आज आता आणखी जागणार नाही. नीरव रात्री सगळ्यांनी झोपा. डोळे मिटा सगळ्यांनी. झोपेचे ढग तुम्हाला चंद्राच्या देशाला घेऊन जातील. चंद्रावरची म्हातारी एक शब्दसुद्धा बोलणार नाही. चरखा फिरवायचा सोडून तीही ढगाच्या मांडीवर झोपून जाईल.

सूर बासरीसारखा वाटला तरी बासरीचा नव्हता. माझी आई हुंदके देऊन रडत होती. आई घरात नाही तर घराबाहेर रडत होती. माझे वडील मातीत पालथे पडले होते आणि तिथंच बसून आई रडत होती. तिनं जमिनीवर लोळणच घेतली होती. रासुकाका म्हणत होते, 'नाही. मेले नाहीत. बडबू, रडू नका. दुल्हाभाई जिवंत आहेत.' पण बाबा अगदी मरायला टेकले होते. बाबांचे दोन्ही हात मागे घेऊन नारळीला बांधले होते. ते रासुकाकांनी सोडताच त्यांच्या खांद्यावरून बाबांचं डोकं घसरलं आणि घसरत घसरत बाबा मातीत पालथे पडले.

रासुकाकांनी बाबांना ओढत घरात आणलं. बाबांचा जवळजवळ निष्प्राण देह जमिनीवर पडला होता. त्यांच्या तोंडातून, छातीतून आणि पोटातून रक्त वाहत होतं.

ह्या अशा वेळी रासुकाका आमच्या घरी येण्याचं काही कारण नव्हतं. ते लपायला म्हणून आले होते. आम्ही खरं तर दापुनियातच राहणार होतो. हंसपुरात जाळपोळ सुरू होताच काळोखात आम्ही पळालो होतो दापुनियाला. तिथं पक्क्या रस्त्याच्या कडेलाच हाशिममामाच्या जिवलग दोस्ताचं– खालिदचं घर होतं. आम्ही

तिथंच राहिलो होतो. लपूनछपून. 'गडबड थांबत आलीय' अशा बातम्या शहरातून उडत उडत येत होत्या. त्यातच लुंगी फडकावत, हात वल्ह्यासारखा हलवत नाना दापुनिया बाजाराच्या दक्षिणेला असलेल्या खालिदच्या घरी चालत आले आणि म्हणाले, 'चला, चला, घरी चला. गडबड थांबलीय.' नानांच्या हनुवटीवरची दाढी कधी डावीकडे तर कधी उजवीकडे उडत होती. नानांचं ऐकून बोचकीकाचकी बांधून, प्लॅस्टिकची बास्केट घेऊन आम्ही सगळे शहराकडे निघालो. नानी गेली अंधाऱ्या गल्लीतल्या तळ्याकाठच्या चौसोपी घरी आणि आई तिच्या दोन्ही मुलींना घेऊन आली 'अवकाशा'त. फाटक उघडताच बाबा म्हणाले, 'हे काय? शहरात कशाला आलात? युद्ध अजून थांबलेलं नाही.'

युद्ध संपलेलं नाही हे मला केव्हाच कळून चुकलं होतं. कारण अर्चनाच्या आणि प्रफुल्लच्या घरांत अगदी सामसूम होती. विभाच्या घरातही कोणी वेगळेच लोक होते आणि कोणतीतरी विचित्रच भाषा बोलत होते. 'बिहारींनी सर्व हिंदूंच्या घरांचा कब्जा घेतलाय.' बाबा म्हणाले.

अंगणात माझ्या उंचीचं गवत वाढलं होतं. जणू हजार वर्षं इथं कोणी राहत नव्हतं. मुक्तागाछाच्या जमीनदारांची हवेली पाहिली होती. अशीच होती. प्लॅस्टर पडलं होतं, दगड निसटले होते, उंच वाढलेल्या गवतातून साप सळसळ करत होते आणि हवेलीत वारा भुतांबरोबर हूऽहूऽऽ करत विटीदांडू खेळत होता.

काळजीच्या स्वरात बाबा म्हणाले, 'शहरातली परिस्थिती ठीक नाही. डाक बंगला मिलिटरीच्या लोकांनी भरलाय. आजची रात्र राहा आणि सकाळी परत जा.'

हो! असंच ठरलं होतं. आईनं दादाला पाठवून नानीला आमच्या घरी बोलावून घेतलं. नानीचं घर इतकं कच्चं होतं की धक्का दिला तरी खिडक्या दारं पडली असती. पुन्हा दरोडा नको पडायला! नानीही बुरख्यात प्लॅस्टिकची बास्केट दाबून धरून रिक्षा करून 'अवकाशा'त आली. सुरक्षित वाटतं म्हणून. रात्र काढायची आणि सकाळीच दापुनियाला परतायचं. सामसूम असलेल्या घरात नानीनं जायनमाज[२] अंथरली. जायनमाजच्या कडेला भिंतीला लागून प्लॅस्टिकची बास्केट ठेवली– पोहे, मुडी, गूळ असलेली. नमाजाला बसली असतानाही नानी बास्केटवर नजर ठेवून होती. जागेवर आहे ना! बास्केट हलत नव्हती. पण नानी सारखी हलत होती. एकदा हंसपूरला मुडी, गूळ खावासा वाटला म्हणून बास्केटमध्ये हात घातला. नानी तेव्हा दोन्ही हात गुडघ्यावर ठेऊन नमाज पढायच्या बेतात होती. मला बास्केटमध्ये हात घालताना पाहून, तिनं सेजदा[३] अर्धवट सोडून, घारीसारखी झेप घालून बास्केट काढून घेतली होती.

मी म्हटलं, 'पोहे हवे होते.'

नानी रागवून म्हणाली, 'काही मिळणार नाही पोहेबिहे. चल! पळ!'

नमाज संपतच आला होता. एवढ्यात फाटकाचा मोठा आवाज आला. जणू जंगली हत्तींचा कळप घराला केळ्यांसारखं खायला येऊन उभा राहिला होता. रासुकाका धावत येऊन नानीला म्हणाले, 'पळा! पळा! मिलिटरी!'

मी, यास्मीन आणि छोटकू झोपलो होतो तिथंच आई कुराण वाचत बसली होती. रासुकाकांचं 'पळा, पळा', ऐकून कुराण आणि कुराणावर काढून ठेवलेल्या पाटल्या तशाच सोडून आई गायब.

आई आणि नानी अंगणातल्या अंधारात गायब झाल्या. त्या भंग्याला येण्याजाण्यासाठी ठेवलेल्या दरवाजातून प्रफुल्लच्या रिकाम्या घरात घुसल्या.

बाबांचा देह तसाच जमिनीवर पडलेला. नानी लपलेल्या जागेवरून परत येऊन जायनमाज अंथरलेल्या जागी अर्धवट उजेडात चाचपडायला लागली आणि हळूहळू पुटपुटायला लागली, 'ए रासू, ए ईदुन, माझी बास्केट कुठंय?' 'घरं लुटलं गेलंय.' रासुकाका हळू आवाजात म्हणाले.

आई हातात मेणबत्ती घेऊन खोल्या-खोल्यातून हिंडत होती. कपाट उघडून पाहिलं. पैसाअडका काहीही जागेवर नव्हतं. कुराण होतं पण त्याच्यावर ठेवलेल्या पाटल्या नव्हत्या. नानीची बास्केट नव्हती.

'बघता बघता हे काय झालं! नोमानच्या वडिलांना मारलं. घरं लुटलं. कुठलं पाप केलं होतं म्हणून ह्या शहरात आलो! आई ग, हे काय झालं!' आई हुंदके देऊन रडायला लागली.

नानी सगळ्या घरात चाचपडत होती. बास्केट नाही. बाबा कण्हत होते, 'आई गं!' पाणी!'

रासुकाकांनी बाबांच्या तोंडात पाणी घातलं. बाबांचे ओठच फक्त हलत होते, शरीर नाही. भीतीनं रासुकाका थरथर कापत होते. त्यांनी घरातल्या बायकांना बाहेर पाठवलं आणि ते स्वत: झटकन् कॉटखाली लपले होते. ह्या लोकांची नजर फार वाईट होती. बायका म्हणजे त्यांचं भोगाचं साधन होतं. मग ती चौदापंधरा वर्षांची मुलगी असो की मध्यवयीन बाई. बाई पाहताच त्यांच्या पॅन्टमधून एक टणक दांडू बाहेर यायच्या. रासुकाकांनी अंगाभोवती बिछान्यावरची चादर लपेटून घेतली होती. पाहणाऱ्याला वाटावं पांघरूणांचं गाठोडंच आहे. ते कुराणातील कलमा पुटपुटत होते. मरायच्या आधी कलमा म्हटल्यास इमान मजबूत राहतं. बुटांचे आवाज फाटकाबाहेर गेल्यावरच ते बाहेर आले होते. ते अजूनही भीतीनं कापत होते. कॉटखाली कापत होते तसेच. बाबांना पाणी पाजल्यावर त्यांचा गंजी सारून त्यांच्या छातीवर ते थुंकले.

आई येऊन धपकन जमिनीवर बसली. 'सर्वनाश झाला! 'अम्मीच्या बास्केटमध्ये चाळीस भार सोनं होतं, वीस हजार रुपये होते. ती बास्केटच नाही.'

'अम्मी, एवढं सोनं कोठून आलं?' रासुकाकांनी विस्फारलेल्या डोळ्यांनी विचारलं.

'घरातल्या लेकीसुनांचं होतंच. शिवाय शेजारपाजाऱ्यांचंही होतं. पारुल, फजली, रुनू, झुनू, सोहेलीची मा, सुलेखाची मा आणि शहाबभाईंची बीवी ह्या सर्वांचं सोनं होतं अम्मीजवळ. अम्मीला लक्ष्मी समजून त्यांनी ते अम्मीजवळ सांभाळून ठेवायला दिलं होतं. म्हणून अम्मी कधी झोपली नाही. एक क्षणभरसुद्धा झोपली नाही. लोकांच्या धनाची ती राखण करत राहिली.' भूत मानगुटीवर बसल्यासारख्या आवाजात आई म्हणाली.

मेणबत्ती विझायला आली होती. आई बाबांच्याजवळ बसली होती आणि हुंदके देऊन रडत होती.

रासुकाका सुस्कारा टाकून म्हणाले, 'लोकांनी दागदागिना, पैसाअडका जमिनीखाली लपून ठेवला. अम्मी हे एवढं बरोबर घेऊन कशाला गेल्या होत्या? जीव वाचणंच फार महत्त्वाचं आहे, बडबू! तुमची अब्रू वाचली हे काय कमी आहे?

नानी सगळ्या घरभर चाचपडून पाहत होती. कॉटखाली, सोफ्याखाली, जायनमाजच्या खाली. पण बास्केट नव्हती. तरीही ती शोधतच होती.

३

नानी हाडं चाचपडत होती. शहरातल्या सर्वांत मोठ्या मशिदीच्या विहिरीतून हाडं काढली होती. हजारो हाडं. हाडं पाह्यला लोकांनी गर्दी केली होती. त्यांत मुलांची हाडं होती, नवऱ्यांची हाडं होती. नानी हाडं हाताळत होती. पायाचं हाड, छातीचा पिंजरा, हाताचं हाड, कवटी. नानी हाशिमची हाडं शोधत होती. संध्याकाळ व्हायला लागली तशी माणसं डोळे पुसत घराकडे परतली. नानी मात्र मशिदीच्या विहिरीच्या काठावर बसून हाडांच्या ढिगातून आपल्या मुलाची हाडं शोधत होती.

□

१. मुडी – एक प्रकारची लाही.

२. जायनमाज – नमाज पढायच्या वेळी जी लहानशी सतरंजी अंथरतात ती.

३. सेजदा किंवा सिजदा – गुडघे मोडून, जमिनीवर डोके टेकून केलेला नमस्कार.

जन्म, अकीका[1] वगैरे वगैरे

माझ्या जन्माआधी आईला दोन मुलगे झाले होते. मुलगे झाले म्हणजे सगळं पावलं! मुलगा नसला तर वंशाचा दिवा तेवत कसा राहणार? मुली घराची शोभा वाढवतात, आईला घरकामात मदत करतात, घरदार स्वच्छ ठेवून घरातल्या पुरुषांना खूष ठेवतात. एवढ्यासाठीच त्यांचा जन्म असतो.

दोन मुलगे झाल्यावर बाबा म्हणाले, 'ह्या वेळेला मुलगी पाहिजे.' बस! झाली मुलगी पण उलटी. म्हणजे आधी पाय आणि मग डोकं! अंधाऱ्या गल्लीतल्या, खलशा माशांनी भरलेल्या तळ्याकाठच्या नानीच्या घराला लागूनच एक कौलारू खोली होती. पाचशे रुपये देनमेहर ठरल्यावर आणि रजब अलींबरोबर लग्न झाल्यावर आईला ही खोली राह्यला दिली होती. हीच होती बाळंतिणीची खोली. रजब अली मुख्तारच्या घरी पोटावारी राहून डॉक्टरकीचा अभ्यास करत होते. ईदुनआरा बेगमबरोबर शादी झाल्यावर ते सासऱ्यांकडे राह्यला आले. डॉक्टरकीची परीक्षा पास झाल्यावर त्यांनी वेगळं बिऱ्हाड करायचं असं ठरलं होतं. रजब अली पास झाले, त्यांना नोकरी लागली, ह्या लहानशा कौलारू घरातच त्यांच्या दोन मुलांचा जन्म झाला, त्यांच्या बायकोला पुन्हा दिवस गेले तरी हे घर सोडून दुसरीकडे जाणं झालं नाही. शेजारी म्हणायचे, 'ईदुनचा नवरा घरजावईच झालाय.' हे ऐकून अपमानानं आईची मान खाली जायची. संधी मिळताच ती नवऱ्याला हटकायची, 'डॉक्टर झालात. पैसा कमवता. मग बायको मुलांना घेऊन वेगळं बिऱ्हाड करायचं बळ नाही तुमच्यात? किती दिवस सासुरवाडीला राहणार? लोक काय वाट्टेल ते बोलतात.'

सरोजिनी सुईणीनं आईच्या पोटावर एक कपडा टाकला. मग मातीच्या लहानशा मडक्यात चुलीतला विस्तव घेऊन ती हळूहळू आईच्या पोटावरून फिरवू लागली. आईच्या पोटात जोरात दुखत होतं. म्हणून तिनं सुईणीचा हातच धरून ठेवला. आईच्या हाताला कांद्याचा वास येत होता. नखं पिवळी झाली होती. आई स्वयंपाकघरात जेवायला बसली होती. जेऊन उठायच्या आधीच तिला कळा यायला लागल्या. ताट सारून पाटावरून ती उठली आणि झोपायच्या खोलीत येऊन तिनं बिछान्यावर अंग

टाकून दिलं आणि विव्हळायला लागली. नानी तिच्या विव्हळणाऱ्या मुलीला वारा घालता घालता सांगत होती, 'सहन कर. सहन कर. बाईमाणसाला सहनशक्ती असल्याशिवाय चालत नाही.' नाना सरोजिनीला बोलवायला तरातरा चालत गेले. तीन महिन्यांपूर्वीच सरोजिनीला ह्या घरी यावं लागलं होतं. नानीला फेलुमामा झाला तेव्हा. नानी हूं का चूं करत नसे. शेजारीच काय घरातल्या लोकांनाही काहीही कळत नसे. ती पोट दुखायला लागल्यावर स्वयंपाकघरात चटईवर निजत असे. सरोजिनी यायची. चुलीतून विस्तव काढून मडक्यात घालायची आणि हलक्या हातानं मडकं पोटावरून फिरवायची. हल्ली तिला 'मावशी, जरा सहन करा', असं सांगावं लागायचं नाही. नानी चूपचाप सगळं सोसायची. ओठ दाबून चटईवर पडून राह्यची. सोळा मुलं झाल्यावर तिला बाळंतपण म्हणजे क्षुल्लक गोष्टच वाटायला लागली होती. तरीही ह्या वयात बाळतंपणं तिला नकोशी वाटायची. नातवंडं मोठी व्हायला लागली होती. घरात माणसांची संख्या किड्यांमुंग्यांसारखी वाढत होती. आता लग्न झालेल्या मुली, घरातल्या सुना ह्यांची बाळतंपणं करायची. पण अजूनही तिचीच स्वतःची बाळंतपणं त्यांना करावी लागत होती. सरोजिनी आईला सांगत होती, 'उष्णतेनं वेदना कमी होतात. मूल खाली सरकतं. अजून थोडं सहन कर ईदुन. आता मोकळी होशील.'

बाबांनी घरात शिरताच चामड्याच्या बॅगेतून कात्री, सुरी बाहेर काढली. पहिली दोन मुलं बाबांच्या हातूनच झाली होती. ह्या वेळेला मुलगी व्हायला पाहिजे होती बाबांना. बाबांना पाहताच सरोजिनी चूपचाप आईच्या डोक्याजवळ बसून राहिली. आईच्या मांड्या फाकवून बाबांनी आत हात घातला. खळ्कन् पाणी बाहेर पडलं. सरोजिनी म्हणाली, 'हे काय पाणी गेलं! आता वेळ लागणार नाही.'

बाबांनी हात आणखी आत सरकवला. त्यांच्या कपाळावर घाम साचला होता. हात कापत होता. हात बाहेर काढून ते थेट विहिरीपाशी गेले. बादलीनं पाणी काढून त्यांनी हात धुतले. असं सगळं अर्धवट सोडून रजब अली हात धुताहेत, हे पाहून नानीला आश्चर्यच वाटलं.

बाबा म्हणाले, 'अम्मी, ईदुनला हॉस्पिटलमध्ये न्यायला हवं. घरी होणार नाही.'

'म्हणजे काय? पहिली दोन घरीच झाली की!' नानी दबक्या आवाजात म्हणाली.

'हे मूल पायाळू आहे. ऑपरेशनशिवाय गत्यंतर नाही. हॉस्पिटलमध्ये नेलं नाही तर काही भलतंच व्हायचं.' शर्टाच्या बाहीला कपाळावरचा घाम पुसत बाबा म्हणाले.

पाणी गेल्यावर आई गुरासारखी ओरडत होती. घरातले लोक आणि शेजारी तर सोडाच पण तीन महिन्यांचा फेलुमामाही जागा झाला.

विहिरीवरून बाबा बाळंतिणीच्या खोलीत आले. पाहतात तर काय बाळाचा एक पाय बाहेर आला होता. सरोजिनी कपाळाला आठ्या घालत म्हणाली, 'हॉस्पिटलमध्ये जाताजाताच पोराचं काही झालं म्हणजे!' सरोजिनीच्या आठ्या पाहून बाबांनाही आठ्या पडल्या. त्यांच्या काळ्याभोर भुवया जुळ्यासारख्या एकमेकांना चिकटल्या. कानाला नळ्या लावून ते बाळाच्या छातीचे ठोके ऐकायला लागले. लाब... डा...ब ला...ब डाब ला....ब डा....ब. त्यांचा शर्ट घामानं भिजलेल्या पाठीला चिकटला होता. ते ॲनॅटॉमीचे डॉक्टर. 'लिटन मेडिकल स्कूल'मध्ये विद्यार्थ्यांना ते हाडं, मज्जा, स्नायू ह्यांची माहिती करून द्यायचे. शव विच्छेदन कक्षात शव विच्छेदन करून शिरा, नाडी, स्नायू, हाडं ह्यांची बारीकसारीक माहिती सांगायचे. ह्या सर्वांची त्यांना खडा-न्-खडा माहिती होती. फॉर्मेलीनमध्ये बुडवून ठेवलेले हृदय, यकृत, गर्भाशय ते चहा-बिस्किटांप्रमाणे ट्रेमध्ये आणून त्याची इत्थंभूत माहिती विद्यार्थ्यांना द्यायचे. प्रसूतिशास्त्र आणि नर्सिंग ह्याच्यामधलं मात्र त्यांना फारसं ज्ञान नव्हतं. पण त्यांना आता आल्या परिस्थितीला तोंड देणं भागच होतं. ते सहज परिस्थितीला शरण जाणारे नव्हते. त्यांनी पुन्हा आत हात घातला आणि दोन बोटांनी बाळाचा मुडपलेला पाय सरळ करून बाहेर काढला. दोन पाय बाहेर आले होते. बाबांच्याजवळ सुई, दोरा, कात्री आणि दोन सुऱ्या सोडून काहीच नव्हतं. कसं बाळंतपण करणार ते! बाबांनी घामानं भिजलेला शर्ट काढला आणि ते अगतिकपणे त्या लोंबकळणाऱ्या दोन चिमुकला पावलांकडे पाहत राहिले. किंचाळणाऱ्या आईकडे आणि हताश होऊन बसलेल्या सरोजिनीकडे ते विषण्णपणे बघत राहण्याशिवाय काहीच करू शकत नव्हते. बाळाच्या गळ्याला नाळेचा वेढा पडला तर बाळाचा श्वासच बंद होईल ह्याची कल्पना होती बाबांना. त्यांना स्वत:च्या हृदयाची धडधड स्पष्टपणे ऐकू येत होती पण बाळाच्या छातीचे ठोके पडताहेत की नाही हे पाहण्याचा धीर होत नव्हता. सरोजिनी आईच्या डोक्याकडून उठून पायापाशी आली आणि म्हणाली, 'दोन्ही पाय धरून ओढा, डॉक्टरसाहेब.' पण अशा ओढाताणीत आणखी काही भलतंच होण्याची शक्यता होती. त्यांनी पुस्तकात वाचलं होतं की असं काही केल्यास बाळाच्या डोक्याला धक्का लागू शकतो किंवा गळ्याला नाळेचा फास बसू शकतो. आता कोणताही धोका न पत्करता सिझर करणं बरं! फॉरसेप्सचाही उपयोग नव्हता. ते खोलीतून घाईघाईनं बाहेर आले आणि नानीला म्हणाले, 'कोणाला तरी रिक्षा आणायला पाठवा. हॉस्पिटलमध्ये न्यायला हवं.'

खोलीत येऊन अस्वस्थपणे ते येरझारा घालायला लागले. त्यांचा बिनबाह्याचा गंजी घामानं चिंब भिजला होता. त्यांच्याजवळ ह्या विषयाचं फक्त पुस्तकी ज्ञान होतं. त्यांना माहीत होतं पाय ओढल्यास पाठ बाहेर येते. त्यांनी तेच केलं. पाठ बाहेर यायला लागली.

'खाली जोर देऊन कळ दे. तोंड बंद करून सर्व जोर दे.' बाबा दातओठ खाऊन ओरडले. आता मुलाचा मानेपर्यंतचा भाग बाहेर आला. पण डोकं आतच राहिलं. सरोजिनी ओरडली, 'मुलगी आहे. तुम्हाला मुलगी हवी होती ना? झाली.'

पण लेकीचं तोंड काही अजून जगाला दिसलं नव्हतं. मेडिकलच्या हुशार विद्यार्थ्याच्या डोक्यात त्याच्या विद्येनं थैमान घातलं होतं. अनॅटॉमीचा नामवंत शिक्षक त्याच्या विद्येचा प्रयोग त्याच्या बायकोवरच करत होता. त्यांनी मुलीच्या छातीचे ठोके पडताहेत की नाही ते पाहिले. मुलगी अजूनही जिवंत होतं. त्यांनी दोन्ही हातांची बोटं आत घालून ताक घुसळतात त्याप्रमाणे बोटांची हालचाल करून मुलीच्या मानेभोवती पडलेला नाळेचा वेढा सैल करायला सुरुवात केली.

'देवाचं नाव घे, ईदुन!' सरोजिनी म्हणाली.

दरवाजाच्या बाहेरून नानी म्हणाली, 'अल्लाचा धावा कर ईदुन.'

आई किंचाळत 'ओ अल्ला, 'ओ अल्ला' करायला लागली.

शेवटी श्वासाचा त्रास सहन करून, हृदय बंद पडणार असं वाटत असतानाच अस्मादिकांनी ह्या जगात अवतरण केलं. माझ्या रडण्याच्या आवाजात आईचं 'ओ अल्ला' कुठल्या कुठं विरून गेलं. टबमध्ये कोमट पाणी घेऊन सरोजिनीनं मला अंघोळ घालून स्वच्छ केलं.

बाळंतिणीच्या खोलीतून मला झडप घालून पळवून घेऊन गेली रुनूमावशी. रुनूमावशीकडून झुनूमावशी. मग मोठा मामा. मोठा मामा मला पाहून म्हणाला, 'अरे, ही तर एकदम राजकन्या आहे. ह्या घरात राजकन्या जन्माला आलीय.'

तेव्हा उजाडलं होतं. अंगणात धामधूम होती. दोन मुलांनंतर मुलगी झाली होती. राजकन्येचं तोंड पाह्यला हाशिममामा, टुटुमामा, शराफमामा ह्यांनी गर्दी केली. फजलीमावशी राजकन्येचं तोंड पाहण्याआधी बाळंतिणीजवळ जाऊन म्हणाली, बडबू, तुझी मुलगी अगदी चांगल्या दिवशी जन्माला आलीय बघ! बारा रबी'अ-उल्-अव्वल ह्या दिवशीच नबीजींचा जन्म झाला होता. ही मुलगी खूप परहेजगार[२] होणार. तू फार भाग्यवान आहेस.'

सकाळीच नानांनी मडकंभर मिठाई आणली. शेजारी रबी'अ-उल्-अव्वलच्या बारा तारखेला जन्माला आलेल्या मुलीला पाह्यला आले. राजकन्येला पाह्यला आले.

मी मोठी झाल्यावर आईला गोष्ट सांग म्हटलं की ती गोष्ट न सांगता म्हणायची, 'तुझ्या वेळेला हातात टोपली घेऊन येताना टोपलीसकट मी नळापलीकडे घसरून पडले. तेव्हा तू आतल्या आत फिरलीस आणि उलटी झालीस. तू जन्मलीस तेव्हा एवढी मोठी होतीस की आपल्या मोठ्या गोल टेबलावर तुला झोपवलं तर टेबलाचा अर्धा भाग व्यापला होतास. एवढं मोठं मूल ह्या आधी कोणीच पाहिलं नव्हतं. अम्मी मला म्हणायची की तिला दुपट्यात घट्ट गुंडाळून ठेव. कपाळाला काळं लाव.

लोकांची दृष्ट लागते. तू दोन दिवसांची असताना सोहेलीची मा तुला बघायला आली आणि चकितच झाली. विचारायला लागली, 'किती महिन्यांची आहे ही?' तुझं गोल गरगरीत डोकं पाहून मनुची आई म्हणाली, 'बेलफळ पण एवढं गोल नसतं हो!'

झोपलेल्या आईच्या पोटावर हनुवटी ठेवून मी विचारायची, 'बाळ कसं होतं ग, आई?'

आई साडी बाजूला सारून चिकणमातीच्या ओल्या गोळ्यासारखं मऊ पोट दाखवून म्हणायची, 'इथून. इथून येतं बाळ. तुझे बाबा डॉक्टर आहेत नं? ते ब्लेडनं इथं कापून बाळ बाहेर काढतात.'

ओटीपोटावरच्या पांढऱ्या खुणांपैकी एकेकावर हात ठेवून ती सांगायची की ही नोमानच्या वेळची, ही कमालची वेळची, ही तुझ्या वेळची आणि ही यास्मीनच्या वेळची. मला आईची खूप दया यायची. मी त्या पांढऱ्या खुणांवर अगदी हलकाच हात फिरवायची. मला आईबद्दल एकदम खूप माया वाटायची.

'आई ग, मग रक्त यायचं नाही?'

माझी हनुवटी धरून हळूच हलवत आई म्हणायची, 'यायचं ना! पण शिवून टाकलं की बरं होऊन जायचं.'

थोड्या वेळानं मला जवळ घेऊन आई विचारायची, 'मी मेले तर तू रडशील, पोरी?'

मी जोरजोरात मान हलवून म्हणायची, 'नाही. नाही. तू मरणार नाहीस. तू मेलीस तर मीही मरून जाईन.'

आई तिच्या पायाळू मुलीला मांडीवर घेऊन भाजी चिरायची, चुलीत लाकडं सारायची. धुरानं तिच्या डोळ्यांना पाणी यायचं. तिची पोर मांडीवर शांत झोपायची. पण मधून मधून हळद, मिरची, कांदा आणि आईच्या अंगाचा घाम ह्या सगळ्यांच्या दर्पानं जागी व्हायची. कधी कावळे व कुत्रीही आवाज करून तिची झोप मोडायचे. आई अंघोळीला गेली की ती पोर अंगणात एकटीच शूमध्ये किंवा मातीत बसायची आणि विटेचा तुकडा, माती, कढीपत्ता जे मिळेल ते तोंडात कोंबायची. तिचे दोन दादा शाळेतून आल्यावर तिला कडेवर घेऊन अंगणात फिरवायचे. छोटादादा तर सहा महिन्यांच्या त्याच्या ह्या बहिणीला विहिरीच्या काठावर बसवून चड्डीची नाडी बांधायचा. जरा जरी हलले असते तरी विहिरीत पडून बुडून मेले असते. पण तसं काहीही झालं नाही. जी मुलगी जिवाला असलेला एवढा मोठा धोका पत्करून जिवंत जन्मली होती ती काय अशी बुडून मरणार! लाड, प्रेम, हयगय ह्यांचा अनुभव घेत मोठी होत होती राजकन्या!

हो! राजकन्या मोठी होत होती. होता होता जेव्हा अकरा वर्षांची झाली तेव्हा

आईनं स्वत: दोन पायजमे तिच्यासाठी शिवले. ती म्हणाली, 'आता हाफपॅन्ट घालायची नाही.' मी मोठी झाले होते. एकदा मन थाऱ्यावर नसताना असाहाय्यपणे खिडकीबाहेर पाहत आई मला सांगत होती, 'तेव्हा माझं डोकं ठिकाणावर नसायचं. सगळा दिवस रडण्यात जायचा. तुझा बाप रजिया बेगमच्या प्रेमात पडला होता. शर्ट धुताना जवळ जवळ रोजच वरच्या खिशात तिनं लिहिलेली चिठ्ठी सापडायची. तू कॉटवरून सारखी पडायचीस. डोक्याला लागायचं. पण माझं लक्षच नसायचं. माझं मन कोणत्याच गोष्टीत रमायचं नाही. तुझा बाप रात्री खूप उशिरा घरी यायचा.'

रजिया बेगम दिसायला सुंदर होती. आईच्या मते सुंदर असणं म्हणजे रंग गोरा असणं. रजिया बेगम गोरी होती. तिचे डोळे काळेभोर आणि मोठे होते. ओठ संत्र्याच्या फोडीसारखे होते. तिचे केस कमरेपर्यंत लांब होते. तिनं अंबाडा घातला की डोक्यावर टोपली घेतल्यासारखं दिसायचं. तिचे स्तन एवढे मोठे होते की तिला चालताना त्रास होत असणार. सिंधी गायींचे स्तनही मोठे असतात. मग त्यांना चालणं अवघड जातं. मी रजिया बेगमला कधीच पाहिलं नाही. पण माझा आपला अंदाज की तिचं दूध काढलं असतं तर दोन बादल्या निघालं असतं. तिचं शरीर शरीर नव्हतंच, एक लहानसा डोंगरच होता म्हणा ना! चालली तर जमीन हादरायची! ह्या उलट माझी आई. काळी, तिच्या नारळासारख्या छोट्याशा डोक्यावर मऊमऊ केस, छोटे छोटे डोळे, चपटं नाक. टोळाच्या पायाप्रमाणे हडकुळ्या असणाऱ्या तिच्या शरीरावरून बाबांचं मन उडालंय, असं तिला वाटायचं. आई भेटेल त्याला सांगायची, 'सर्वनाश झालाय! माझा अगदी सर्वनाश झालाय! नोमानचा बाप आता चाकलादारच्या बायकोबरोबर लग्न करणार. मी पोराबाळांना घेऊन कुठं जाऊ?'

आईच्या ह्या सर्वनाशाच्या काळात, आबाळ झाल्यामुळे माझ्या गोल गरगरीत डोक्याचा गरगरीतपणा कुठल्या कुठं गेला! शिळं दूध, साबुदाणा, बार्ली आणि दादाची करंगळी चोखता चोखता मी जेव्हा अकरा महिन्यांची झाले, तेव्हा बाबांची बदली झाली. बदलीची बातमी ऐकून आई आनंदानं अक्षरश: नाचायला लागली. जणू जहन्नमच्या[३] आगीत जळत असतानाच तिला फरिश्त्यानं 'जन्नत-उल्-फिर्दौस'[४] ला पाठवायचं ठरवलं. आपला स्वत:चाच वेगळा संसार असावा असं तिला खूप दिवसांपासून वाटत होतं. निदंकांची तोंड बंद करून, घरजावई म्हणून बाबांना लागलेला डाग पुसून अंधाऱ्या गल्लीतल्या खलशा माशांनी भरलेल्या तळ्याकाठची कोंदट खोली सोडून आई दुसऱ्या एका दूरच्या शहराकडे निघाली. जाताना तिनं रजिया बेगम नावाच्या एका वाईट स्वप्नाला गटारात फेकून दिलं.

तुरुंगाच्या आवारात एक चांगलं घर मिळालं. कैदी तुरुंगाच्या डॉक्टरच्या घरी सकाळ, दुपार पडेल ते काम करत. लहान मुलीला कडेवर घेऊन बागेत फिरवत. चोर, डाकू ह्यांच्या कडेवर असली तरी पोरीच्या गळ्यातली सोन्याची साखळी

तिच्या गळ्यातच राह्यची. वेळ मिळताच आई अंबाडा घालायची, काजळ घालायची. तोंडाला पावडर लावायची. पाच वारी रंगीत साडी नेसायची. इथं रजिया बेगम नव्हती. त्यामुळे बाबा रात्री उशिरा घरी येत नसत. त्यांच्या शर्टच्या खिशातून टपकन प्रेमपत्र पडत नसे. शेजाऱ्यांशी आईचं चांगलंच जमलं होतं. तिला कोणी ना कोणी जेवायला बोलावत. डॉक्टरची बायको सुखात लोळत होती. पदराला किल्ल्यांबरोबर तिनं सुखही बांधून ठेवलं होतं. तरीही तिच्या मनात अस्वस्थता होतीच. प्रेमामागे संशय होता. आनंदामागे निराशा होती. तिचा नवरा अतिशय देखणा होता. लाखांत एक म्हणा ना! त्यातून डॉक्टर. ती सातवीपर्यंत शिकलेली काळी कुरूप बाई. तेराव्या वर्षी शाळा सोडून तिला लग्नाला उभं राहावं लागलं. मोठा मुलगा शाळेत जायला लागल्यावर तिनंही शाळेत जाण्यासाठी हट्ट केला. बाबा तिला हर्क्युलस सायकलवरून शाळेत सोडून यायचे. पण नानांनी ह्याला विरोध केला. त्यांनी स्वच्छपणे सांगून टाकलं, 'घरात बसून मुलांना सांभाळ. नवऱ्याचं हवं नको बघ. बाईमाणसाला फार शिकायची गरज नाही.' बस! पुन्हा शाळा सोडून द्यावी लागली. बाबा भराभर वर चढत होते आणि आई होती तिथंच राहिली होती. बाबांचे मेडिसिनच्या विषयावरील मोठे मोठे ग्रंथ ती उघडून पाहत राह्यची. झाडून पुसून ते व्यवस्थित लावून ठेवायची. ती स्वत:ला नवऱ्यापेक्षा अगदी कमी, अतिसामान्य समजायची. बाबा तिला एक दिवस अचानक सोडून जातील अशी तिला भीती वाटायची. म्हणूनच काळ्यासावळ्या चेहऱ्यावर ती पावडर लावायची, डोळे मोठे दिसावेत म्हणून काजळ घालायची. एकूण काय तर आपण नवऱ्यापुढे अगदी कुरूप दिसू नये, असं तिला वाटायचं.

एक वर्ष होतंय ना होतं तोच 'जन्नत-उल्-फिर्दौस'मधून तिला बिऱ्हाड बाजलं उचलावं लागलं. जणू काही सुखसागरातून कोणीतरी तिला केसाला धरून वर ओढलं होतं, तिच्या पदराच्या गाठीत बांधलेला तिचा स्वप्नमय संसार सोडवून घेतला होता. रजिया बेगमपासून दूर राहून संसार करणं आता शक्य नव्हतं. बाबांनी ऑफिसला अर्ज करून पुन्हा बदली करून घेतली होती– तीही मयमनसिंहला. सगळं सामानसुमान घेऊन पुन्हा जुन्या गावात, जुन्या घरात यावं लागलं. अचानक आलेल्या वादळानं एका साध्यासुध्या स्त्रीचं मनातलं स्वप्नं उडवून नेलं होतं. पण ह्या वेळी नानीच्या घरात आश्रय घ्यावा लागला नाही, एकत्र राहावं लागलं नाही. वेगळं बिऱ्हाड. वेगळी चूल. अगदी पूर्वेकडच्या अंगणातल्या दोन खोल्या बाबांनी नानीला रोख रक्कम देऊन विकत घेतल्या. आता बाबांना 'घरजावई' म्हणून कोणीही नावं ठेवणार नव्हतं. तरीही आई खूष झाली नाही. जणू ती खरंच तुरुंगात परत आली होती. पाबनाचं जेल तिला एक मोकळं, खुलं जग वाटत होतं. घरात पाय ठेवताच ती हुंदके देऊन रडायला लागली. मामांना-मावशांना वाटलं की ती आनंदानं रडतेय.

मुलगी परत आली म्हणून नाना निश्चिंत झाले. रुनू आणि झुनू मावशींनी मला चेंडूसारखं उडवून खेळायला सुरुवात केली. माझं चालणं, बोलणं, धावणं-सगळ्यांतच त्यांना मजा वाटत होती. जशी मी इथून गेले तशी परत येणार हे जणू ठरलेलंच होतं! शहरात पाय ठेवताच बाबा कामात गढून गेले. आईच्या एकाकीपणाची त्यांना कल्पना येणं कठीणच होतं. त्यांना वेळही नसायचा. ते संध्याकाळपर्यंत मेडिकल कॉलेजमध्ये शिकवायचे आणि नंतर नऊ वाजेपर्यंत 'ताज फार्मसी' नावाच्या औषधाच्या दुकानाच्या आतल्या एका लहानशा खोलीत पेशन्टस्ना तपासायचे. 'डॉक्टर' असं लिहिलेल्या दारावरचा पडदा सारून आत जावं लागत असे. सहा वर्षांची असताना पोटात इन्जेक्शन घेण्यासाठी बरेच दिवस मला बाबांच्या ह्या दवाखान्यात जावं लागलं होतं. मी शाळेतून आले आणि पाहिलं तर बाघा कुत्रा आमच्या अंगणात झोपलाय. बाजूला अर्धी वीट पडली होती. ती उचलली आणि बाघ्याला मारली. बाघ्यानं माझ्याकडे खाऊ का गिळू अशा नजरेनं पाहिलं. त्याच्या सर्व अंगावर जखमा होत्या. अंगावरचे केस झडले होते. आजूबाजूची सगळी मुलं त्याल दगड मारायची. म्हणून मीही मारला. वीट फेकून मारल्यावर हात झटकून पायऱ्यांवर पाय ठेवते न ठेवते तोच बाघ्या उडी मारून आला आणि त्यानं माझ्या मांडीचा लचकाच तोडला. कुत्रा चावल्यावर मला नेलं बाबांच्या दवाखान्यात. पहिल्या दिवशी दोन्ही हातांवर आणि बेंबीजवळ अशी एकूण तीन इन्जेक्शनं घ्यावी लागली आणि नंतर रोज एक अशी चौदा. इन्जेक्शन दिल्यावर बाबा 'श्रीकृष्ण मिठाई भांडार'मधून रसगुल्ले आणून द्यायचे. मी खुर्चीवर बसून पाय हलवत प्लेटमधून चमच्यानं रसगुल्ले खायची. दुपारी मंद वारा वाहत असताना रिक्षानं बाबांच्या दवाखान्यात जायला मला फार आवडायचं. सुई टोचली की मला मुंगी चावल्यासारखं वाटायचं. स्वदेशी बाजारात औषधांचा वास येणाऱ्या दुकानात रोगी बाबांची वाट पाहत बसलेले असायचे. बाबा पेशन्टची नाडी बघायचे, त्याला झोपवून कानाला नळी लावून छाती, पोट तपासायचे आणि कागदावर भराभर औषध लिहून द्यायचे. इथं मला बाबांचं वेगळंच रूप बघायला मिळायचं. रात्री बाबा घरी येत तेव्हा थकलेले असायचे. चिडचिड करायचे, ते अनोळखी, परके वाटायचे. त्यांच्यावर प्रेम करावं असं वाटायचं. पण आम्हाला कोणालाही त्यांच्यावर प्रेम करणं इतकं सहज सोपं नव्हतं.

बाबा कधी कधी आपल्या कोषातून बाहेर यायचे. सामानसुमान विकत आणून वेगळा संसार मांडल्यावर एकदा बाबांनी आईला विचारलं, 'आता खूष आहेस ना? आता तुझ्या नवऱ्याला कोणीही 'घरजावई' म्हणणार नाही.'

आई, स्वस्तातल्या लिपस्टिकनं रंगवलेले ओठ ताणून, रंगीबेरंगी बांगड्यांचा किणकिणाट करत म्हणाली, 'हं! म्हणणार नाहीत हे खरं! पण त्याचं मला काय

! मी तर अशी काळी कुरूप! शिकलेली नाही. बुद्धी नाही.'

'तू आता तीन मुलांची आई आहेस. मुलांना वाढवण्याची जबाबदारी आईची असते. मुलांना चांगलं शिकवलंस की तुला समाधान मिळेल. तू काळी असलीस म्हणून काय झालं? लग्न तर मी तुझ्याशीच केलं ना? नाही केलं?' आईची कमर दाबत बाबा म्हणाले.

बाबांच्या बोलण्यानं आणि प्रेमानं वागण्यानं आईचं समाधान व्हायचं नाही. 'बाबा रजिया बेगमबरोबर लग्न करतील,' अशी आईला सतत भीती वाटायची. बाबांची वाट पाहत रात्री ती जागत बसायची. बाहेर रातकिड्यांची किरकिर. कुत्र्यांचं रडणं. रात्र वाढत जायची. स्वत:च्या श्वासाच्या आवाजात कडीचा आवाज ऐकू येणार नाही म्हणून ती श्वाससुद्धा दाबून धरायची. एकदा अमावस्येच्या रात्री उशिरापर्यंत बाबा घरी आले नाहीत. आई दोन अंगणं ओलांडून नानीकडे गेली आणि नानीला झोपेतून उठवून म्हणाली, 'नोमानचे बाबा अजून परत आले नाहीत. अकरा वाजलेत. कुठं गेलेत कोण जाणे! त्या रांडेकडे तर रात्रीचे राहिले नाहीत?'

नानीनं आईला दटावलं, 'जा, झोप जा. नवऱ्यासाठी एवढी रडतेस ओरडतेस. जर स्वत:चा विचार कर. स्वत:चा फायदा बघ. रडून उपयोग काय? रडून तू त्या बयेला घालवून देऊ शकतेस?' नवऱ्याला परत आणू शकतेस?'

नाना एका बाईशी लग्न करून तिला घरी घेऊन आले होते तेव्हा नानी किती रडली होती, ते आईला आठवलं. नानांनी मोठ्या मजेत तिच्याबरोबर झोपायला सुरुवात केली आणि नानी पलीकडच्या बिछान्यावर रात्रभर रडून उशी भिजवायची. आईनं विचारलं होतं, 'अम्मी, एवढं का रडतेस?'

नानी म्हणाली होती, 'तू मोठी झालीस म्हणजे कळेल तुला. ह्या वाहवत जाणाऱ्या पुरुषांचं काही सांगता येत नाही. मोठी खराब जात!'

त्या रात्री बाबा दोन वाजता घरी आले. आई जागीच होती. बाबा म्हणाले, 'एका पेशन्टकडे उशीर झाला. पेशन्ट फारच सिरियस होता. मग त्याला घेऊन हॉस्पिटलमध्ये जावं लागलं. खूपच धावपळ झाली.'

दुसऱ्या दिवशी रात्रीही बाबांना उशीर झाला. रात्र खूप झाली तरी बाबा घरी आले नाहीत. छोट्या दादाला आईनं झोपेतून उठवलं. म्हणाली, 'असशील तसा माझ्याबरोबर चल.'

छोट्या दादाचा हात धरून टॉर्चच्या उजेडात आई पुकुरघाटाकडे निघाली. मोठ्या रस्त्यावर एक रिक्षा दिसली. रिक्षा करून आई जुन्या तळ्याकाठच्या पंधरा नंबरच्या घरात मध्यरात्री जाऊन उभी राहिली. लुंगी नेसलेले, बाकी अंग उघडे असलेले एक म्हातारे गृहस्थ व्हरांड्यात खुर्चीवर बसून हवा खात होते. त्यांनी कर्कश आवाजात विचारलं, 'एवढ्या रात्री कोण?'

'हे चाकलादारांचंच घर ना? आईनं विचारलं.

'मीच चाकलादार. आपण कोण?' त्यांचा आवाज अजूनही कर्कशच होता.

आई पायऱ्या चढून व्हरांड्यात गेली. 'भाईसाहेब, आपल्या घरी माझे यजमान आलेत का? डॉक्टर रजब अली?'

चाकलादारांच्या छातीची वर आलेली हाडं थरथरली. दरवाजा अडून ते म्हणाले, 'नाही. नाही आले.'

चाकलादारांच्या हडकुळ्या शरीराला ढकलून आई घरात शिरली. बैठकीच्या पलीकडेच झोपण्याची खोली होती. खोलीतला दिवा घालवलेला होता. पण खिडकीतून रस्त्यावरच्या दिव्याचा प्रकाश आत आला होता. त्या अंधुक प्रकाशात मच्छरदाणी लावलेली आईला दिसली. आईनं मच्छरदाणी वर करून टॉर्चच्या प्रकाशात पाहिलं तर बाबांच्या शेजारी रजिया बेगम झोपली होती. रजिया बेगमच्या छातीवरची दोन गुलाबी सफरचंदं उघडीच होती. उजेड पडताच बाबा धडपडून उठून बसले. त्यांनी काही न बोलता कपडे घातले, बूट घातले. आई म्हणाली, 'चला!'

आई आणि छोटा दादा ह्यांच्या मागून बाबा आले आणि रिक्षात बसले. रस्त्यात कोणीही काहीही बोललं नाही. रस्ताभर आईच्या मांडीवर बसून छोटा दादा टॉर्च पेटवत, विझवत होता.

घरी जागी होऊन मी 'आई', 'आई' करून रडायला लागले. मी रडू नये म्हणून दादानं माझ्या तोंडात त्याची करंगळी घातली. मी ती चोखायला लागले. छोट्या दादाचं टॉर्चशी खेळणं चालूच होतं.

२

नान्दाईल ठाण्याच्या पाचरुखी बाजाराच्या दक्षिणेला, मदारीनगर म्हणून अगदी लहान आणि मागासलेलं खेडेगाव आहे. तिथल्या जनाब अलींचा मुलगा म्हणजे माझे बाबा. जनाब अली शेतकरी होते. त्यांच्या मालकीची थोडी शेतजमीन होती आणि काही गुरं होती. माझे आजोबा मेहनती होते. स्वत: नांगर धरायचे. त्यांना मदत करायला त्यांच्याबरोबर बाबांनाही शेतावर जावं लागत असे. शेतकऱ्याचा मुलगा शेतकरीच होणार. नांगर धरणार, बी पेरणार, पीक अंकुरणार, मग तरारून वाढणार, पीक तयार झाल्यावर कापणार. असंच चालणार! पण एके दिवशी रात्री ओसरीवर बसून हुक्का ओढता ओढता आजोबांचे बाबा म्हणजे माझे पणजोबा आजोबांना म्हणाले, 'जनाब अली, पोराला शाळेत घाल.'

'शाळेत कशाला? घरात काम नाही?' मेहनती तरुण शेतकरी पंचानं पाठीवरचे

डास हाकलत म्हणाला.

'शाळेत गेला तर त्याला विद्या येईल. चार लोकांत मान मिळेल. शिकला तर नोकरी चाकरी करेल. खुशीच्या बापाचंच पाहा ना! शिकला. आता शहरात नोकरी करतोय. गावातील जवळजवळ सगळी जमीन त्यानं विकत घेतलीय.' जाफर अली सरकार मदारीनगरच्या शाळेत मास्तर होते. त्यांनी अगदी नरमाईनं मुलाजवळ शाळेचा विषय काढला.

'आधी तर आपण खंडानं शेती करत होतो. तेव्हा तर मीठ आहे तर मिरची नाही अशी परिस्थिती होती. दिवस रात्र खपून आता कुठं थोडीशी जमीन घेतलीय. रजब अली शेतीचं काम शिकायला लागलाय. थोड्या दिवसांतच तो नांगर धरेल. बाप-लेकानं मिळून काम केलं तर आणखी जमीन घेता येईल.' गोठ्याच्या तुटलेल्या छपराकडे पाहत जनाब अली म्हणाला.

'जनाब अली, आता जमाना बदललाय. शशिकांत, रजनीकांत, नीरद, ज्योतिर्मय ही गावातली सगळी मुलं शिकायला कलकत्त्याला गेलीत. शिकल्या सवरलेल्यांना लोक मान देतात. तुझा मुलगा शिकला तर लोकांत तुझा मान वाढेल. दुपारी शाळेतून आल्यावर रजब अलीनं गुरं चरायला नेली, तुला मदत केली म्हणजे झालं. आपण थोडंच त्याला कलकत्त्याला पाठवतोय!' जाफर अलींनी हुक्का मुलाच्या हातात दिला आणि त्याच्या पाठीवरून हात फिरवत ते पुढे म्हणाले, 'बघ. दोन दिवस विचार कर.'

अंगणात स्वच्छ चांदणं पडलं होतं. रजब अली गुरांच्या घमेल्यात मीठ, पाणी घालत होता आणि हळूच डोळ्यांच्या कोपऱ्यांतून वडील व आजोबा ह्यांना पाहत होता. त्यांचं बोलणं ऐकून त्याचं मन आनंदानं नाचायला लागलं होतं. जाफर अलीनं हाक मारली, 'रजब अली, कुठं आहेस रे!'

रजब अली मिठाचे हात लुंगीला पुसून धावत पुढे येऊन उभा राहिला.

'काय रे, शाळेत शिकणार का?'

जोरजोरात मान हलवत रजब अली म्हणाला, 'होऽ.'

जनाब अलीच्या हुक्क्याचा फुर्रऽ फुर्रऽ आवाज येत होता.

जाफर अलींनी नातवासाठी पाचरुखी बाजारातून पांढरा सदरा, एक धोतर आणि विद्यासागरांचं 'वर्णपरिचय' हे पुस्तक विकत आणलं. दुसऱ्या दिवशी सकाळीच नातवानं पोटभर पान्ताभात[५] खाल्ला. गाईचं दूध काढलं. गुरांना वैरण टाकली. मग तळ्यावरून अंघोळ करून येऊन नवीन कपडे घातले. हातात केळीचं पान आणि बोरू घेऊन शेताच्या बांधावरून अनवाणी चालत तो शाळेत गेला. मास्तर शिकवत होते, 'एक एके एक'. मग मुलांनी तेच घोकलं, 'एक एके एक. दोन एके दोन, तीन एके तीन.' रात्री चटईवर बसून रजब अली पुस्तकाची पान उलटत होता. सगळं

पुस्तक एकदम वाचून टाकावं असं त्याला वाटत होतं. फणसाच्या पानावर सरसूचं तेल ओतून रजब अलीनं ते चिमणीवर धरलं. त्याची काजळी पाण्यात मिसळून त्यानं शाई बनवली. मग बोरू शाईत बुडवून तो केळीच्या पानावर अ, आ काढायला लागला, दुसरा दिवस कधी उजाडतोय आणि आपण शाळेत कधी जातोय, असं त्याला झालं होतं. रात्री तो अभ्यासाला बसल्यावर जनाब अली ओरडला, 'चिमणी विझव रे आता. तेल फार जळतंय.'

जाफर अलींचा पगार होता महिना पाच टाका.[६] पाचरुखी बाजारातून त्यांनी एक बाटलीभर रॉकेल विकत घेतलं आणि तिथल्या यच्चयावत लोकांना ऐकवलं, 'नातवाला शाळेत घातलंय. रात्री तो अभ्यास करतो. तेव्हा चिमणीला जास्त तेल लागतं. रजब अली मोठा झाल्यावर इंग्रजाच्या ऑफिसात कारकून होतो की नाही बघा!'

जाफर अलींच्या लाडाकोडात रजब अलीचं शिक्षण चांगल्याच वेगानं चाललं होतं. चटईवर पाय पसरून वाचता वाचता रजब अलीनं 'वर्णपरिचय' संपवलं होतं आणि आता तो 'बाल्यशिक्षा' वाचत होता. 'गोपाळ फार गुणी मुलगा होता. तो असेल ते खायचा.' जाफर अली अंगणात बसून हुक्का ओढता ओढता नातवाचं वाचन ऐकायचे. ह्या गावातल्या शाळेतलं शिक्षण संपवून रजब अलीनं चंडिपाशा हायस्कूलमध्ये जावं, अशी त्यांची इच्छा होती.

अखेर तीन मैलांची रपेट करत रजब अली चंडिपाशा हायस्कूलमध्येही जायला लागला. त्यानं अभ्यासात कालीचरण, बलराम, निशिकांत ह्या सर्वांना मागे टाकलं. मॅट्रिकचा रिझल्ट पाहून गुरुजी म्हणाले, 'रजब अली, शिकत राहा. शिक्षण सोडू नकोस.'

रजब अलीनं शिक्षण सोडलं नाही. त्याला शहरात जायला घरून परवानगी मिळाली नाही. गुरुजींनी स्वत: त्याच्या घरी जाऊन जनाब अली सरकारला सांगितलं, 'तुमचा मुलगा जज्ज, बॅरिस्टर असं काही होईल. घराचं भाग्य उजळेल. त्याला जाऊ द्या.'

तोच रजब अली दोन शर्ट, एक पायजमा, एक बाटली सरसूचं तेल पिशवीत भरून काळे रबराचे जोडे घालून मयमनसिंहला येऊन दाखल झाला. खिशातले चार आणे एवढीच त्याची संपत्ती. पोटावारी राहण्यासाठी तो घर शोधत होता. एका ओळखीच्या माणसानं त्याला मुख्तारांच्या घरी काम मिळवून दिलं. मार्क्स चांगले असल्यामुळे लिटन मेडिकल स्कूलमध्ये त्याला प्रवेश मिळाला.

मयमनसिंहमध्ये बाबांचे कोणी नातेवाईकही नव्हते आणि कोणी मित्रही नव्हते. मुख्तारांकडे राहून शिकता शिकता एक दिवस नव्या बाजारात मनिरुद्दीन मुन्शीशी त्यांची भेट झाली. मुन्शीजी फार मोठ्या मनाचे होते. खानावळीत बसून रस्त्यावरून

जाणाऱ्या फकिरांना मोफत जेवण द्यायचे. ते पाहून बाबांचे डोळे दिपले का? आई म्हणायची, 'हो! डोळे दिपलेच. त्याला पैशाची फार हाव. एक धोपटी घेऊन शहरात आला. माझ्या बापानं त्याला डॉक्टर केलं. माझ्या बापानं आधार दिला म्हणून हा डॉक्टर झाला. आता जुनं सगळं विसरून गेलाय तुझा बाप आणि मला छळतोय.'

मनिरुद्दीन मुन्शींनी दया दाखवली तर गावाकडील धान्य विकून मेडिकलचा खर्च भागवावा लागणार नाही, असा विचार बाबांनी केला असेल का? म्हणूनच का त्यांनी मनिरुद्दीन मुन्शींची पाठ धरली असेल?

'अरे ना! स्वत:च्या घरून तुझ्या बापानं काहीही आणलं नाही. उलट पैसा घरी पाठवायचा. तुझ्या बापाचा असा खर्च तरी काय होता? विडी-सिगरेट ओढत नव्हता. पान-तंबाखूही खायचा नाही. शिष्यवृत्ती मिळाली होती म्हणून शिक्षणाचाही फारसा खर्च नव्हता.' आई सांगायची. म्हणजे शिष्यवृत्तीच्या पैशांतून शिक्षणाचा खर्च भागत होता आणि मुख्तारच्या घरी राहणं खाणं. बस! कोणापुढे हात पसरायची गरजच नाही.

'हातखर्च असतो ना? माझ्या वडिलांनी त्याला किती खायला घातलंय. त्यांनी एक न्हाव्याचं दुकान विकत घेतलं होतं. त्याचं भाडं तर तुझा बापच घ्यायचा. लग्नानंतर माझ्या वडिलांनी त्याला ढाक्याला नेऊन सुटाचं कापड घेऊन दिलं होतं. नाश्तापाण्याला माझ्या वडिलांनी काय कमी पैसे दिले! शिष्यवृत्तीचे पैसे हा आपल्या गावी पाठवायचा. पुस्तकं, वह्या, जे काय लागेल ते माझे वडीलच द्यायचे.'

'माझ्या वडिलांची खुशामत करून तुझा बाप म्हणायचा, 'माझं म्हणायला इथं कोणी नाही. दूर गावी बाबा राहतात. फार गरीब आहेत. जर तुम्हाला राग येणार नसेल तर मी तुम्हालाच 'बाबा' म्हणत जाईन.'

मनिरुद्दीन मुन्शींनी 'बाबा' म्हणायला परवानगी दिली. ते रजब अलीला घरी आणून मासे भात जेवायला घालत. शिवाय खिशात पैसे कोंबून त्याला म्हणत, 'चांगलंचुंगलं खा.' हळूहळू रजब अलीचं मुन्शींच्या घरी येणं-जाणं वाढलं. रोज संध्याकाळी ईदुनआरा मास्तरांजवळ शिकवणीला बसायची तेव्हा रजब अली खिडकी बाहेर उभं राहून तिला पाहत असे. मास्तर कंदिलाच्या काचेवर कागद लावत. जणू काही बाहेर अंधारात उभ्या असलेल्या रजब अलीच्या तोंडावर उजेड पडून त्याला मनसोक्त पाहण्याची ईदुनआराची इच्छा पूर्ण व्हावी म्हणूनच ते असं करत. रजब अलीही पाहत असायचाच. ईदुनआराला शिकण्याची फार हौस. घडाघडा वाचायची. तोंडपाठ असलेला इतिहास ती एकटाकी लिहायची.

ह्या हडकुळ्या मुलीबरोबर लग्न करण्याची गोष्ट मुन्शींजवळ रजब अलीनंच काढली. मुलगा दिसायला चांगला होता, वागायला व्यवस्थित होता, डॉक्टर होत होता. तेव्हा मुन्शींनी होकार दिला. मुलीला लाल सिल्कची साडी नेसवून आणि

शेजाऱ्यांना मटण, पुलाव खायला घालून त्यांनी लग्न लावून दिलं. चपट्या नाकाच्या काळ्या मुलीचं लग्न एका तरतरीत नाकाच्या गोऱ्या मुलाशी झालं.

मुख्तारांच्या घरातला बाडबिस्तरा आवरून रजब अली मुन्शींच्या घरी राह्यला आला. बाहेरच्या कौलारू खोलीत पोटावारी काम करणारा विद्यार्थी राह्यचा. ती खोली रिकामी करून मुन्शींनी ती आपल्या लेक-जावयाला दिली. हा विद्यार्थीच ईदुनआराचा मास्तर होता. ईदुनआराचं लग्न झाल्यावर शिकवणी संपली तेव्हा मास्तरांनीही ह्या घराचा निरोप घेतला. रजब अलींला ह्या घरी राह्यला आल्यावर खरोखरीची स्थिरता लाभली. मुख्तारांच्या घरातील खाण्यापिण्यात आणि ह्या घरातील खाण्यापिण्यात जमीन-अस्मानाचा फरक होता. इथं खूप आदरातिथ्य होत होतं. मुख्तारांच्या घरी मुलांना शिकवण्याच्या बदल्यात जेवण मिळायचं. भूक भागायची पण समाधान व्हायचं नाही. ह्या घरी मात्र स्वत: सासूबाई कुर्मा, माशाचं कालवण, दोप्याजा करून पानात वाढत आणि पंख्यानं वारा घालत. सासू-सासरे आणि भरपूर मेहुणे मेव्हण्या बडदास्त ठेवायला असल्या म्हणजे बायको कशीही असली तरी चालते. अशाच एका घराची आणि माणसांची रजब अलीला गरज होती. म्हणजे मग शरीर आणि मन दोन्हीही चांगलं राहतं. जे घर मुन्शींनी आपल्या मुलीला आणि जावयाला दिलं होतं त्या घरात माझा आणि माझ्या दोन दादांचा जन्म झाला. माझे दोन दादा जन्मले तेव्हा जिन्यावर उभं राहून नानांनी सर्व वस्तीला ऐकू जाईल अशा आवाजात 'अल्ला हो अकबर' म्हणून आयान दिली.[७] होती. माझ्या वेळेला आयान देण्याची गरज पडली नाही. 'मुलगी झाली तर आयान देत नाहीत.' सातव्या दिवशी मोठ्या थाटात माझा 'हाइट्टारा'[८] झाला. माझ्या दादांनी घरभर मेणबत्त्या लावून झगमगाट केला. बाबांच्या मित्रांनी नाना तऱ्हेच्या भेटी आणल्या होत्या. आयना बावर्चीच्या हातची स्वादिष्ट मेजवानी खाऊनच सर्व परत गेले. 'हाइट्टारा'च्या दिवशी आईनं बाळंतिणीच्या खोलीला रामराम ठोकला. सर्व घरदार, कपडेलत्ते धुवून टाकण्यात आले. अंघोळ करून शुद्ध होऊन आई पुन्हा रोजच्या कामाला लागली.

'हाईट्टारा' नंतर 'अकीका' असतो. दादांच्या अकीकाच्या वेळेला गाईची कत्तल केली गेली. माझ्या वेळेला फक्त एक बकरी. मुलीच्या वेळेला बकरी. मुलाच्या वेळेला एक गाय किंवा दोन बकऱ्या. अशीच पद्धत आहे. अकीकाच्या आधी माझं नाव ठेवण्यावरून घरात खूपच वादविवाद झाला. मोठा मामा म्हणाला, 'हिचं नाव उषा ठेवा.' रूनूमावशी म्हणाली, 'शोभा.' झुनूमावशीला 'पापडी' नाव हवं होतं. दरवाजात उभं राहून दादा अंगठ्यानं दरवाजाची चौकट खरवडत होता. कुठलंच नाव त्याला आवडलं नव्हतं. रागानं दादाच्या अंगाचा तीळपापड झाला. पण ते घरातल्या कोणाच्याही लक्षात आलं नाही आणि लक्षात येणं शक्यही नव्हतं. कारण नाव

ठेवायचं काम घरातल्या मोठ्यांचं. लहानांनी कशाला त्यात लक्ष घालायचं? दादा तेव्हा शेंगदाणे खात होता. अचानक त्यानं सारस पक्षाप्रमाणे तोंड उघडलं. त्याची जीभ वादळात सापडलेल्या बांबूच्या पानाप्रमाणे हलायला लागली. दाण्याचे चावलेले तुकडे तोंडातून पडायला लागले. त्या तुकड्यांबरोबर शब्द. घरातल्या कुत्र्यामांजरांचं केकाटणं, कावळ्यांची काव काव, बाळाचं ट्यहां ट्यहां, अंगणात कोणाचं तरी तारस्वरात ओरडणं, पटांगणातला मुलांचा गोंगाट ह्या सगळ्यांत दादांचं बोलणं वेगळं ठरवणं कठीण होतं. रुनूमावशीला मात्र एक विचित्र आवाज दरवाजातून येतोय असं वाटलं.

रुनूमावशीनं दादाला गपकन् पकडलं आणि दरवाजातून खोलीच्या मध्यभागी असलेल्या खांबाजवळ आणून उभं केलं. भोकाड पसरून रडणाऱ्या दादाकडे घरातले सर्वच पाहत राहिले. दादाच्या तोंडात अजूनही दाणे होते. तो काय म्हणतोय हे सगळे कान टवकारून ऐकत होते.

दादाची हनुवटी धरून वर उचलत रुनूमावशीनं विचारलं, 'का रडतोस रे? कोणी मारलं?'

गालावरून वाहणारं पाणी हातानं पुसून रडणं आवरत दादा म्हणाला, 'माझ्या बहिणीचं नाव 'नासरिन' ठेवायचं.'

मामा-मावशा त्याच्याकडे पाहून खो खो हसायला लागल्या. जणू सर्कशीतला विदूषकच प्रेक्षकांसमोर आला होता.

आता दादाला सगळ्यांनी घेरलं. मोठा मामा, हाशिममामा, रुनूमावशी आणि झुनूमावशी त्याच्या भोवती गोळा झाले.

' 'नासरिन' नाव का ठेवायचं? हे नाव ऐकलंस कुठं? कोणी सांगितलं हे नाव ठेवायला?' प्रश्नांच्या सरबत्तीबरोबरच शेंगदाण्याचा पुडाही त्याच्या हातात दिला गेला. दाणे खाता खाता, दाण्यांकडे पाहत, दादा म्हणाला, 'आमच्या शाळेत एक खूप सुंदर मुलगी आहे. तिचं नाव आहे 'नासरिन.' '

दादाकडून आणखी माहिती काढून घेण्यासाठी सर्वांनी हसू दाबून धरलं. 'ही नासरिन राहते कुठं? तिचं घर कुठं आहे?' हाशिममामानं विचारलं.

दादानं उत्तर देण्याआधीच मोठा मामा म्हणाला, 'तुझं हे नासरिन बिसरिन नाव चालणार नाही. उषाच नाव ठेवायचं.'

दादानं हातातला पुडा दूर भिरकावला. तो बांबूच्या गल्ल्यावर जाऊन आदळला. मग तो तिथून निघून गेला. त्यानं स्वतःच्या कपड्यांचं एक गाठोडं बांधलं आणि म्हणाला, 'गेलो.'

'ए, कुठं जातोस? थांब!' आई मागून म्हणाली.

'वाट फुटेल तिथं जाईन.' दादा जाता जाता म्हणाला.

खांद्यावर कपड्यांचं गाठोडं घेऊन तो खरोखरीच निघून गेला. तळ्याच्या घाटापर्यंत जाऊन येईल परत असा विचार करून मामा-मावशा कॉटवर मजेत पाय हलवत बसले.

संध्याकाळ सरली आणि बरीच रात्र झाली तेव्हा मात्र आई मोठ्यानं रडायला लागली. मोठा मामा आणि हाशिममामा दादाला आणायला बाहेर पडले. नानांनाही सगळी हकिकत कळली.

रात्री दहा वाजता हाशिममामानं हाजिबाडीच्या जंगलातून ह्या वेड्या मुलाला धरून आणून घरात हजर केलं. दादाला छातीशी धरून रडत रडत आई म्हणाली, 'तुला पाहिजे ते नाव ठेवू या.'

सकाळी बाबांनी घरात जाहीर केलं की दादा म्हणतोय तर नासरिनच नाव ठेवायचं. मामा-मावशांचे चेहरे पडले. ज्या नावाला काही अर्थ नाही, असं खेडवळ नाव राजकन्येला ठेवायचं म्हणजे काय!

दुसऱ्या दिवशी दादा शाळेतून परत आला तेव्हा अंगणात उभ्या असलेल्या लोकांकडे पाहून अंगठा चोखत हसला.

'तुझ्या बहिणीचं पूर्ण नाव काय ठेवणार रे, हगऱ्या?' नळाच्या दक्षिणेकडच्या झाडाच्या आकडीनं कैऱ्या पाडता पाडता झुनूमावशीनं दादाला विचारलं.

'नासरिन जहाँ तसलिमा' दादा तोंडातून अंगठा बाहेर काढून ह्या कानापासून त्या कानापर्यंत जिवणी फाकवून हसत म्हणाला. रुनूमावशी अंगणात बसून रायत्यासाठी कैऱ्या चिरत होती. ती म्हणाली, 'तुझ्या शाळेतली ती नासरिन तुला आवडते?'

'हो' दादा दात दाखवत हसत म्हणाला.

'तिच्याशी लग्न करशील?'

दादानं अंगठा तोंडात घातला आणि लाजत लाजत मान वाकडी केली. त्याच्या चड्डीची नाडी गुडघ्यापर्यंत लोंबत होती. झुनूमावशीनं आकडी फेकून दिली आणि दादाच्या डोक्यावर हळूच चापट मारत म्हणाली, 'ती मुलगी तुझ्याशी लग्न करणार नाही. तू चड्डीत हगतोस ना शाळेत? ते तिला कळलं असणारच.'

दादा धावत घरात गेला आणि आईचा पदर धरून रडायला लागला.

'काय झालं? रडतोस का?' आईनं त्याच्या डोक्यावर हात फिरवत विचारलं.

'झुनूमावशी मला 'हगरा' म्हणते.'

आई अंगणात आली आणि झुनूमावशीला खोटं खोटं रागवत म्हणाली, 'का रडवतेस ग बिचाऱ्याला? जन्मापासूनच त्याचं पोट खराब आहे, माहीत आहे ना? किती औषधं केली पण काही उपयोग झाला नाही. लहानपणापासूनच त्याला पातळ परसाकडे होते.'

अकीका होणार म्हणून माझं नाव काय ठेवायचं ते पक्कं ठरलं. पण बाबांनी

अकीकाचा दिवस पुढे ढकलला. कारण त्या वर्षी मदारीनगरला पीक चांगलं आलं नव्हतं. त्यामुळे बाबा नाराज होते. काही महिन्यांनी पीक चांगलं आलं पण बाबांची बदली पाबन्याला झाली. पुन्हा बाबा नाराज झाले आणि पुन्हा त्यांनी अकीकाचा दिवस पुढे ढकलला. पाबन्याहून परत येऊन अकीका करता करता दोन वर्षं गेली. अकीकाच्या दिवशी सकाळीच मावशांनी पांढऱ्या रांगोळीनं रांगोळ्या काढल्या. रंगीत कागदांच्या माळा आणि झिरमिळ्या बनवून त्या ह्या खाबांपासून त्या खांबाला अशा बांधल्या. अकीकासाठी आलेल्यांनी सोन्याची साखळी, अंगठी, पितळेची कळशी, 'सबुज साथी' नावाचं पुस्तक, कपडे, बूट, कुराण शरिफ, ताटवाटी, सूटकेस वगैरे भेटी आणल्या होत्या. आयना बावर्चीनं बाहेर मोकळ्या जागेत खड्डा खणून चूल बनवली आणि मोठमोठ्या पातेल्यांत पुलाव, कुर्मा बनवला. सगळ्या घरभर वास घमघमला होता. नानांनी मडकी भरभरून दही आणि मिठाई आणली होती. अकीकाच्या दिवशी दादा सर्वांत जास्त कामात गढून गेला होता. त्यानं धुतलेले कपडे घातले होते. पायात नवीन चप्पल होत्या. भांगबिंग पाडून तो आलेल्या पाहुण्यांसमोर लगबग करत होता. जे कोणी त्याच्याकडे पाहून गोड हसत त्यांच्याजवळ जाऊन तो त्याचं गुपित फोडत होता. त्याच्या बहिणीचं नाव त्यानं ठेवलं होतं. घरातल्या लोकांनी पुष्कळ नावं सुचवली. पण ती चांगली नाहीत म्हणून नापसंत केली गेली. त्याचं एकट्याचंच नाव सर्वांना आवडलं.

अकीकाच्या वेळी मिळालेल्या चार सूटकेसेस आईनं कपाटावर ठेवून दिल्या. कळशी गेली स्वयंपाकघरात. ताटवाटी, कपडे, बूट आणि कुराण शरिफ गेलं कपाटात. सोन्याची अंगठी, सोन्याची साखळी ड्रावरमध्ये ठेवून आईनं ड्रावरला कुलूप लावलं आणि किल्ली बांधून ठेवली पदराला. माझ्यासाठी उरलं फक्त पुस्तक. मग घरातले सगळेच माझे मास्तर झाले. मी पुस्तक पाहते आहे असं दिसताच 'क' पासून 'चंद्रबिंदू'पर्यंत माझ्याकडून म्हणून घ्यायचे.

ते मला जे म्हणायला सांगत ते मी म्हणायची. पाटी-पेन्सिल घेऊन लिहायला शिकण्याआधीच ते मला सांगायचे, 'म्हण, 'म'ला काना मा!

मी म्हणायली, ''म'ला काना मा.'

'क ल म. कलम.'

'क ल म. कलम.'

पिंजऱ्यातल्या पोपटालाही जे बोलायला सांगावं ते तो बोलतो. शराफमामानं किंवा फेलुमामानं तोपर्यंत हातात पुस्तक धरलं नव्हतं आणि माझं 'सबुज साथी' संपलंसुद्धा होतं.

अकीकाचा समारंभ होतो ना होतो तोच कोणाला काहीही न सांगता सवरता नानांनी बशीरुद्दीन नावाच्या गृहस्थांना सगळंच्या सगळं घर विकून टाकलं. बशीरुद्दीन

घराचा ताबा घ्यायला आले तेव्हा नानीच्या डोक्यावर आकाशच कोसळलं. हे ऐकून मी आकाशाकडे पाहिलं तर आकाश आपलं त्याच्या जागेवर! एवढं मोठं आकाश नानीच्या डोक्यावर कोसळलं असतं तर नानी जिवंत थोडीच राहिली असती! ते असो! पण नानांनी पैसे कोणाला दिले, पैशाचं काय केलं ह्याचा काही पत्ता लागला नाही. नानीनं बशीरुद्दीनना घरातल्या सर्वांत चांगल्या खुर्चीवर बसवून खायला-प्यायला दिलं आणि मग ती खालच्या आवाजात म्हणाली, 'भाईजान, एका माणसाच्या वेडेपणामुळे सगळ्या घराचा नाश होणं, चांगलं आहे का? माझी ही एवढी मुलं. ह्या सगळ्यांना घेऊन मला रस्त्यावर पडावं लागणार. मी तुम्हाला तुमचे पैसे परत देते. तुम्ही हे घर पुन्हा मला विकत द्या. मी हफ्त्यानं पैसे देते.'

बशीरुद्दीन घसा खाकरून म्हणाले, 'हफ्त्यानं चालणार नाहीत. तुम्ही म्हणताय म्हणून हे घर मी तुम्हाला विकत द्यायला तयार आहे. पण मला पैसे एकरकमी पाहिजेत.'

पडद्याच्या आडून नानी म्हणाली, 'भाईजान, एवढे पैसे मी एकदम कुठून आणणार? जरा माझा विचार करा. माझा अगदी नाइलाज आहे. मला काही दिवसांची मुदत द्या.'

चहाचा घोट घेता घेता बशीरुद्दीन म्हणाले, 'नाही. नाही. मी वेळ कसा देणार? वेळ काय तयार करता येणारी गोष्ट आहे? अल्लानं जो वेळ मापून-जोखून मला दिलाय तोच मी खर्च करणार. उद्या परवापर्यंत पैसे दिलेत तर मी घर विकतो. नाही तर मला माफ करा.'

नानीनं पानाचा डबा घेऊन शराफमामाला बाहेर पाठवलं. पान तोंडात टाकून वरती चिमटीभर चुना घेऊन अंगणातल्या कोंबड्या-बदकांकडे पाहत बशीरुद्दीन म्हणाले, 'तर मग ठीक आहे. मी उद्या संध्याकाळी येतो.'

बशीरुद्दीन घरातून बाहेर पडल्यावर नानी पडद्याबाहेर आली आणि बांबूचा गल्ला तोडून तिनं पैसे बाहेर काढले. इकडे तिकडे डाव्या उजव्या हातानं ठेवलेले पैसेही गोळा केले. सर्व मिळून पाचशे रुपये भरले. मग बुरखा घालून ती बाहेर पडली. सुलेखाची मा, मनुची आई, शहाबुद्दीन ह्यांच्या घरी जाऊन सर्वांत शेवटी आमच्या घरी आली. तेव्हा रात्र झाली होती. बाबा दवाखान्यातून परत आले होते.

'कळलं नं सगळं? आता काय करू?' नानी काकुळतीनं म्हणाली.

बाबांना सगळी हकिकत कळली होती. बाबा घरी परतताच आईनं सांगायला सुरुवात केली होती, 'अब्बाजानंनी बशीरुद्दीन नावाच्या गृहस्थांना घर विकून टाकलं. घराचा ताबा घ्यायला आले होते ते. अम्मीनं त्यांच्याकडून पुन्हा घर विकत घ्यायचं ठरवलं. पण ती ते कसं घेणार आहे कोणास ठाऊक! एवढा पैसा अम्मी आणणार कुठून? बशीरुद्दींना एकरकमी पैसा पाहिजे. उद्या परवाच पैसे द्यायला हवेत.'

पण काहीच माहीत नसल्यासारखे बाबा म्हणाले, 'काय कळलं? काय झालं?' दोघंजण कॉटच्या दोन टोकांना बसले. नानी म्हणाली, 'सिद्दीकच्या बापानं घर विकून टाकलं.'

बाबांनी लुंगी नेसली होती. लुंगीच्या बाहेर आलेले पाय हलत होते. बाबांनी विचारलं, 'कुठलं घर? कोणाचं घर?'

'आणखी कोणाचं? हेच.' नानी त्रासून म्हणाली.

'का? का विकलं?' बाबांनी विचारलं.

'ते मला काही माहीत आहे! मला तर काहीही सांगितलं नाही. हा माणूस अगदी वेडा आहे. काही बुद्धीच नाही. पैशाचं काय केलं तेही सांगितलं नाही.'

बाबांचं पाय हलवणं सुरूच होतं.

'मी बशीरुद्दींना सांगितलं की त्यांच्याकडून मी घर विकत...'

'बशीरुद्दीन कोण?' बाबांनी नानीचं बोलणं मध्येच तोडत विचारलं.

'ज्यांना सिद्दीकच्या वडिलांनी घर विकलं ते.' नानीनं सांगितलं.

'हे बशीरुद्दीन राहतात कुठं?' बाबांनी हलणारे गुडघे खाजवत विचारलं.

'नव्या बाजारात का कुठं!' नानीनं हातातल्या रुमालातून पान काढून तोंडात कोंबलं.

'हे बशीरुद्दीन काय करतात?' बाबांनी पुन्हा विचारलं.

'ते काहीही मला माहीत नाही. बशीरुद्दीन घरी आले होते. त्यांना पैसे पाहिजे होते. मी सांगितलं की पैसे हफ्त्यानं देईन. मला घर विका.' नानी थांबत थांबत म्हणाली.

'चांगली गोष्ट आहे. हफ्त्यानं पैसे देऊन टाका.' बाबा थंडपणे म्हणाले.

'पण बशीरुद्दीन तयार नाहीत. त्यांना एकरकमी पैसे पाहिजेत.' नानी काळजीच्या सुरात म्हणाली.

'मग एकदमच द्या.' बाबा गोड हसून म्हणाले.

'पैसे काय झाडाला लागतात? सहा हजार मी आणू कुठून?' नानीनं अगतिकपणे बाबांकडे पाहिलं. बाबांनी पाय हलवणं थांबवलं आणि ते म्हणाले, 'ईदुन, चहाबिहा काही दे ना! अम्मी चहा पिऊनच जातील.'

नानीनं मान हलवून तिला चहा नको असल्याचं सांगितलं.

'मग काही खा नं! काय खाल?'

'नाही. नाही. मला काहीही खायला नको.' नानी चिडक्या सुरात म्हणाली.

'बिस्किटं, फरसाण काहीतरी आण.' बाबांनी आईला जरा धमकावलं.

'ना! ना!' नानीनं हात वर करून आईला थांबवलं.

बाबा आणि नानी होते तिथंच गप्प बसून राहिले. मी आणि आई दुसऱ्या कॉटवर

बसलो होतो. कोणीही काहीही बोलत नव्हतं.

'तुम्ही मला निदान पाच हजार रुपये तरी उधार द्याल का, नोमानचे बाबा? घरच राहिलं नाही तर पोरंबाळं घेऊन मी राहू कुठं?' नानीचा आवाज घोगरा झाला होता. बाबा काहीच बोलले नाहीत.

नानी काकुळतीनं म्हणाली, 'महिन्यातून जसे जमतील तसे मी पैसे परत करेन.'

बाबांचा थंडपणा पाहून आई अस्वस्थ झाली. ती म्हणाली, 'अब्बाजाननी आपल्या संसारासाठी काय नाही केलं? आता अम्मीवर संकट आलंय आणि तिला मदत करणारं कोणी नाही. तुम्ही जेव्हा राजशाहीला शिकायला गेलात तेव्हा मुलांना दूध नव्हतं द्यायला. अब्बाजाननी मोठमोठे दुधाचे डबे विकत आणून दिले होते. लग्नानंतर सुद्धा वडिलांच्याच घरात राहिलो.'

नानीनं पदरानं चष्मा पुसून परत लावला आणि खंतावून म्हणाली, 'काही तरी बोला, नोमानचे बाबा. बशीरुद्दीन उद्या येणार आहेत.'

बाबांनी त्या रात्री काहीच उत्तर दिलं नाही. नानी निराश होऊन जेव्हा जायला निघाली तेव्हा मानेवर हात फिरवत बाबा म्हणाले, 'अम्मी, उद्या रात्री मी तुमच्याशी बोलेन.'

बाबांनी पैसे दिले. दर महिन्याला थोडे थोडे करत नानीनं तीन वर्षांत ते फेडले. नानांना जेव्हा हे कळलं तेव्हा हळूच हसत ते म्हणाले, 'खैरुन्निसा फुंकरीनं भुशाला लागलेली आगसुद्धा विझवेल.'

नाना व्यवहारी नव्हते पण मस्त आनंदी होते. खाण्याचा आणि खायला घालण्याचा त्यांना शौक होता. नानीनं संसाराचा गाडा सांभाळला नसता तर नानांचा आनंद, उत्साह कधीच टिकला नसता. विक्रमपूरचा एक उडाणटप्पू मुलगा म्हणजे माझे नाना. तेराव्या वर्षी वडिलांच्या पेटीतून पैसे चोरून ते घरातून पळाले होते. ह्या शहरातून त्या शहरात असं फिरत फिरत मयमनसिंहला आले तेव्हा ते अगदी कंगाल झाले होते. ते कधी एका मशिदीत राहत तर कधी दुसऱ्या. मशिदीत खायला आणि झोपायला पैसे लागत नसत. रस्त्यावरच्या पागल फकिरांना गोळा करून ते त्यांना अरब देशातले किस्से ऐकवत. मशिदीत येणारे नानांना एखाद दुसरा पैसा देत. पैसा मिळाला की नाना स्वतःला बाबर बादशहाच समजत. रस्त्यात कोणी भीक मागताना दिसलं की नाना त्याला विचारत, 'घरं कुठं? पोटात काही पडलंय का?' भिकाऱ्याची भूक कधीच भागत नाही. भिकाऱ्याचे हाल ऐकून ते हळहळत, त्यांच्या डोळ्यांना धारा लागत. खिशात जे काही पैसे असतील ते भिकाऱ्याला देऊन म्हणत, 'काही तरी खा बाबा!'

'जिलाई स्कूल' च्या वळणावर चांदतारा मशीद होती. त्या मशिदीच्या नवीन इमामांच्या लक्षात आलं की नाना जुम्माच्या नमाजाला भिकाऱ्यांची झुंडच्या झुंड घेऊन येतात आणि त्यांच्याबरोबर त्यांच्याच ओळीत उभं राहून नमाज पढतात. एक

दिवस इमामांनी नानांना हाक मारून विचारलं, 'ए मियाँ, नाव काय तुझं?'
नाना गालातल्या गालात हसून म्हणाले, 'माझं नाव मनिरुद्दीन.'
'घर कुठं आहे?'
'घर नाही.'
'वडिलांचं नाव काय?'
'विसरून गेलोय.'
'राहतोस कुठं?'
'एवढ्या मोठ्या दुनियेत राह्यला जागा काय कमी आहे?'
'लिहिता वाचता येतं?'
मनिरुद्दीनच्या गोऱ्या चेहऱ्यावर मनमोकळं हसू होतं. त्यांनी काहीच उत्तर दिलं नाही.

ह्या उनाड मुलाला संसारात अडकवावंसं वाटलं इमामांना. त्यांच्या घरी लग्नाच्या वयाची म्हणजे बारा वर्षांची मुलगी होतीच. मनिरुद्दींना मुलीसाठी जाळ्यात पकडायचं इमामांनी ठरवलं. ते मोक्याची वाटच बघत होते. एकदा थंडीत रात्री अंथरूण-पांघरूणाशिवाय जमिनीवर हातपाय पोटाशी घेऊन मशिदीत झोपलेल्या मनिरुद्दींना ईमाम म्हणाले, 'चल, मनिरुद्दीन. माझ्या घरी रजई-गादी सर्व काही आहे. तिथं झोपायला चल.'

मनिरुद्दीन हलले नाहीत.
'चल, मनिरुद्दीन. मटणाबरोबर जरा गरम भात खा.'
मनिरुद्दीन उठून बसले.
'तुमचं घर इथून किती दूर आहे, इमामसाहेब?' आळोखेपिळोखे देत मनिरुद्दींनी विचारलं.

त्या रात्री मनिरुद्दींना मटणाच्या रश्शाबरोबर गरम भात खायला घालून इमामांनी त्यांना आपल्या बाहेरच्या खोलीत रजई देऊन आरामात झोपायला दिलं. मनिरुद्दींनी दुसऱ्या दिवशी दुपारपर्यंत ताणून दिली. एवढा आराम त्यांना बऱ्याच वर्षांत मिळाला नव्हता. सावत्र आईच्या छळाला कंटाळून त्यांनी घर सोडलं होतं. त्यांची सख्खी आई त्यांना दूधभात खायला घालून अशीच निजवायची, त्याची त्यांना आठवण झाली. आळोखेपिळोखे देत ते बिछान्यातून उठले तेव्हा त्यांना अंगणात इमाम खुजातून पाणी घेऊन अयू करताना[१] दिसले. त्यांचे वडीलही असाच खुजा तिरपा करून पायावर पाणी घ्यायचे. मनिरुद्दीन उठून इमामांजवळ गेले आणि त्यांच्या हातातला खुजा स्वतःच्या हातात घेऊन इमामांच्या पायावर पाणी घालायला लागले. जणू ते कित्येक वर्षांत न पाहिलेल्या त्यांच्या बाबांच्याच पायावर पाणी घालत होते. पाणी घालता घालता मनिरुद्दीन एकदम रडायला लागले.

'काय झालं, मनिरुद्दीन? रडतोस का?' इमाम चकितच झाले होते.

काहीही उत्तर न देता मनिरुद्दीन हातांत तोंड झाकून घरातून बाहेर निघून गेले.

त्यानंतर साधारण एक महिन्यानंतर एक मडकंभर मिठाई घेऊन मनिरुद्दीन इमामांच्या घरी आले आणि हसत हसत म्हणाले, 'इमामसाहेब, फार सुंदर मिठाई आहे. खाऊन बघा. गरम गरम रसगुल्ले आहेत. कलकत्त्याहून आणलेत.'

इमामांच्या घरातील सर्वांनी मिठाई खाल्ली. खाणंपिणं झाल्यावर इमाम मनिरुद्दीनां म्हणाले, 'माझी मुलगी खैरुन्निमा हिच्याबरोबर तू लग्न कर.'

लग्न म्हणताच मनिरुद्दीन चमकले. 'लग्न? आणि बायकोला ठेवू कुठं? मशिदीत?'

'त्याची काळजी नको. माझ्याकडे जागा आहे. काही तरी व्यवस्था करता येईल.' मनिरुद्दीनच्या खांद्यावर हात ठेवून इमाम म्हणाले.

त्या दिवशी मनिरुद्दीन हवेत तरंगत होते. लग्नाला राजी व्हायला त्यांना फार वेळ लागला नाही. रात्र होण्याआधीच काजीला बोलावून, इमामांनी आपल्या मुलीशी त्यांचं लावून दिलं. भात मटण खाऊन आणि रजई लपेटून मनिरुद्दीन आरामात झोपले. खैरुन्निसाला मनिरुद्दीन दिसायला कसे आहेत, त्यांचा स्वभाव कसा आहे, वागणं कसं आहे – ह्यांतलं काहीही माहीत नव्हतं. खैरुन्निसाला लिहिता वाचता येत होतं. ती सुरात पोथीही वाचायची. अशा मुलीचं लग्न एका झटक्यात एका निरक्षर मुलाबरोबर झालं. त्यानं आणलेला रसगुल्ला हजम व्हायच्या आधीच. खैरुन्निसाला ह्याहून चांगला नवरा मिळाला असता. पण मनिरुद्दीनजवळ घरदार, पैसा अडका नसला तरी मोठं दिलदार मन आहे, ह्याची इमामांना खात्री होती आणि एवढं वय झाल्यावर त्यांना समजून चुकलं होतं की मनापेक्षा दुसरं मोठं काहीही दुनियेत नाही.

इमामांना नावाला एक मुलगा होता. त्याला शिकारीचा नाद होता. भारतातल्या सर्व जंगलात तो शिकार करत हिंडत असायचा. वर्षातून एकदा घरी यायचा, एक-दोन महिने राह्यचा आणि पुन्हा नाहीसा व्हायचा. इमामांचा आपल्या मुलावरचा विश्वास पार उडाला होता. म्हणून त्यांनी मनिरुद्दीनांच्या हाती आपला सगळा जमीन-जुमला दिला आणि अंथरूण धरल्यावर ते जावयाला म्हणाले, 'आता तूच माझा मुलगा.'

मनिरुद्दीन मुलगा बनू शकत होते. पण त्यांचा स्वभाव कसा बदलणार? वर्ष उलटण्याआधीच अर्धीअधिक जमीन-जायदाद विकून आलेले पैसे त्यांनी भिकाऱ्यांना वाटून टाकले. बाकी राहिलेल्यातली काही जमीन शाळेच्या बोर्डिंगसाठी सरकारनं घेतली. जी काही उरली तिच्यावर खैरुन्निसानं पत्र्याच्या खोल्या बांधल्या, झाडं लावली. जणू ती इथं मुळं रुजवून ह्या मातीला चिकटून राह्यला पाहत होती. आता खैरुन्निसाला नुसतं मोठं मन असणं परवडण्यासारखं नव्हतं. वर्षावर्षाला पाळणा हलत होता. भूक लागल्यावर पोरं सारस पक्ष्यांच्या पिल्लांसारखी 'आ' वासून बसत.

कसंबसं डोक्यावर छप्पर होतं. पण संसार चालवणार कोण? मनिरुद्दीनांचं तर अशा गोष्टींत लक्षच नसायचं. ते मजेत फिरत राह्यचे. पैसे संपले की घरी यायचे. येताच खैरुन्निसाजवळ खायला मागायचे आणि 'या रे पोरांनो, माझ्याबरोबर जेवायला बसा,' असं म्हणून पेंगुळलेल्या घराला जणू जोरजोरात हलवून जागे करायचे. खैरुन्निसा न बोलता सगळ्यांना वाढायची. फक्त एकदाच तिनं सांगितलं, 'आज घरात खायला काही नाही.' माझी आई तेव्हा तीन-चार वर्षांची होती. नाना चमकले, 'काय म्हणालीस? खायला नाही?'

थंड चुलीजवळ बसून थंड स्वरात खैरुन्निसा म्हणाली, 'नाही. घरात डाळ तांदूळ काही नाही. बरेच दिवस मुलांना तलावातला शापला[१०] शिजवून घालतेय.' हे ऐकल्यावर नानांना खूप वाईट वाटलं आणि ते दोन दिवस झोपून राहिले.

खैरुन्निसानं झाडावरचे नारळ काढले. खोबऱ्याच्या वड्या केल्या आणि नानांना उठवून ती म्हणाली, 'ह्या विकून डाळ तांदूळ आणा.' वड्यांनी भरलेली टोपली डोक्यावर घेऊन नाना कचेरीसमोर जाऊन बसले.

मग रोजच खैरुन्निसा वड्या करून टोपली भरून द्यायची. वड्या विकून मिळालेल्या पैशांतील काही स्वत:जवळ ठेवून उरलेले पैसे नाना बायकोजवळ देत. त्यातले चार, आठ आणे खैरुन्निसा साठवून ठेवत असे. ईदुनआरा जेव्हा पाच वर्षांची झाली तेव्हा हे साठवलेले पैसे मनिरुद्दीनांच्या हातात देऊन खैरुन्निसा म्हणाली, 'एक दुकान विकत घ्या. आपण तिथं खानावळ काढू या.'

मनिरुद्दीनांनी आज्ञाधारक मुलाप्रमाणे दुकान विकत घेतलं. खुर्च्या-टेबलं मांडली. बावर्ची ठेवला. नव्या बाजाराच्या मध्यावर असल्यामुळे खानावळ चांगली चालायला लागली. तेव्हा इंग्रजांचा अंमल होता. इंग्रजांवर लोकांचा फार राग असे. पण मनिरुद्दीनांचा कोणावरही राग नसे. जगातले सगळेच त्यांना भले वाटत. अगदी त्यांची सावत्र आईसद्धा. खानावळीत आलेल्या प्रत्येकाला आपल्याजवळ गादीवर बसवून त्याच्याशी ते गप्पा मारत. चोर लुटारूसुद्धा त्यांचे चांगले दोस्त होत. रस्त्यावरची कुत्री-मांजरंसुद्धा खानावळीत गर्दी करत, भूक लागली की स्वयंपाकघरात शिरून उष्टं खरकटं खाऊन पोट भरत. वेड्या भिकाऱ्यालासुद्धा ते जेवायला घालत. कोणाचे हाल होताहेत असं कळलं की कॅशबॉक्स उघडून मुठीनं पैसे त्याच्या हातात ठेवत. बाजारातून कोणी घामाघूम होऊन जाताना दिसलं की मनिरुद्दीन जोरानं हाक मारत, 'ओ भाईसाहब, धावत पळत कुठं निघालात या. या. जरा विश्रांती घ्या.' तो माणूस विश्रांती घेऊन फुकटातलं एक ग्लास सरबत पिऊन मगच जात असे. हे पाहून लोक म्हणत, 'मन्नामुन्शींचा हा व्यवसाय नाही. ही तर धर्मशाळा आहे धर्मशाळा.' खैरुन्निसा इदुनआराला खानावळ झाडायला, टेबल-खुर्च्या साफ करायला पाठवायची. इदुनआरा सिद्दीकच्या बरोबर खानावळीत जायची. ती जेव्हा खानावळ

झाडायची तेव्हा सिद्दीक वडिलांच्याजवळ गादीवर बसून गरम गरम जिलबी खायचा. संध्याकाळच्या आधीच दोघांना जेवायला घालून मनिरुद्दीन त्यांना घरी पाठवून द्यायचे. त्यांना घरी परतायला रात्र व्हायची. घरातली सगळी झोपून जायची. खैरुन्निसा मात्र कंदिलाच्या मंद प्रकाशात मनिरुद्दीनांची वाट बघत बसायची. ते परत फिरल्यावर त्यांच्या अफाट वासनेत ती स्वत:ची आहुती द्यायची. ह्या जंगली पाखराला ती समृद्धी, संतान आणि संभोग ह्यांच्या साहाय्यानं संसाराच्या पिंजऱ्यात अडकवून ठेवायला बघत होती. ती बाईमाणूस असल्यानं घराबाहेर पडून व्यवसायाची देखरेख करणं शक्य नव्हतं. तिनं घरातच एक बांबू पुरला होता आणि त्याला एक छिद्र पाडून त्यात ती जमेल तसा पैसा साठवायची. रात्री मनिरुद्दीनच्या तृप्त देहाजवळ आपले काळे दाट केस पसरून ती झोपायची आणि त्यांना व्यवहारी होण्याचा सल्ला द्यायची. मनिरुद्दींना पैसे मोजायची सवयच नव्हती. ते मुठीनं पैशाचा हिशेब करत, मोजत नसत. त्यांना सगळं काही शक्य होतं, फक्त व्यवहारी होणं शक्य नव्हतं.

पन्नास साली दुष्काळ पडला. त्या दुष्काळात भुकेनं डोळ्यांसमोर माणसं मरायला लागली. एक वाटी पेजेसाठी माणसं दारात येऊन उभी राह्यला लागली. मनिरुद्दींनी खानवळ बंद करून अन्नछत्र सुरू केलं. स्वत:च्या हातानं, तांदूळ, डाळ, भाज्या ह्यांचं गरगट शिजवून ते उपाशी लोकांना वाटायला लागले. खिशात पैसे कोंबून ते तांदूळ विकत घ्यायला बाजारात गेले पण बाजारातून तांदूळ गायब झाला होता. अगतिक होऊन त्यांनी मशिदीमागून मशीदी पालथ्या घातल्या. मग अल्लाच्या दरबारात गाऱ्हाणं मांडलं, 'तुझ्याशिवाय आम्ही जगू शकत नाही, ला इलाहा इल्लाल्लाह. तुझ्याशिवाय आमचे कोणी नाही, ला इलाहा इल्लाल्लाह.' आणि ते हुंदके देऊन रडायला लागले. रडून रडून त्यांची छाती भिजली. दुष्काळाच्या वर्षभर ते रडत होते. जेव्हा विमानातून तांदूळ आणि विलायती दूध टाकायला सुरुवात झाली, तेव्हा त्यांच्या तोंडावर हसू उमटलं.

खैरुन्निसानं दुष्काळाची झळ घराला लागू दिली नाही. वेळप्रसंगी लागतो म्हणून तिनं थोडाफार तांदूळ बाजूला काढून माळ्यावर ठेवला होता. तोच मोजून मापून ती शिजवायची. तान्हं मूल तिच्या दुधामुळेच वाचलं. खैरुन्निसानं संसाराचा सगळा भार उचलला म्हणूनच संसाराची वाताहात झाली नाही. नाहीतर केव्हाच सगळं धुळीला मिळालं असतं. मनिरुद्दींना पूर्णपणे नाही तरी काही प्रमाणात संसारात अडकवून ठेवण्यात खैरुन्निसाला यश मिळालं. तरी पक्षी कधीही भुर्रकन उडून जाईल म्हणून तिला सतत भीती वाटायचीच.

सगळं घरदार अकीकाच्या समारंभात रंगून गेलं होतं. त्यामुळे नानीची मा स्वयंपाकघरात चूपचाप मरून पडलीय, हे कोणाच्याही लक्षात आलं नाही. नानीचे वडील गेल्यावर नानी माला घेऊन आली होती. शिकारी मुलापेक्षा खैरुन्निसाजवळ

राह्यला तिला आवडायचं. समाजाच्या नियमाप्रमाणे मात्र स्त्रीनं लहानपणी वडील, तरुणपणी पती आणि वार्धक्यात मुलाजवळ राहणं योग्य मानलं गेलंय. नानीची मा लाकडासारखी होऊन बिछान्यावर पडली होती. ते पाहून नाना स्वतःची आई गेल्याप्रमाणेच जमिनीवर लोळण घेऊन रडत होते.

जगात दुःख असतं, कमतरता असते, तसंच नाना प्रकारचं सुखही असतं. कोणालाच आगीत फार दिवस जळावं लागत नाही, पाऊस सर्व विझवून टाकतो. तलावाच्या पाण्यात टपटप पडणारे पावसाचे थेंब झुनूमावशी खिडकीत उभी राहून पाहत होती. पत्र्यावर पावसाचा रिमझिम असा आवाज येत होता. पाण्यामध्ये पाण्याचा खेळ. रिमझिम आवाज सर्वांना आनंदित करतो. मनातला मोर पिसारा उभारून नाचायला लागतो. पावसाच्या रिमझिम आवाजाबरोबर रुनूमावशी गात होती. अंगणात टुटुमामा, शराफमामा, फेलुमामा पावसात भिजत शिवाशिवी खेळत होते. रांगोळी काढलेल्या जमिनीवर ठेवलेल्या मोढ्यावर खांबाला टेकून कानामामू बसले होते. आईच्या मृत्यूच्या दुःखातून ते आता सावरले होते. अंगणात आलेल्या उन्हाच्या तिरिपेकडे पाहूनच जणू कानामामू म्हणाले, 'नुसतं गाणंच म्हणणार का रुनू? नाच.'

रुनूमावशीला म्हणायचं होतं, 'कानामामू, तुम्हाला तर दिसत नाही. मग नाच बघणार कसा?' पण ती काहीच बोलली नाही. पदर बांधून पायात घुंगूर बांधून नाचायला लागली.

'नील पाहाडेर धारे आर महुआ बनेर धारे,
 मन भोलानो बंशी के गो, बाजाय बारे बारे,
ओ महुआ बनेर धारे ।
 बनेर धारे डाकछ पाखि, ब्यथाय आमार भिजल आंखि...
 (निळ्या डोंगराच्या कडेला कडेला
 मोहाच्या वनाच्या कडेला कडेला
 वाजवितो कोण ग पावा,
 मनाला भुलविणारा।
 पाखरांची हाक वनाच्या कडेला
 दुःखानं पाणी माझ्या ग डोळ्याला...)

कानामामू हातातल्या काठीनं ताल द्यायला लागले.

माझे बाबा मात्र कधीच अशा सुखाच्या झुल्यावर झोके घेत नसत. ते नेहमीच थकलेले आणि चिडचिडलेले असत. त्यांना उन्हाळा पावसाळा सगळं सारखंच. फार उन्हाळा झाला की जमिनीला भेगा पडतात, काहीच उगवत नाही. पाऊस जास्त झाला तर शेतात पाणी साठून पिकाचा नाश होतो. बाबा सगळा पगार मदारीनगरला

पाठवून आजोबांना चिठीत लिहीत, 'अब्बाजान, दक्षिणेकडची जमीन खुशीच्या बापाकडून ताबडतोब विकत घ्या. पुढच्या महिन्यात जास्त पैसे पाठवेन.'

तेव्हा बाबांची मिळकत चांगली होती. ते आधी फक्त एल. एम. एफ. होते. मग एम. बी. बी. एस. झाले. त्यांना प्रतिष्ठा मिळाली होती. त्यांनी स्वत:च्या नावाचा एक नवीन रबर स्टॅम्प करवून घेतला होता. डॉ. मो. रजब अली, एम. बी. बी. एस. नानीला घर विकत घ्यायला पाच हजार रुपये दिलेच. शिवाय नानीच्या घरातल्या मधल्या अंगणातल्या पाच खोल्या त्यांनी भाड्यानं घेतल्या. एक खोली बैठकीची, एक बेडरूम, एक स्वयंपाकघर, एक लाकडं वगैरे ठेवायला आणि एक अशीच. ह्या खोल्यांना त्यांनी फरशी बसवून घेतली. भिंती विटांच्या होत्या. छपराच्या पत्र्यावर कौलं बसवली होती. पण एक खोली मात्र पूर्ण पत्र्याचीच होती. पहिली विकत घेतलेली खोली जरा नीटनेटकी करून माझ्या दोन दादांना दिली होती.

बाबांच्या मते नाच, गाणं, खेळ म्हणजे नुसता गोंधळ, गडबड. पावसात खेळताना पाहिलं तर मानगुटीला धरून घरात ढकलत. मग मी भीतीनं अगदी गर्भगळीत व्हायची. आईला मी परीराणीची गोष्ट सांगायला सांगायची. पण बाबांना असं कधीच सांगायची नाही. ओठात आलेला शब्दही गिळून टाकायची. मला बाबांच्या डोळ्याला डोळा द्यायचीही भीती वाटायची. त्यांच्यात आणि माझ्यात चांगलीच मोठी दरी होती.

पूर्वी आमच्यात एवढा दुरावा नव्हता म्हणे! राजशाहीला शिकायला जाण्याआधी माझी आणि बाबांची चांगली दोस्ती होती. पाबन्याहून आम्ही नुकतेच परत आलो होतो. तेव्हा बाबा घरी आले की मी बाबांकडे झेप घ्यायची. म्हणायची, 'बाबा, मला नदीपलीकडे फिरायला न्या नं!'

आज उद्या करत बाबांनी मला कधीच फिरायला नेलं नाही. बाबांच्या कडेवर मी असायची. माझे गाल कुस्करत आई प्रेमानं म्हणायची, 'नदीपलीकडे मुलांनी जायचं नसतं. तिथं मुलांना पकडणारा असतो. तो तुला पकडून नेईल ना!'

'तो मला नाहीच नेणार पकडून. मी तर मुलगी आहे.' बाबांच्या कडेवर बसून मी म्हणायची.

हे ऐकून बाबा खो खो हसायचे.

'नदीपलीकडे 'फटिंग टिंग' राहतो. त्याची तीन्ही डोकी कापलीत. तो पायानं बोलतो' मी जणू काही बाबांनाच भीती दाखवत होते.

'फटिंग टिंग'कडे दुर्लक्ष करून माझ्या डोक्याचा, कपाळाचा आणि गालाचा पापा घेत बाबांनी विचारलं, 'सांग बरं तू माझी कोण?'

'मी तुमची मा.'

हे बाबांनीच शिकवलं होतं. बाबांनी गालाचा पुन्हा जोरात पापा घेतला. मोकळे केस हातानं मागे सारले. मी तेव्हा 'बाबा' 'बाबा' म्हणत हात पसरून धावणारी एक वेडी मुलगी होते. दोन मुलांनंतर बाबांना मुलगी हवी होती. ती मुलगी म्हणजे मीच. सुंदर गोरी गोरीपान. बाबांची आई. तीच मी बाबा राजशाहीहून कंडेन्स्ड परीक्षा देऊन एम. बी. बी. एस. होऊन परत आले तेव्हा त्यांना ओळखू शकले नाही. मी त्यांना विसरून गेले होते. कोणीतरी अनोळखी माणूस कुठून तरी अचानक येऊन घरात घुसून बसलाय असं वाटायचं. बाबा मला कडेवर घ्यायला आले की मी पळून जायची. मी बाबांना 'बाबा' म्हणून हाक मारायची नाही. त्यांना 'तुम्ही' 'आपण' काहीच म्हणायची नाही. अजूनही मी बाबांना 'बाबा', 'तुम्ही', 'आपण' काहीच म्हणत नाही. मला तेव्हा बाबा बाहेरचे कोणी तरी, परके वाटायचे. नानी, रुनूमावशी, झुनूमावशी, हाशिममामा, शराफमामा, फेलुमामा एवढंच कशाला भटके नानाही मला आपले वाटायचे, पण बाबा नाही. जणू बाबा घरी परत आले नसते तरच बरं झालं असतं. मी, आई, दादा, छोटादादा आमचं घर मस्त होतं. जणू शांत पाण्यात कुठूनतरी एक दगड येऊन पडला होता किंवा हिंस्र फटिंग टिंगनं माझी भातुकली उधळून लावली होती. तेव्हापासूनच बाबांच्यात आणि माझ्यात एक दुरावा निर्माण झाला. बाबा मला 'ओ मा, ओ मा गो' म्हणून हाक मारायचे तेव्हा मी दगडासारखी त्यांच्यासमोर उभी राह्यची. जेव्हा ते मला प्रेमाने छातीशी धरायचे तेव्हाही आमच्या दोघांत एक अदृश्य भिंत असायचीच.

□

१) अकीका – मुसलमान मुलांचा मुंडन नामकरण संस्कार.
२) परहेजगार – संयमी.
३) जहन्नम – नरक.
४) पान्ताभात – शिळा भात पाण्यात भिजवून ठेवायचा व दुसऱ्या दिवशी खायचा.
६) टाका – बांगला देशी चलन.
७) आयान देणे – अजान देणे, बांग देणे, सर्वांना कळावे म्हणून मोठ्याने जाहीर करणे.
८) हाइट्टारा – सुवेर फिटणे. आपल्याकडच्या अकराव्या दिवसासारखा विधी असावा.
९) अयू करणे – नमाज पढण्याच्या आधी हातपाय धुणे.
१०) शापला – कमळाचे देठ. बांगलादेशात ह्यांची भाजी करतात.

मोठे होणे

एका पवित्र दिवशी माझा जन्म. रबी'अ-उल्-अव्वलच्या बारा तारखेला, सोमवारी, अगदी पहाटे पहाटे. अशी मुलगी जन्माला आली तर 'ला इलाह इल्ललाह महमुद-उर्-रसूलुल्लह' असं म्हणतात. अल्लाचे वलीच जन्म झाल्याबरोबर असं म्हणतात. फजलीमावशी म्हणाली होती, 'वा! पोरगी काय तेजस्वी आहे! असणारच म्हणा! एका पवित्र दिवशीचा जन्म आहे ना तिचा!'

पण शराफमामा, फेलुमामा, टुटुमामा ह्यांच्या मागे धावता धावता उन्हानं पोरीचा रंग गव्हाळी झाला. दुपार सरते ना सरते तोच लिंबाच्या झाडाचा भोज्जा करून 'चोर चोर' खेळायची गडबड उडायची. चोर धावत येऊन ज्याला शिवायचा त्याला चोर व्हावं लागायचं. मग त्या चोराला झाडाकडे तोंड करून एक, दोन, तीन, चार, पाच' असं म्हणावं लागायचं आणि मग जो जवळ असले त्याच्यामागे सुसाट पळायचं. मामा माझ्यापेक्षा मोठे होते. ते खूप जोरात पळायचे. मलाच जास्तीत जास्त वेळा चोर व्हावं लागायचं. टुटुमामा वेडावाकडा पळायचा. त्यामुळे मला गोंधळायला व्हायचं. फेलुमामा सशासारखा धावायचा. सबंध दिवस त्याच्या पाठीमागे धावले असते तरी तो सापडला नसता.

विटी-दांडू खेळायला गेले तरी सगळे मलाच पिदवायचे. मी विटी टाकली की शराफमामा नाही तर फेलुमामा ती दांडूनं पार अंगणाच्या बाहेर मारायचे. दुसऱ्या कोणीतरी विटी टाकावी आणि आपण दांडूनं ती मारावी असं मला वाटायचं. पण दांडू माझ्या हातात आला तरी क्षणापुरताच यायचा. कारण दांडू माझ्या हातात असताना दांडूची आणि विटीची गाठच पडायची नाही.

गोट्या खेळायला गेले तर मामाच माझ्या सर्व गोट्या जिंकून घ्यायचे. शराफमामा सर्व गोट्या काचेच्या बरणीत ठेवायचा. बिछान्यावर बरणी उपडी करून तो नेहमी मोजत बसायचा. त्या चकाकणाऱ्या गोट्या मी डोळे मोठे करून बघत राह्यची. मला गोट्या बघता यायच्या. त्यांना हात लावायची परवानगी नसायची. एकदा जरा हात लावायला गेले तर शराफमामानं धपकन गुद्दा घातला पाठीत.

सिगारेटची पाकिटंही माझ्या हातांत येत नसत. बगा, सिझर, ब्रिस्टॉल आणि कॅप्स्टनची रिकामी पाकिटं रस्त्यातून गोळा करून आणून आम्ही 'च्याडा' खेळायचो. अंगणात मातीत एक चौकोन आखायचा. त्या चौकोनात उभ राहून 'च्याडा' फेकायचा. मग आपल्याला पाहिजेत तेवढी पाकिटं हातात घेऊन दोन्ही पायांत हात लपवायचे आणि दुसऱ्या खेळगड्यांना म्हणायचं, 'पुटकिर तल' म्हणजे आता तुझी पाळी. दुसऱ्याचा 'च्याडा' आपल्या 'च्याड्या'च्या चार बोटांच्या अंतरावर पडला तर आपण लपविलेली सर्व पाकिटं त्याला द्यायची. तो जिंकला. पण 'च्याडा' चार बोटांच्या पलीकडे पडला तर आपण लपवलेल्या पाकिटांएवढी पाकिटं दुसऱ्या खेळगड्यानं आपल्याला द्यायची. बहुतेक वेळा मलाच पाकिटं मामांना द्यावी लागायची.

'चोर, चोर', 'विटी-दांडू', 'गोट्या', 'च्याडा' खेळता खेळता माझा रंग पार करपून गेला. चेहऱ्यावरचं तेज गेलं. तरी फजलीमावशीनं आशा सोडली नव्हती. मी मोठी झाल्यावर अल्लाच्या मार्गानं जाणार असा तिला विश्वास वाटत होता.

मी नन्दीबाडीहून परत आल्यावर तर तिची खात्रीच पटली. रुनूमावशीच्या मैत्रिणीचं म्हणजे शर्मिलाचं घर नन्दीबाडीला होतं. हाजिबाडीच्या जंगलाकडे जाताना डाव्या हाताला आहे नन्दीबाडी. एकदा मला घेऊन रुनूमावशी शर्मिलाकडे गेली. शर्मिलाचा वाडा खूप जुना होता. चुना माती पडली होती. जळक्या, पडक्या वाड्यासारखा तो दिसत होता. वाडा पाहून वाटलं ह्याच्या भिंतीच्या आत मोहरांचा हंडा असणार आणि त्या हंड्यावर पहारा देत नाग बसलेला असणार. वाड्याच्या दगडाच्या फटीतून पिंपळ उगवला होता. माझ्या मनात आलं ह्या वाड्याच्या गच्चीवर रात्री एक सुंदर मुलगी घुंगरू बांधून नाचत असणार अणि दिवा लावताच हवेत विरून जात असणार. वाड्याभोवती खूप लिचीची झाडं होती. झाडांवर पिकलेल्या लिची लगडल्या होत्या. नन्दीबाडीच्या लिची प्रसिद्ध होत्या. लिची तोडायची मला भीती वाटली. लिची तोडायला हात उचलला आणि भिंतीतल्या, फण्यावर दहाचा आकडा असलेल्या नागानं डोकं बाहेर काढलं म्हणजे! जिन्याच्या समोरच एक सुंदर पुष्करणी होती. पुष्करणीचं पाणी इतकं स्वच्छ होतं की तळ दिसत होता. पाण्याच्या आरशात तोंड दिसत होतं. पाण्यावर तरंग उठताच तोंडही हलून वेडंवाकडं होत होतं. मी हसले नाही तरी पाण्यातला चेहरा माझ्याकडे बघून हसत होता.

संध्याकाळ होताच मिणमिणता कंदील लावून शर्मिलानं आम्हाला मिठाई दिली. मी मान हलवून सांगितलं, 'खाणार नाही. नाही म्हणजे नाहीच खाणार.'

'का नाही खाणार ग?' शर्मिलानं विचारलं.

मी ओठ मिटून बसून राहिले. साप, भूत, पिशाच ह्यांच्या भीतीनं माझ्या तोंडून शब्द फुटत नव्हता.

शर्मिला खूपच सुंदर होती. रात्री गच्चीवर नाचणारी मुलगी अगदी हिच्यासारखीच असणार असं मला वाटलं. ती मुलगी शर्मिलाची जुळी बहीण असणार नाहीतर पूर्वजन्मीची शर्मिला. शर्मिलाचे काळेभोर केस गुडघ्यापर्यंत लांब होते आणि नागाप्रमाणे सळसळत होते. आम्ही गेलो तेव्हा ती एकटीच होती. तिनं पांढरी साडी नेसली होती. वेताच्या खुर्चीवर ती केस मोकळे सोडून आरामात बसली होती. संध्याकाळचा जोराचा वारा तिचे केस उडवून अस्ताव्यस्त करत होता. अंधुक उजेडात तिचे काजळ न घातलेले डोळे काळेभोर, उदास दिसत होते. ती बोलायला लागली की वाटायचं एक पांढरा पक्षी आकाशातून शब्दांची माळ घेऊन उडत येतोय. 'खूपच गोड आहे हं ही! नाव काय ग तुझं?'

लक्ष देऊन ऐकलं तर शर्मिलाच्या बोलण्यातून घुंगरांचा नाद येत असे. निदान मला तरी ऐकू आला.

रुनूमावशीनंच उत्तर दिलं, 'तिचं नाव शोभा.'

'मिठाई खा नं शोभा!' शर्मिला हसून म्हणाली.

'माझं नाव शोभा नाही.' हे सांगणंही मला जमलं नाही. माझ्या नावापेक्षा शोभा नाव चांगलं असलं तरी ते माझं नाव नव्हतं. असं दुसऱ्या नावानं मला हाक मारली की मला अस्वस्थ वाटायचं. अशा हाकेला ओ दिली तर आपण खोटारडे आहोत, चोर आहोत असं वाटायचं. दुसऱ्याचं नाव चोरून आपण आपल्याला चिकटवलंय असं वाटायचं. मधूनच मला शर्मिलाला 'शर्मिला' म्हणावंसं वाटत नव्हतं. केस मोकळे सोडून, पांढरी साडी नेसून बसलेली ही शर्मिला नव्हतीच. ती तिची वारलेली जुळी बहीण असावी किंवा पूर्वजन्मीची शर्मिला असावी. तिचे शब्द येत होते पक्ष्याच्या पंखावरून. तिच्या बोलण्याला घुंगरांचा नाद होता. घरात मोगऱ्याचा एक गोड वास भरून राहिला होता. पण घरात कुठंही फुलं दिसत नव्हती, बागेत कुठं मोगऱ्याचं झाड नव्हतं. मग वास कुठून येतोय? काही समजत नव्हतं. शर्मिलाच्या अंगाचा तो वास होता का? मला तरी तसंच वाटलं.

रुनूमावशीचा हात धरून मी म्हटलं, 'चल, घरी जाऊ या.'

कंदील लहान होत होत पटकन् विझला आणि शर्मिलाच्या अंगातून निघणाऱ्या प्रकाशानं सारं घर उजळलं.

सगळ्या घरात प्रकाश आणि सुगंध पसरवत शर्मिला म्हणाली, 'आता चंद्र उगवेल. स्वच्छ चांदणं पडेल. आपण चांदण्यात बसून गाणं म्हणू.

'आज चांदण्या रात्री, सगळे गेले वनी.' तूही गाणं म्हणायचं हं!'

शर्मिलाचं हसणं खूप गोड होतं. लहान लहान घंटा किणकिणल्यासारखं. रुनूमावशीला चिकटत घोगऱ्या आवाजात मी म्हटलं, 'रुनूमावशी, चल. घरी चल.'

त्या दिवशी घरी परत येताना पाहिलं तर शर्मिलाच्या घरावर असणारा चांदोबा

उडत उडत आमच्या घराच्या वरच्या आकाशापर्यंत आला होता. रुनूमावशीला वाटेतच म्हटलं, 'बघ! चांदोबा आपल्या बरोबर येतोय.' पण रुनूमावशीला ह्याचं अजिबात आश्चर्य वाटलं नाही. घरी आल्याबरोबर आईलाही सांगितलं, 'माहीत आहे आई, चांदोबा आम्ही जायचो तिकडेच यायचा. आमच्याबरोबर नन्दीबाडीहून अकुयापर्यंत आला बघ!'

आईलाही माझ्या सांगण्याचं काही विशेष वाटलं नाही. तिनं विचारलं, 'शर्मिलाकडे काय खाल्लं?'

रुनूमावशी अभिमानानं म्हणाली, 'कशालाही तोंड लावलं नाही. हिंदूंचं घर ना! म्हणून.' हिंदूंच्या घरातलं मी काहीही खाल्लं नाही. कपाळावर कुंकू लावून घेत नसे. कोणी लावायचा प्रयत्न केला तर तोंड फिरवत असे. आईला वाटायचं पवित्र दिवशी जन्मलीय म्हणूनच मी असं करते. शर्मिलाच्या घरून परत आल्यानंतर दोन-चार दिवसांनी फजलीमावशीजवळ प्रथम आईनं ही गोष्ट काढली. 'फजली, बघ. अशा दिवशी जन्मली आहे ना ही पोर म्हणून हिंदूच्या घरी काही खात नाही. कुंकू लावायला गेलं तर तोंड फिरवते.'

फजलीमावशी हाजिबाडीचं जंगल ओलांडून नेहमीच नानीकडे यायची. येताच आपादमस्तक घातलेला बुरखा अंगणातच काढून टाकायची आणि स्वयंपाकघरात शिरून काय स्वयंपाक केलाय किंवा काय करताहेत ते पातेल्यांवरची झाकणं काढून पाह्यची. हिल्सा मासा तळलेला असो की चितल माशाचा कोफ्ता – काहीही केलंलं असो ती नाक मुरडायची. तिच्याकडे पाहून वाटायचं तिला त्या पदार्थांचा घाणेरडा वास येतोय, तिला त्यांतलं काहीही खायची इच्छा नाही. जेवायला बसल्यावर फजलीमावशीच्या पानात नानी पाहून सवरून माशाचा मधला तुकडा, वरचाही नाही आणि खालचाही नाही तर पातेल्याच्या मधला भात, वांग्याचा करपलेला किंवा बसलेला नाही असा वडा वाढायची. वड्यावर तळलेला कांदाही वाढायची. तरीही जेवण होईपर्यंत फजलीमावशीचं नाक मुरडणं सुरूच असायचं. जणू काही इथं आलीच आहे आणि दुपार झालीय तेव्हा सासरचं स्वादिष्ट जेवण सोडून, केवळ एक सभ्यता म्हणून इथलं काहीबाही गिळतेय. ती जेवताना नुसतं नाकच मुरडायची नाही तर नावंही ठेवायची, 'पालेभाजी कोणी केली? मातकट लागतेय नुसती! मटणाला गरम मसाला घातला नाही वाटतं! मासे कमी तेलात तळलेले दिसताहेत.' असं सगळं चालायचं.

ज्या दिवशी आईनं माझ्याबद्दल तिला सांगितलं, त्या दिवशी तिचं लसणावरून बिनसलं होतं. कबुतराच्या मटणाला लसूण कमी झाला होता म्हणे! लसणाच्या कच्च्या चार पाकळ्या फजलीमावशीच्या पानात वाढून नानी म्हणाली, 'आता चव लागते की नाही पाहा बरं!'

'अम्मी, आता लसूण कशाला वाढलास?' कोरडं हसून फजलीमावशी म्हणाली,

'कच्चा लसूण मटणाच्या रश्शात मिसळणार आहे? मटण शिजलंय नं? मग झालं तर! भूक भागवायला काहीही साधंसुधं खाल्लं तरी चालतं, असं अल्लानं सांगितलंय. खाण्यातली चैन 'अल्लहो त 'ऑला'ला पसंत नाही. नबीजीही अगदी थोडं खायचे.'

फजलीमावशीच्या गोऱ्या कपाळावर कुरळ्या केसांच्या बटा झुलायच्या. ती दुर्गेसारखी दिसायची. आई जेव्हा तिला माझ्याबद्दल सांगत होती तेव्हा ती जेवून पान खात पडली होती. दुपारच्या वेळी जे विश्रांती घेत पडले होते किंवा बसले होते, त्यांच्याजवळ फजलीमावशीनं पान चघळता चघळता मन उघडं केलं, 'सांगितलं नव्हतं मी ही पोर इमानदार होणार म्हणून! पाहा, हिंदूंकडे तिनं काहीही खाल्लं नाही. ती कुंकू लावू देत नाही कारण हिंदू कपाळावर कुंकू लावतात. तिला हे कोणी शिकवलं नाही, मग तिला हे कळलं कसं? खरं म्हणजे अल्लानंच तिला हे शिकवलंय. अगदी लहान असताना झोपेत ती किती गोड हसायची, माहीत आहे ना? तेव्हा फरिश्त्याबरोबर खेळायची ती. बडबूचं नशीब हो!'

कोणी काहीही म्हणोत, आई काही स्वत:ला नशीबवान समजायची नाही. तिला शिकण्याचा खूप शौक होता, पण ते शक्य झालं नाही. चांगली विद्यार्थीनी म्हणून तिला शाळेत सर्वजण ओळखत. तिनं बुरखा घालून शाळेत जावं असं नानांना वाटायचं. ती बुरखा घालूनच शाळेत जायची. तिला पाहून मुली तोंडावर हात ठेवून हसायच्या. लग्न झालं म्हणून तिला शाळा सोडावी लागली. शेवटच्या दिवशी मास्तर हळहळले, 'तुझं डोकं फार चांगलं आहे. बी.ए., एम. ए. झाली असतीस. लग्नानंतर शिकता आलं तर बघ!' लग्नानंतर आईनं बाबांपाशी लहान मुलासारखा हट्टच धरला, 'मी शिकणार' म्हणून. दादाला शाळेत पाठवून ती स्वत:ही शाळेत जायची. बाबांची तिच्या शाळेत जाण्याला हरकत नव्हती. पण नानांनीच हरकत घेतली. तरीही आईच्या शिकण्याचा शौक कमी झाला नाही. बाबा राजशाहीला शिकायला गेल्यावर, घरातल्या कोणालाही न सांगता, आईनं स्वत:चं नाव शाळेत दाखल केलं. तेव्हा दादा 'जिला स्कूल' मध्ये सातवीत होता आणि आईही 'महाकाली स्कूल' मध्ये सातवीतच शिकत होती. 'आईचं लग्न झालंय, तिला मुलंही आहेत' हे तिच्या शाळेतल्या मास्तरांना माहीत होतं. पण आईला इतर मुलींबरोबर शिकताना, त्यांच्याबरोबर मैत्री करताना लाज वाटू नये म्हणून त्यांनी ही गोष्ट इतर मुलींपासून लपवून ठेवली होती. कारण शाळेतल्या इतर मुली आईपेक्षा वयानं लहान होत्या. सातवीच्या तिमाही परीक्षेत आईला सगळ्यांपेक्षा जास्त मार्क्स मिळाले होते. पण ही गोष्ट शेवटी घरी कळलीच. नानांना ही गोष्ट कळल्यावर त्यांनी वार्षिक परीक्षेच्या आधी, पूर्वीप्रमाणेच, आईला स्पष्ट सांगून टाकलं, 'बाईमाणसाला एवढं शिकण्याची गरज नाही.' बाबांनीही राजशाहीहून पत्र पाठवून शाळेत न जाता मुलांना नीट वाढवण्याचा सल्ला दिला. आईच्या पायात कोणीतरी एक न दिसणारी बेडी

अडकवली. आईच्या स्वप्नाचा पुन्हा एकदा चुराडा झाला. म्हणूनच आपलं नशीब चांगलं आहे, असं आईला कधीच वाटलं नाही.

आईचं नशीब चांगलं असतं तर मांजरासारखं चोरपावलांनी येऊन, आजूबाजूला कोणी नाही असं पाहून, नानांनी कागदात बांधलेली एक डबी आईच्या हातात कशाला दिली असती! डबी नुसती हातात दिली नाही तर आईची मूठ त्यांनी बंद केली कोणीही ती पाहू नये म्हणून. नानांनी आईला सांगितलं, 'लपवून ठेव. आणि रात्री तोंडाला लावत जा.' भिंतीलाही कान असतात म्हणून नाना अगदी खालच्या आवाजात बोलले.

नानांनी आईला रंग गोरा होण्याचं औषध आणून दिलं होतं. आई बाबांच्या नजरेत कुरूप ठरू नये आणि बाबांनी तिला आणि आम्हा मुलांना टाकून कुठं दुसरीकडे जाऊ नये म्हणून नाना काळजी घेत होते. त्या डबीतलं औषध रात्री आई तोंडाला लावायची. पण आईच्या रंगात काही फरक पडत नव्हता. डोळे अधिकच खोल जायला लागले होते. डोळ्यांखाली काळं झालं होतं. नाक होतं तसंच चपटं होतं. आईला रूप नसेल, पण तिच्यात गुण तर होते. तिला शिवणकाम यायचं, स्वयंपाक यायचा. आई स्वतःच स्वतःचं समाधान करून घ्यायची. पण खरंच का तिच्यात गुण होते? चांगलं शिवणकाम किंवा चांगला स्वयंपाक तर कितीतरी बायकांना येतो, असं आईचं मत होतं. रूप नसेल, गुणही नसतील पण ती एक निरोगी, निकोप माणूस तर होती. लुळी पांगळी नव्हती, आंधळीही नव्हती आणि वेडीही नव्हती. आई स्वतःच स्वतःची समजूत घालायची. सोहेलीच्या माची एक मुलगी पूर्णपणे वेडी होती. ही गोष्ट लपवून एकाबरोबर तिचं लग्न लावून दिलं होतं. आई तिच्यापेक्षा एक पायरी नक्कीच वर होती. कोणीही कितीही निंदा करोत! आई वेडी नव्हती तरी मधून मधून ती वेड्यासारखं करायची. बाबा राजशाहीला नोकरी करत असताना दादांना नानीवर सोपवून ती एकटीच बाबांकडे निघून गेली. बाबा तिच्यावर प्रेम करत नाहीत, अशी तिला भीती वाटायची. नानांनी रंग गोरा होण्याचं औषध आणून दिल्यावर आईची भीती आणखीनच वाढली. लहानपणीसुद्धा लाल रंगाचा फ्रॉक आईला आणि निळा फजलीमावशीला आणला की आई खजुराच्या झाडाखाली उभं राहून एकटीच रडायची. लग्नानंतर बाबा तिच्यासाठी साडी आणायला गेले की दुकानदाराला सांगायचे, 'काळ्या रंगाला शोभेल अशी साडी दाखवा.' बाबांनी साडी आणली तर आई रडायची नाही. पण तिला भीती वाटायची. तिच्या मनातली भीती कधीही गेली नाही. राजशाहीच्या मार्गावर हीच भीती छाती फोडून बाहेर येऊ पाहत होती. पण आईनं तिला आवरलं. ह्याच्या आधी आई एकटीच मयमनसिंह सोडून कुठंही गेली नव्हती. पण म्हणून तिनं आजही जायचं नाही का? ती आपल्या नवऱ्याकडे तर चालली होती. तिच्या दोन मुलांच्या वडिलांकडे. कोणा

परक्या पुरुषाकडे ती जात नव्हती. 'कलमा' वाचून ज्यांनी तिला 'कबूल' केलं होतं त्याच्याकडे ती न्याय्य मागणीसाठी जात होती. बाबांनी तिला बोलावलं नव्हतं, पण तिला अतिशय उत्कटतेनं बाबांकडे जावंसं वाटत होतं. जाते वेळी बाबांनी एक ड्रम भरून तांदूळ आणि घरखर्चाला पैसे दिले होते. पण आईचं लक्ष संसारात लागत नव्हतं. संसारात डाळ-भात म्हणजेच सर्व काही नाही! हडकुळ्या, मूर्ख मुलीलाही मन असतं, तिच्या मनातही उलथापालथ होते, हे कोणाच्या लक्षात येणार! घरातल्या कोणालाही ही गोष्ट समजावून सांगता येण्यासारखी नव्हती.

बाबांची बदलीची नोकरी होती. सर्व देशभर फिरावं लागे. राजशाहीला बदलून आल्यानंतर त्यांनी पुन्हा मयमनसिंहला बदली व्हावी म्हणून प्रयत्न केले. पण ऑफिसनं ते मान्य केलं नाही. तेवढ्यात अचानक बायको समोर हजर. ओठाला लालभडक लिपस्टिक, तोंड पावडरनं पांढरं झालेलं, हातात सूटकेस. सूटकेसमध्ये रंगीत साड्या, नानांनी गोरा रंग होण्यासाठी आणून दिलेली औषधाची डबी आणि एक तिबेट पावडरचा डबा.

बाबा भूत पाहिल्यासारखे चमकले. 'तू इथं कशी? कशी आलीस? कोणाबरोबर आलीस?'

'आले एकटीच.' आई कोरडं हसून म्हणाली.

'एकटीच? इतक्या लांब? कसं शक्य आहे? मुलं कशी आहेत?' बाबांनी एका दमात सगळे प्रश्न विचारले.

'अगदी चांगली आहेत. तुम्ही कसे आहात? पत्रबित्र पाठवत नाही. तुम्ही मला विसरलात का?' आईचा गळा भरून आला. डोळ्यांत पाणी जमा झालं. बाबा अस्वस्थपणे फेऱ्या मारता मारता डॉक्टर्स क्वार्टर्सच्या जुन्या लोखंडी खुर्चीवर बसत म्हणाले, 'तुझं डोकंबिकं फिरलंय का? लहान मुलांना सोडून आलीस.'

'मुलांची काही गैरसोय होणार नाही. त्यांच्याकडे बघायला माणसं आहेत.' असं म्हणून आई एकेक पाऊल टाकत बाबांजवळ आली.

'पैसे दिले होते, ते आहेत ना?' बाबांनी कपाळाला आठ्या घालत विचारले.

'संपले ते. मुलांसाठी अब्बाजान आणि मियाँभाई दूध विकत आणून देतात.' जवळ येऊन बाबांच्या खुर्चीच्या हातावर तिनं हात ठेवला. तिच्या अंगाला गोड वास येत होता.

'मला कळवलं असतंस तर लागेल तेवढे पैसे स्वत: येऊन दिले असते. उद्या पैसे घेऊन मयमनसिंहला परत जा.' बाबा खुर्चीवरून झटकन् उठले आणि पॅन्टच्या दोन्ही खिशांत दोन हात घालून म्हणाले.

'तुमचं जेवण कोण करतं? काय खाता? अगदी सुकून गेला आहात.' बाबांच्या पाठीवर तिनं तिचा कोमल हात ठेवला. खूप मऊ हात. हातालाही गोड

वास येत होता. बाबांनी उत्तर दिलं नाही. त्यांच्या कपाळाला आठ्या पडल्या. ते थकलेले आणि चिडलेले दिसत होते.

दोन वर्षांचा कन्डेन्स्ड कोर्स करायला बाबा जेव्हा पुन्हा राजशाहीला गेले तेव्हा त्यांनी आईला बजावलं, 'हे बघ, माझ्या मुलांना सोडून तू कुठंही जायचं नाहीस.'

आई ढसाढसा रडली.

बाबा घसा खाकरून म्हणाले, 'लागतील तेवढे पैसे ठेवून जातोय. चार-सहा महिन्यांनी येऊन आणखी देऊन जाईन.'

जे काही एखाद-दुसरं पत्र बाबा लिहायचे तेही असं,

'नोमान, कमाल आणि नासरिन कसे आहेत? तांदूळ संपले असतील तर नव्या बाजारच्या तांदळाच्या घाऊक दुकानातून, तुझ्या अब्बाजानना पाठवून, विकत आण. बाकी ज्या काही वस्तू लागतील त्या मनुमियाँच्या दुकानातून आण. नोमान आणि कमालच्या अभ्यासाकडे लक्ष दे. त्यांना मन लावून अभ्यास करायला सांग. सुलेखाच्या माकडून उसने घेतलेले पैसे पुढच्या महिन्यात पाठवेन. अवास्तव खर्च करू नकोस. गरज नसताना खरेदी करून नकोस. सांभाळून राहा.'

इति रजब अली.

पण आईच्या पत्राची भाषा ह्याहून अगदी वेगळी असायची. आई शहरात वाढलेली होती. बाबांशी लग्न झाल्यानंतर लगेचच तिनं दिलीपकुमार-मधुबालाचे दोन-तीन सिनेमा पाहिले होते. ती मोठ्या अक्षरांत पानभर पत्र लिहायची.

'प्रियतम,

कसे आहात? केव्हा येणार? तुम्हाला सोडून राहणं अगदी जिवावर येतं. बाणानं जखमी झालेल्या पक्षासारखी माझी स्थिती आहे. मला तुमच्याबरोबर घेऊन जा. आपण आपल्या मुलांबरोबर सुखानं राहू. तुम्ही मोठे डॉक्टर होऊन राजशाहीहून परत येणार आहात, हे सांगताना माझी छाती अभिमानानं फुलून येते. मी तुमच्या योग्य नाही हे मला माहीत आहे. तुमच्यासारखं ज्ञान, बुद्धी मला नाही. माझ्याजवळ काही नसलं तरी तुम्ही तर आहात ना! तुम्हीच माझं सुख. माझी शांती. मला तुमच्याशिवाय ह्या जगातील आणखी काही नको.'

ह्या पत्राला उत्तर म्हणून बाबा लिहायचे, 'रोज दोन-अडीच रुपयांपेक्षा जास्त बाजार करू नकोस. पैसे संपले तर बाकी गोष्टी मनुमियाँच्या दुकानातून आण. मुलांची काळजी घे. खर्च केल्यास ताबडतोब जमाखर्चाच्या वहीत लिहून ठेव.'

आई कधीच लिहून ठेवायची नाही. तिला लिहायची इच्छाच नसायची. पदराच्या टोकाला पैसे बांधून ठेवायची. मुलांनी चणाचोर, मलई आईस्क्रीम खायला पैसे मागितले की पटकन काढून द्यायची. सकाळी दादाला ठंडाच्या बापाच्या दुकानात

पाठवायची आणि नाश्त्यासाठी गरम डाळपुरी आणायची. कधी तेल असायचं तर मीठ नसायचं. नानीकडून उसनं घेऊन आई स्वयंपाक करायची. कधी कंदिलात वात असायची तर रॉकेल संपलेलं. सुलेखाच्या मा कडून उसनं घेऊन कशीबशी रात्र काढावी लागायची. एकदा छोटा दादा पैसे घेऊन बाजारात गेला, त्याचा पत्ताच नाही. दादा आला नाही त्यामुळे आईची चूल खोळंबली. हाशिममामा तिवाठ्यावरून छोट्या दादाला घेऊन आला. छोटा दादा रस्त्यातच बसून राहिला होता. त्यानं फालतू कागद समजून पैसेच फेकून दिले होते.

दोन वर्षांनंतर मोठी परीक्षा पास होऊन बाबा राजशाहीहून परत आले. आता घरातल्यांचा बाबांबरोबर दुरावा आणखीनच वाढला होता. मी तेव्हा चार वर्षांची होते. मी पूर्वीप्रमाणे बाबांना चिकटायची नाही. बाबांशी आईचा संपर्क डाळ भात, भाजीपाला एवढापुरता उरला होता. हळूहळू आईनं स्नो-पावडर लावणं कमी केलं आणि बाबांच्या हातात 'सरसूचं तेल – तीन छटाक, कांदे – एक शेर, मीठ – पाव शेर, मसूर डाळ – अर्धा शेर' अशी यादी द्यायला सुरुवात केली. बाबा यादीप्रमाणे पिशव्या भरून सामान आणत. आई स्वयंपाक करून दुपारी जेवायला वाढत असे. रात्री ताट झाकून ठेवत असे. रात्री घरी परतल्यावर विहिरीवर हातपाय धुवून येऊन बाबा जेवत आणि ढेकर देऊन झोपून जात. बाबा थकलेले आणि चिडचिडलेले असत. त्यांच्यावर फक्त बायको मुलांचीच जबाबदारी नव्हती. ते मदारीनगरच्या एका शेतकऱ्याचा मुलगा होते, हे ते कधीच विसरले नाहीत. जाफर अली सरकार गेल्यावर, बाबांच्या पाठच्या दोन भावांना– रियाजुद्दीनला आणि ईमान अलीला– शाळेत घालण्याचा उत्साह कोणीच दाखवला नव्हता. आजोबांनी त्या दोघांना शेतीच्या कामाला जुंपलं होतं. आपल्या धाकट्या दोन भावांना शिकवण्याची जबाबदारी आपली आहे, आपणच जाफर अली सरकार झालं पाहिजे, असं बाबांना वाटायचं. अमानुद्दोला आणि मतीनमियाँ ह्यांना शहरात आणून शिकवण्याचं स्वप्न बाबा पाहत. मदारीनगरबाबतही त्यांची खूप स्वप्नं होती आणि ती निर्माण करण्यात हिरवी लुंगी लावून आणि रबराचे जोडे घालून वरचेवर शहरातल्या भावाकडे येणाऱ्या रियाजुद्दीन आणि ईमान अलीचा हात होता.

'भाईसाब, तळ्याच्या उत्तरेकडची जमीन विकत घेतली तर फार चांगलं होईल.'

'खुशीचा बाप जमीन विकतोय. आताच ती विकत घेतली नाही तर मुन्शी ती घेतल्याशिवाय राहणार नाही.'

'अब्बाजान म्हणतात की आणखी दोन बैलांच्या जोड्या घेतल्या तर जास्त सोयीचं होईल.'

लहानपणी गुरं चरायला घेऊन गेल्यावर लांबवर पसरलेली जमीन पाहणारे

बाबा, ह्या वयातही मनानं लहान मूल होऊन, त्या हिरव्या शेतात धावत सुटत. रियाजुद्दीनच्या हातात भरपूर पैसे देऊन बाबा म्हणत, 'ठीक आहे. घ्या विकत.'

बाबांची उदारता आईच्या नजरेतून सुटत नसे.

जमीन विकत घ्यायला बाबांनी पैसे देताच ती एक लांबलचक यादी बाबांच्या हातात ठेवत असे.

११. घरात नेसण्यासाठी दोन साड्या.
१२. पेटिकोट (पांढरा)
१३. ब्लाऊज (लाल)
१४. सॅन्डल (बाटा)
१५. कानातले डूल (झुमके)
१६. काचेच्या बांगड्या (रेशमी)
१७. अंगाचा साबण.
१८. जबा–कुसुम तेल.
१९. कपडे धुण्याचा ५७० साबण.
१०. सोडा.

'हे काय! दोन महिन्यापूर्वीच तर साडी आणली होती.' आश्चर्यानं बाबा विचारत.

'फाटली. तीच साडी नेसून स्वयंपाकपाणी, साफसफाई, धुणी भांडी आणि इतर किती कामं! अणि साडी काही गोणपाटाची नसते.' आई थंड स्वरात म्हणायची.

'बघू, कुठं फाटलीय?' बाबा रागानं विचारत.

दोन बोटं फाटलेली साडी दोन हात फाडून आई बाबांना दाखवत असे. आईच्या डोळ्यांत काहीही भाव नसत. मोठं थोरलं दुःख गोळा होऊन तिच्या घशात अडकलं होतं.

'आताच तर खोबरेल तेल आणलं होतं. संपलं?' बाबांनी एकदा चौकशी सुरू केली.

'ते तर केव्हाच संपलं.' आईनं सांगून टाकलं.

चष्मा झटकन् काढून बाबा म्हणाले, 'बाटली कुठाय? बाटली दाखव.'

'बाटली टाकून दिली.' आई उदासपणे म्हणाली.

चष्मा पुन्हा डोळ्यांवर चढवून यादीकडे बघत बाबा म्हणाले, 'कपडे धुण्याचा साबण आणण्यासाठी हा घे रुपया. बाकी सामान आणायची गरज नाही.' बाबांनी एक रुपया टेबलावर ठेवला. आईनं त्या रुपयाला हातही लावला नाही. तो तसाच टेबलावर पडून राहिला. त्याच्याकडे पाहिलं की संसारातून आपल्याला वाळीत टाकलंय, असंच तिला वाटायचं.

म्हणूनच आईला, ती नशीबवान आहे, हे कधीही पटलं नाही. रबी'अ-उल्-अव्वलच्या बारा तारखेला जन्मलेल्या तिच्या मुलीनं तिचं नशीब किती बदललं होतं! उसासा सोडून आई म्हणाली, 'माझ्या नशिबाबद्दल बोलू नकोस, फजली. माझ्या नशिबात सुख नाही.'

आईच्या हातावर आपला हात ठेवत फजलीमावशी म्हणाली, 'अल्लाचं नाव घे. बघ, मन शांत होईल. दुल्हाभाईंना पण नमाज पढायला सांग.'

फजलीमावशीच्या गोऱ्यापान हाताकडे पाहत आईनं विचारलं, 'तुझे दुल्हाभाई मला काळं घुबड म्हणून हिणवतात – अगदी उठता बसता. अल्लाचं नाव घेतलं तर माझा काळा रंग गोरा होईल?'

फजलीमावशीनं आपलं वजनदार शरीर झटकन् वर उचललं आणि आईला दटावत असल्यासारखं म्हणाली, 'बडबू, रंग अल्लानं दिलाय. त्यानं जे दिलंय त्यातच समाधान मानायला हवं.'

बुडत्याला काडीचा आधार मिळाला. रंग अल्लाचं देणं आहे. तेव्हा रंगाला नाकं मुरडणं म्हणजे अल्लालाच नाक मुरडणं!

मी चार वर्षांची असताना, आईचा पाठोपाठ दोनदा गर्भपात झाला आणि पुन्हा तिला दिवस गेले. बाबांची बदली ईश्वरगंजला झाली. सामानसुमान आणि तीन मुलं घेऊन आई बाबांबरोबर ईश्वरगंजला गेली. नानी तेव्हा छोटकूच्या वेळेला बाळंतीण होती. आईला आणि लेकीला बहुधा एकाच वेळेला दिवस जात.

ईश्वरगंजला हॉस्पिटलनं बाबांना एक जीप दिली होती. जीपमधून कामावर जाताना बाबा दोन्ही दादांना शाळेत सोडत. तेव्हा मी शाळेत जाण्यासारखी नव्हते. मी घरीच आईजवळ बसून अ, आ, इ, ई शिकत असे.

आईच्या बाळंतपणाच्या थोडं आधीच बाबा जीप घेऊन मयमनसिंहला गेले आणि झुनूमावशीला घेऊन आले. इस्त्रीचा पायजमा, कमीज आणि ओढणी असा पोशाख करून आणि एक सूटकेस घेऊन झुनूमावशी घरात शिरली. काय आनंद झाला होता तेव्हा तिला! दादांबरोबर तिचा गप्पांचा अड्डा जमला. सहा महिन्यात जणू इतकं काही घडून गेलं होतं की त्यांच्या गप्पा सहा वर्षांतही संपल्या नसत्या. दादापेक्षा झुनूमावशी एक-दीड वर्षांनीच मोठी होती. पण तिच्यासमोर दादा म्हणजे लहान पोर. झुनूमावशीला शिकवायला एक नवीन मास्तर ठेवले होते. ते मास्तर बोयाल माशाप्रमाणे आ वासून तिच्याकडे कसे बघत राहतात, ह्याचंच वर्णन झुनूमावशी मध्यरात्रीपर्यंत करत होती. नवीन मास्तरांचं नाव रासु. ईश्वरगंजचं आमचं घर वीटकाम केलेलं होतं. ते व्यवस्थित आणि साफसूफ करून झुनूमावशीनं त्याचं रूपच बदलून टाकलं. ते पाहून बाबा म्हणाले, 'घर कसं ठेवायचं असतं ते जरा

तुझ्या बहिणीला शिकव.'

बाबांचं बोलणं ऐकून आई कडवटपणे म्हणाली, 'माझं कोणतंच काम तुम्हाला आवडत नाही. म्हणतात ना नावडतीचं मीठ अळणी.'

बाबा झुनूमावशीला ओढून आणून मांडीवर बसवत आणि तिला गुदगुदल्या करून म्हणत, 'ए, तू तर दिवसेंदिवस सुंदर दिसायला लागलीस. तुझ्याशी लग्न करणारा बेटा भाग्यवान!'

झुनूमावशी बाबांचा हात दूर करून ओढणीत तोंड लपवून उभी राह्यची. लाजेनं तिचे कान, नाक लाल व्हायचं. बाबा फजलीमावशीची तर फारच थट्टा करायचे. तिला ओढून बिछान्यावर बसवायचे आणि म्हणायचे, 'हे सुंदरी, जरा माझ्याजवळ ये ना! माझ्या मनाला किती बरं वाटतं! तुझ्यावर जान कुरबान करून टाकाविशी वाटते.'

फजलीमावशी हसत हसत म्हणायची, 'दुल्हाभाई, फारच चेष्टा करतात बाई!' मेव्हण्यांबरोबर अशी थट्टा-मस्करी, त्यांच्या छातीला हात लावणं, गुदगुल्या करणं हे दुल्हाभाईंच्या दृष्टीनं मुळीच गैर नव्हतं. त्याचं बोलणंही शृंगारिक असायचं. पण ह्याला कोणाचीही हरकत नव्हती. 'बाबा मर्यादा सोडून वागतात' असं आईला मात्र वाटायचं. 'गोरा रंग दिसला की मेहुणी असो किंवा चाकलादारची बायको, बाबा कोणालाही सोडत नाहीत.' असं आईचं मत होतं.

झुनूमावशी आमच्या घरी आल्याच्या सहाव्या दिवशी आईच्या पोटात दुखायला लागलं. बाबांना कळवताच आपली बॅग आणि एक नर्स घेऊन बाबा घरी आले आणि म्हणाले, 'ह्या खेपेस मला मुलगा हवा.' आई ओरडत होती आणि डेटॉलचा वास घरात भरून राहिला होता. आईच्या खोलीच्या बंद दाराच्या फटीतून झुनूमावशी पाहत होती आणि तोंडात ओढणी घालून हसत होती. मी तिच्या मागे उभी होते. 'बाळ कसं होतं ग, झुनूमावशी?' मी तिला सारखं विचारत होते. मी उत्तेजित झाले होते. त्यामुळे माझी छाती धडधडत होती. झुनूमावशी हसून हसून बेजार झाली होती. ती मला म्हणाली, 'मला नाही सांगता येत बाळ कसं होतं ते!'

झुनूमावशी हसतच होती, एवढ्यात बाळाचं रडणं ऐकू आलं. मी लहान असल्यामुळे दाराच्या फटीतून पाहू शकत नव्हते. म्हणून झुनूमावशीनं मला वर उचललं. मी फटीतून पाहिलं. बाबांनी हातात ग्लोव्हज् घातले होते. त्यांना रक्त लागलं होतं. नर्स बाळाला टबमधल्या पाण्यानं धूत होती. मी काही क्षणभरच पाहिलं. पण जे पाहिलं त्यानं माझं अंग थरथर कापायला लागलं. मला भीती वाटली. एवढ्या सुऱ्या, कात्र्या घेऊन बाबांनी आईचं पोट कापलं का? आईच्या पोटातून रक्त येतंय! आई विव्हळतेय! नानीनं दिलेली छोटी छोटी दुपटी हातात घेऊन झुनूमावशी बाळाला कधी मांडीवर घ्यायला मिळतेय, ह्याची वाट पाहत होती.

बाबांनी दार उघडताच झुनूमावशीनं उडी मारून विचारलं, 'काय झालं दुल्हाभाई? मुलगा की मुलगी?'

'जे पाहिजे होतं ते झालं नाही. मुलगी झाली.'

'गोरी आहे की काळी?'

'कशी असणार?' बाबा रागानं म्हणाले, 'काळ्या बाईची मुलगी काळी होणार नाही तर काय गोरी होणार?'

'हॉस्पिटलमध्ये काम अर्धवट टाकून आलोय. मी गेलो.' बाबा निघून गेले.

बाबा निघून गेल्यावर आम्ही बाळाला दुपट्यात गुंडाळून मांडीवर घेतलं. त्याच्या अंगाला सरसूचं तेल चोळून त्याला बिछान्यावर निजवलं. त्याला छोटी उशी दिली. छोटी मच्छरदाणी लावली आणि नावेसारखी दिसणारी दुधाची बाटली त्याच्या उशाशी ठेवून मी आणि झुनूमावशी बसून राहिलो. आई थांबून थांबून रडत होती. दादा आणि छोटा दादा शाळेतून परत आले आणि चकित होऊन बाळाकडे पाहत राहिले.

रात्री बाबा घरी परतल्यावर त्यांना झुनूमावशीनं भात आमटी जेवायला वाढली. बाबा जेवले आणि झोपून गेले. बाळ ट्यँहां ट्यँहा करून रडायला लागल्यावर बाबा ओरडले, 'ए, सगळ्यांनी चूप बसा. मला झोपू द्या.'

कोणालाही ऐकू जाणार नाही इतक्या हळू आवाजात झुनूमावशी 'ना, ना, रडायचं नाही.' असं म्हणत कधी बाळाचं दुपटं बदलत होती तर कधी त्याच्या तोंडात दूध नाही तर पाणी घालत होती. मी पडल्या पडल्या उदास घरातला आवाज ऐकत होते. बाबांबद्दल, आईबद्दल, बाळाबद्दल आणि झुनूमावशीबद्दलही मला खूप खूप वाईट वाटलं.

ईश्वरगंजहून बाबांची बदली पुन्हा मयमनसिंहला झाली. मयमनसिंहहून ठाकुरगाँ. ठाकुरगाँहून पुन्हा मयमनसिंह. दीड वर्ष बदलीच्या चक्रातून फिरून आम्ही शेवटी मयमनसिंहला येऊन स्थिर झालो. – त्याच जुन्या घरात. जन्मापासून ओळखीचं घर. दादांच्या शिक्षणाची हेळसांड होते म्हणून आता पुन्हा बदली झाली तर बाबा एकटेच बदलीच्या गावी जातील आणि आम्ही सर्वांनी मयमनसिंहलाच राह्यचं, असं बाबांनी जाहीर केलं. मी आता बरीच उंच झाले होते. मला शाळेत घालण्याबद्दल घरात बोलणी चालली होती. माझ्या धाकट्या बहिणीचं नाव 'यास्मीन' ठेवलं. ते माझ्या नावाशी जुळणारं होतं. आई यास्मीनला दूध पाजायची, आंघोळ घालायची, सरसूचं तेल लावून ती यास्मीनला उन्हात ठेवायची. संध्याकाळ होताच कंदिलाच्या उजेडात दादा मला शिकवायला बसायचा. तोपर्यंत मी बडबडगाणी घडाघडा म्हणायला शिकले होते. छोट्या छोट्या गोष्टीही मला वाचता यायच्या. 'छोट्यांसाठी रवीन्द्रनाथ'

मी वाचू शकायची. पण दादा शिकवायला लागला की सगळा गडबड घोटाळा व्हायचा.

'रवीन्द्रनाथांचा जन्म किती सालचा? सांग बरं!'

'मुहूर्त' शब्द कसा लिहायचा?'

'काजला दिदी' कविता कोणी लिहिलीय?'

दादाच्या प्रश्नांना उत्तर देताना मला भीती वाटायची. कधी जर माझ्याकडून काही चूक झाली तर गालावर फाडकन् ठेवून द्यायचा नाही तर घरातल्या सगळ्यांना माझी चूक दाखवून हसायचा. ईश्वरगंजला जायच्या आधी, केवळ शौक म्हणून दादा मला शिकवायला बसला. तो म्हणाला, 'हळूहळू अक्षर लावून वाच.' तेव्हा मी अ, आ शिवाय आणखी दुसरी अक्षरं शिकायला सुरुवात केली होती. अक्षरांपेक्षा माझी नजर चित्रांवर असायची. दादांच्या सांगण्यावरून 'किती चित्रे किती शब्द' नावाचं पुस्तक उघडून अक्षरांवर बोट ठेवून सांगितलं, 'ह, लला ऱ्हस्व उकार आणि द.'

'हं! मग काय शब्द झाला?' दादानं विचारलं.

मी चित्राकडे पाहिलं. 'आल्या'चं चित्र होतं. म्हणून म्हटलं, 'आलं,'

'क आणि इकार' म्हणजे मासा.' चित्र पाहून मी बेधडकपणे सांगून टाकलं.

माझ्या तेरा वर्षांच्या शिक्षकानं आई, रुनूमावशी, झुनूमावशी, नानी, हाशिममामा, टुटुमामा असं सगळ्यांना बोलावून घेऊन माझ्याभोवती बसवलं आणि म्हणाला, 'ती कसं वाचते, ते सगळ्यांनी ऐका. हं! वाच बरं पुन्हा!'

माझं साधं वाचन ऐकायला एवढं सगळ्यांना बोलवायचं कारणच काय, हे मला समजेना. मला वाटलं मी खूप छान वाचते म्हणून मला शाबासकी देण्यासाठीच सगळे जमलेत. मी खूप छान वाचलं तर रुनूमावशी मला कडेवर घेऊन नाचेल, टुटुमामा लॉझिन्जेस् देईल, नानी झाडाचा सर्वांत मोठा पेरू देईल, असं मला वाटलं. म्हणून मी अगदी शुद्ध उच्चार करून वाचायला सुरुवात केली. अक्षरांवर बोट ठेवून म्हटलं, 'ह, लला ऱ्हस्व उकार आणि द म्हणजे आलं.'

घरात एकच हशा पिकला. झुनूमावशीनं हसता हसता जमिनीवर लोळणच घेतली. तिची ओढणीसुद्धा घसरून खाली पडली. रुनूमावशी ही ही ही ही. दादा आणि टुटुमामा हा हा हा हा. नानी आणि आईसुद्धा मोठ्यांदा हसल्या. सगळ्यांकडे पाहता पाहता मलाही हसू आलं. हसू सांसर्गिक आहे ना! आमच्या घरातल्या रंगमंचावर लहान मोठे सर्व उपस्थित होते. पण अभिनेत्री होते मी एकटी. बाकी होते प्रेक्षक. नानी हसत हसत मला म्हणाली, 'ह, लला ऱ्हस्व उकार, द, हलुद. हळद अणि आलं चित्रात सारखं दिसतं म्हणून 'हलुद' ऐवजी 'आदा' वाचायचं होय ग!' चित्र माझ्या मनात ठसायचं. शब्दाची मला अजिबात फिकीर नसायची. खरं तर मी चित्रच वाचायची, शब्द नाही. अक्षर काढायला शिकण्याआधी मी झाड, फूल, नदी, नाव ह्यांची चित्रंच काढायची.

ठाकुरगाँच्या 'पी.टी.आय. स्कूल'मध्ये मला छोट्या दादानंच नेऊन बसवलं. मला त्यानं उचलून नेलं आणि टाकलं एकदाचं वर्गात. तेव्हा माझा काय आरडाओरडा आणि रडणं! मास्तरांनी मला मांडीवर घेतलं आणि माझं रडणं थांबावं म्हणून 'खोया खोया चांद, खुला आसमान' हे गाणं म्हटलं. मी रडायची थांबल्यावर ते आम्हाला सगळ्यांना म्हणाले, 'मुलांनो, एक घडा काढून दाखवा बरं!' दोन तीन फटकाऱ्यांतच मी एक सुंदर घडा काढला. त्याच्या गळ्यात फुलांपानांची माळ काढली. सर्व मुलं- मुली चित्र काढायचं सोडून माझं चित्रं डोकावून डोकावून पाहयला लागली. शाळेत पहिल्याच दिवशी माझं नाव झालं. मास्तरांनी मला वर उचललं आणि ते म्हणाले,

'ही मुलगी एक दिवशी खूप मोठी चित्रकार होणार!'

अभ्यासाला बसल्यावर दादा म्हणाला, 'चल चल' कविता पाठ म्हण बघू.'

'चल चल चल

उर्ध्व गगने बाजे मादल

निम्ने उतला धरणी तल

अरुण प्रातेर तरुण दल

चलरे चलरे चल.

(चल चल चल

वरती गगनी वाजे मादल[१]

खाली अतुर धरणी तल

अरुण वेळचे तरुण दल

चलरे चलरे चल.)

एवढे म्हणते नाही तोच दादाचा प्रश्न, 'अरुण चा अर्थ काय?'

मी गप्प. दादा लाकडी पेन्सिल माझ्या बोटावर जोरजोरात मारत म्हणाला, 'माकडासारखं नुसतं पाठ केलं म्हणजे झालं? अर्थ समजायला नको?'

ज्या दिवशी दादाला माझी शिकवणी घ्यायची लहर यायची त्या दिवशी संध्याकाळपासून, आई रात्रीचं जेवायला हाक मारेपर्यंत मला पेन्सिलीचं टोचणं, गालावर थपडा, पाठीत गुद्दे हे सगळं सहन करावं लागायचं. एरवी संध्याकाळी नानीच्या अंगणात टुटुमामा, शराफमामा, फेलुमामा ह्यांच्याबरोबर चटईवर बसून शाळेतल्याप्रमाणे मोठ्यानं म्हणत अभ्यास करावा लागायचा. मोठ्यानं म्हटलं म्हणजे घरातल्या मोठ्या माणसांना ऐकू जायचं. एका कंदिलाच्या उजेडात दोघांनी डुलत डुलत वाचायचं. शराफमामा आणि मी मोठ्यानं कविता म्हणायचो. फेलुमामा तोपर्यंत 'मा', 'कलम', 'कलाय' इथपर्यंतच पोहोचला होता. 'प्रचंड वेगानं वादळ आलं. वाऱ्यानं घरावरचे पत्रे उडायला लागले. झाडं मुळासकट पडली. माणसं उडून पडायला लागली.' टुटुमामा वाचायचा आणि पोट धरधरून हसायचा. मग फेलुमामा

आणि शराफमामाही वेड्यासारखे हसायला लागायचे. वादळात घरावरचे पत्रे उडाले, माणसं पडली तर वाईट वाटण्याऐवजी ह्या सगळ्यांना हसू का येतंय, हे मला अजिबात समजायचं नाही. हसण्याचा आवाज ऐकून नानी घरातून ओरडायची, 'अभ्यास करताना हसायला काय झालं?' पण टुटुमामाचा हा नियमच होता. अभ्यासाला बसल्यावर एकदा तरी तो 'वादळा'चा धडा वाचायचाच. त्याशिवाय त्याला राहावयाचंच नाही. रात्री आठ वाजता आमचं जेवण व्हायचं. पाटावर बसून आम्ही जेवायचो. माशाचं कालवण असो की डाळ भात, जेवणानंतर आम्हाला थाळी भरून दूध प्यावं लागायचं. आई-बाबांच्याच कॉटवर यास्मीन झोपायची. मग मला तिथं जागाच नसायची. तेव्हा आजीच्या घरी तीन कॉट एकाला एक जोडून एक लांब बिछाना घातला जायचा. त्यावर नाना, नानी, शराफमामा आणि फेलुमामाबरोबर मलाही झोपावं लागायचं.

ठाकुरगाँहून आम्ही पुन्हा मयमनसिंहला आल्यावर नानांनी मला, शराफमामाला आणि फेलुमामाला 'राजबाडी स्कूल'मध्ये घातलं. नानांनी आमच्यासाठी तीन काळ्या छत्र्याही विकत आणल्या. त्या छत्र्यांवर पांढऱ्या रंगानं प्रत्येकाचं नाव घातलेलं होतं. सकाळी तूपसाखर घातलेला भात खाऊन आम्ही चालतच शाळेत जायचो. दुपारी शाळेत टिफिन मिळायचा. संध्याकाळी शाळेतून घरी परतल्यावर भात खाऊन घराला लागून असलेल्या पटांगणात आम्ही खेळायचो. त्यानंतर नळावर हातपाय, तोंड स्वच्छ धुवून कंदिलाच्या उजेडात अभ्यासाला बसायला लागायचं. माझं जीवन दोन अंगणांत विभागलं गेलं होतं. एक आमच्या घराचं अंगण आणि दुसरं नानीच्या घराचं अंगण. दोन्ही घरात माझी वह्या-पुस्तकं, कपडे पसरलेले असायचे. कधी ह्या घरात जेवायचं तर कधी त्या. त्या काळात शेजारी राहत असल्यासारखी, सुखं-दुःखं सारखी येत आणि जात. शाळेत जायला लागल्यावर माझ्या लक्षात आलं होतं की टिफिनच्या वेळेला मला इनॅमलची रंगीत थाळी मिळाली की मी दिवसभर खूष असते. फळा-फुलाची नक्षी असलेल्या काही थाळ्या होत्या आणि काही पांढऱ्या सफेद होत्या. दुपारच्या सुटीची घंटा झाली की वर्गातलंच कोणीतरी सगळ्यांसमोर थाळ्या ठेवत जायचं. मग दफ्तरी येऊन प्रत्येकाच्या थाळीत पदार्थ वाढायचा. कधी अंडं, केळं, रोटी असायची तर कधी खिचडी. पहिल्या बाकावर बसणारी पपी एक चांगली विद्यार्थिनी होती. ती नेहमीच नक्षी असलेली थाळी निवडून घ्यायची. तिची आई आणि मावशी शाळेत शिक्षिका होत्या. तिला जेवढं स्वातंत्र्य मिळायचं ते माझ्यासारख्या, मागच्या बाकावर मान खाली घालून बसणाऱ्या बावळट मुलीला मिळणं शक्यच नव्हतं. कधी तरी चुकून माझ्या वाट्याला नक्षीची थाळी यायची. मग मी खाणं सोडून नक्षीकडेच बघत राह्यची.

आमची आताची 'राजबाडी' शाळा पूर्वीच्या शशिकांत राजाच्या राजवाड्यात होती.

त्या राजवाड्यातून राजा, राणी, राजकन्या, राजपुत्र सगळे गेल्यावर, त्या मोठ्या वाड्यात टेबलं, खुर्च्या, बेंच मांडून शाळा सुरू झाली होती. राजवाड्याभोवती वडाची झाडं होती. वाड्यासमोर मीराबाईचा पांढराशुभ्र नग्न पुतळा होता. आतल्या बाजूला हंसाच्या डोळ्यांसारखं काळं पाणी असलेलं एक तळं होतं. तळ्याला पांढऱ्या दगडांनी घाट बांधलेला होता. वाड्याचा जिना बागेत दूरपर्यंत गेलेला होता. उंच पहारेकऱ्याची काठीही पोहोचणार नाही एवढे उंच दरवाजे होते. आणि छत? ते तर छत नव्हतंच, तर जणू आकाशच होतं. खिडक्यांच्या काचा रंगीबेरंगी होत्या. त्यावर सुंदर सुंदर चित्रं काढलेली होती. शाळेत शिरल्यावर वर्गात जाईपर्यंत मला आपण राजा आहोत असं वाटायचं. पण वर्गात शिरल्यावर एवढ्या सगळ्या मुलांमुलींत मी एकटीच, मूर्ख. फळ्याजवळ उभं राहून सगळ्यांसमोर सगळ्यांना ऐकू जाईल अशा आवाजात मला कविता कधीही म्हणता यायची नाही. घाबरून आणि लाजून मी मान खाली घालून उभी राह्यची. मी काहीतरी पुटपुटल्यासारखं म्हणायची. डोक्यावर डस्टर मारून मग मला मागच्या बाकावर बसवलं जायचं. शाळेत माझं नाव घेतलं जायचं नाही. नाव घेतलं जायचं परीप्रमाणे सुंदर दिसणाऱ्या पपीचं. चित्रकलेच्या वर्गात हत्ती, घोडा, नदी, नाव ह्यांचं चित्र काढताना माझा हात कापायचा. पपी कुठलंही चित्र काढो, तिला शंभरपैकी शंभर मार्क्स मिळायचे. शाळेतल्या सर्वांत खोडकर मुलाची– शराफची– मी भाची होते. एकदा संध्याकाळी शाळा सुटल्यावर शराफला आणि नसीमला हात मागे बांधून आणि डोळ्यांवर पट्टी बांधून खूप फोडून काढण्यात आलं होतं. कारण नसीमनं त्याच्या बाबांच्या खिशातले पैसे चोरले होते आणि शराफला दिले होते. शराफनं पैशाच्या बदल्यात नसीमला एक चुंबक दिला होता. त्या दोघांना जिन्यावर उभं करून वेताच्या छडीनं सपासप मारलं होतं. मी आणि फेलुमामा शाळेतल्या इतर मुलांमुलींबरोबर उभं राहून हे पाहत होतो. लाजेनं आमचे चेहरे पांढरेफटक पडले होते. आम्ही दोघंच घरी परत आलो होतो. शराफमामाला शाळेतच डांबून ठेवलं होतं. बेदम मार खाल्लेल्या शराफमामाला संध्याकाळी नानांनी घरी आणलं आणि घरातल्या खांबाला बांधून आणखी बदडलं.

शाळेतल्या मुली पुस्तकांच्या पानांत फर्नची पानं घालून ठेवत. त्या फर्नच्या पानाला 'विद्येचं पान' म्हणत. ही पानं पुस्तकांत ठेवली की चांगली विद्या येते म्हणे! मीही पुस्तकांच्या पानांत 'विद्येची पानं' ठेवली होती तरी फळ्यावर गणित सोडवायला सांगितल्यावर किंवा वर्गासमोर उभं राहून कविता म्हणताना माझी मान जमिनीकडे वळायची आणि कविताही डोक्यातून गळून पडायची.

आमादेर छोट नदी चले बांके बांके
बैशाख मासे तार हांटुजल थाके!
पार हये जाय गरु पार हय गाडि,

दुइ धार उंचु तार ढालु तार पाडि।
चिकचिक करे बालि कोथा नाइ कादा,
एकधारे काशबन फुले फुले सादा ।
किचिमिचि करे सेथा शालिकेर झांक,
राते उठे थेके थेके शेयालेर हांक ।
(आमची छोटी नदी वळत वळत जाते,
वैशाखात तिला गुडघाभर पाणी राहते ।
सहज पार होतात गुरं आणि गाडी,
दोन बाजू उंच, तीराला घसरगुंडी ।
कुठं नाही चिखल, वाळू चमचम करते,
किनाऱ्याचं काशवन पांढऱ्या रंगात फुलते ।
किलबिलाट करत नाचतात साळुंक्या थुईथुई
रात्री तिथं ऐकू येते मधून मधून कोल्हेकुई ।)

एवढी ओळखीची कविता! पण शब्द मला आठवायचेच नाहीत. मनात कोरलेलं असायचं चित्र. नदीचं आणि नदी पार करून जाणाऱ्या गुराख्यांचं. मनातल्या मनात मी म्हणायची, 'मला ह्या कवितेचं चित्र काढायला सांगितलं, तर किती बरं होईल!' मी मुखस्तंभासारखी उभी राहिलेली पाहून मास्तर माझा कान पिरगळायचे आणि मग सगळा वर्ग खो खो करून हसायचा. खेळाच्या तासाची घंटा होताच सगळे मिळून खेळायला जात. मला कोणीच खेळायला घेत नसे. राजवाड्याच्या जिन्याच्या एका कोपऱ्यात मी एकटीच बसून राह्यची. जणू काही शाळेतल्या सगळ्यांबरोबर माझी कट्टी होती. म्हणूनच कोणी माझ्याशी बोलायचं नाही, कोणी वळूनही पाह्यचं नाही.

मी माझ्याबरोबरच कट्टी घेई. –
आडि आडि आडि,
काल जाब बाडि
परशु जाब घर
कि करबि कर ।
(अढी अढी अढी,
उद्या जाईन वाडी ।
परवा जाईन घरा,
काय वाट्टेल ते करा।)

घरात एवढे लोक होते तरी त्यांच्यातही मी एकटीच पडायची. माझ्या मामांना इतर कोणी खेळायला मिळालं नाही तरच ते मला त्यांच्यात खेळायला घ्यायचे.

त्यांच्याबरोबर गोट्या, भोवरा, च्याडा असा कुठलाही खेळ खेळला तरी मी त्यांच्याशी बरोबरी करू शकत नसे. ते झाडावर चढायचे, पोहायला जायचे. मी मात्र खजुराच्या झाडाखाली उभी राहून त्यांचा आरडाओरडा ऐकायची. हल्ली दादा क्रिकेट खेळत नसे. त्याला आता फोटो काढण्याचा नाद लागला होता. एका मित्राचा कॅमेरा घेऊन, टेडी पॅन्ट आणि बूट घालून नदीतीरी, बागेत तो तऱ्हेतऱ्हेचे फोटो काढायचा. स्वत:च कागद कापून अल्बम तयार करायचा आणि त्यात ते फोटो चिकटवून ठेवायचा. दादाचा अल्बम दुरूनच पाहावा लागत असे. त्याला हात लावता येत नसे. सगळे आपापल्या छंदात गुंग. संध्याकाळी कपड्यात वाळू घेऊन कंदिलांच्या काचा पुसायच्या आणि कंदील पेटवून खोलीत ठेवून यायचं काम माझ्या वाट्याला आलं होतं. खरं म्हणजे मीच ते आवडीनं घेतलं होतं. कंदील हातात घेऊन चालायला लागलं की मला मी आईस्क्रीमवाला झाल्यासारखं वाटायचं. मग एका खोलीतून दुसऱ्या खोलीत जाता जाता मी ओरडून म्हणायची, 'ए मलई-आईस्क्रीम!'

सर्वांत आधी मला रुनूमावशी हाक मारायची, 'ए आइस्क्रीम, इकडे ये. हे घे पैसे. दोन पैशांचं आइस्क्रीम दे.'

असं कोणी बोलवलं की मला खूप खूप आनंद व्हायचा. मी कंदिलची वरची बाजू उघडून खोटं खोटं आइस्क्रीम काढून द्यायची आणि खोटेखोटे पैसे घ्यायची. हा माझा एकटीचा खेळ होता. ह्यात हारजीत नव्हती. माझ्या ह्या खेळाची फेलुमामा किंवा शराफमामा ह्या कोणालाही गंमत वाटायची नाही. उलट ते माझी चेष्टा करायचे, 'तू आपली छोटकूबरोबर खेळ बरं!' छोटूक तेव्हा अडीच वर्षांचा होता.

मी मोठी होतच होते. माझी बुद्धी वाढत नव्हती आणि ज्ञानही वाढत नव्हतं. कोणासमोर कविता म्हणायला गेलं की कविता माझ्या डोक्यातून जायची आणि मातीला मिळायची. शराफमामा आणि फेलुमामा आता 'चोर, चोर' खेळत नसत तर फुटबॉल खेळत, क्रिकेट खेळत. मी मात्र बोरीखाली छोटकूबरोबर 'चोर चोर'च खेळत होते. कागद गोल कापून कंदिलावर रोटीप्रमाणे भाजत होते, पाढे काढण्याऐवजी रंगीत पेन्सिलींनी चित्रं काढत होते. तट्ट्याची झोपडी, झोपडीमागे केळीचं झाड, केळीच्या झाडामागे आकाश, आकाशात पक्षी, पक्ष्यांच्या मागे लालभडक सूर्य, घराला लागून वाहणारी नदी, नदीत नाव, नावेत नावाडी आणि घडा खांद्यावर घेऊन पाणी आणायला जाणारी लाल साडीतली बाई.

रबी'अ-उल्-अव्वलच्या बारा तारखेला जन्मलेल्या मुलीला चित्रं कढण्याचं एवढं वेड का, हे फजलीमावशीला अजिबात समजत नसे. मी माणसाचं चित्र काढायला लागले की ती म्हणायची, 'पवित्र दिवशी जन्मलीस तर मग माणसाचं

चित्र का काढतेस? त्या चित्रातल्या माणसाला जिवंत करता येईल का तुला? त्याच्यात प्राण भरता येतील का?' माणसाचं चित्र काढल्यावर त्याच्यात प्राण भरण्याची गरज काय, हे मला मुळीच समजत नसे. मी गोंधळून फजलीमावशीच्या नाखूष चेहऱ्याकडे पाहत राह्यची.

निषिद्ध गोष्टी करण्यात मलाच नाही तर आईलाही उत्साह होता. बाबांच्या शर्टाच्या खिशात पुन्हा रजिया बेगमची पत्रं मिळाल्यावर आई वेड्यासारखंच करायला लागली होती. खाणं, पिणं, अंघोळ करणं सगळंच ती विसरून गेली होती. केसाला तेल लावायची नाही, तिचा पदर घसरून जमिनीवर लोळायचा तरी तिला भान नसायचं. ती स्वयंपाकही करायची नाही. सगळा संसार वाऱ्यावर सोडून देऊन ती दार लावून खोलीत बसून राह्यची. आईची अशी वाईट अवस्था पाहून सोहलीची मा एकदा आईकडे आली आणि आईला म्हणाली, 'सगळा दिवस घरात बसतेस आणि नवऱ्यासाठी झुरतेस. अशानं तुझं मरण ओढवेल. चल. मनाला दुसरीकडे गुंतव.' तिनं आईची वेणी घातली. आईला नीटनेटकी साडी नेसवली आणि ती आईला घेऊन 'अलका हॉल'ला सिनेमाला गेली. सुरुवातीला सोहलीच्या माबरोबर आई वरचेवर सिनेमाला जायला लागली. पण काही दिवसानंतर कोणाचीही सोबत न घेता ती एकटीच रिक्षा करून अलका हॉलला जायला लागली. गर्दीत उभं राहून तिकीट काढायची आणि शेंगदाणे खात खात सिनेमा बघायची. काळी कुरूप आई. कशीतरी साडी गुंडाळायची. पायात स्वस्तातल्या सॅन्डलस्. आईचं हल्ली साड्या, दागिने ह्यांच्यावर मन जातच नव्हतं. बाबांनी बायकोसाठी आणि दोन मुलींसाठी दागिने केले होते. पण ते आईच्या हातून मोरीत, चुलीपाशी, उशीखाली असे कुठंही विसरून राह्यचे. तिचं कशात लक्षच लागत नव्हतं. जी आई बाराव्या वर्षापासून बुरखा घालत आली होती, तीच आता बुरखा फेकून सिनेमा बघायला धावत होती. ती पायांत चुकून वेगवेगळ्या रंगाच्या चप्पल घालायची. तिचं लक्षच नसायचं. तिचं मन आता उत्तमकुमारमध्ये गुंतलं होतं. रात्ररात्र ती एकच स्वप्न पाह्यची– उत्तमकुमारनं तिच्या गळ्यात हार घातलाय. भावनेच्या भरात ती डोळे मिटून घ्यायची.

मी कधीच सिनेमाला गेले नव्हते. थंडीतल्या दुपारी पटांगणात जो बायोस्कोप पाहिला, तोच मी पाहिलेला पहिला सिनेमा. लाकडाच्या खोक्याला डोळे लावून चित्रं बघायची. चित्रं सारखी बदलायची आणि त्याचबरोबर बायोस्कोपवाला त्या चित्रांची संगतवार गोष्ट सांगायचा. बायोस्कोपचा विसर पडतोय न पडतोय तोच एक दिवस सर्व वस्तीत धामधूम उडाली, शहाबुद्दीनांच्या घराच्या पटांगणात पब्लिसिटीचा मूक चित्रपट दाखविणार म्हणून. वस्तीतील सर्व मुलंमुली संध्याकाळ होते ना होते तोच विटा घेऊन पटांगणात बसली. एका मोठ्या पडद्यावर सिनेमा दाखवला. त्यातील माणूस चालत होता, धावत होता, त्याचे ओठ हलत होते. मी आ वासून पाहत

होते. मला सिनेमाचा शेंडा बुडखा काहीच कळला नाही. सगळे मामा म्हणाले, 'ह्या लंबू मुलीच्या डोक्यात कांदेबटाटे भरलेत.'

खरंच होतं ते! माझ्या डोक्यात कांदेबटाटेच भरलेले असावेत. नाही तर त्या दिवशी घडलेली ती गोष्ट मी घरात सगळ्यांना सांगितली असती. पण मी कोणाला काहीही सांगू शकले नाही. तोंड मिटून राहिले. घरात एवढे लोक होते पण सर्वांच्या नकळत काही तरी घडलं होतं आणि ते कोणालाही कळलं नाही; कधीच कळलं नाही. तो दिवस होता सोळा ऑगस्ट एकोणीसशे सदुसष्ट. दोन दिवसांपूर्वीच पाकिस्तानचा स्वातंत्र्यदिन साजरा झाला होता. मी शाळेतून परत येऊन आईची वाट बघत होते. आई घरी परत आल्यावर मला खायला देणार होती. नानीच्या घरात नेहमीप्रमाणेच दुपारचा पुस्तक वाचण्याचा कार्यक्रम सुरू होता. कानामामू मोढ्यावर खांबाला टेकून बसले होते. नानी पडल्या पडल्या पान खात होती. झुनूमावशी अर्धवट झोपली होती. हाशिममामा खुर्चीत बसला होता आणि त्यानं समोरच्या खुर्चीवर पाय ठेवले होते. तो पंख्यानं वारा घेत होता आणि रुनूमावशी छातीखाली उशी घेऊन 'दस्यू बाहराम' वाचत होती. उन्हाळ्याच्या मोठ्या दिवसांत हे दृश्य नानीच्या घरात नेहमीच दिसायचं. दुपारचं जेवण झाल्यावर थोडीशी झोप आणि मग हा कार्यक्रम. रुनूमावशी वाचत होती आणि सगळे ऐकत होते. ऐकता ऐकता कोणी खिकऽ खिकऽ करून हसत होते, कोणी 'च्यक् च्यक्', म्हणून चुटपुटत होते तर कोणी म्हणत होते, 'धत्!' अशा वेळी लहान मुलांनी घरात शिरून गडबड केलेली चालत नसे. मी दारात उभी होते. घरात आई नव्हती. मी एकटीच. हाशिममामा म्हणाला, 'जा, पटांगणात जाऊन खेळ.'

मला खेळायला जायची अजिबात इच्छा नव्हती. मला भूक लागली होती आणि आई दुभत्याच्या जाळीच्या कपाटाला कुलूप लावून गेली होती. नानीच्या अंगणातून विहिरीला लागून असलेल्या नारळाच्या झाडाखालून मी आमच्या अंगणात आले. अगदी एकटीच आणि पायऱ्यांवर बसून राहिले, गालावर हात ठेवून, पाय पसरून. तेवढ्यात तिथं शराफमामा आला. तो कशाला आला कोण जाणे! त्याची विटी उडून आमच्या अंगणात पडली होती की क्रिकेट खेळताना बॉल उडून आला होता? का तो गोट्या विसरून गेला होता? माझ्यापेक्षा हातभर उंच होता शराफमाम. शराफमामाचे बदामी डोळे कधी झाडाच्या पानाकडे पाहत तर कधी घराच्या दाराकडे. कधी त्याची नजर अंगणात बसलेल्या काळ्या मांजराकडे जात होती तर कधी बैठकीतल्या रिकाम्या खुर्चीकडे. त्यानं बिन बाह्यांचा गंजी आणि हाफपॅन्ट घातली होती. त्यानं मला विचारलं, 'बडबू कुठंय?'

गालावरचा हात न काढता मी मान हलवून म्हटलं, 'नाही.'

'कुठं गेली?' त्याचा स्वर असा होता की कोणालाही वाटावं ह्याला आताच्या आता आईला भेटणं अतिशय गरजेचं आहे.

'तू इथं एकटी बसून काय करतेस?'

'काही नाही.' मी कोरडेपणानं म्हटलं.

'बडबू कधी येणार?' असं विचारत शराफमामानं माझ्या गालावरचा माझा हात दूर सारला. मग काही वेळ तो गप्प बसला. नंतर अगदी गोड आवाजात म्हणाला,

'गालावर हात ठेऊ नकोस. वाईट होतं.'

मला वाटलं की शराफमामाला सांगावं की मला खूप भूक लागलीय. काय खाऊ? आई जाळीच्या कपाटाला कुलूप लावून गेलीय. ह्यापैकी काही न बोलता, मी म्हटलं, 'आई कुठं गेली माहीत आहे?' मग त्याच्या जवळ सरकत विचारलं, 'कोणाला सांगणार नाहीस ना?'

'नाही सांगाणार. सांग आता.'

'खरंच?'

'खरंच!'

'विद्या?'

'विद्या!'

'अल्लाची कसम?'

'अगं, सांग ना! सांगितलं ना कोणाला सांगणार नाही म्हणून.' शराफमामा उतावीळ होऊन म्हणाला.

'आधी अल्लाची कसम घे.'

अल्लाची कसम घेतल्यावर ती मोडायची ताकद कोणातही नसते, असा माझा विश्वास होता.

शराफमामा गंभीरपणे म्हणाला, 'ठीक आहे. अल्लाची कसम.'

मी पुटपुटले, 'आई सिनेमाला गेलीय.'

हे ऐकून शराफमामाला अजिबात आश्चर्य वाटलं नाही. तो नुसताच 'ओ' म्हणाला. जणू काही गोष्ट फारशी गंभीर नव्हती; आई जणू परसाकडला गेली होती किंवा सोहेलीच्या 'मा'कडे. सिनेमा पाहण्याची आईला बंदी होती. 'सिनेमा पाहणं पाप आहे' असं नानांनीच आईला सांगितलं होतं आणि वरती धमकी दिली होती, 'पुन्हा जर घराबाहेर गेलीस, तर तुझी धडगत नाही.' तरीही नानांचं न ऐकता आई सिनेमाला गेली, ही रोमहर्षक घटना समजल्यावरसुद्धा शराफमामाला अजिबात भीती वाटली नाही. तो उलट म्हणाला, 'काल मीही एक सिनेमा पाहिला.'

मी चकित होऊन विचारलं, 'तू एकटा गेला होतास सिनेमाला?'

'हो!' शराफमामा डोळे मिचकावत म्हणाला.

'नानांना कळलं तर काय होईल?' मी भीत भीत विचारलं.

'ये. तुला एक गंमत दाखवतो.' असं म्हणून शराफमामा उठला आणि दादांच्या खोलीच्या दक्षिणेला घराच्या अगदी कोपऱ्यात असलेल्या काळ्या पत्र्याच्या खोलीकडे निघाला. मी त्याच्या मागे. त्या खोलीचं पुढचं दार बंद होतं. पण मागचं दारं युक्तीनं उघडता यायचं. घराची ही बाजू अगदी शांत होती. भीषण शांत. खोलीच्या मागच्या बाजूला एक जुना वाळलेला घेवड्याचा वेल, झुडपं आणि पालापाचोळा होता. मी सापाच्या भीतीनं कधी ह्या बाजूला फिरकायचीसुद्धा नाही. ह्या गचपणातच छोट्या दादाला एक पाणसाप दिसला होता. मी शराफमामाच्या मागून आले पण गचपणात पाय द्यायच्या आधी शराफमामाला म्हटलं, 'मामा, अरे, इथं साप आहेत.'

'हट्! घाबरू नकोस. तू खरंच बुद्दू आहेस. भित्री भागुबाई! ये. तुला गंमत दाखवतो. कोणालाच माहीत नाही अशी!' शराफमामानं गचपणात बेधडक पाय टाकला. सगळे साप बिळात झोपलेत ह्याची जणू त्याला खात्री होती.

'काय गंमत आहे? आधी सांग.' आत जायला मी बिचकत होते.

'आधी सांगितलं तर मजा जाईल.' शराफमामा म्हणाला.

दाराच्या फटीतून बोट घालून शराफमामानं दार उघडलं आणि तो खोलीत शिरला. एका ढांगेत गचपण ओलांडून मीही त्याच्या मागे गेले. मला त्या गंमतीची एवढी भुरळ पडली की काळीज हातावर घेऊन सापाचं गचपण पार करून आले. त्या पत्र्याच्या खोलीत शिरताच मेलेल्या उंदराचा कुजट वास आला. उंदरांचा खुडबुडाटही ऐकू आला. ह्या खोलीत एका बाजूला लाकूडफाटा रचून ठेवलेला होता आणि दुसऱ्या बाजूला होती लाकडी खाट. 'मला भीती वाटते' असं म्हटलं तर शराफमामा मला 'भित्री भागुबाई' म्हणून चिडवेल म्हणून भीती वाटत असूनसुद्धा मी तसं बोलले नाही. शराफमामा फार धीट होता. सगळ्या गावभर एकटा हिंडायचा. नदीच्या पलीकडेसुद्धा जायचा. त्याच्या धीटपणामुळे मी चकित झाले होते. माझी भीती लपवून मी कुतूहलानं विचारलं, 'नदीपलीकडे 'फटिंग टिंग' आहे का रे मामा?'

खाटेवर पाय हलवत तो बसला होता. म्हणाला, 'नाही.'

'मला एकदा घेऊन जाशील का?' मी काकुळतीनं विचारलं.

'तू घाबरणार नाहीस?' माझ्या पोटाला बोटानं टोचत तो म्हणाला.

'नाही.' भीती लपवत मी म्हणाले.

'तू घाबरट. घाबरशीलच.' माझ्या डोक्यावर चापट मारत तो म्हणाला.

'मी अजिबात घाबरणार नाही. आता मी मोठी झालेय. मी आता भीत नाही. गचपण ओलांडून आले मी. मी कशाला घाबरेन!' मला उगाचच विश्वास वाटत होता म्हणून म्हणाले.

'नाही. तू घाबरणारच.' शराफमामानं उघडा दरवाजा पायानं ढकलून बंद केला. शराफमामाच्या हाताला हात लावत म्हटलं, 'खरंच! शपथ! अल्लाची कसम! मी घाबरणार नाही.'

'जागा चांगली आहे. इथं कोणीच नाही. आपण इथं आहोत हे कोणालाही कळणार नाही.'

शराफमामाची ही पद्धतच होती. मधून मधून अचानक कुठंतरी लपून बसायचा. एकदा स्वयंपाकघराच्या मागे मला बोलावून नेऊन म्हणाला, 'एक मजेदार पदार्थ प्यायचाय?'

त्यानं खिशातून काडेपेटी काढली आणि विडी शिलगावली. सिगरेटप्रमाणे त्यानं दोन-तीन झुरके घेतले आणि धूर सोडत विडी माझ्या हातात देत तो म्हणाला, 'घे. पी.'

मीही झुरके घेऊन हवेत धूर सोडला.

मामा मला म्हणाला, 'कोणाला सांगू नकोस.'

खोकत खोकत मान हलवून मी 'नाही' म्हटलं.

शराफमामा असाच होता. तो घरातल्या कोणाचीच पर्वा करत नसे. त्याला जे करावंसं वाटायचं ते तो लपून छपून करायचा.

'नसीमच्या पैशांचं काय केलंस?' मला हे खूप दिवसांपासून जाणून घ्यायचं होतं. 'जमिनीखाली पुरून ठेवलेत.' माझ्याकडून वचन न घेताच त्यानं पटकन् सांगून टाकलं. ह्या एकांत ठिकाणी, नदी पाह्यला जायचं वचन शराफमामानं मला दिलंय; हे घरातल्या कोणालाही ठाऊक नव्हतं, जमिनीखाली पैसे पुरून ठेवल्याचं त्यानं फक्त मलाच सांगितलं होतं, आणखी कोणालाही नाही. मग मी 'डोक्यात कांदेबटाटे भरलेली लंबू मुलगी आहे' हे काही मला पटेना!

'कुठल्या जमिनीखाली? ह्या खोलीच्या?' मी हळू आवाजात विचारलं.

'हो. मोठं झाल्यावर त्या पैशांतून मी जहाज विकत घेणार आहे.' मामा म्हणाला.

'जहाज? मला बसवशील त्याच्यात?' माझं मन आनंदानं नाचत होतं. त्या वेळी मी पाहत होते नदी पार करून समुद्रात शिरणारं एक मोठं जहाज. मी जहाजातून पाण्याचा खेळ बघत होते. उन्हात रुपेरी पाणी चमकत होतं. असंच चित्र मी एका औषध कंपनीच्या कॅलेंडरवर पाहिलं होतं.

आताही शराफमामा डोळे मिचकावात होता. आता तर त्याच्या हातात विडी नव्हती, काडेपेटी नव्हती, खिशात चुंबक होता की नाही कोण जाणे! तो मला चुंबकाची गंमत दाखवायचा. तेव्हा चुंबक म्हणजे काय हे मला माहीत नव्हतं. 'ये. तुला जादू दाखवतो.' असं म्हणून तो एक लोखंडाचा सपाट तुकडा 'छू मंतर छू' म्हणून दरवाजाच्या कड्याला, ट्यूबवेलच्या दांड्याला, बादलीला, खिडकीच्या

सळ्यांना चिकटवून दाखवायचा. मी आ वासून त्याची जादू पाहत राह्यची. मीही कुठून तरी लोखंडाचा तुकडा उचलून आणून शराफमामासारखी 'छू मंतर छू' म्हणून जादू करायला बघायची. पण माझा तुकडा कुठंच चिकटायचा नाही. शराफमामा माझी गंमत पाहून हसायचा.

शराफमामा त्याचे बदामी डोळे मिचकावत होता. त्याच्या ओठावर हसू होतं. ह्या सगळ्याचा अर्थ मला कळत नव्हता. 'आता तुला गंमत दाखवतोच,' असं म्हणून एका झटक्यात त्यानं मला खाटेवर आडवं केलं. तेव्हा मी एक इलॅस्टीकची हाफपॅन्ट घातली होती. शराफमामानं ती खाली सरकवली. मला हे चमत्कारिक वाटलं. पॅन्ट दोन्ही हातांनी वर ओढत मी म्हणाले, 'गंमत दाखव. मला नंगू कशाला करतोस?'

शराफमामा हसायला लागला. तो धपकन् माझ्या अंगावर पडला. माझी पॅन्ट त्यानं खाली सरकवली आणि स्वत:च्या हाफपॅन्टची बटणं काढून त्याची नुनी माझ्या अंगावर दाबून धरली. माझ्या छातीवर वजन आल्यानं माझा श्वास अडकायला लागला. त्याला ढकलून द्यायचा निकराचा प्रयत्न करत मी म्हणाले, 'सरक, शराफमामा. हे काय करतोस तू? सरक. बाजूला हो.'

अंगातली सगळी शक्ती पणाला लावून त्याला ढकलण्याचा प्रयत्न केला. पण तो एक तसूभरही हालला नाही.

'गंमत पाह्यची होती ना? हीच ती गंमत.' शराफमामा हसला. मग त्यानं खालच्या ओठावर वरचे दात दाबून धरले.

'ह्याला काय म्हणतात माहीत आहे? चोदाचोदी! जगातले सगळे हे करतात. तुझे आई-बाप. माझे आई-बाप सगळे.'

शराफमामा जोरजोरात त्याची नुनी दाबत होता. मला घाण घाण वाटत होतं. लाजून मी दोन्ही हातांनी डोळे झाकून घेतले होते.

अचानक खोलीत उदरांनी खुडबुडाट केला. शराफमामा उडी मारून खाली उतरला. मी एका दमात पॅन्ट वर सरकवून तिथून बाहेर पडले. गचपण ओलांडताना आता सापाच्या भीतीनं मी बिचकले नाही. माझी छाती जोरजोरात धपापत होती. जणू शेकडो उंदीर धावत होते. शराफमामा मागून विचित्र आवाजात म्हणाला, 'कोणाला सांगू नकोस. नाही तर सत्यानाश!'

□

१) मादल – सांवताळ लोकांचे एक प्रकारचे ढोलके.

आई

मोहल्ल्यातील मुलांची मिरवणूक रस्त्यातून घोषणा देत चालली होती– 'लडकर लेंगे पाकिस्तान, वीर मुजाहिद नौजवान, न्योछावर कर देंगे अपनी जान, लाना होगा पाक कुरान.' 'इक्का-दुक्क्या'चा खेळ अर्धवट टाकून आई मिरवणूक बघायला धावली होती. मिरवणूक गेल्यानंतर आई उड्या मारत म्हणाली होती, 'लडकर लेंगे पाकिस्तान.' खरं तर तिला काहीही समजलं नव्हतं. अचानक एके दिवशी सकाळी उठल्या उठल्या तिला कळलं की भारतातून इंग्रज निघून गेलेत आणि पाकिस्तान नावाचा एक देश मुसलमानांना मिळाला आहे. मोहल्ल्यातील मुलं मिरवणुकीत नाचून नाचून म्हणत होती 'पाकिस्तान झिंदाबाद.' शाळांमधून पाकिस्तानचं जयगान शिकवलं जाऊ लागलं.

आईचं आयुष्य होतं तसंच पाकिस्तान झाल्यावरही राहिलं. मियाँभाई नसिराबाद मदरशात पूर्वीप्रमाणेच जात होता, आईला घरी येऊन कुराण शरीफ शिकवणारे सुलतान उस्तादजी पूर्वीप्रमाणेच येऊन शिकवत होते. काय बदल झालाय, ते तिला कळतंच नव्हतं. पूर्वीसारखेच मशिदीत जाऊन अब्बाजान पाच वेळा नमाज पढत होते. हे सगळं करायला कोणीच विरोध केला नव्हता. मग 'अल कुराण' नव्यानं आणण्यासाठी लोक एवढे चवताळले का होते? मध्यंतरी अमलाकडचे सर्व रडत रडत हिंदुस्तानात निघून गेले. ते निघून जायच्या दिवशी आई लिंबाखाली सुन्नपणे उभी होती. अमलाकडच्यांनी आपलं घरदार, जमीनजुमला कवडीमोलानं विकून टाकला होता. आईची आणि अमलाची मैत्री जमली होती. मैत्रीण सोडून गेल्यावर वाईट वाटणारच की! आईला खूप वाईट वाटलं होतं. आई काहीही परत आणू शकली नाही, कोणाचं जाणं परतवू शकली नाही. पाहता पाहता शाळा ओस पडली. हिंदू मुली शाळेत येईनाशा झाल्या. रिकाम्या पडलेल्या वर्गात दोन-चार मुसलमान मुली इतिहासाच्या पुस्तकात नव्यानं घातलेला धडा घोकताना दिसत, 'पाकिस्तान आमचा देश आहे. कायदे आझम महम्मद अली जिना आमचे राष्ट्रपिता आहेत.' कवितांचीही नवी पुस्तकं आली. सत्येंद्रनाथ दत्त, यतीन्द्रमोहन बागची ह्यांच्या

कवितांची जागा गुलाम मुश्तफा, बन्दे अली मियाँ ह्यांच्या कवितांनी घेतली. रवीन्द्रनाथांच्या जागी काझी नजरुल इस्माल. आई मात्र मधूनच पूर्वी पाठ केलेल्या कविता म्हण असे. अमलाच्या दिदीनं शिकवलेली कविता –

एकबार बिदाय दे ना घुरे आसि,
हासि हासि करब फांसि,
मागो, देखबे जगत्बासी ।
(आई, दे ना एकदा निरोप जाण्यासाठी.
हसत हसत जाईन फाशी
पाहत राहतील जगत्वासी ।)

अमला निघून गेल्यावरही आई हे गाणं म्हणायची. जीवनाचं रहाटगाडगं पहिल्यासारखंच हसत रडत सुरूच होतं. पूर्वीसारखीच शेवाळ बाजूला सारून ती तळ्यात पोहत होती. पूर्वीसारखंच, पाटावर बसून माशाचं कालवण भात खात होती. देश बदलला तरी माणूस बदलतो थोडाच! आता इंग्रजांऐवजी रस्त्यावर काबुलीवाले दिसू लागले. आई त्यांना 'परदेशी'च म्हणायची. आईच्या एकाकी जगात तिच्या बाहुल्या पूर्वीसारख्याच झोपून राहत. मात्र आईच्या बाहुल्याबरोबर लग्न झालेली अमलाची बाहुली खूप खूप उदास वाटायची. आईच्या मनसागरातही एक हळुवार दु:ख नकळत तरंगत होतं.

बाहुल्यांशी खेळण्याच्या वयातच आईचं लग्न झालं. रथयात्रेच्या जत्रेला जाण्यासाठी आणि खेळण्यांसाठी आई बाबांजवळ हट्ट करायची. पण स्वत:च एका मुलाची आई झाल्यावर तिच्या खेळण्यांचा शौक संपला. ज्या वर्षी तिला मुलगा झाला त्याच वर्षी, म्हणजे १९५२ मध्ये, बंगाली भाषा राष्ट्रभाषा व्हावी म्हणून ज्यांनी मोर्चा काढला, त्यांच्यावर उर्दूभाषकांनी गोळीबार केला. तेव्हा 'मुसलमानांना जर मुसलमानांनाच मारायचं होतं, तर मुसलमानांचा वेगळा देश करण्याची गरजच काय होती?' असा प्रश्न आईला पडला.

त्या वेळी तरुण सहा–सूत्री मागण्यांसाठी मोर्चे काढत होते. ज्या रस्त्यावरून पूर्वी 'लडकर लेंगे पाकिस्तान'ची मिरवणूक गेली होती त्याच रस्त्यावरून आता 'आयुबशाहीचा धिक्कार असो', 'आयुब मोनेम भाऊ भाऊ, एकाच सुळावर फाशी देऊ' अशा घोषणा देत मोर्चे निघत होते. आईला आश्चर्य वाटत होतं. अंधाऱ्या गल्लीतल्या खलशा माशांनी भरलेल्या तळ्याजवळ राहत असतानाच, बघता बघता मिरवणुकीचं स्वरूप एकदम पालटलं होतं.

मनुमियाँच्या दुकानातून सामान आणायला जाता येता माझी नजर हमखास एका किडकिडीत, उंच मुलाकडे जात असे. बोरीच्या झाडाखाली एका छोट्याशा

पत्र्याच्या खोलीत तो राहत होता. मोहल्ल्यातल्या सगळ्या बोरीच्या झाडांपेक्षा ह्या बोरीची बोरं फार गोड होती. त्याच्या पत्र्याच्या खोलीमागे त्याचं मोठं घर होतं. तिथं त्याची आई आणि भावंडं राह्यची. त्या काळी मुलगा जाणता झाल्यावर त्याला घराबाहेरची खोली द्यायचीच पद्धत होती. दादा आणि छोटा दादा ह्यांच्यासाठीही अशीच खोली दिली होती. छोट्या दादानं एके दिवशी मला सांगितलं की हा किडकिडीत मुलगा खोकनचा मोठा भाऊ आहे. त्याचं नाव मिन्टू. खोकन छोट्या दादाचा जानी दोस्त होता. त्यांची मैत्री एवढी गाढ होती की ते एकाच वेळी, एकाच मुलीच्या प्रेमात पडले होते. मला मिन्टू एकलकोंडा वाटायचा. तलम शर्ट आणि निळी लुंगी नेसून तो गल्लीतून एकटाच ये-जा करताना दिसायचा. कधी कधी खिन्नपणे खोलीच्या दारात उभा राहून शीळ घालत असायचा. झाडावरच्या पिकलेल्या बोरांकडे पाहून माझ्या तोंडाला पाणी सुटत असे. तिथून जाताना थोडा वेळ थांबून मी वर पाहत असे. जमिनीवर पडलेली बोरं उचलायची अनावर इच्छा होत असे. पण न जाणो मिन्टूनं पाहिलं तर! तो माझा कान पिरगळेल ह्या भीतीनं मी मोह आवरत असे आणि सरळ घरी येत असे. मोहल्ल्यातील पोरं मला पाहिलं की 'कुठं चाललीस? जरा गाडी घोडा बघून चाल.' असं काहीबाही बोलत. पण मिन्टू माझ्याकडे फक्त पाहत असे. एकही शब्द बोलत नसे. तो स्वभावानं लाजकूर होता. तो ह्या मोहल्ल्यात राहत असूनही, इथल्या मुलांसारखा वाटायचा नाही. जणू तो दुसऱ्या एखाद्या देशातला, एखाद्या अनोळखी शहरातला, वेगळ्या कोणत्या तरी मोहल्ल्यातील होता. इथल्या इतर मुलांशी त्याचा मेळ बसत नव्हता. सुनसान दुपारी जणू एकटाच स्वत:शी बोलत बसायचा. चांदण्या रात्री उघड्या अंगानं रातराणी खाली झोपायचा. एकटाच.

एकूणसत्तरमध्ये मला 'राजबाडी स्कूल'मधून 'विद्यामयी स्कूल'मध्ये घातलं. 'विद्यामयी स्कूल' शहराच्या मध्यभागी होतं. त्याच्या उजव्या हाताला नदीचा तीर होता तर डाव्या हाताला नवा बाजार. माझ्या पहिल्या शाळेपेक्षा ही शाळा घरापासून दूर होती. घरापासून शाळेपर्यंत रिक्षाला चार आणे लागायचे. जायला चार आणे, यायला चार आणे. बाबा आईला मोजून आठ आणे द्यायचे. आई दहा वाजेपर्यंत ते पैसे पदरात बांधून ठेवायची. माझी शाळा साडेदहाला भरायची. शाळेत जाता-येता वाटायचं सगळं शहर जणू रस्त्यावर तोंडघशी पडलंय. लाथाबुक्क्या खाऊन शहराचा चेहरा जणू ओबडधोबड झालाय. रस्त्यावर दगड-विटा, झाडाच्या फांद्या पडलेल्या असायच्या. कोपऱ्या-कोपऱ्यांवर पोलिसांच्या गाड्या उभ्या असायच्या. छोटा दादा नेहमीच शाळेला दांडी मारून मिरवणुकीला जायचा. मलाही त्याच्यासारखं मिरवणुकीला जावंसं वाटायचं. तो रात्री खूप उशिरा घरी यायचा. तो घरी येईपर्यंत बाबा अंगणात येरझारा मारत असायचे. आई कंदील घेऊन बैठकीच्या दरवाजात उभी

असे. छोट्या दादाला मिरवणुकीला जायला बंदी केली होती. पण तो दादासारखा आई-बाबांचं ऐकणारा मुलगा नव्हता. दादाला धमकावून घरात बसवता यायचं. पण छोट्या दादाला अडकवून ठेवणं महाकठीण! जरा संधी मिळाली की पळाला!

तो चोवीस जानेवारीचा दिवस होता. सकाळपासूनच मिरवणुकीचा धुमाकूळ ऐकू येत होता. कावळ्यांनी आकाश काळं करून टाकलं होतं. त्यांची कर्कश काव काव सुरू होती. एवढे कावळे का उडताहेत? माणसं मिरवणुकीच्या दिशेनं का पळताहेत? आई स्वयंपाकघरात पाटावर बसली होती. तिची साडी चुरगळलेली होती. केस मोकळे होते. हाताला मसाला लागलेला होता, कांद्याचा वास येत होता. अशा अवतारातच अनवाणी ती गल्ली ओलांडून रेल्वेलाइनच्या केबिनच्या उलट्या दिशेला मुख्य रस्त्यावर असलेल्या मुकुलच्या घराकडे धावत सुटली. मुकुलच्या घराच्या उघड्या व्हरांड्यातून लोक पळताना दिसत होते. ते जिल्हा स्कूलच्या वसतिगृहाला बाजूला टाकून, ठंडाच्या बाबाचं जिलबीचं दुकान ओलांडून रेल्वेलाइनच्या दिशेनं पळत होते. माझ्या आईनं, मुकुलच्या आईनं, शाहजहानच्या मानं आणि शफीकच्या मानं धावत जाणाऱ्या मोहल्ल्यातल्या मुलांना थांबवलं. व्हरांड्यात पायाला, हाताला किंवा खांद्याला गोळी लागलेले सोळा सतरा वर्षांचे फारुख, रफीक, चंदन गोळा व्हायला लागले. घरातून पाण्याच्या बादल्या, डेटॉल आणि कापूस आणून सगळ्या आयांनी मुलांच्या जखमा धुवून पुसून नेसलेल्या साड्या फाडून बँडेज बांधली. कोणा कोणाला रिक्षा करून सरळ हॉस्पिटलमध्ये पाठवून दिलं.

दुपारच्या सुमाराला बाबा घरी परतले. कोणाशीही एक शब्द न बोलता ते मिन्टूच्या घरात शिरले. बाबांच्या मागे आई आणि आईच्या मागे मी. माझ्या मागे मोहल्ल्यातले आणखीही लोक आले. बाबांनी मिन्टूच्या आईकडे आणि त्याच्या रिकाम्या खोलीकडे विषण्णपणे पाहिलं.

'काय झालं? मिन्टूला काही झालं का?' मिन्टूच्या आईनं बाबांचा हात धरला आणि हंबरडा फोडला. 'मिन्टू मिरवणुकीत सर्वांच्या पुढे होता. त्याला पोलिसांनी गोळी घातली म्हणून त्याला लोकांनी हॉस्पिटलमध्ये नेलंय' ही बातमी तिला आधीच कळली होती. बाबा मधून मधून सुस्कारा टाकत होते. पण काही बोलले नाहीत. आम्ही त्यांच्याच घरात उभे होतो. मिन्टूच्या बहिणीच्या– मनूच्या– रडण्यानं संबंध मोहल्ल्यातल्या आया मुकुलच्या घरातून आता मिन्टूच्या घरी आल्या होत्या आणि रडून रडून बेशुद्ध पडलेल्या मिन्टूच्या आईच्या डोक्यावर पाणी मारत होत्या.

'ए ईदुन आपा, माझ्या भावाला ज्यांनी मारलं त्यांचा मी खून करणार!' मनू पुन्हा पुन्हा आईला सांगत होती. ती घराबाहेर धावायला पाहत होती. आईनं तिला घट्ट पकडून ठेवलं होतं. मनू त्या खुन्यांना कसं मारणार होती? त्यांच्या हातांत

बंदुका होत्या. हातात काही नसताना त्यांच्याशी लढणं शक्य होतं का?'

मोहल्ल्यातील लोक मिन्टूच्या घरापाशी जमले होते आणि आपापसात चर्चा करत होते. मिरवणूक गुरांच्या दवाखान्यावरून जात असतानाच कोणालाच काही न सांगता सवरता,कोणाला समजायच्या आधीच गोळीबार सुरू झाला. मुलं उलट्या दिशेला पळाली. फक्त मिन्टूच पळू शकला नाही. आता मिन्टूच्या घरात आणखीनच गर्दी झाली होती. खोकन, बच्चू, हुमायून हे मिन्टूचे भाऊ लोकांना रेटून घरात शिरले. मिन्टूलाही आणलं. पांढऱ्या कपड्यात गुंडाळून.

मी बोरीखाली उभी राहून पाहत होते. मिन्टूला डोक्यापासून पायापर्यंत झाकलं होतं. शांत, लाजकूर मुलगा. सकाळी उदासपणे दरवाजात उभा होता. आईनं नाश्त्याला हाक मारली तेव्हा आईला म्हणाला, 'जरा बाहेर जाऊन येतो.' आईनं मुलाचा नाश्ता स्वयंपाकघरात झाकून ठेवला. मिन्टू घरी परत आला पण नाश्ता तसाच पडून राहिला.

बोरीखाली बोरांचा सडा पडला होता. मोहल्ल्यातली सर्वांत गोड बोरं! पण त्या दिवशी मला एकही बोर उचलावंसं वाटलं नाही. त्या दिवशी कोणी कान पिरगळेल म्हणून भीती वाटण्याचं कारण नव्हतं. तरीही इच्छा झाली नाही. मी आईकडे पाहिलं. ती मिन्टूच्या आईच्या डोक्यावरून हात फिरवत म्हणत होती, "रडू नका बरं! मिन्टूच्या रक्ताची शपथ घेतलीय आहे पोरांनी. ती म्हणताहेत, 'आम्ही ह्याचा सूड घेऊच.' दिवस फिरतील. नका रडू." मिन्टूचं प्रेत पाहून त्याचे नातेवाईकच नव्हेत, तर मोहल्ल्यातील इतर लोकही रडले होते. हा किडकिडीत मुलगा लोकांचा इतका आवडता आहे, हे मला माहीत नव्हतं.

छोटा दादा अगदी गप्प बसून होता. मिरवणुकीत तो मिन्टूच्या उजव्या बाजूला उभा होता. गोळी त्याच्या उजव्या हाताला घासून मिन्टूच्या छातीत घुसली होती. गोळी छोट्या दादालाही लागली असती. त्या दिवशी छोट्या दादावरही मिन्टूसारखी पाळी आली असती.

त्या दिवशी अकुयाच्या कब्रस्तानात मिन्टूला दफन केलं. मोहल्ल्यातल्या लोकांना, ह्या आधी, इतकं दुःख झालेलं मी पाहिलं नव्हतं. संध्याकाळी मुलं पटांगणात खेळायलासुद्धा गेली नाहीत. मोठी माणसं गल्लीच्या तोंडाशी जमून अगदी खालच्या आवाजात बोलत होती. जणू पुऱ्या मोहल्ल्याला त्या दिवशी खाण्यापिण्याची आणि अगदी झोपण्याचीही इच्छा नव्हती.

काही दिवसानंतर मिन्टूच्या घरी शेख मुजीब आले. त्यांना पाह्यला किती गर्दी उसळली होती! छोटा दादा म्हणाला, 'च्यक्! च्यक्! त्या दिवशी मिन्टूच्याऐवजी मला गोळी लागली असती तर आमच्याही घरी लोकांनी गर्दी केली असती, आमच्याही घरी शेख मुजीब आले असते!'

पोलिसांची गोळी मिन्टूऐवजी छोट्या दादाला लागली असती तर छोटा दादा खूप खूष झाला असता! मरण आलं नाही म्हणून इतका पश्चाताप झाल्याचं मी ह्या पूर्वी कधीच कोणाला पाहिलं नव्हतं!

शेख मुजीबना पाह्यला मीही गेले होते. हजारो लोकांच्या गर्दीत मुजीबना पाहणं काही सोपं नव्हतं! प्रथम मी चवड्यावर उभं राहून पाहिलं, मग विटेवर वीट ठेऊन उभी राहिले, त्यानंतर भिंतीवर चढले आणि सर्वांत शेवटी जिवाची पर्वा न करता उंच भिंतीवर चढले. शेवटी मुजीब बघायला मिळाले. ते उंच होते. त्यांनी काळा कोट घातला होता, चष्माही लावला होता. आमच्या मोहल्ल्यातल्या शहाबुद्दीनसारखेच ते दिसत होते. पण शहाबुद्दींना पाह्यला इतके लोक कधीच जमत नाहीत! जणू काही शेख मुजीब इथल्या माणसांप्रमाणे नव्हते, ते सप्तआकाश पार करून इथं उतरले होते. शेख मुजीबनी मिन्टूच्या आईच्या डोक्यावरून हात फिरवला. त्या दिवशीही बोरीखाली गोडगोड बोरांचा सडा पडला होता पण त्या दिवशीही ती वेचायची मला इच्छा झाली नाही.

माणूस फार दिवस दुःख करत बसत नाही. ही माणसाची रीतच आहे. महिना होण्याच्या आधीच प्रत्येकाचे दैनंदिन व्यवहार सुरू झाले. मुलं पटांगणावर जाऊन खेळायला लागली, पुरुष पिशव्या भरभरून बाजार करून आणायला लागले, घराघरातल्या बायका चुली फुंकायला लागल्या. मीसुद्धा संध्याकाळ होताच, चटई हंथरून, कंदिलाच्या उजेडात डुलत डुलत घोकायला लागले, 'आमची छोटी नदी वळत वळत जाते, वैशाखात तिला गुडघाभर पाणी राहते!'

पण जेव्हा कब्रस्तानावरून जावं लागायचं– कारण माझ्या शाळेचा रस्ता, मनुमियाँच्या दुकानाचा किंवा ठंडाच्या बापाच्या दुकानाचा रस्ता कब्रस्तानावरूनच जात होता– तेव्हा आईनं सांगितल्याप्रमाणे मी दोन्ही हातांच्या मुठी आवळून मान खाली घालून मुकाट्यानं जात असे. आईनं सांगितलं नव्हतं तरी कोणाच्या झाडावर फूल उमललेलं दिसलं की मी ते तोडून मिन्टूच्या कबरीवर ठेवून यायची. मिन्टूला त्या फुलाचा वास येतो, असं मला वाटायचं.

कमकुवत पाकिस्तानही एक दिवस फुटेल, असंच आईला वाटायचं. लोकांच्या बोलण्यातही फरक पडला होता. लोक मुख्य रस्त्याच्या कोपऱ्यावर उभं राहून आयुबखानच्या घरादाराला शिव्या देत असत. पूर्व पाकिस्तानच्या स्वायत्ततेच्या मागणीसाठी लोक रस्त्यावर येतच होते. पाकिस्तान सरकार वरचेवर देशात कर्फ्यू पुकारत असे. मग बाहेर पडण्यास बंदी. ब्लॅकआऊटचीही घोषणा व्हायची मग घरात काळोख करून बसावं लागायचं. सगळे शासनकर्ते एकाच माळेचे मणी, अशी आईची समजूत होती. अत्याचार करण्यात पश्चिम पाकिस्तान इंग्रजांपेक्षा कमी

नव्हता. भारतातील संपत्ती जहाजं भरभरून इंग्रज जशी आपल्या देशात गुपचूपपणे घेऊन जात, तशीच पूर्वेची संपत्ती पश्चिमेकडे पोहोचत होती. आईचा पाकिस्तानशी काय संबंध होता! देशाचे अजून तुकडे झाले काय, तो कावळ्यांनी खाल्ला काय आणि घारीनं नेला काय, आईचं काहीच जात नव्हतं! आपल्या मुलांनी मिरवणुकीत गोळ्या खाऊन मरावं, असं तिला वाटत नव्हतं एवढंच! मुलंबाळं सोडून तिचं होतंच काय? त्यांना घेऊन राहण्यापुरती जमीन तिला मिळाली, तरी तिला पुरे होती! शिकली असती तर तिला, कसलीही का असेना, नोकरी मिळाली असती. मग आपल्या बेपर्वा नवऱ्यापासून तिला मुक्ती मिळाली असती किंवा तिनं त्याला मुक्त केलं असतं. एकदा छोट्या दादाला घेऊन रेल्वेनं ती ढाक्याला गेली होती नोकरी शोधण्यासाठी. जणू काही ढाक्याच्या हवेत नोकऱ्याच नोकऱ्या उडत होत्या, हात लांब केला की सहज एखादी हाताशी येणार होती! ढाक्यातील एका हॉस्पिटलमध्ये नर्सची नोकरी मागण्यासाठी ती गेली तेव्हा तेथील वरिष्ठ अधिकाऱ्यांनी तिला सांगितलं की नर्स पटकन् होता येत नाही. त्यासाठी आणखी शिक्षण हवं. शिवाय नर्सिंगचा कोर्स पूर्ण केल्याचं सर्टिफिकेट हवं. आई परत आल्यावर बाबांनी टोमणा मारला, 'काहींना सुखसुद्धा बोचतं, असं म्हणतातच ना!'

छोट्या दादाला नजरेआड करायला तिला भीती वाटायची. एखाद्या दिवशी छोट्या दादालाही मिन्टूसारखीच गोळी लागली तर ! मोठ्या मुश्किलीनं अंगावरचं दूध तोडलेल्या ह्या मुलाची तिला फार काळजी वाटायची. छोटा दादा पाच-सहा वर्षांचा झाला तरी अंगावर पीत असे. नानीनं आईला सांगितलं, 'कडुनिंबाचा पाला वाटून लाव छातीला, म्हणजे सुटेल त्याचं पिणं.' आईनं तेच केलं. कडू चवीमुळे दूध पिण्याची इच्छाच जायची. छोटा दादा बोलायलाही उशिराच लागला. दोन वर्षांचा होऊन गेला तरी त्याला 'बाबा' म्हणता येत नसे. बा आ बा आ असं काहीतरी म्हणायचा. सहावीत प्रवेश घेते वेळी शाळेच्या हेडमास्तरांनी छोट्या दादाला एकच प्रश्न विचारला, 'पुरस्कार' शब्द कसा लिहायचा ते फोड करून सांग.' छोट्या दादाची पुस पास पास, पास पास पुस, स्पु स्पा करता करता दमछाक झाली आणि त्यानं प्रयत्नच सोडून दिले. हेडमास्तरांशी बाबांची ओळख होती म्हणूनच त्याला सहावीत प्रवेश मिळाला. त्याला हाताला लावायचं घड्याळ आणि कंपास बॉक्स विकत घेऊन दिली बाबांनी. 'तुला चांगले मार्क मिळाले तर सायकल घेऊन देईन' बाबांनी त्याला सांगितलं. त्यानं तीन दिवसांतच घड्याळ हरवून टाकलं. कंपासचा उपयोग घरच्या लोकांच्या दातांत अडकलेले मांसांचे तुकडे काढण्यासाठी होत असे. दादाचं पाहून एक दिवस मला शिकवण्याची छोट्या दादालाही इच्छा झाली. पुस्तक उघडून म्हणाला,

'हं! म्हण,

पिंडा पिंडा किती अंडी?

एक, दोन, तीन अंडी!'

हे ऐकून दादा बघतच राहिला. कपाळाला आठ्या घालून तो म्हणाला, 'ए, असं काय म्हणतोस? पिंडा पिंडा काय? पिंपडा[१] पिंपडा असं आहे ते.'

छोटा दादा चांगला मोठा झाला तरी आईला तो लहानच वाटायचा. तो अगदी साधा सरळ होईल की काय, अशी तिला शंका वाटायची. पण शांत, नम्र झाला तो दादा. त्याला कोणी बोललं, त्याच्यावर अन्याय झाला तरी त्याच्या तोंडून शब्द फुटायचा नाही. छोटा दादा त्याच्या अगदी विरुद्ध. 'तो शिस्त पाळत नाही' म्हणून शाळेतून तक्रार यायची. 'काय रे, शिस्त पाळत नाहीस म्हणून ऐकलंय!' छोट्या दादाचा कान पकडून त्याला फरपटत घरात आणत आणि त्याच्या डोळ्यांत रोखून पाहत बाबांनी विचारलं.

'पाळतो की!' छोटा दादा रागानं धुसफुसला.

'मग तुझे सर काय खोटं बोलतात?'

'हो!' छोटा दादा जोरात म्हणाला.

त्याच्या गालावर एक थप्पड ठेवून देत बाबांनी विचारलं, 'शाळेतला रेडिओ फोडलास ना?'

छोटा दादा रागानं फणकारून म्हणाला, 'मी रेडिओ ऐकत होतो. तेवढ्यात एक मुलगा आला आणि माझ्याकडून रेडिओ हिसकावून घ्यायला लागला. त्यामुळे तो फुटला.'

'वा! वा! काय कारण आहे! माझ्या मुलाचं हे अजब कारण ऐकून त्याला डोक्यावर घेऊन नाचावंसं वाटतंय! मुलांनी शिकून सवरून मोठं व्हावं म्हणून मी रात्रंदिवस खपतोय! पण ह्यांना जर मवालीच व्हायचं असेल तर एवढे कष्ट कशाला करायचे?' छोट्या दादाच्या मानगुटीला धरून त्याला अभ्यासाच्या टेबलाजवळ ढकलत बाबा पुढे म्हणाले, 'आईच्या लाडानं पार बिघडून गेलाय!'

आमच्या घरी मार खाल्ल्यावर एक सुंदर बक्षिस वाट पाहत असायचं. छोट्या दादानं बाबांच्या हातचा मार खाल्ल्याच्या दुसऱ्या दिवशी आईनं बाबांकडून पैसे घेऊन छोट्या दादाला बॅट-बॉल विकत आणून दिला. त्या बॅटनं बॉल टोलवण्याऐवजी तो त्या बॅटनं खुर्च्या टेबलं बडवायचा. त्यातच त्याला आनंद मिळायचा. तो मिरवणुकीला जातो हे कळल्यावर आईनं बाबांकडे, त्याला गिटार आणून देण्यासाठी, लकडा लावला होता. छोट्या दादाचं मन गाण्याबजावण्यात रमलं म्हणजे मग मीटिंग, मिरवणुकीतून त्याचं मन उडेल, अशी तिला आशा होती. बाबांनी हवाईन गिटार आणायला पैसे दिले. गिटार आणल्यावर आईनं गिटारीला पिवळ्या रंगाची खोळ शिवली. छोटा दादा आईचा लाडका आहे हे दादाच्या लक्षात आल्यावाचून

राहिलं नाही. तो आईला म्हणाला, 'मलाही एक व्हायोलिन आणून द्यायला सांग ना बाबांना!' आई वैतागून म्हणाली, 'तूच सांग ना! तुला बोलता येत नाही का?'

दादा नाराज झाला. बाबांजवळ व्हायोलिन मागायचं धाडस त्याच्याजवळ नव्हतं. बिचारा घरातच चूप बसून राहिला आणि स्वत:च्या गाण्याला टेबलावर बोटांनी ताल द्यायला लागला. दादाला एकच गाणं यायचं. तेही वयाच्या चवथ्या वर्षी शिकलेलं, 'एकबार बिदाय दे मा, घुरे आसि!' छोटा दादा सा रे ग म शिकून गिटारीवर चालू सिनेमाच्या धून वाजवू लागला. दर महिन्याला गिटारीच्या मास्तरांच्या फीसाठी आई बाबांपुढे हात पसरायची आणि बाबा दरवेळी पैसे हातावर ठेवताना सांगायचे, 'त्याच्या अभ्यासाकडे लक्ष आहे ना? का गाण्याबजावण्यातच त्याचं आयुष्य जाणार आहे? त्यांना इंग्लिश, गणित आणि सायन्स ह्या तीन विषयांसाठी खाजगी शिकवण्या लावल्यात. तो शिकवण्यांना जातो की नाही हे पाहतेस ना? रात्री किती वाजेपर्यंत अभ्यास करतो? सुलेखाकडची मुलं रात्री दहापर्यंत जागी असतात, अभ्यास करत.'

बाबा गिटार शिकवणाऱ्या मास्तरांची फी टेबलावर, कॉटवर किंवा कधी कधी तर जमिनीवरही फेकून जात. पण इतर शिकवणीच्या मास्तरांची फी स्वत: त्यांच्या घरी जाऊन देऊन येत.

आई बाबांना नीट समजू शकत नव्हती. तिच्या मते एवढ्या अडनिड्या स्वभावाचा माणूस जगात दुसरा कोणी नसेल. आपल्याच संसारासाठी ते कष्ट उपसताहेत, मुलांच्या भल्यासाठी सर्वस्वाचा त्याग करताहेत, असंही तिला वाटायचं पण लगेच दुसऱ्याच क्षणी वाटायचं की ह्या घरातल्या कोणाबद्दलच त्यांना माया ममता नाही, लोकांनी नावं ठेवू नयेत म्हणून ते संसाराचा गाडा रेटताहेत, खरं तर आपलं जीवन त्यांनी रजिया बेगमच्या हाती सोपवलंय.

बाबा जेव्हा अमानुद्दौलाला मदारीनगरहून आमच्या घरी घेऊन आले तेव्हा त्यांनी गोणपाटाच्या पिशवीतून एकाऐवजी दोन शेर बकऱ्याचं मटण आणलं. चेंबरमधून लवकर घरी आले आणि आईला म्हणाले, 'भरपूर कांदा घालून भुना गोश्त कर. पांढऱ्या भोपळ्याची घेवडा घालून भाजी कर आणि पातळ वरणाऐवजी डाळ चच्चडी कर.' मग आईच्या मनात आलं की सगळे कष्ट उपसणं चाललंय ते मदारीनगरच्या माणसांसाठी.

त्या दिवशी बाबांनी दोन्ही दादांना हाक मारली आणि विचारलं, 'तुमचा अभ्यास कसा चाललाय? शिकवणीला नीट जाता नं?'

दादाची मान नेहमीच खाली असे. अंगठ्यानं जमीन घासता घासता म्हणाला, 'हो. जातो.'

'खेळतोस जास्त की अभ्यास जास्त करतोस?'

बाबांना पाहिजे असलेलं उत्तर दिलं दादानं, 'अभ्यास.'

'जो शिकतो तो काय करतो?'

'गाडीतून, घोड्यावरून फिरतो.' दादानं जमिनीकडे पाहतच उत्तर दिलं.

'आणि तू रे?' बाबांनी आपली नजर छोट्या दादाकडे वळवली.

'गा.... गाडीतून घोड्यावरून फिरतो.'

हे ऐकून मला म्हणावंसं वाटलं, 'बाबा तर इतके शिकलेत. पण ते गाडीतून फिरत नाहीत आणि घोड्यावरूनही. ते तर रिक्षातून फिरतात.'

पण मी काहीच बोलले नाही. तो माझा स्वभावच आहे. मनातलं मनातच ठेवलं.

'हं! आपल्याकडे एक नवं माणूस आलंय. त्याचं नाव अमानुद्दौला. तो तुमचा कोण? काका. कोण तुमचा?'

'काका' छोटा दादा घरातल्या खांबाला टेकून म्हणाला.

'काका. ठीक.' बाबांनी छोट्या दादाला पुढे ओढून उभं केलं आणि म्हणाले, 'असं उभं राह्यचं. ताठ.'

'ए, तू ये इकडे.' त्यांनी मला बोलावलं, 'तू तुझ्या काकाला पाहिलंस का? माझ्या भावाला?'

'हो. पाहिलं.' मी मान हलवून म्हटलं.

'ठीक आहे. आता सगळे अभ्यासाला बसा. स्वयंपाक झाला की आपण जेवू या. काकाबरोबर. काका आपला आहे बरं का! मी काय म्हणतोय समजलं ना?'

दादा आज्ञाधारक विद्यार्थ्याप्रमाणे म्हणाला, 'हो. समजलं.'

अमानकाकासाठी बाबांनी सरपणाची खोली स्वच्छ करून तिथं टेबल, खुर्ची, आणि कॉट आणून टाकली. काकाला एका कॉलेजातही घातलं आणि घरात जाहीर करून टाकलं की आजपासून तो ह्याच घरात राहील आणि त्याचा सर्व खर्च बाबाच करतील.'

'आपलीही मुलंबाळं आहेत. एवढा खर्च तुम्हाला कसा झेपणार?' बाबांचा सर्व बेत ऐकून आई म्हणाली.

'झेपलाच पाहिजे. तो माझा सख्खा भाऊ आहे. मी त्याला सोडून तर देऊ शकत नाही. आणि तो इथं राहिला तर तुझाही फायदा होईल. तो बाजार करेल. सामानसुमान आणेल.'

'नोमान आणि कमालही मोठे झालेत आता. ते आणू शकतात सामानसुमान.' आई थंडपणे म्हणाली.

दुसऱ्याच दिवशी बाबांनी आईसाठी एक कॉटनची प्रिन्टेड साडी आणली. साडी आणल्याच्या दिवशी आईनं कात टाकून पान खाल्लं. तिचे ओठ लालभडक झाले.

मग नवीन साडी नेसून ती बाबांना खेटून कॉटवर बसली आणि म्हणाली, 'ह्या साडीचा पोत किती चांगला आहे.'

आईला साडी कशी दिसते ह्याबद्दल काहीही न बोलता बाबांनी जरा जास्तच काळजीच्या सुरात विचारलं, 'अमानचं जेवण झालं का?'

आईच्या मनाला हे फार लागलं. अमानकाकाची आईनं नीट काळजी घ्यावी म्हणूनच बाबांना हा प्रेमाचा उमाळा आला होता तर! नोकरांनी कामं नीटनेटकी करावीत, त्यांनी प्रामाणिक राहावं म्हणून त्यांना मालक मधून मधून काही ना काही देतात आणि खूष ठेवतात. तसाच हा प्रकार होता. स्वत:च्या संसारात आईला मोलकरणीइतकीच किंमत होती तर! आईला कशानं बरं वाटतं, काय केलं तर वाईट वाटतं ह्याचा विचार बाबांनी कधीच केला नाही. अमानकाका इथं राहिल्यानंतरच्या सात-एक दिवसांतली गोष्ट. आई बाबांना म्हणाली, 'सुलेखाचं लग्न आहे. आपल्याला दोघांना जेवायला बोलावलंय. आपण जाऊ या.'

बाबांनी स्वच्छ नकार दिला.

आई जेव्हा फारच मागे लागली तेव्हा वैतागून ते म्हणाले, 'पैसे देतो. पाहिजे तो आहेर आण आणि तू एकटीच जा.'

अशा एका विक्षिप्त माणसाबरोबर आई जगत होती. लोकांना वाटायचं डॉक्टरच्या बायकोच्या आयुष्यात सुखच सुख आहे. पण बाबांच्या शरीराला येणाऱ्या परक्या बाईच्या वासानं तिचं सर्व सुखच हिरावून घेतलं होतं. सगळी लाजलज्जा सोडून आपलं शरीर बाबांसमोर ती उघडं करायची तेव्हा बाबा पाठ फिरवून झोपून जायचे, हे तिच्याशिवाय कोणालाच ठाऊक नव्हतं. ती रात्रीच्या रात्री तळमळूनच काढत होती.

छोट्या दादाला बरोबर घेऊन आई सुलेखाच्या लग्नाचं जेवून आली. एवढ्या गर्दीतही तिला एकाकी वाटत होतं. रात्री बाबा गाणं गुणगुणतच घरात शिरले. पानानं त्यांचं तोंड रंगलं होतं. टेबलावर वाढून ठेवलेल्या ताटाला ते शिवलेसुद्धा नाहीत. 'कुठल्या रांडेकडे जेवून आलात तेव्हा घरच्या जेवणाची गोडी उरली नाही?' आईनं खोचकपणे विचारलं.

बाबा हसून म्हणाले, 'एका पेशन्टकडे मेजवानी होती.'

'पुरुष पेशन्ट की बाई पेशन्ट?' बिछान्यावर जळफळत आईनं विचारलं.

'पेशन्ट हा पेशन्टच असतो. त्यात स्त्री-पुरुष असा फरक काय करायचा!' बाबा जरा रागानंच म्हणाले.

'तुमची चलाखी मला कळते बरं! रजिया बेगम तुमची पेशन्टच आहे ना! आहे ना? तिच्या बिछान्यातूनच तर मी तुम्हाला आणलं होतं. नव्हतं आणलं? मी गरीब भोळी म्हणून तुम्ही मनाला येईल तसं वागता.' आईनं उसासा टाकला.

आईच्या शेजारी उताणे पसरत बाबा म्हणाले, 'मनासारखं वागता आलं असतं

तर काय पाहिजे होतं! पण ते जमतंय कुठं?'

सकाळी छोटा दादा गिटारीवर गाणं वाजवत होता.

'तुमि कि देखछ कभु, जीबनेर पराजय,
दुखेर दहने करुण रोदन तिले तिले तार क्षय ।
(तुम्ही पाहिला आहे का कधी जीवनाचा पराजय?
दुःखाच्या आगीत, करुण रुदन, तीळ तीळ त्याचा क्षय ।)

गाणं ऐकून बाबांनी बिछान्यातून उडीच मारली. छोट्या दादाच्या गिटारीतून निघणाऱ्या सुरात त्यांनी आपला सूर मिसळला.

'प्रतिदिन कत खबर आसे जे कागजेर पाता भरे
जीबन पातार अनेक खबर रये जाय अगोचरे।'
('रोज एवढ्या बातम्या येतात पानं भरभरून
आयुष्यातील कितीतरी जातात मागे राहून')

आई रोटी आणि उकडलेलं अंडं थाळीत घेऊन खोलीत आली तेव्हा बाबांना गाताना पाहून चकितच झाली. बाबांनी आईला आणखी एक धक्का दिला. ते आईला म्हणाले, 'कमाल गिटार चांगलीच वाजवायला लागलाय. ह्या गाण्यात तर माझ्या मनातल्या भावना व्यक्त झाल्यात. ऐकलंस ना?'

त्याच दिवशी सकाळी ऑफिसला जाण्याआधी बाबांनी छोट्या दादाला हाक मारून विचारलं, 'कोणाकडे शिकतोस तू गिटार? महिना संपत आलाय. मास्तरांची फी द्यायची असेल ना? किती पैसे द्यायचे?'

लगेच त्यांनी पैशाच्या पाकिटातून पैसे काढून छोट्या दादाच्या हातावर ठेवले. छोट्या दादाचा चेहरा आनंदानं फुलला. बाबा त्याला म्हणाले, 'हे बघ, मन लावून अभ्यास केला नाहीस तर गाण्याबजावण्यावर चालणार नाही. फक्त गाण्यावर तुझं पोट भरणार आहे थोडंच? सकाळी ब्रेन ताजातवाना असतो. तेव्हा अभ्यास कर. एक रुटीन ठरव. जेवणाच्या वेळी जेवण, अभ्यासाच्या वेळी अभ्यास आणि गाण्याच्या वेळी गाणं.

कुठल्या तरी एका अगदी आडगावातील गुराखी पोर शहरातल्या मोठ्या हॉस्पिटलचा सरकारी डॉक्टर झाला. जीवनात एवढं यश मिळवूनही बाबांना पराजयाचं, दुःखाचं गाणं आवडलं, आपलंसं वाटलं. का? आईला कारण समजेना. आई ह्या कशाचाच मेळ घालू शकत नव्हती. कधी तिला वाटायचं हा माणूस म्हणजे दगड आहे दगड तर कधी वाटायचं हा लोण्यासारख्या मऊ मातीतून घडलाय.

त्या रात्री बाबा घरी परतल्यावर आईनं निऱ्या करून साडी नेसली. पान खाऊन ओठ रंगवले, बाबा जेवायला बसल्यावर पंख्यानं त्यांना वारा घालता घालता ती मला म्हणाली, 'जा. नानीकडे जाऊन झोप. जा.'

नानीकडे जायचं म्हणताच मी नाचायला लागायची, हे आईला ठाऊक होतं.

पण नानीकडे जा सांगूनही मी पळाले नाही तेव्हा तिला आश्चर्यच वाटलं.

'जा. नानीकडे जाऊन झोप.' आईनं पुन्हा सांगितलं.

मी जोरानं मान हलवून म्हटलं, 'नाही.'

आईनं आश्चर्यानं माझ्याकडे पाहिलं. 'का ग? नाही जाणार तू?'

मी ठामपणे नकार दिला.

'काय झालं? कोणी मारलं का? टुटु, शराफ, फेलु? कोणी?'

कॉटची कड नखानं खरवडत मी म्हटलं, 'नाही.'

'मग जात का नाहीस?'

आई मला दाराकडे ढकलायला लागली. मी दाराची फळी घट्ट धरून ठेवली. समोर अंगणात काळोख.

आई म्हणाली, 'हिला सांभाळणं कठीणच आहे. अजिबात ऐकत नाही. घरात बस म्हटलं तर बाहेर खेळायला जाणार. सगळा दिवस खेळण्यात जातो. खेळताना कोणी मारलं तर मुसमुसत राहते. अंगावर अजिबात मांस नाही. चिमणीसारखं खाणं. लहानपणी तिघं तिघं हातपाय धरायचे तेव्हा दूध प्यायची. दूध पित नाही, अंडं खात नाही. दिवसेंदिवस हट्टी होत चाललीय. सांगते, नानींकडे झोपायला जा. तर जात नाही. परवा परवापर्यंत तर खुषीत उड्या मारत जात होती.'

मी दारात घट्ट उभी होते. पाऊलभरसुद्धा सरकले नाही.

आई माझ्याजवळ आली आणि पाठीवरून हात फिरवत गोड आवाजात म्हणाली,

'जा. मामा तुला गोष्ट सांगतील. जा. रिबिन घेऊन जा. रुनू तुझे केस बांधून देईल.'

मी जागची हलले नाही. मग बाबाच म्हणाले, 'तिच्या मनात नसेल तर राहू दे.'

'फार हट्टी आहे.' आई म्हणाली.

मी विक्षिप्त होत चाललेय, असं आईला वाटायचं. घरी कोणी पाहुणे आले की मी आईच्या मागे जाऊन लपायची. एवढी भीती, एवढी लाज आणि एवढा संकोच माझ्यात कुठून आलाय हे आईला समजायचंच नाही. माझ्या तोंडातून शब्द फुटत नसे. बोलता बोलता चाचरायची. पण दुसऱ्याचं बोलणं ऐकताना मात्र माझे कान टवकारलेले असत. अनेकांकडून अनेक गोष्टी ऐकायची. पण मला काही शब्द जुळवून गोष्ट सांगता यायची नाही. वाचतानासुद्धा तसंच. एव्हाना मी 'बेडूक राजकुमार', 'आजीची झोळी', 'सोन्याची काठी रुप्याची काठी' अशा कितीतरी लोककथांची पुस्तकं वाचून काढली होती. मी वाचायची नाही, अधाशासारखी गिळायची. मी अबोल होते. मनातलं फारसं बोलायची नाही. म्हणूनच नानीकडे मी झोपायला का गेले नाही, मामाजवळ झोपून गोष्ट

ऐकण्याची आवडती गोष्ट मी का टाळली, ह्या सगळ्याचं कारण काय, ते मी तोंड उघडून सांगितलं नाही. कोणी रागावलं तर मी गोंधळून पाहत राह्यची. कान पिळणं, मार, थपडा हे दिवसभर चालायचं पण माझ्या तोंडातून शब्द फुटायचा नाही. मी मनमोकळं रडायचीसुद्धा नाही. रबी'अ-उल्- अव्वल महिन्याच्या बारा तारखेचा माझा जन्म. शर्मिला हिंदू म्हणून मी तिच्याकडे काही खाल्लं नव्हतं, मी हिंदू मुलीप्रमाणे कपाळावर कुंकू लावून घेत नव्हते. मी सगळ्यांपेक्षा वेगळी, इमानदार व्हावं, असंच तिला वाटत असणार. पण अरबी शिकताना मला फारसा आनंद वाटायचा नाही. कायदा सीपारा[२] टाकून मी परीकथेचं पुस्तक उचलायची, चित्रं काढायची, धावत रेल्वेलाइनकडे जायची, पटांगणात खेळायची. हाच माझा नाद होता. 'माणसाच्या चित्रात प्राण घालता येत असेल तरच माणसाचं चित्र काढ. नुसतं माणसाचं चित्र काढू नकोस. माणसाचं चित्र काढलं तर पाप लागतं' असं मला किती वेळा बजावण्यात आलं होतं, तरी माणसाचं चित्र काढायचा माझा उत्साह काही कमी झाला नाही.

फजलीमावशीच्या सासरहून आई एक कागद घेऊन आली. त्या कागदावर हजरत मुहमदांच्या लाल रंगाच्या पादत्राणावर अल्लाचं आयत[३] लिहिलेलं होतं. आई त्याला 'नाल शरीफ' म्हणायची. तो कागद एका ताईतामध्ये घालून आईनं माझ्या गळ्यात बांधला. त्यानं उगाच वाटणारी भीती जाते म्हणे!

□

१) पिंपडा – मुंगी.
२) कायदा सीपारा – कुराणातील नियमांचा अध्याय.
३) आयत – वचन.

साप

'माणसाचं चित्र काढणं पाप आहे' हे समजल्यावरसुद्धा, का कोण जाणे, मला माणसाचंच चित्र काढायला आवडायचं.

मी चित्र काढतेय हे पाहताच आई सांगायची, 'झाडाचं चित्र काढ. पानंफुलं काढ. त्यात काही गैर नाही. पण माणसाच्या चित्रात प्राण ओतता येत नाही, म्हणून माणसाचं चित्र काढू नकोस. अल्ला सोडून कोणीही माणसात प्राण ओतू शकत नाही.'

त्या दिवशी, कसं कोण जाणे, माझ्या तोंडातून निघून गेलं, 'झाड काढायला सांगतेस. पण झाडालाही प्राण असतो.'

आई ओठावर ओठ दाबून गोंडा गुंफता गुंफता म्हणाली, 'जे सांगते ते कर. तोंड वर करून बोलू नकोस.'

आई सांगते म्हणून आईच्या मनाप्रमाणे करायला हवं. म्हणजे आईनं मला गू खायला सांगितला तर मी गू खाल्ला पाहिजे. असंच की नाही? चित्र काढल्यावर त्यात प्राण ओतलेच पाहिजेत हे काय बोलणं झालं! आईचं आपलं काहीतरीच! आईच्या अंगात माझ्यापेक्षा जास्त जोर आहे किंवा ती आई आहे, म्हणून असं काहीही सांगते! मला माणसाचं चित्र काढण्यास मना केलं असलं तरी मी माणसाचं चित्र काढलंच. पण ते माणसाचं चित्र काढायचं म्हणून नाही. खरं तर मी नाव काढली. नाव निर्जीव आहे, म्हणून तिचं चित्र काढायला कोणाचीही हरकत असण्याचं काहीही कारण नव्हतं. पण मी नावेत नावाडी दाखवला हा माझा गुन्हा झाला. नाव नावाड्याशिवाय नदी पार करून जाणार कशी? म्हणून नावेत नावाडी काढल्याशिवाय मला राहवलं नाही. आजोळी आलेल्या पाहुण्यांनी माझ्या चित्राला नावं ठेवल्यावर आईनं त्याच संध्याकाळी माझ्या रंगीत पेन्सिली आणि ड्रॉईंग पेपर काढून घेतला आणि मला सांगितलं, 'आता चित्र काढणं पुरे. अभ्यास कर.' मी भोकाड पसरून रडणारी मुलगी नव्हते. त्यामुळे नुसती उदास होऊन बसून राहिले. आई खिडकीपाशी झोपली होती. ती ब्लाऊजची बटणं काढून डाव्या हातानं

घामोळ्या फोडत होती आणि उजव्या हातानं पंख्याचा वारा घेत होती. माझ्या हातातून कागद पेन्सिल काढून घेणं म्हणजे आईच्या दृष्टीनं अंगणातला कचरा उकिरड्यावर फेकण्यासारखी क्षुल्लक गोष्ट होती.

'मोठ्यानं वाच. काय वाचतेस ते ऐकू येत नाही.' आईच्या दटावणीनं मी भानावर आले. पण गळा दाटून आल्यामुळे मोठ्यानं वाचणं मला शक्यच नव्हतं. त्याच रात्री माझ्या केसांवरून हात फिरवत आई प्रेमानं म्हणाली, 'चल बेटा, माझ्याबरोबर नमाज पढ.'

आईच्या एवढ्याशा प्रेमाच्या स्पर्शानं माझा राग कुठल्या कुठं पळून गेला. आईचं असंच होतं. ओरडायची, मारायची आणि पुन्हा जवळ घेऊन लाड करायची. सकाळी दादाला छडीनं फोडून काढायची आणि दुपारी मारामुळे लाल झालेल्या पाठीला सरसूचं तेल चोळून द्यायची.

आई म्हणाली, 'तू नमाज पढलीस तर अल्लाला तू आवडशील. मग तू जे काय मागशील ते तो तुला देईल.'

मी जे काय मागेन ते सगळं मला अल्ला देणार असेल तर ह्याहून मजा कोणती? मी नमाजाच्या वेळी आईसारखं सगळं केलं आणि मग मुनाजातासाठी[१] हातांची ओंजळ वर केली. मागणं मागितलं, पण मनातल्या मनात. कारण अल्ला मनातल्या मनात बोललेल्या गोष्टीही ऐकतो. 'मला पोडाबाडीचे दोन चमचम दे.' असं मागणं मी अल्लाजवळ मागितलं. मग डोळे उघडून पाहिलं तर कुठंही चमचम दिसत नव्हते. नमाज पढायच्या वेळी अंथरलेल्या चटईखालीही शोधलं. पण काही मिळालं नाही. अगदी रडवेली होऊन मी आईला म्हटलं, 'मी अल्लाजवळ मागितलेलं मला काही मिळालं नाही.'

'मनापासून मागितलं नसशील म्हणून मिळालं नाही.' आईनं उत्तर दिलं.

त्यानंतर साधारणपणे रात्रीच्या वेळी आईबरोबर नमाज पढताना मी अगदी मनापासून निरनिराळ्या गोष्टी मागत असे– किल्लीची गाडी, मुक्तागाछाचा मंडा, बरणीभरून गोट्या, फुग्याची पिपाणी. पण ह्यांतलं काहीही मिळालं नाही. ह्यापेक्षा अधिक मनापासून कसं मागायचं हे काही मला समजेना. मी स्वत:ला खूप पापी समजायची. मला शराफमामानं एका बाजूच्या खोलीत नागडं केलं होतं तेही माझंच पाप असेल का? त्या पापामुळेच अल्ला माझा तिरस्कार करत होता का? तसंच असेल. मला फार फार वाईट वाटलं. अशा स्थितीतच आई जेव्हा मला नानीकडे झोपायला पाठवायला लागली तेव्हा मला अजिबात जावंसं वाटलं नाही. मामांजवळ झोपायला मला भीती वाटायला लागली. पण आईला हे काहीच माहीत नव्हतं. मला नागडं केल्यानंतर काही दिवसांनी मामानं चुंबकाची जादू दाखवण्यासाठी मला तळ्याकाठी बोलावलं होतं. पण मी गेले नाही. माझ्या डोक्यावर चापट मारून

शराफमामा निघून गेला. टुटुमामा खोलीचं दार लावून रोज संध्याकाळी सिराजुद्दौलाचा अभिनय करायचा. घरातील सर्व मुलं टुटुमामाचं नाटक बघून टाळ्या पिटत. पण मी एकदा डोकावून पाहिलं तर खोलीत अंधार. अंधार पाहून मी तिथं कधी गेलेच नाही. अंधार असलेल्या खोलीत मला जावंसंच वाटायचं नाही. चांदण्या रात्री कानूमामा हरणाची शिकार करताना ते आंधळे कसे झाले ते सांगत किंवा अमीरहमजा, सोहराब रुस्तुमसारख्या गोष्टी सांगत. घरातील सर्व मोढ्यावर बसून किंवा चटईवर पडून त्या गोष्टी ऐकत. मी मात्र अशा वेळी आईला चिकटून बसायची. मी एवढी खेटायची की आई म्हणायची, 'जरा सरकून बस ग! उकडतंय!' तरी मी दूर सरकायची नाही. मग आईच सरकून बसायची. आई दूर सरकली की मला भीती वाटायची. वाटायचं आता कोणीतरी माझी हाफपॅन्ट खेचणार.

आई मला घरात एकटीला ठेवून सिनेमाला निघाली की मी म्हणायची, 'जाऊ नकोस ना. मला भीती वाटते.'

'घरात एवढी माणसं असताना भीती कसली?' आई दटावयाची.

आई मला नानीकडे सोडून सिनेमाला जायची. नानीचा मुक्काम नेहमीच स्वयंपाकघरात असे. मी तोंड वाकडं करून स्वयंपाकघराच्या उंबऱ्यात बसून राह्यची. एखाद्या कुत्र्याला हाकलावं तसं नानी माझ्यावर खेकसायची, 'चल. जा बघू इथून. कामाच्या वेळी माझं डोकं खाऊ नकोस.'

ऊन शेवटच्या पायरीवर पोहोचलं की आई परत यायची. मी उन्हाकडे बघत राह्यची आणि मनातल्या मनात उन्हाला म्हणायची, 'तू लवकर खालच्या पायरीपर्यंत ये.'

पण ऊन खालच्या पायरीपर्यंत पोहोचायला इतका वेळ लावायचं की काही विचारू नका!

अंगणात लूत लागलेलं कुत्रं फिरायचं. काळी मांजर असायची. झाडांवर कावळे, डोंबकावळे काव काव करत असायचे. दारावर फेरीवाले यायचे. 'पाट्या वरवंट्याला टाकी लावायची का?' जुने कपडे किंवा जुन्या चपला, बूट घेऊन कटकटी[२] देणारा कटकटीवाला यायचा. बांगड्या, रिबिनीवाला यायचा. काचेच्या गुळगुळीत पेटीत बांगड्या, रिबिनी असत. पेटीला काचेचंच झाकण असे. झुनूमावशी लिंबाखाली बसून बांगड्या आणि रिबिन पाह्यची, कानातले डूल पाह्यची. डोक्यावर रंगीबेरंगी बांगड्यांनी भरलेली टोपली घेऊन कासार येत. 'बुड्ढीके बाल'वाला यायचा. गुलाबी मिठाई तोंडात टाकली की विरघळून जायची. अस्वल घेऊन अस्वलवाला यायचा. अस्वलाचा खेळ दाखवायचा. मदारी यायचा. माकडाचा खेळ दाखवायचा. अंगात लाल रंगाचा कुडता आणि डोक्यावर उंच टोपर[३] घालून चणाचोरवाला यायचा. त्याच्या हातात घुंगरांची काठी असे. ती नाचवून तो गाणं म्हणायचा, 'ए,

चणाचोर गरररम!' त्याचा आवाज ऐकताच रुनूमावशी आणि झुनूमावशी घरातून धावत येत आणि चणाचोर घेत. शेंगदाणेवाला यायचा आणि झालमुडीवालाही यायचा. 'ए, झालमुडी!' संध्याकाळ होताच झालमुडी आणि शेंगदाणे घेण्यासाठी मामां-मावशांची गडबड उडायची. शराफमामाच्या हातात गरमगरम शेंगदाण्यांची पुडी असे तर फेलुमामाच्या हातात आइस्क्रीम. ते पाहून माझ्या तोंडाला पाणी सुटायचं. मी विहीरीच्या बांधावर एकटीच, अगतिकपणे पहात उभी असायची. अगदी एकटी. तेवढ्यात अचानक टोपली डोक्यावर घेऊन गारुडी यायचा. मामांना सापाचा खेळ बघायचा असे. गारुडी टोपली घेऊन अंगणात बसायचा. त्याच्याभोवती मामा, मावशा जमायचे. आजी उभी राह्यची स्वयंपाकघराच्या दारात. टोपलीतून काळा, पिवळा साप, दहाचा आकडा असलेला नाग आणि अजगरही बाहेर यायचं. अजगर अंगणात वेडंवाकडं सरपटायचं. इतका भयंकर, घाणेरडा प्राणी मी ह्यापूर्वी कधीही पाहिला नव्हता. मी विहिरीच्या बांधावरून उठायची आणि पळत पळत फुलबहारीजवळ जायची. ती स्वयंपाकघराच्या दारात बसून विडी ओढत असायची. 'फुलबहारी, मला भीती वाटते.' मी म्हणायची.

फुलबहारीच्या काळ्या चेहऱ्यावर प्रेमळ हसू पसरायचं. ती म्हणायची, 'भिण्यासारखं काय आहे? त्या सापांना विष नाही. त्यांचे विषाचे दात पाडून टाकलेत.' तरीही मला भीती वाटायचीच. गारुडी निघून गेला तरी माझी भीती जायची नाही. अंगणात, पटांगणात पाय टाकायलाही भीती वाटायची. वाटायचं एखादा साप फणा उभारून अचानक उभा राहील. रात्री झोपल्यावरसुद्धा वाटायचं की साप वेटोळं करून कॉटखाली झोपलाय, हळूहळू बिछान्यावर चढून येतोय, उशीखाली आणि नंतर अंगावर. रात्री स्वप्नातही मी पाह्यची की रेल्वेलाईनच्या कडेला किंवा मोठ्या रस्त्याच्या मध्ये वा एखाद्या तळ्याकाठी अथवा एखाद्या झाडाच्या खाली किंवा एखाद्या बंद खोलीत असं कुठंतरी, नक्की सांगता येत नाही, मी अगदी एकटी आहे आणि माझ्या चहूबाजूला शेकडो साप फणा उभारून उभे आहेत. सगळीकडे भीषण शांतता आहे आणि फक्त सापांचे फूत्कारच ऐकू येताहेत. मी 'आई', 'आई' म्हणून जोरजोरानं किंकाळतेय पण आईही कुठं दिसत नाही. त्या सापांच्या राज्यात अंग आक्रसून घेता घेता आणि आतल्या आत धडपड करता करता माझी झोपमोड व्हायची. तेव्हा माझ्या छातीचे ठोके मला स्पष्ट ऐकू यायचे.

सापाला आणि माणसाला भिऊन मी अंग चोरून बसत होते आणि आई मला नानीकडे मामांच्याबरोबर झोपायला पाठवत होती. शराफमामानं मला नागडं करून आपली नुनी माझ्या अंगावर दाबली होती हे मी आईला सांगितलं नव्हतं. जणू काही माझे ओठ एका अदृश्य धाग्यानं शिवले होते.

माझ्या गळ्यात नाल शरीफ होता. तरी माझी भीती जात नव्हती.

नानीकडून अडीच काठ्या जमिनीवरील घर भाड्यानं घेतल्यावर आमच्या स्वयंपाकघरात टेबल, खुर्च्या आल्या. मी त्यावर साहेबासारखं बसून तीन वेळा मजेत खात असे. बाबांना साहेबी वागणं आवडू लागलं होतं. ते बूट घालून टॉक टॉक करत चालत. पायजमा आणि जाकीट घालून हर्क्युलस सायकलवरून फिरणारे नाजूक शरीरयष्टीचे बाबा झपाट्यानं बदलत होते. ते पॅन्ट-शर्ट घालू लागले, टाय बांधू लागले, अधून मधून कोटही घालू लागले. 'साहेब बाबा' पाटावर किंवा चटईवर बसून कसे जेवणार? बैठकीत बाबांनी वेताचा सोफा आणला होता. घराची शान वाढली होती. ह्यापुढे नानीचं घर फिकं वाटायचं. तिच्याकडेही रहू, कतलाच शिजत होता पण जेवणं होत चटईवर बसून. फक्त जेवणासाठीच नाही तर अभ्यासासाठीसुद्धा टेबल-खुर्च्या आल्या होत्या. पण तरीसुद्धा मामांबरोबर एकाच चटईवर बसून, एकाच कंदिलाच्या उजेडात, वाकून अभ्यास करायची परंपरा संपता संपत नव्हती.

मी एकटीच कॉटवर पडले होते. माझी नजर खिडकीवर होती. अचानक आरडाओरडा ऐकून मी धावतच नानीच्या अंगणात गेले. तेव्हा फेलुमामानं सांगितलं की झुनूमावशीच्या कानातल्या डुलांची चोरी झालीय. कोणी घेतले काही समजत नाही. सगळेच एकमेकांकडे संशयानं पाहत होते. झुनूमावशी मला खेचून खोलीत घेऊन गेली आणि म्हणाली, 'घेतले असशील तर देऊन टाक. मी तू घेतले होतेस हे कोणालाही सांगणार नाही.'

मी मान हलवून नकार दिला. पण झुनूमावशीनं माझ्यावर संशय घेतल्यानं मला भीती वाटायला लागली. जणू मीच तिचे डूल चोरले असं वाटू लागलं. जणू काही मीच ते जमिनीखाली कुठंतरी पुरून ठेवले होते. झुनूमावशी असं म्हटल्यावर नानीच्या घरातलं कोणीही माझ्याकडे पाहू लागलं की माझ्या छातीत धडधडत असे. ह्या नंतर सगळ्यांना मंतरलेले तांदूळ खावे लागणार असं कळलं. हे तांदूळ खाताच ज्यानं चोरी केली असेल त्याला रक्ताची उलटी होऊन तो पकडला जाणार होता. अकुया मशिदीचे इमाम खतीबुद्दीन आले आणि त्यांनी तांदूळ मंतरून दिले. तांदूळ मंतरले म्हणजे एक वाटीभर तांदूळ घेऊन काहीतरी पुटपुटत त्यांनी फूंक मारली. मग ते मंतरलेले तांदूळ घरातील सर्वांना खाण्यासाठी वाटण्यात आले. सगळे तांदूळ खाता खाता एकमेकांकडे बघत होते. कोणाला रक्ताची उलटी होतंय का ह्याकडे सगळ्यांचं लक्ष लागलं होतं. तांदूळ खाताना माझ्या अंगाचा थरकाप उडाला. मला वाटलं आता कधीही मला उलटी होईल आणि माझ्या उलटीत रक्त आहे की नाही हे सगळे बारकाईनं बघतील, मग अंगणातल्या चिखलात ढकलून ते मला झाडांच्या फांद्यानं बडवतील. मला झुनूमावशीचे डूल कुठूनतरी उकरून

काढून द्यावे लागतील. मी ते डूल नारळाच्या झाडाखाली, सरपणाच्या खोलीच्या पायरीजवळ किंवा सार्वजनिक संडासाच्या मागे असे कुठंतरी पुरले असले पाहिजेत. झुनूमावशीच्या नजरेला नजर भिडताच मी स्वत:ला चोर समजू लागायची. जणू मी झुनूमावशीच्या नजरेनंच स्वत:कडे बघत होते. त्या वेळी मला स्वत:चं अस्तित्व आहे, असं वाटतच नव्हतं.

नाना, शराफमामा आणि फुलबहारी ह्यांनी मंतरलेले तांदूळ खाल्ले नव्हते. नाना आणि शराफमामा घरात नव्हते. फुलबहारी घरी होती पण आपली काळी मान ताठ करून आणि पदर खोचून ती ठामपणे म्हणाली, 'मी चोरी केलेली नाही. मी हे तांदूळ खाणार नाही. ज्या माणसानं ह्या तांदळावर मंत्र टाकला आहे, त्या माणसाला मी चांगली ओळखून आहे. तो पक्का बदमाश आहे. त्या मौलवीकडेच मी काम करते. मला त्याचे धंदे चांगले माहीत आहेत. अशा माणसानं मंतरून दिलेल्या तांदळाला मी जन्मात तोंड लावणार नाही.' असं म्हणून फुलबहारी जमिनीवर थुंकली. काही झालं तरी ती तांदूळ खाणार नव्हती.

आई तिच्यावर खेकसली, 'फुलबहारी, मौलवींना बदमाश म्हणतेस? हा गुन्हा आहे बरं!'

फुलबहारी तेल चोपडलेल्या कांबीसारखी काळी आणि हडकुळी होती. तिच्या तोंडावर देवीचे वण होते. विड्या ओढून ओढून तिचे ओठ काळे पडले होते. कानावर विडी ठेऊन ती मसाला वाटायची, भांडी घासायची, घरं स्वच्छ करायची, अंगण झाडायची आणि काम संपल्यावर स्वयंपाकघराच्या दाराला टेकून विडी ओढत बसायची.

फुलबहारीनं तांदूळ खायचे नाकारल्यामुळे तिनंच डूल चोरले आहेत ह्याची सर्वांना खात्री पटली. ती मंतरलेले तांदूळ खात नाही तर ठीक आहे, 'बाटी चालान'४ करायचं ठरलं. ही कल्पना रुनूमावशीची. कानामामूची बायको झुबेदा खातून हे करणार होती. अंगण चिकणमातीनं सारवून त्यावर एक काश्याचा वाडगा ठेवण्यात आला. तूळ राशीच्या माणसानं हात ठेवला की वाडगा सरकू लागतो आणि चोराच्या जवळ जाऊन थांबतो. झुबेदा खातूनची तूळ रास होती. तिनं वाडग्यावर हात ठेवताच वाडगा चालायला लागला. नानीच्या घराचं अंगण पार करून आमच्या घराला वळसा घालून वाडगा आमच्या स्वयंपाकघरात फुलबहारीच्या मागे येऊन थांबला. फुलबहारी त्या वेळी मसाला वाटत होती. वाडग्यामागे घरातील लोकांनीं गर्दी केली होती.

हाशिममामा चढ्या स्वरात ओरडला, 'फुलबहारी, डूल परत दे.'

फुलबहारी फणीदार नागासारखी फुत्कारली. तिच्या कानात स्वस्तातले डूल चकचकत होते. ती म्हणाली, 'मी चोरी केलेली नाही. मी गरीब आहे म्हणून मला

तुम्ही चोर ठरवता. माणूस गरीब असला म्हणजे तो चोर असतोच असं नाही. मी चोर असते तर चोऱ्याच केल्या असत्या. असे काबाडकष्ट केले नसते. तुमचा वाडगा चुकीनं इकडे आलाय.'

रुनूमावशीनं फुलबहारीला एक चापट ठेवून दिली आणि म्हणाली, 'जी बाई मोठमोठ्यानं बोलते, धपधप चालते त्या बाईच्या नवऱ्याला कुत्र्याचं मरण येतं बरं!' वाडगा चुकीच्या माणसाकडे गेला हे मानायला कोणीही तयार नव्हतं. नानी म्हणाली, 'फुलबहारी, डूल देऊन टाक. कुठं लपवलेस ते सांग. आम्ही काढून घेऊ.' फुलबहारीचे हात हळदीनं भरलेले होते. ते अलगद हवेत धरून, सुकलेले, विडी ओढून काळे पडलेले ओठ फुलवून ती पटकन म्हणाली, 'तुमच्यातल्याच कोणीतरी चोरी केली असेल. मी नाही केली चोरी.'

तिचं बोलणं पुरं होण्याआधीच आईनं तिच्यावर झेप घेतली आणि तिच्या झिंज्या धरून तिला ओढत स्वयंपाकघराच्या बाहेर अंगणातल्या आंब्याच्या झाडाखाली आणलं. आईनं ओढत नेल्यामुळे फुलबहारी फरपटत गेली. टुटुमामानं चुलीतून अर्धवट जळालेलं लाकूड आणलं आणि फुलबहारीला बदडायला सुरुवात केली. तिच्या कानावरची विडी धुळीत पडून तिच्या अंगाखाली चिरडली गेली. सर्व अंगणभर लोळण घेत ती मोठमोठ्यानं ओरडत होती, 'फुलबहारी चोर नाही.'

त्याच दिवशी काम सोडून फुलबहारीला जावं लागलं. लंगडत लंगडत ती निघून गेली. तिच्याकडे पाहून, ती खरं बोलतेय, वाडग्याचंच काहीतरी चुकलंय, तिनं चोरी केलेली नाही, असंच मला वाटलं.

फुलबहारी निघून गेल्याच्या दुसऱ्या दिवशीच झोपडपट्टीतल्या एका मध्यम वयाच्या बाईला आईनं कामावर ठेवलं. तिला सगळे 'तईतई' म्हणत. तिचं खरं नाव होतं 'नूरजहान'. नूरजहाननं बदकं पाळली होती. संध्याकाळ झाली की ती आपल्या बदकांना आ आ तई तई करून बोलावत असे. तिचा आवाज ऐकून बदकं तळ्यातून प्यांक प्यांक करत वर येत व नूरजहानच्या मागून घराकडे जात. सांजेला दिवसभराचा आळस झटकून टाकण्यासाठी तळ्याच्या काठावर जाऊन उभ्या राहिलेल्या टुटुमामानं नूरजहानचं तईतई ऐकून तिचं नावच तईतई ठेवलं होतं. तेव्हापासून नानी सोडून बाकी सर्वचजण तिला तईतई म्हणत. तईतई उर्फ नूरजहान उर्फ आलेक खालेकची मा बुटकी होती. तिचे मोठमोठे दात पानानं लाल झालेले होते. ती दिवसा येऊन आमचं काम करत असे. ती सकाळ, दुपारचा मसाला वाटून ठेवायची, झोडूपोछा करायची, भांडी घासायची. आमचा स्वयंपाकही करायची. त्याबद्दल तिला पाच टाका आणि एकवेळचं जेवण मिळायचं.

घरकामासाठी बाई मिळणं कठीण नव्हतं. दिवसापुरती किंवा चोवीस तासांसाठीही बाई मिळत असे. कारण हाकेच्या अंतरावर झोपडपट्टी होती आणि तिथल्या पाहिजे

तेवढ्या बायका काम करायला तयार होत्या. एकीला घालवली तर दुसरी यायची. फुलबहारीनं चोरी केली असं समजून तिला मारून घराबाहेर काढलं आणि तिच्या जागी तईतई आली. तईतईला कामचुकारपणा केल्याबद्दल काढण्यात आलं. कामचुकारपणा काय तर ती संध्याकाळच्या आतच घरी जायची. तिच्या घरी आलेक खालेक आणि बदकाच्या सहा जोड्या होत्या. आई नानीला म्हणाली, 'तईतईचं कामात लक्ष नाही. रात्रीचं जेवणखाण सगळं मलाच बघावं लागतं. चोवीस तासासाठी बाई ठेवल्याशिवाय माझं चालायचं नाही.'

नानी म्हणाली, 'थोडे दिवस थांब. नूरजहानचा स्वभाव बरा आहे. चोरीमारीही करणारी नाही.'

नानीचं म्हणणं आईनं मनावर घेतलं नाही. पंधरा दिवसांच्या कामाचे अडीच टाका तईतईच्या हातावर ठेवत आई म्हणाली, 'जितके दिवस तू काम केलंस, तितक्या दिवसांचा पगार हिशेब करून घेऊन जा. मी दुसरी बाई लावणार आहे.'

तईतई निघून गेल्याचं कोणालाही वाईट वाटलं नाही.

झोपडपट्टीत मोलकरणींची कमतरता नव्हती.

तईतई निघून गेल्यावर स्वयंपाकाचं सगळं काम एकट्या आईवरच पडलं. चूल पेटवणं, भाज्या चिरणं, मटण मासळी धुवून शिजायला टाकणं असं सगळंच काम तिला करावं लागलं. पहिल्याच दिवशी चूल पेटवायला तिला काडेपेटी सापडेना. आत्तापर्यंत फुलबहारी किंवा तईतई चूल पेटवायची. काडेपेटी कुठं ठेवलीय ते त्यांनाच माहीत होतं.

'जा अमानुद्दोलाकडून काडेपेटी घेऊन ये.' आईनं हुकूम सोडला.

आईनं काकाला सिगरेट ओढताना बघितलं होतं. तेव्हा त्याच्याजवळ नक्की काडेपेटी असणार हे आईला माहीत होतं. काकाची खोली म्हणजेच तीच सरपण, लाकूडफाटा ठेवलेली. तिथंच तर शराफमामानं मला 'गंमत दाखवतो' असं सांगून एका अभद्र दुपारी नेलं होतं. खोलीचा दरवाजा ढकलून आत डोकावले. काका खाटेवर झोपला होता. काका दिसायला बाबांसारखा होता. कुरळे केस, धारदार नाक,मोठे डोळे, काळ्याभोर दाट भुवया आणि गोरा रंग. बाबांना विटांखाली दाबून दामटून थोडं चपटं केलं असतं आणि डोकं दाबून थोडं बुटकं केलं असतं तर ते अगदी हुबेहूब काकासारखेच दिसले असते. आता त्या खोलीचा चेहरामोहराच पालटून गेला होता. आता तिथं लाकडंही नव्हती आणि उंदीरही नव्हते. पत्र्याच्या भिंतीवर केसांची झुलपं वाढलेल्या आणि पंपशू घातलेल्या काकाचा फोटो लावलेला होता. ह्या फोटोच्या उजव्या बाजूला बाईचं चित्र असलेलं कॅलेंडर होतं. जवळच एक तिरका ठेवलेला आरसा आणि कंगवा होता. कपड्यांच्या स्टँडवर घड्या न केलेले कपडे लोंबत होते.

कॅलेंडरवरच्या चित्राकडे बघत बघत मी आई काडेपेटी मागत असल्याचं सांगितलं. 'तुझ्या आईला काडेपेटी कशाला हवी?' बिछान्यावरून उठून छातीवरच्या केसांतून हात फिरवत काकानं विचारलं.

'तिला चूल पेटवून, स्वयंपाक करायचाय.' माझं उत्तर.

'माझ्याकडे काडेपेटी नाही.'

काडेपेटी नाही हे ऐकताच मी घराबाहेर पाऊल टाकलं. पण काकानं मला आत ओढलं आणि दात दाखवून हसत तो म्हणाला, 'अग, अग, थांब जरा. काडेपेटी घेऊन जा. आहे माझ्याकडे काडेपेटी.'

एखादी जादू करून दाखवावी तशी त्यानं एक काडेपेटी माझ्यासमोर नाचवली. मी हात लांब करून काडेपेटी घ्यायला गेले तर त्यानं आपला हात मागे घेतला. पुन्हा काडेपेटी दाखवली. मी हात लांब करताच त्यानं पुन्हा हात मागे घेतला. मला एक क्षणभर काडेपेटी दिसायची आणि दुसऱ्या क्षणी ती दिसेनाशी व्हायची. क्षणात चमकून जाणाऱ्या काजव्यासारखी. मी काडेपेटी घ्यायला काकाच्या जवळ जाताच त्यानं मला आणखी जवळ ओढून घेतलं. अगदी जवळ गेल्यावर काडेपेटी द्यायच्याऐवजी काका पोटात आणि काखेत गुदगुदल्या करायला लागला. गुदगुल्या करता करता त्यानं मला बिछान्यावर उताणं पाडलं. मी गोगलगाईसारखं अंग आखडून घेतलं. मला तसंच उचलून काकानं हवेत उडवलं. जणू काही विटी-दांडूच्या खेळातला दांडू काका होता अणि मी होते विटी. काकाचा हात माझ्या अंगावरून सरकत माझ्या हाफपॅन्टकडे आला. तो माझी हाफपॅन्ट खाली ओढू लागला. मी सरकत कॉटखाली जायला लागले. माझे पाय फरशीवर होते, पाठ बिछान्यावर होती आणि गुडघे मध्येच लोंबकळत होते. हाफपॅन्ट गुडघ्यांपर्यंत सरकली होती. माझ्या गळ्यात 'नाल शरीफ' होता. काकानं आपली लुंगी वर उचलली. एक भला मोठा साप फणा उभारून मला डंख करण्याच्या तयारीत होता. मी भीतीनं अंग आखडून घेतलं. पण मला आणखी घाबरवत तो साप माझ्या दोन जांघांमध्ये डंख मारायला लागला. एकदा, दोनदा, तिनदा. भीतीमुळे माझं अंग थंड पडलं. माझ्या पांढऱ्या झालेल्या डोळ्यांकडे बघत काका म्हणाले, 'लॉझिन्जेस् खाणार? तुझ्यासाठी मी उद्या नक्की आणीन हं! ही घे काडेपेटी आणि हे बघ पोरी, तू माझी नुनी पाहिलीस अणि मी तुझी सोनी, हे कोणालाही सांगू नकोस हं! ह्या सगळ्या वाईट गोष्टी आहेत. कोणाला सांगायच्या नसतात, बरं का!'

मी काडेपेटी घेऊन खोलीबाहेर पळाले. माझ्या जांघांच्या मध्ये दुखत होतं. मला शू लागली होती. मग लक्षात आलं हाफपॅन्टमध्येच मला शू झाली होती. ह्या नंगू व्हायच्या खेळाचं नाव मला माहीत नव्हतं. शराफमामा आणि अमानकाका माझ्यावर असं का चढले ते मला कळत नव्हतं. काकानं सांगितलं की ही गोष्ट कोणाला

सांगायची नसते. मलाही तसंच वाटत होतं. ह्या गोष्टी शरमेच्या असतात, ह्यांच्याबद्दल कोणाजवळही वाच्यता करायची नसते, ह्या अगदी खाजगी असतात, ह्याची जाणीव वयाच्या सातव्या वर्षी मला अचानक झाली.

आज विचार करताना वाटतं की मी ह्या दोन्ही घटना घरच्या लोकांना का सांगितल्या नाहीत? मामा आणि काकाला लोकांनी वाईट म्हणू नये म्हणून? त्यांच्या अब्रूचं रक्षण करण्याची जबाबदारी कोणी माझ्यावर सोपविली होती का? ते माझे मामा आणि काका होते. लहानपणी 'गुरुजनांचा मान ठेवावा' असं मी शिकले होते, त्यांना मी चांगली माणसं समजत होते. हे सगळं खरं ठरावं म्हणून मी गप्प बसले! जणू घडलं ते खरं नव्हतंच, सगळं खोटं होतं, खरं तर ते माझं दुःखस्वप्न होतं किंवा ते काकाचं वा मामाचं रूप घेतलेलं दुसरंच कोणी होतं, कोणी तरी माझ्या पूर्वजन्मीचा वैरी. कोणी माझी वाचाच बंद करून टाकली होती? सगळं दुःख, सगळा त्रास मी एकटीनंच चूपचाप सोसला पाहिजे, असं कोणी मला सांगितलं? मी घरात ह्याबद्दल तक्रार केली असती तर सगळ्यांनी माझं म्हणणं उडवून लावलं असतं, माझ्यावर कोणीही विश्वास ठेवला नसता, उलट मला भुतानं झपाटलंय असंच त्यांना वाटलं असतं किंवा मी खोटं बोलतेय, मला वेड लागलंय असंही वाटलं असतं. मी लहानपणीच सैतान झालीय असं समजून मला मांडीवर घेऊन माझा पापा घेण्याऐवजी त्यांनी मला थोबाडीत मारली असती. ह्या भीतीनं आणि शंकेनं मी गप्पच राहिले. ज्याच्याजवळ मी मनमोकळं रडेन असं आपलं म्हणावं असं माझं कोणीच नव्हतं का? ज्याच्याजवळ सुरुवातीपासून शेवटपर्यंत सगळं स्पष्टपणे सांगू शकेन, आपली जखम दाखवू शकेन असं कोण होतं? आईसुद्धा मला जवळची वाटेना. आईच्या पदराखाली माझं जग होतं, ती एखाद्या सावली देणाऱ्या वृक्षासारखी होती, आई स्वच्छ पाण्याच्या पुष्करणीसारखी होती, ते पाणी पिऊन तर मी जगले होते, ती आईही जर आपली वाटली नाही तर दुसरं कोण वाटणार?

त्या वेळी माझ्यात दोन 'मी' होत्या. एक सगळ्यांना जमवून 'चोर-शिपाई', 'गोल्लाछुट', 'गोलापपद्म' खेळणारी आणि दुसरी उदास होऊन तळ्याच्या काठावर, रेल्वेलाईनच्या कडेला किंवा घराच्या पायऱ्यांवर बसून राहणारी. हजारो लोकांमध्येही एकटी. ह्या एकाकी मुलीत आणि इतरांच्यात करोडो मैलांचं अंतर पडलं होतं. त्यामुळे ती कोणालाही शिवू शकत नव्हती. आपल्या आईलासुद्धा! हात पुढे करून कोणाला शिवायचा प्रयत्न केला तर हातात यायचा भरभरून रितेपणा.

□

१) मोनाजात किंवा मुनाजात – देवाजवळ मागणे.

२) कटकटी – एक प्रकारची खजुऱ्यांसारखी मिठाई. ही खारीही असते आणि गोडही असते.

३) टोपर – शंकूच्या आकाराची वारवाच्या झाडाच्या फांदीच्या गरापासून केलेली टोपी.

४) बाटी चालान – गूढ मंत्रानं वाडगा चालवून गुन्हेगाराला पकडण्याचा एक प्रकार.

पीरबाडी – १

एकूणसत्तरच्या अखेरीला आम्ही अकुयाला कायमचा राम राम ठोकला. अंधाऱ्या गल्लीतील खलशा माशांनी भरलेलं तळं आणि त्या तळ्याजवळच कढीलिंब, खजूर, सुपारीच्या झाडांनी वेढलेलं नानीचं घर. अंगणात विहीर आणि विहिरी पलीकडे नारळीच्या झाडांची रांग. पलीकडे आणखी एक छोटंसं अंगण. अंगणाच्या उत्तरेला बैठकीची खोली, दक्षिणेला झोपायची खोली. झोपण्याच्या खोलीच्या पायऱ्यांजवळ संडास. पश्चिमेला जेवायची खोली. पूर्वेला दादांच्या खोलीच्या आणि सरपणाच्या खोलीच्या मध्ये आणखी एक लहानसं अंगण. सरपणाच्या खोलीत काका राह्यला लागल्यावर, सरपण बैठकीच्या खोलीजवळच्या रेल्वे केबिनसारख्या लहानशा लाल रंगाच्या खोलीत ठेवत असत. हे सगळं सोडून आम्ही आमलापाडाच्या भव्य घरात राह्यला आलो. ह्या घरात बटण दाबताच दिवे लागायचे, पंखा फिरायला लागायचा. मोठ्या मोठ्या खोल्या होत्या. उंच उंच खांब असलेला व्हरांडा होता. जणू काही राजवाडाच. राजा गेला, वजीरही गेला. राजवाडा रिकामा पडला तेव्हा आम्ही येऊन त्याचा ताबा घेतला. घराच्या लाल, निळ्या, पिवळ्या, बैंगणी रंगाच्या काचेच्या खिडक्या माझ्यापेक्षाही उंच होत्या. घराला अडतीस पायऱ्या होत्या. देवळाच्या भिंतींमध्ये जसे कोनाडे असतात तसे घरातल्या सगळ्या भिंतीत होते. ते नंतर बाबांनी बुजवून टाकले. पायऱ्या पाडून टाकून शाळेसारखा एक लांबलचक व्हरांडा बाबांनी बांधून घेतला. एम. ए. काहहार नावाच्या एका श्रीमंत गृहस्थांनी आपल्या घराच्या भिंती सपाट करून घेतल्या होत्या आणि घराला एक लांब व्हरांडाही करून घेतला होता. त्यांचं पाहूनच बाबांनी आमच्या घरातही बदल करून घेतले. बड्यांपुढे बाबा दबून जात. जणू काही बड्या लोकांचं सगळंच चांगलं, अगदी बेढप व्हरांडाही. तेव्हा बाबा केव्हा काय करतील ह्याचा नेम नसे. एक दिवस अचानक वाळूचा ट्रक आला, सिमेंट आलं, विटा आल्या. ते पाहून आता तोडफोड होऊन नवीन काहीतरी बांधले जाणार आहे, असं वाटलं. जोपर्यंत काम पूर्ण होत नव्हतं तोपर्यंत नेमकं काय चाललंय हे सांगणं कोणालाही शक्य नव्हतं. बाबांचं मन

जाणणं कोणाला शक्य होतं! आमचं घर मोहल्ल्यातल्या सर्व घरांपेक्षा उंच होतं. इतकं उंच होतं की हात वर केला की आकाशाला हात लागेल असं वाटायचं. ह्या घरात सामान यायच्या आदल्या रात्री मी आणि छोटा दादा इथं येऊन राहिलो होतो. छोट्या दादानं त्याची गिटार बरोबर आणली होती. रात्री बराच वेळ तो गिटार वाजवत होता आणि मी गिटारीच्या पिवळ्या गवसणीवर पडून 'छोटा दादा' अशी हाक मारत होते. मी हाक मारताच लागोपाठ सात वेळा 'छोटा दादा' अशी हाक ऐकायला यायची. माझा हा खेळच झाला होता त्या रात्री. जणू काही राजाची सात मुलं सात भिंतीआड दडून मला वाकुल्या दाखवताहेत! मी 'कुठं आहे?' म्हटलं की सात वेळा 'कुठं आहे?' मी 'तुम्ही' म्हटलं की कुठून तरी सात वेळा ऐकू यायचं 'तुम्ही'! घराच्या चहुबाजूला नारळाची आणि सुपारीची झाडं होती. अंगणात तीस-एक प्रकारची फळांची आणि फुलांची झाडं होती. हे एवढं मोठं घर आमचं आहे ह्याच्यावर माझा विश्वासच बसत नव्हता. नवीन घरात आल्या आल्याच काही गोष्टी घडल्या. पहिली म्हणजे खिडकीचे गज वाकवून चोर घरात शिरला आणि त्यानं दागदागिने, पैसाअडका सगळं लुटून नेलं. दुसरी म्हणजे बाबांना रजिया बेगमबरोबर रिक्षातून अलका हॉलच्या समोरून जाताना आईनं पाहिलं आणि तिसरी म्हणजे दादानं आणि त्याच्या मित्रांनी मिळून 'पाता' नावाचं एक मासिक काढलं. ह्यात कविता, गोष्टी, कोडी असत. ह्या 'पाता'मध्ये 'रामधनू' नावाची कविता लिहून दादानं ती माझ्या नावानं छापली. कवयित्रीचं नाव होतं नासरिन जहाँ तसलिमा. खरं म्हणजे मला 'विद्यामयी स्कूल'मध्ये घालताना झुनूमावशीनं माझं हे नाव थोडं लहान करून तसलिमा नासरिन असं लिहिलं होतं.

'पुढच्या अंकात तुझ्या नावानं आणखी एक कविता छापणार आहे.' दादा म्हणाला.

'मग मी माझी कविता स्वतःच लिहीन.' मी अत्यानंदानं म्हणाले.

'जा ग! तू काय लिहिणार!' दादा फिसकन् हसून म्हणाला.

एका क्षणात माझा आनंद विरून गेला. मला खूप वाईट वाटलं. मी जांभळं वेचून ओच्यात भरली आणि गच्चीवर पळाले. जांभळानं फ्रॉक जांभळा झाला होता. पण माझं मन गुंतलं होतं कवितेत. ह्या प्रसंगानंतर दादा घरी नसताना मी त्याच्या अभ्यासाच्या टेबलाच्या ड्रॉवरमधून कवितेची वही काढून अधाशासारखी वाचायची. ओ हो! असं मलाही लिहिता आलं तर!

नवीन घरात आल्यानंतर बाबांनी जर्मनीहून आलेल्या एका माणसाकडून दीड मण वजनाचं एक गाण्याचं यंत्र विकत घेतलं. दादा मित्रांना बोलावून आणून यंत्र दाखवायचा आणि 'मेड इन जर्मनी' आहे हे आवर्जून सांगायचा. हिटलरच्या

पराक्रमाचं दादाला फारच कौतुक होतं. म्हणून हिटलरच्या देशातून आलेल्या वस्तूंचंही त्याला कौतुक वाटायचं. मित्र कौतुकानं यंत्र पाहून जात. त्यांनी आतापर्यंत 'हिज मास्टर्स व्हॉइस'चा ग्रामोफोनच फक्त बघितला होता. असं यंत्र पाहिलं नव्हतं. मोठ्या डिस्कवर टेप गुंडाळलेली होती. एका डिस्कवरची टेप फिरत फिरत दुसऱ्या डिस्कवर गुंडाळली जायची. यंत्र पाहताच नारायण संन्याल त्याची नाट्यछटा, पिन्टू त्याचं गिटारवादन, मेहबूब त्याची मोकळ्या गळ्यानं गायलेली नजरुलची गीतं रेकॉर्ड करायला आले. दादानंही त्याच्या खड्या आवाजात गायलेल्या रवीन्द्रनाथांच्या आणि नजरुलच्या कविता रेकॉर्ड केल्या. मी हे सगळं दाराच्या पडद्याआड उभं राहून पाह्यची. मला यंत्राजवळ जायची परवानगी नव्हती. एका रात्रीत दादाचं शहरात नाव झालं. हेमंत मुखोपाध्याय, सतीनाथ मुखोपाध्याय, मन्ना दे ह्यांची गाणी ऐकायला मिळायची. दादा आणि छोटा दादा ह्यांचा दिवसातील बराचसा वेळ यंत्राजवळच जायचा. मला यंत्राला हात लावावा असं फार वाटायचं. पण दादा दटावयाचा, 'हात लावू नको. कशालाही. दुरूनच बघ.'

दादा घरात नसला की मी यंत्राला हात लावायची. यास्मीन हात लावायला लागली की मात्र मी तिला दटावयाची, 'दुरूनच बघ. कशालाही हात लावू नकोस.' ती बिचारी दुरूनच बघत राह्यची. मी यंत्राची दोन-तीन बटणं दाबताच गाणं सुरू व्हायचं. पायावर पाय टाकून मी ऐकत पडायची. मला मोठा दादा व्हावंसं वाटायचं.

घरात चोरी झाल्यावर सर्व दारं खिडक्या बंद ठेवायला सुरुवात झाली. उन्हाळ्यात उकाड्यानं शिजून निघालं तरी हवेसाठीसुद्धा खिडकी उघडली जात नसे. चोरांनी खिडकी फोडल्यावर बाबांनी तुरुंगाला असतात त्याप्रमाणे लांब आणि मजबूत असे आणखी तीन तीन गज खिडक्यांना बसवून घेतले. सगळ्या खिडक्या बंद असल्यानं खोल्यांना अंधार यायला लागला. दिवसासुद्धा दिवे लावून अभ्यास, वाचन, खाणंपिणं उरकावं लागत असे. त्या कुबट, कोंदट घरात आपण उंदीर आहोत असं वाटायचं.

रजिया बेगमला बाबांबरोबर रिक्षातून जाताना पाहिल्यापासून आईनं अंथरूण धरलं होतं. अंघोळ, स्वयंपाकपाणी, खाणंपिणं सगळं सोडून ती दिवसभर उदासपणे पडून राह्यची. तिचं तोंड पार सुकून गेलं होतं. बाबांच्या खोलीतून स्वत:चे कपडेलत्ते, अंथरूण-पांघरूण उचलून तिनं दुसऱ्या खोलीत नेऊन टाकलं होतं अणि तिथंच ती पडून राह्यची. तिला कोणता तरी फार मोठा आजार झालाय, असंच तिच्याकडे पाहून कोणालाही वाटलं असतं. केसांना तेल लावणं, वेणीफणी सगळं तिनं सोडून दिलं होतं. घामोळ्यांनी अंग भरून गेलं होतं. घामानं कपडे अंगाला चिकटून बसायचे. दिवसभर ती निपचीत पडून राह्यची. पण बाबा घरात शिरताच ती बाहेर यायची आणि

आक्रस्ताळेपणानं रडत ओरडत म्हणायची, 'त्या हडळीबरोबर सगळा दिवस घालवून आता परत येताय का? मला माहीत आहे. त्या रांडेशी लग्न करून तिला इथं आणून ठेवणार आहात तुम्ही. म्हणूनच एवढं मोठं घर घेतलंय.'

आईच्या अशा बोलण्याला बाबा कधीच उत्तर देत नसत. जणू काही त्यांना कोणाचं बोलणं ऐकूच येत नव्हतं, कोणी त्यांच्याबद्दल काही बोलतच नव्हतं. घरात बोलल्या गेलेल्या शब्दांना मांजराचं म्याँव म्याँव किंवा चुलीतल्या लाकडाच्या तडतड आवाजापेक्षा फारसं महत्त्व नव्हतंच. आई त्यांच्यासमोर उभी राहून सतत बडबडत असे. पण ते तिच्याकडे पूर्ण दुर्लक्ष करत आणि आपलं काम करत राहत. ती तिथं आहे किंवा बडबडतेय हे त्यांना कळलंय असं अजिबात न दाखवता ते अंगणात ये-जा करत, मुलांची विचारपूस करत, नोकरचाकर, कुत्रीमांजरं ह्यांची चौकशी करत, नानीच्या घराच्या मागच्या बाजूला असलेल्या झोपडपट्टीतून आणलेल्या नवीन मोलकरणीला– मणीला– हाक मारून पान वाढायला सांगत. पोटभर जेवून ढेकर देत. आरशासमोर उभं राहून सरसूचं तेल चोपडलेल्या केसांचा भांग पाडून निघून जात. आई बाबांच्या मागे उभं राहून त्यांच्या घराला शिव्या देत असे, 'माझ्या वडिलांनी शिकवलं म्हणून डॉक्टर झालास, नाही तर शेतकऱ्याचा मुलगा शेतकरीच झाला असता. पैशाच्या लोभानं माझ्याशी लग्न केलंस. आता स्वत: पैसे कमवायला लागल्यावर मला दूर सारून दुसऱ्याच्या बायकोबरोबर रंगढंग करतो आहेस, नाही का! अल्ला तुझा सत्यनाश करेल. तुझा हा नखरा फार दिवस चालायचा नाही. सगळा दिमाख उतरेल! मी शाप देते तुला. माझ्या वडिलांचं मीठ खाऊन मला छळत असशील तर अल्ला तुला शिक्षा करेलच. तुझ्या घरच्या चौदा पिढ्या महारोग होऊन मरतील.'

बाबा रातोरात किंवा सकाळी सकाळी रजिया बेगमशी लग्न करून तिला घरी घेऊन येणार, अशी आईची समजूत होती. संतापानं बेभान झालेल्या आईपुढे उभी राहण्याची कोणाचीच हिंमत होत नसे. एक दिवस माझ्या तोंडातून अचानक निघून गेलं, 'एवढं ओरडतेस कशाला? हा काही अकुयापाडा नाही.'

आई एखाद्या झंझावातासारखी माझ्याकडे आली. माझ्या केसांना तिनं असा काही जोराचा हिसडा दिला की माझी खुर्ची उलटून मागच्या बाजूला पडली आणि मी भिंतीवर जाऊन आदळले. आईनं मला भोवऱ्यासारखं गोल गोल फिरवलं. माझ्या दोन्ही गालावर थपडा मारत ती कर्कश स्वरात ओरडली, 'हराम्याची अवलाद, काय ग म्हणतेस तू? बापानं कधीतरी तुझ्याकडे ढुंकून तरी पाहिलंय का? मोठा आलाय बापाचा पुळका! येणारच म्हणा! एकच रक्त आहे ना! बदमाशाचं रक्त! कैदाशीण कुठची! तू जन्मापासून छळत आलीस मला! तुझ्या जन्मापासून माझं नशीब फुटलं! मी तुला जन्मल्याबरोबरच मीठ चाटवून का मारून टाकलं नाही कोण जाणे!'

मला जन्मल्याबरोबर मीठ खायला घालून मारलं नाही, ह्याचा आईला पश्चाताप

होत होता. माझ्या डोळ्यांत पाणी आलं. पण आईनं तिकडं अजिबात लक्ष दिलं नाही.

दिवसेंदिवस आईची भाषा अत्यंत गलिच्छ होत चालली होती. तिच्या अंगावरच्या घामोळ्या वाढतच होत्या. डोळ्यांखाली काळं झालं होतं. ती बाबांनाच नाही तर घरातल्या सगळ्यांनाच सकाळ संध्याकाळ शिव्या द्यायची. मुलंसुद्धा तिची जन्माची वैरी होती म्हणे! नोकरचाकर दूध पाजून पोसलेले काळसर्प! मणी ताट वाढून घेऊन तिच्या खोलीत घेऊन गेली तर ते ताट ती अंगणात भिरकावून द्यायची. कोणीतरी कट करून तिला विष घालेल अशी तिला भीती वाटायची. नानीकडून मामा किंवा मावशी आली तर आई त्यांना रजिया बेगम आणि बाबा रिक्षात एकमेकांना खेटून कसे बसले होते ते रडत रडत वर्णन करून सांगायची. नवीन घरात नवीन संसार मांडून नवीन जीवन सुरू करायचं, असं तिचं स्वप्न होतं.

असेच दिवस चालले होते. आम्हालाही काही झालं तरी मूग गिळून चूप बसायची सवय झाली होती. आई बाबांवर थुंकी अथवा घाण फेको, आम्ही पुस्तकांत डोकी खुपसून बसायचो आणि काही ऐकलं किंवा पाहिलं नाही असं भासवायचो. साधारणपणे अशा वेळी मी अवघड गणित सोडवत बसत असे. त्याचा एक फायदा असा होता की समासात खाडाखोड करत बसता यायचं, कोणी पाहिलंच तर त्याला वाटावं गणितानं माझं डोकं खाल्लंय. खरं तर त्या वेळी माझं मन कठीण गणितापासून खूपच दूर गेलेलं असे. कल्पनेनंच मी ढगाळलेल्या दुपारी एखाद्या निर्जन माळरानाच्या कडेला किंवा शांत तलावाच्या काठी बसून आकाशात भराऱ्या मारणारे नदीवरचे पक्षी बघत असे. मग त्यांचेच चित्र काढत बसे. कोणाची चाहूल लागताच मी गणितातील आकडेमोड खोडावी तशी चित्रावर काट मारत असे. ही गोष्ट माझ्याशिवाय कोणालाच ठाऊक नव्हती. ना आईला ना बाबांना.

असेच एकदा बाबा घरी नुकतेच आले होते. त्यांनी हातपाय धुतले नव्हते की कपडे बदललेले नव्हते. टाय फक्त थोडा सैल झाला होता. आईनं बाबा आलेले पाहताच तोंड सोडलं, 'हडळीबरोबर थेर करून आला. रंडीबाज! बदफैली!'

बाबा तसेच आईच्या खोलीकडे धावत गेले, 'शिंचे, समजतेस कोण स्वतःला? माझ्याच घरात राहतेस, माझंच खातेस आणि मलाच छळतेस? काय? काय पाहिजे तुला?'

बाबांचा आवाज ऐकून माझं धाबं दणाणलं. समासात खाडाखोड करणारी पेन्सिल कापायला लागली. माझे हात थरथरायला लागले. आईची 'अग, आई ग' अशी किंकाळी ऐकून मी खुर्चीतून उठून खोलीच्या दारात जाऊन उभी राहिले. एक अगदी गलिच्छ दृश्य मला दिसलं. बाबांनी आईवर वाघासारखी झडप घातली होती.

वाघ उडी घेऊन माणसावर झडप कशी घालतो हे मी कधीही प्रत्यक्ष पाहिलं नव्हतं. पण बाबांनी जशी झडप घातली होती तशीच वाघ घालत असणार, अशी माझी खात्री झाली. बाबांनी आईच्या केसांना जबरदस्त हिसडा मारून तिला जमिनीवर पाडलं होतं आणि ते तिच्या छातीत, पोटात लाथा मारत होते. बाबांच्या पायांत बाटाचे दणकट बूट होते. त्यांच्या गळ्यातील टाय पहिल्यापेक्षा जास्तच सैल झाला होता. आई खाटेखाली लपायचा प्रयत्न करत होती. पण तिला ते जमत नव्हतं. माझ्या मागे दादा, छोटा दादा आणि यास्मीनही येऊन उभी राहिली होती. आम्ही घाबरलेल्या उंदरासारखे उभे राहून पाहत होतो. आईच्या तोंडातून रक्त वाहत होतं. आई किंचाळत होती, 'अरे, मला मारलं रे! वाचवा! कोणीतरी वाचवा!' आमच्या कोणातही एक पाऊल पुढे टाकण्याची हिंमत नव्हती. आई विव्हळत होती. तिला तिथंच लघवी झाली होती.

बाबा धापा टाकत म्हणाले, 'पुन्हा बोलशील असं? बोल तर खरं, मी तुझा जीवच घेईन.'

'आता नाही बोलणार. मी तुमच्या पाया पडते. सोडा मला.' ओल्या जमिनीवर अर्धनग्नावस्थेत बसलेली आई हात जोडून म्हणाली.

उंदरांना हाकलत दाणदाण बूट आपटत बाबा त्यांच्या खोलीत निघून गेले. आई रात्रभर फरशीवर पडून रडत होती. आईजवळ जावं, तिच्याजवळ बसावं, तिच्या पाठीवरून हात फिरवून 'आई, आता आणखी रडू नकोस ग! ह्याचा बदला मी एक ना एक दिवस घेईनच' असं सांगावं, असं मला खूप वाटलं. पण माझी हिंमत झाली नाही. गणिताच्या वहीत मध्यरात्रीपर्यंत डोकं खुपसून बसले आणि शेवटी उपाशी पोटीच झोपून गेले. पडल्या पडल्या झोप येत नसताना मी एक स्वप्न बघत राहिले– हे घर कायमचं सोडून मी चालले आहे– दूर कुठंतरी. एक स्वच्छ, सरळ आयुष्य जगण्यासाठी.

ह्या घटनेनंतर, एके दिवशी, हाशिममामानं बाबांना रस्त्यात बेदम मारलं आणि त्यांना अर्धमेल्या अवस्थेत वाळूच्या पोत्याप्रमाणे फेकत म्हणाला, 'पुन्हा जर माझ्या बहिणीवर हात उगारलास तर ठार मारून तुझं प्रेत कुत्र्यापुढे टाकीन. लक्षात ठेव.'

पोलादासारख्या बळकट माणसालासुद्धा सात दिवस अंथरूणात पडून राहावं लागलं. बाबांच्या खोलीत मणीच ताट वाढून नेत असे. बाबा सतत सात दिवस सकाळ दुपार मला आपल्यापाशी बोलावून घ्यायचे आणि सांगायचे, 'बेटा, खूप मन लावून अभ्यास कर अणि मोठी हो.'

ज्या दिवशी ते बरे होऊन अंथरूणातून उठले तो सुटीचा दिवस होता. दुपारी त्यांनी मला बोलावलं आणि म्हणाले, 'तुझी सगळी पुस्तकं तू पाठ करून टाक.

अगदी पोपटासारखी. वर्गात फर्स्ट आलं पाहिजे. तुझ्या वर्गात जी कोणी फर्स्ट येते, ती जे खाते तेच तूही खातेस. मग तुला फर्स्ट येणं शक्य का नाही? तुझ्या डोक्यात तिच्यापेक्षा बुद्धी कमी आहे थोडीच? आहे का कमी? सांग.'

मी बाबांच्या डोक्याशी उभं राहून मान हलवून 'नाही' म्हटलं.

खरं म्हणजे मला खरोखरच बुद्धी कमी आहे असंच वाटत होतं. तरीही मी बाबांना आवडेल असंच उत्तर दिलं. त्यातच शहाणपण होतं.

'पोरी, माझ्या केसांतून जरा हात फिरव बरं!' बाबा गोड आवाजात म्हणाले.

मी पलंगाच्या कडेला चिकटून उभी राहिले आणि बाबांच्या केसांत हात फिरवू लागले. पण माझी बोटं जणू माझी नव्हतीच. जी उभी होती ती मी नव्हतेच. दुसरंच कोणी होतं. उदासपणे मी उघड्या दरवाजातून बाहेर पाहत होते. बाहेर हौदातलं पाणी चमकत होतं. त्याकडेच मी पाहत राहिले. त्यात पोहावं असं वाटलं. अडीच फूटी हौदात पोहत मी अशी किती लांब जाणार होते? इरून फिरून हौदात, न्हाणीघरात, शेंड्यावर ऊन पडलेल्या पेरूच्या झाडाखाली म्हणजेच ह्या घरातच. ह्या घरात मला बिचारीला तोंडाला कुलूप घालून कोणाची ना कोणाची फरमाइश पुरी करावी लागत असे. मांजरानं जखमी केलेल्या उंदरासारखी माझी बोटं बाबांच्या केसांतून खुरडत खुरडत फिरत होती.

बाबांनी मला हाक मारली, 'बेटा, ए बेटा!'

मला 'जी' म्हणून उत्तर द्यावं लागलं.

आईवडिलांनी हाक मारताच 'जी' म्हणायचं असंच आईनं शिकवलं होतं. 'जी' ऐवजी 'हं' किंवा 'काय' म्हणणं उद्धटपणाचं आहे, असं आईचं म्हणणं होतं. मला वळण कमीच आहे, अशी आईची ठाम समजूत होती. ईदच्या दिवशी सकाळी लहानांना मोठ्यांच्या पायाला हात लावून सलाम करावा लागत असे. पण माझ्याकडून हे अजिबात होत नसे. आई मला बळेबळेच बाबांच्या पाया पडायला पाठवत असे. पण मी दारातच खांबासारखी उभी राहत असे. बाबा असोत की आई– कोणीही असो– मी पायाला हात लावत नसे.

'केस जरा जोरानं चोळ.' बाबा कातर स्वरात म्हणाले.

बाबांचे केस काळे, कुरळे आणि दाट होते. जोरानं चोळताच केसाच्या मुळाशी साठलेलं रक्त माझ्या बोटांना लागलं. रक्त सुकल्यामुळे काळ्या वाळूसारखं दिसत होतं. बाबा मरणार तर नाहीत, अशी मला भीती वाटली. जर ते बिछान्यावर अचानक मरून पडले तर काय होईल? मी केसात हात फिरवता फिरवता बाबांचा श्वास बंद झालाय हे लक्षात आलं तर? डोक्यापाशी उभी असताना दिवस सरून रात्र झाली तरी मग बाबा म्हणणार नाहीत की पोरी, पुरे आता. आता अभ्यासाला बस. शिकून माणसासारखी माणूस हो.

ऊन हौदावरून सरकून पेरूच्या झाडाच्या शेंड्यावर आलं होतं. बाबा एवढ्या मध्ये घोरायला लागले होते. घोरणाऱ्या माणसाच्या डोक्यातून हात फिरवा की न फिरवा, त्याला काहीच फरक पडत नाही. मी हलक्या पावलांनी खोलीबाहेर पडले. आई दाराबाहेर हातात सरबताचा ग्लास घेऊन उभी होती. कोणाला ऐकू जाणार नाही एवढ्या हळू आवाजात म्हणाली, 'जा. तुझ्या बाबांना सरबत देऊन ये.'

'बाबा झोपलेत.' मीही अगदी खालच्या आवाजात म्हणाले.

ग्लास माझ्या हातात देत आई म्हणाली, 'तरी ठेवून ये. उठल्यावर पितील. लिंबाचं सरबत तुझ्या बाबांना फार आवडतं.'

आज्ञाधारक मुलगी मी. बाबांच्या पलंगाजवळच्या टेबलावर लिंबाचं थंड सरबत नेऊन ठेवलं. आईनं प्रिंटेड लाल रंगाची साडी नेसली होती. हातानं वळलेला अंबाडा तिच्या पदराखाली झाकला गेला होता. दरवाजात उभी राहून झोपलेल्या बाबांकडे करुणेनं पाहणारी आई विरघळली. बाबांच्या पलंगाजवळ गेली अणि त्यांच्या केसांतून हात फिरवू लागली.

ही संधी साधून मी तिथून पळून गेले. गच्चीत उभी राहून पेरू खाता खाता मी प्रफुल्लच्या अंगणात शेजारच्या मुली गोल्लाछुट खेळत होत्या ते बघत राहिले. आमच्या अंगणात खेळणं शक्यच नव्हतं. विशेषतः बाबा सतत काही दिवस घरात असताना तर अशक्यच. बाबा घरात असले तर घरातील सर्वांना त्यांच्या डोळ्यासमोरच राहावं लागायचं. हातातल्या पेरूचा शेवटचा घास घेतला नाही घेतला तोच बाबांची हाक कानी आली. त्यांना काय पाहिजे ते बघायला मी धावतच खाली गेले. त्यांनी कर्कश स्वरातच मला विचारलं, 'हे सरबत कोणी दिलं?'

मी मान खाली घालून म्हटलं, 'आईनं.'

'का दिलं? मी मागितलं होतं?' पलंगावर पाय खाली सोडून बसलेले बाबा, माझ्या उद्धटपणाबद्दल मला थप्पड द्यायला अगदी उतावीळ झाले आहेत हे मी त्यांच्या आवाजावरून ताडलं.

मी गप्पच राहिले.

बाबांनी थंड आवाजात सांगितलं, 'हे सरबत घेऊन जा आणि अंगणात ओतून दे.'

मी मुकाट्यानं हुकुमाचं पालन केलं. पेरूच्या बुंध्यापाशी ग्लास उपडा केला. 'कोणी माझ्या खोलीत येता कामा नये. सगळ्यांना सांग की मला कोणाचंही तोंड पाह्यची इच्छा नाही. कोणाच्याही हातचं मी काही खाणार नाही. मला विष देऊन मारायचा बेत माझ्या लक्षात आलाय. माझ्या घरात माझा कोणी वैरी राहता कामा नये.'

ह्या वेळीसुद्धा मी गप्प बसले.

दुसऱ्या दिवशी फजलीमावशी घरी आली. आईच्या अंगावरून हात फिरवत

डोळ्यांत पाणी आणून ती आईला म्हणाली, 'बडबू, संसार सोड आता. सिनेमा पाहणंही सोड. आणखी पाप करू नकोस. संसार, नवरा, मुलं ह्या सगळ्यांची माया सोड. ह्या सगळ्यांचे पाश तोड आणि अल्लाच्या मार्गावर ये. तोच शांतीचा रस्ता आहे.'

आईनं त्या दिवसापासून सिनेमा सोडून अल्लाच्या मार्गावर शांती मिळवण्यासाठी पाऊल टाकलं. अल्लाचा रस्ता म्हणजेच नवमहलचा रस्ता– फजलीमावशीच्या सासरचा रस्ता. तिच्या सासऱ्याचं नाव अमीरुल्लाह. अ-बंगाली मुसलमान. मदरशात शिक्षक होते. फाळणीनंतर मुलाबाळांना घेऊन भारतातील मेदिनीपूरहून पूर्व बंगालमध्ये आले आणि नवमहाल भागातील हाजिबाडीचं जंगल साफ करून त्यांनी आपलं एकमजली घर बांधून कायमचं वास्तव्य केलं. पहिले काही दिवस त्यांनी म्युनिसिपालिटीत कारकुनी केली. त्या नंतर नोकरी सोडून मोहल्ल्यातील लोकांना कुराण हदीस वाचून दाखवू लागले. त्या बदल्यात शेजारी त्यांना 'हदिया'[१] देऊ लागले. असं म्हणतात की अल्ला रसूलचं अध्यापन करणाऱ्या व्यक्तीला हदिया दिल्यास अल्ला संतुष्ट होतो आणि अशा लोकांना स्वर्ग मिळतो. अमीरुल्लाहांच्या घरात फजलीमावशीचा प्रवेश उल्कापाताप्रमाणे झाला. अमीरुल्लाहांचा मुलगा मुसा ह्याच्यासाठी मुली बघत बघत, लग्न जमवणारा अखेर अंधाऱ्या गल्लीतील खलशा माशांनी भरलेल्या तळ्याकाठच्या नानीच्या घरी येऊन पोहोचला. नानीच्या अंगणातील लोखंडी खुर्चीवर बसून त्यानं ठरवून टाकलं की आता आणखी मुली बघायच्या नाहीत. हीच शेवटची.

लग्न जमवणाऱ्याच्या तोंडून मुलीच्या रूपाचं कौतुक ऐकून दुसऱ्याच दिवशी अमीरुल्लाह आपल्या मुलाला– मुसाला– घेऊन नानीच्या घरी पोहोचले. अर्थात रसगुल्ल्यांच्या मडक्यासकट. काय भानगड आहे? कोणासाठी? फजिलातुन्निसासाठी– ती तर शाळेत गेलीय. घरातले सर्वजण पत्र्याच्या भोकातून पांढरा आलखाल्ला[२] घातलेल्या आणि वेगळीच भाषा बोलणाऱ्या अद्भुत माणसाला पाहत राहिले. शाळेतून परतलेल्या फजिलातुन्निसानं पाहिलं की दोन अनोळखी माणसं बसलीत आणि आपल्याला आपादमस्तक न्याहाळताहेत. ही काय भानगड! ती घरातून दूर पळून गेली. फजलीमावशीला पाहून अमीरुल्लाहांचे डोळे चमकले. अशी सोन्याच्या रंगाची मुलगी त्यांनी दुसरी पाहिली नव्हती. हात जोडून अमीरुल्लाह नानांना आग्रह करायला लागले, 'जर तुमची तयारी असेल तर आता इथंच लग्न करून घेऊ. मग विधिपूर्वक समारंभ करून आम्ही मुलगी घेऊन जाऊ.'

हे बोलणं ऐकून नानीनं पडद्याआडून आपली नापसंती दाखवली. नानांना आत येण्यासाठी खुणावलं. पण पडद्याआडून काय उत्तर येणार ह्याची कल्पना असल्यानं नानांनी नानीकडे दुर्लक्ष केलं. नानी व्यवहारी होती. उगाचच हुरळून नाचणारी नव्हती. गुडघ्याला बाशिंग बांधायला ती तयार नव्हती. शाळेतून घरी आलेल्या मुलीला काय होतं आहे हे कळण्याआधी धरून बांधून लग्नाला राजी करणं नानीला पसंत नव्हतं.

नानीच्या विरोधाला न जुमानता नानांनी 'जी हाँ', 'जी हाँ' म्हणून अमीरुल्लाहांना शब्द देऊन टाकला. ते म्हणाले, 'आपण विद्वान आहात. आपलं म्हणणं मी अमान्य कसं करणार? आपण म्हणत आहात तर आताच लग्न करू या.'

फजलीमावशीला मोहल्ल्यातून शोधून घरी आणलं गेलं आणि एक लाल साडी गुंडाळून एका खोलीत बसवलं गेलं. मोठ्या मामाला वाईट वाटलं. तो उदासपणे सरताआलूच्या झाडाखाली जाऊन बसला. तो स्वत: फजलीमावशीला शिकवायचा. फजलीमावशी आणखी तीन वर्षांनी मॅट्रिक होऊन कॉलेजात गेली असती. पण 'मुलींना एवढ्या शिक्षणाची काही गरज नाही' असं म्हणून नानांनी घरातल्या सर्वांची तोंड बंद केली. एवढंच नाही तर अचानक तिच्या लग्नाला तयार झाले. अमीरुल्लाह इतके खूष झाले की समोर ठेवलेल्या चहा, बिस्किटांकडे त्यांनी दुर्लक्ष केलं आणि सुरात 'सुरा' गाऊन, सहाशे रुपये काबीन[३] देऊन, दोन वेगवेगळ्या खोल्यांत बसलेल्या नवरा-नवरीकडून लग्न 'कबूल' करून घेतलं. नानी अगतिकपणे म्हणाली, 'निदान काबीनची रक्कम तरी वाढवायला सांगा.' 'जाऊ दे. शिकलेल्या माणसाशी सौदेबाजी करणं ठीक नाही.' नानांनी धमकावलं.

काही दिवसानंतर फजलीमावशीच्या लग्नाची जंगी मेजवानी झाली. लोकांना मटण-पुलावचं जेवण देण्यात आलं. फजलीमावशी डोलीतून रडत रडत सासरी गेली. तेव्हा मोठा मामा मोठ्यामोठ्यानं रडला. फजलीमावशीच्या लग्नानंतर तीन वर्षांनी नाना मोठ्या मामाला प्रवासाला म्हणून घेऊन गेले आणि हलीमा नावाच्या स्वच्छ गोऱ्या, खूप लठ्ठ गावंढळ मुलीशी त्याचं लग्न लावून आले तेव्हा आजीही अशीच मोठ्यानं रडली होती. मोठा मामा घरात सर्वांत जास्त शिकलेला होता. त्यानं आणखी शिकून जज्ज, बॅरिस्टर व्हावं अशी नानीची इच्छा होती. मोठ्या मामाचं अचानक लग्न करून गोऱ्या सुनेला घरात आणताच, गोऱ्या सुनेला भूतबाधा होऊ नये म्हणून नानांनी अंगणातील सरताआलूचं झाड एका झटक्यात तोडून टाकलं. अर्थात हे सगळं मी माझ्या डोळ्यांनी पाहिलं नाही कारण ह्या सर्व गोष्टी मी जन्माला येण्याच्या आधीच्या आहेत.

फजलीमावशी भटकी मुलगी होती. सबंध दिवस मोहल्ल्या मोहल्ल्यातून वणवण करायची. अशा मुलीच्या हातात अमीरुल्लाहांनी जपमाळ दिली. तिला घुंघट घ्यायला लावला. बाहेरच्या कोठल्याही माणसाची नजर सुनेवर पडू नये म्हणून त्यांनी घराच्या चहूबाजूला उंच भिंती बांधून घेतल्या. सासू, सासरे आणि नवरा ह्यांची सेवा केल्यानंच अल्ला खूष होतो, हे त्यांनी आपल्या लहान वयाच्या सुनेला पुस्तकातून वाचून दाखवलं होतं. सुनेनंही 'जी, अच्छा अब्बाजी' असं म्हणून हे मान्य केलं होतं.

त्यांचं वलीअल्लाचं घर होतं. तिथं अल्लहो त' आलॉ[४] स्वत: येऊन त्यांच्या

'प्याऱ्या बंद्यां'बरोबर बोलत असे. अंगणातल्या झाडा-झाडावर भुतंही असत. सासरच्या घरात गेल्यापासून नेहमीच फजलीमावशीला भूत झपाटायचं. कधी एक-दोन दिवसांसाठी तर कधी सात दिवसांसाठी. अमीरुल्लाह जेव्हा स्वत: तिचं भूत उतरावयाचे, तेव्हा ती धपकन जमिनीवर पडायची. भुतं अशीच माणसाच्या शरीरातून बाहेर पडतात.

भुतानं झपाटताच फजलीमावशी बुरखा फेकून देत असे, एकटीच घराबाहेर जात असे, रस्त्यातल्या कोणाबरोबरही हसून वायफळ गप्पा मारत असे. नवमहालच्या कोपऱ्यावर एकदा स्वत:च्या नवऱ्याला पाहून फजलीमावशीनं विचारलं होतं, 'काय मुसाभाई, कुठं चाललात? शेंगदाणे खाणार का?'

भूत उतरवणं एक अवघड प्रकरण होतं. फजलीमावशीला सांडशीसारखं धरून पकडून घरी आणावं लागायचं. घरातल्या अंधाऱ्या खोलीत तिला कोंडल्यावर अमीरुल्लाह लाठी घेऊन खोलीत जात. प्रथम विचारत, 'तू हे असं कशासाठी करतोस?'

फजलीमावशी उत्तर द्यायची, 'मला इथलं काहीही आवडत नाही. मला शहरभर हिंडावंसं वाटतं, दाणे खावेसे वाटतात, पोडाबाडीचे चमचम खावेसे वाटतात. हीऽ हीऽ हीऽऽ'

खरं तर हे फजलीमावशी बोलत नसे. बोलायचं 'शराफत' नावाचं भूत. तिला 'शराफत'नं धरलं होतं. बुरखा फेकणं, छातीवरचा पदर काढणं वगैरे जे काय ती करायची, ते, खरं तर, शराफतच करत असे. ओंगळवाणे हातवारे करून नाचणं, अचकट विचकट बोलणं सगळं शराफतच करायचा. फजलीमावशी अशी बेपर्दा, बेशरम होणं शक्यच नव्हतं.

अमीरुल्लाह समजावणीच्या स्वरात म्हणायचे, 'ऐक. आम्ही तुझं काहीही नुकसान केलेलं नाही. मग तू आम्हाला एवढं का छळतोस बाबा? माझ्या कोवळ्या सुनेला सोडून दे. ती अगदी सती साध्वी आहे. कितीजणी तिच्यासारख्या असतात बरं? तिला आता आणखी त्रास देऊ नकोस, बाबा. सोडून जा तिला.'

फजलीमावशी उडी मारून बिछान्यावर चढायची आणि नाचत नाचत गाणं म्हणायची, 'आय तबे सहचरी, हाते हाते धरि धरि, नाचिब घिरि घिरि, गाहिब गान।' ('ये रे ये साजणा, घेऊ हातात हात, नाचू या जोशात, गाऊ या गीत') सुनेला असं हात वर करून नाचताना पाहून अमीरुल्लाहांची मान खाली जायची. 'तुला कसं घालवायचं ते मला माहीत आहे.' ते कठोर स्वरात म्हणत.

हे ऐकून फजलीमावशी बिछान्यावरून खाली उडी मारायची. आपली साडी घोट्यापर्यंत वर उचलून ती टाचांवर भोवऱ्यासारखी फिरायची. मग खदाखदा हसून म्हणायची, 'तू माझं काहीही वाईट करू शकत नाहीस.'

अमीरुल्लाहांच्या चेहऱ्यावरच्या शिरा ताठ होत. 'तू मर्यादेच्या बाहेर जात आहेस.'

'हो. तसंच समज. मला वाटेल ते मी करेन. मध्ये आलास तर मारून टाकेन. कोयत्यानं वार करेन. मला ओळखत नाहीस तू.' फजलीमावशी हातपाय आपटत म्हणायची.

अशा वेळी अमीरुल्लाह हातातील लाठी घट्ट धरत. सून हातपाय आपटायला लागली की तेही तिच्या पाठीवर, डोक्यावर, मानेवर फटके मारत. फजलीमावशीनं इतका मार कधीच खाल्ला नव्हता. एकदाच संध्याकाळी अभ्यास करताना ती पुस्तकावर डोकं ठेवून झोपली म्हणून नानांनी तिला एक थप्पड ठेवून दिली होती. पण लगेच दुसऱ्या दिवशी मिठाईच्या दुकानात नेऊन तिला पोडाबाडीचे चमचम भरपूर खायला घातले होते. मार खाताना, 'आपले हातपाय पार मोडून गेलेत' असंच फजलीमावशीला वाटायचं. ती काकुळतीला येऊन म्हणायची, 'आता पुन्हा असं करणार नाही. मला सोडा.'

'सोडून जाणार ना?' अमीरुल्लाह धापा टाकत विचारत.

'हो. जाईन सोडून. खरचं सांगतो. जाईन सोडून.'

फजलीमावशी उपडी होऊन सासऱ्याच्या पायावर पडायची.

'नाव काय तुझं?'

'शराफत'

'राहतोस कुठं?'

'लिंबावर.'

फजलीमावशी थकून जमिनीवर पडायची. बऱ्याच वेळ डोळे मिटून पडून राह्यची. मग अचानक मान झटकून उठून बसायची. समोर सासऱ्याला पाहून घाईघाईनं डोक्यावर पदर घेत म्हणायची, 'अब्बाजी, आपण इथं? घरात एवढा अंधार का?' ती उठून सरळ नळावर जायची. म्हणायची, 'अब्बाजींना अयू करण्यासाठी पाणी द्यायचंय. बराच वेळ झालाय.'

फजलीमावशी भूत उतरल्यावर पुन्हा पूर्वीसारखी वागत असलेली पाहून अमीरुल्लाहांची बायकामुलं निश्चिंत होत.

'शराफत'चं भूत वारंवार फजलीमावशीला धरायचं. जेव्हा भुताखेताची कटकट नसे तेव्हा फजलीमावशी अल्लाची भक्त असे, सासरा आणि नवरा ह्यांच्या आज्ञेत असे, ती कधीही खी खी करून हसत नसे, तिचा घुंघट कधीही डोक्यावरून घसरून खाली येत नसे, मधून मधून भुताला हाकलून द्यायच्या भानगडीत तिच्या पाठीवर वण पडायचे. गोऱ्या सुडौल पाठीवरचे ते वण चंद्रावरच्या डागासारखे दिसायचे.

आईच्या अंगावरचा हात काढून डोळे पुसत फजलीमावशी म्हणाली, 'बडबू, हाच शांतीचा मार्ग आहे. अब्बाजींच्या मज्लिशीत ये. अल्लारसूलच्या गोष्टी ऐक.

'आखिरत'[५] ला त्याच उपयोगी पडतील. शेवटी हा संसार किती दिवसांचा, सांग बरं! क्षणभराचा.'

आईलासुद्धा संसाराचा मोह सोडायचाच होता. बाबा त्यांच्या मनाला येईल तसं भटकत होते, त्याचं आईला काही सोयरसुतक नव्हतं. ती अल्लाच्या ध्यानात गढून जाऊन सर्व विसरू शकत होती.

'तुला माहीत आहे बडबू, अब्बाजींनी अल्लाच्या दरबारात तुझ्याबद्दल सांगितलं, तर तुला कबरीच्या यातनांतून मुक्ती मिळेल, भवसागर तरून जायला वेळ लागणार नाही, 'हश्र'[६] च्या मैदानात आपलं पारडं जड व्हायला नको का? संसाराच्या जंजाळात अडकलीस तर 'त्या लोकां'त बरोबर काय घेऊन जाशील?'

आईनं मान हलवली. खरंच आहे. 'आखिरत'साठी आईजवळ काहीच नव्हतं. आईच्या ते लक्षात आलं. हल्ली पाच वेळा नमाज पढण्यातही गफलत होत होती. कुराण शरीफवर धूळ साठली होती. कित्येक दिवसांत ते कोनाड्यातून बाहेर काढलं गेलं नव्हतं. इहलोकी सुख नाही पण परलोकीही ते मिळालं नाही तर? ह्या विचारानं आई घाबरून जायची. फजलीमावशीनं आईला नसीहत[७] देऊन पांगास माशाचा मधला मोठा तुकडा भाताबरोबर खाल्ला आणि मग ढेकर देत देत काळा बुरखा घालून नवमहालच्या हाजिबाडीच्या जंगलातील सासरी निघून गेली.

दुसऱ्या दिवशी नाश्ता उरकताच आईनं बुरखा घातला.

कुठं? नवमहालला.

आठवडा उलटला. महिना झाला. 'आई कुठं जातेस?' 'नवमहलला.'

आईला काही बोलायची कोणाचीही हिंमत नव्हती. आम्हाला घरात सोडून जाणाऱ्या आईकडे आम्ही चारही भावंडं फक्त बघत राह्यचो. नवमहालची नशा चढलेल्या आईचा रस्ता रोखणं घरातल्या कोणालाही शक्य नव्हतं. ही अल्लाची नशा अफूपेक्षाही जास्त कडक असते.

महिना झाल्यानंतर आईच्या मनात काय आलं कोण जाणे! तिनं बुरखा घातला होता. पण तिची साडी चुरगळलेली होती. वेणीफणीही नीट केलेली नव्हती. मी नुकतीच पटांगणात खेळायला गेले होते. ती तिथं आली आणि माझं बखोटं धरून मला हिसका मारून म्हणाली, 'चल.'

घराबाहेर कुठंही जायचं म्हटलं की मला उत्साह यायचा. मंद वाऱ्यात रिक्षातून हिंडण्यातली मजा घरात बसून येणार आहे थोडीच? मी शाळेच्या युनिफॉर्मचाच पायजमा घातला होता. कारण बाहेर जाण्यासाठी माझ्याकडे दुसरा पायजमा नव्हता. माझं तेव्हा हाफपॅन्ट घालायचंच वय होतं. पायजम्यावर एक लांब कुर्ता घातला. ओढणीनं छाती झाकायचं वय नसताना, छाती अजून दिसत नसतानाच, युनिफॉर्मचीच दुमडून बेल्टमध्ये अडकावयाची पांढरी ओढणी मोकळी करून मी डोकं झाकून

घेतलं. आईनं मला रिक्षात ढकललं. ह्या पोशाखात मी अगदी अजागळ दिसत होते. पण आईला 'नाही' म्हणून बाहेर जायची संधी सोडायला मी तयार नव्हते. रिक्षातून सिनेमाची पोस्टर्स बघत बघत, दुकानांच्या पाट्या वाचत वाचत आणि रस्त्यावरचे लोक पाहत पाहत आम्ही नवमहलला पोहोचलो. एवढ्या लवकर आपलं ठिकाण यावं असं मला वाटत नव्हतं. रिक्षा जर दिवस-रात्र लांब लांब कुठंतरी जातच राहिली असती तर!

जंगल साफ करून बांधलेल्या अमीरुल्लाहांच्या हाजिबाडीच्या घराचं एका छोट्याशा शहरात रूपांतर कधी झालं ते कळलंच नाही. बऱ्याच मोठ्या जमिनीवर छोटी छोटी घरं बांधली होती. सगळ्यात उंच, वीटकाम केलेली, चुना लावलेली खोली अमीरुल्लाहांची होती. आई त्यांची शिष्या झाल्यापासून त्यांना 'तालइसाहेब' न म्हणता 'हुजूर' म्हणायला लागली होती. पीरसाहेब सर्व व्यक्तिगत नात्यांच्या पलीकडचे असतात. ह्या घरातील आईचं पहिलं काम म्हणजे अमीरुल्लाहांच्या पायाचं चुंबन घेणं. भले मग अमीरुल्लाह झोपलेले असोत, जेवत असोत की अयू करत असोत. फक्त आईलाच नव्हे तर सगळ्यांनाच त्यांच्या पायांचं चुंबन घेऊन काम सुरू करावं लागत असे. मग ते काम काहीही असो– चूल पेटवायची असो, सकाळचा नमाज पढायचा असो, लघवीला जायचं असो की शौचाला. कारण अमीरुल्लाह अल्लहो त' आलॉचे प्यारे बंदेच नव्हते, तर रीतसर अल्लाचे वली म्हणजे वारस होते. अल्लहो त' आलॉ' आपल्या वारसांना नेहमी दर्शन देतो. अमीरुल्लाहांनाही नेहमी अल्लाचं दर्शन घडायचं. हे दर्शन बरोबर केव्हा होतं हे मात्र कोणालाही ठाऊक नव्हतं. आईच्या मते मध्यरात्री हे घडत असावं आणि ते एकमेकांशी अरबीत बोलत असावेत. अल्लाची मातृभाषा अरबी आहे, असा आईचा विश्वास होता. आपणही अरबी शिकलो तर परलोकी गेल्यावर अल्लाबरोबर एखाद-दुसरं वाक्य बोलू शकू, असं तिला वाटायचं. तिला अरबी भाषा शिकायची फार इच्छा होती. अरबी बोलणाऱ्यांकडे आई, जीभ बाहेर काढून बघणाऱ्या कुत्र्यासारखी, पाहत राह्यची. आईच्या जिभेवरून लाळेसारखा स्वर्गाचा लोभ गळायचा. 'हुजूर' मध्यरात्री अल्लहो त' आलॉशी बोलतात, ह्या कल्पनेनं बेभान होऊन आईच्या पापण्या मिटायच्या. अमीरुल्लाह संतुष्ट झाले तरच आईसारख्या पापी व्यक्तीवर अल्लहो त' आलॉ कृपा करू शकला असता. कारण आईनं खूप पापं केली होती. तिनं वेड्यासारखे सिनेमा पाहिले होते, जात्रा[८] पाहिल्या होत्या. अशा गुन्हेगाराला अल्ला कधी क्षमा करतो का? हुजुरांच्या पायांचं चुंबन घेऊन आई पीराच्या खोलीतल्या फरशीवर बसून हुंदके देऊन रडायची. आईचे डोळे स्वच्छ ओढ्यासारखे होते. कुठंही न अडकता त्यांतून पाणी वाहत असे. गालावरून, छातीवरून ते साडीवर व ब्लाऊजवर पडायचं. फजलीमावशीचे गुलाबी फुगीर ओठ सारखे बडबड

करत असायचे. ती आईच्या खांद्यावर हात ठेवून थंडपणे म्हणायची, ‘तुला अल्ला का नाही क्षमा करणार? तू अल्लाला शरण जा. अल्ला क्षमाशील आहे. अल्ला महान आहे. तो तुला क्षमा करणारच. अल्लापुढे हात पसरणाऱ्याला तो कधीच निराश करत नाही.’

केवळ आईच नाही तर इतरही तरुण स्त्रिया अमीरुल्लाहांना संतुष्ट करण्यासाठी एका पायावर तयार असत. दुपारचा चहा नाश्ता झाल्यावर अमीरुल्लाह बिछान्यावर आरामात आडवे होत. तेव्हा कोण हुजुरांचे पाय चेपणार, कोण हात चेपणार, कोण डोकं चेपणार ह्यावरून आई व इतर बायकांत खेचाखेच होत असे. आईला पाय चेपायला आवडायचं. तिला पाय चेपायला मिळाले की तिचा चेहरा ताऱ्याप्रमाणे चमचम करत असे. ओठांच्या कडेला हसू फुटत असे. पाय म्हणजे घाण. तुमच्या घाणेरड्या पायावर मी हात फिरवते ह्याचा अर्थ तुमची घाणही मला पवित्र वाटते. अंग चेपण्याचा हा कार्यक्रम दोन-एक तास चालत असे. मग हुजुरांची सेवा म्हणून कोणी संत्र्याचा रस देत, कोणी लिंबाचा तर कोणी खीर देत. हुजुरांचं जेवण चांदीच्या ताटातून येत असे. रहू माशाचा दोप्याजा, लुसलुशीत कोंबडीचा रस्सा, बासमती तांदळाचा भात असं जेवून हुजुरांनी ढेकर देताच पान यायचं, तेही वर्ख लावलेलं. हुजुरांना पानाचं व्यसन होतं. चटईवर बसून त्यांची सून त्यांना विडा करून देत असे. ते विडा तोंडात टाकत, सहा-सात वेळा चावत आणि तस्तात पचकन् पिंक मारत. पिंक बायकांच्या अंगावर उडत असे. कोणी कोणी अंगावर पडलेली पिंक चाटत. पण बहुतेक जणी तस्तावर तुटून पडत. हुजुरांचं पान किंवा पानाचा रस सर्वांत आधी मिळवण्यासाठी महाभारत घडत असे. अशी धक्काबुक्की पाहिली की मी घाबरून जायची. सिनेमाचं तिकीट घेताना आईला अशी धक्काबुक्की, अशी खेचाखेच करताना मी पाहिलं होतं. अलका सिनेमा हॉलमधील स्त्रियांच्या तिकिटांच्या खिडकीपाशी जेव्हा बायका आपापसात धक्काबुक्की करून तिकीट घेऊन रांगेबाहेर येत तेव्हा त्या घामानं थबथबलेल्या असत, त्यांच्या ब्लाऊजची बटणं तुटलेली असत, अंबाडे सुटून केस एखाद्या वेडीसारखे विस्कटलेले असत. पण तरीसुद्धा त्यांचा चेहरा तिकीट मिळालं म्हणून आनंदानं उजळलेला असे. पानाच्या पिंकेसाठी होणारी खेचाखेच ही जणू काही स्वर्गातल्या अमृतासाठी चाललेली खेचाखेच होती. आईला वाटायचं की हे काही कोठल्या तरी सामान्य माणसानं खाल्लेलं पान नाही तर ज्या माणसाशी मध्यरात्री गुपचूप येऊन अल्ला बोलतो, अशा व्यक्तीच्या तोंडातील पान आहे. डोळे मिटून तोंडीच जो अल्लाच्या अगाध शक्तीचं, त्याच्या कृपेचं, वर्णन करतो, अल्लानं कधी, कुठं, कोणाला काय सांगितलं, काय इशारे केले इत्यादी गोष्टींची माहिती देऊ शकतो, अशा महापुरुषाचं उष्टं पान खाऊन स्वर्ग का नाही मिळणार? अमीरुल्लाह पीर असल्यानं सांकेतिक भाषेत बोलत. लहान मुलांशी

लपंडाव खेळताना मोठी माणसं डोळे बारीक करून गूढपणे हसतात, तसंच डोळे बारीक करून गूढपणे हसत ते म्हणायचे, 'स्वर्गाचं तिकीट हवं? तर मग बंद्यांनो, डोळे आणि कान उघडे ठेवा. काय केलं म्हणजे अल्ला खूष होईल ते समजावून घ्या. अल्लानं तुम्हाला बुद्धी दिलीच आहे.'

तस्तातलं, अमीरुल्लाहांनी थुंकलेले पान उचलून आई तोंडात कोंबायची. मी ह्या धक्काबुक्कीपासून लांब, मागे एकटीच बसलेली असायची. मला भीती वाटायची, आणि शरमही. शरमेनं मी मधून मधून लाल व्हायची. आईच्या मागून, आईचा पदर धरून मला स्वर्गात जाता येईल, असा एक विश्वास माझ्या मनात निर्माण होत असे. फजलीमावशी बायकांच्या ह्या खेचाखेचीच्या उजवीकडे बसायची. ती निर्विकारपणे ही खेचाखेच, ही धक्काबुक्की बघायची. तिला उष्ट्या पानातला भाग नको असायचा. तिला कशाला हवा असेल पानातला हिस्सा? कारण तिचं तिकीट काढलेलंच आहे. इथलं आयुष्य सुखात घालवलं की झालं! लगेच स्वर्गच. तिनं सिनेमा, जात्रा ह्यांना जाऊन पापाची कमाईही केलेली नाही, असं आईचं पक्कं मत होतं. सगळ्या बायका पीरसाहेबांच्या खोलीचं कुरुक्षेत्र करून टाकायच्या. तिथंच फजलीमावशी आईच्या कानाशी वाकून दबल्या आवाजात म्हणाली, 'तोंडातलं पानंच नव्हे तर अल्लाच्या वलीचा कफ, थुंकी हेसुद्धा ग्रहण केल्यानं 'सवाब'[१] होतो.' हे बोलणं आईच्या मनात पक्कं बसलं होतं.

कफ, थुंकीच्या भानगडीत पडण्यापूर्वी आई शंभर मणी असलेली एक जपमाळ माझ्या हातात द्यायची आणि मला दक्षिणेकडील एका खोलीत जमिनीवर बसवायची. एका कागदावर 'सल्लाल्लाहु आला महमद' असा जप तिनं लिहून दिला होता. तो मोजून पाचशे वेळा करायचा होता. त्यामुळे सवाब होतो, असं आईनं सांगितलं होतं. आई इथं 'सवाब' कमवायला येत होती. अल्लानं दाखवून दिलेल्या मार्गानं जाऊन मीही 'सवाब' कमवावा म्हणून आईनं मला गोल्लाछुटच्या मैदानातून आणून इथं बसवलं होतं. गोल्लाछुटपेक्षा रिक्षात बसून भटकण्यात जास्त आनंद होता. पण जिथं खेळायला बंदी आहे, मोठ्यानं बोलायला बंदी आहे, डोक्यापासून पायापर्यंत अंग झाकणारा बुरखा केसभर सरकवायला बंदी आहे, अशा विचित्र घरात जपाची माळ घेऊन बसण्यापेक्षा मुताची घाण मारणाऱ्या मुतारीत विनाकारण बसणं देखील बरं!

संध्याकाळी हुजुरांची मज्लिस भरायची. त्या वेळी आई मला मानगुटीला पकडून दक्षिणेकडच्या खोलीतून मज्लिस भरलेल्या खोलीत घेऊन जायची. डोक्यावरून ओढणी जरा सरकताच आई मला कोपरानं ढोशीत असे. रिक्षातून येताना तिनं मला 'हुजुरांना पाहताच त्यांच्या पायांचं चुंबन घे. डोक्यावरून ओढणी सरकता कामा नये,' असं बजावलं होतं. पण मी हुजुरांच्या पायांचं चुंबन घेतलं नव्हतं आणि

डोक्यावरून माझी ओढणीही सरकली होती. मज्लिशीत आई मला मुलींच्या रांगेत बसवायची. ती स्वत: गुडघे दुमडून बसायची. बायकांनी पडद्यात बसायचं, असा नियम होता. पुरुष पडद्याबाहेर बसायचे. पडद्याच्या फटीतून पाहिलं तर मोठमोठे ग्रंथ घेऊन हुजूर गादीवर बसलेले दिसत. त्या ग्रंथातील दोन-तीन ग्रंथ उघडून त्यांतून ते अरबीतून काही वाचून दाखवत. ते ऐकून श्रोते गहिवरत. चष्म्याच्या काचा पुसता पुसता हुजूर सांगत, 'जे लोक श्रद्धा ठेवत नाहीत, जे अप्रामाणिक असतात, त्यांना अल्लहो त' आलॉ नरकाच्या आगीत कसं होरपळून काढतो हे आपल्याला माहीत आहे का? नरकाच्या भयंकर आगीत आपल्याला होरपळावं लागेल. सूर्य डोक्याच्या वर एका हातावर आला तर जशी उष्णता असेल तशी नरकात उष्णता असते. हजारो साप, विंचू आपल्याला दंश करतील. आपल्याला पू आणि उकळतं पाणी प्यावं लागेल. अल्ला आपल्या जिभा खेचून डोक्यावर क्लिपनं अडकवून ठेवेल. तो आपल्याला आगीत फेकून देईल. त्या आगीत आपली शरीरं होरपळतील. पण आपण मरणार नाही. अल्ला आपल्याला मारणार नाही. तो शिक्षा भोगण्यासाठी आपल्याला मरू देणार नाही. साप आपल्या अंगांना विळखे घालतील, काही दंशही करतील. बंद्यांनो, ह्या जगाचा आनंद फार दिवस घेता यायचा नाही. शेवटची घटका येत चाललीय. कुठल्याही क्षणी दज्जाल[१०] येऊ शकेल. तयार राहा. कयामत[११] आल्यातच जमा आहे. इसराफील[१२] नं तुतारी तोंडात धरली आहे. अल्लाचा हुकूम होण्याचाच अवकाश!'

पडद्याआडून हुंदके ऐकू येत. पुरुष रुमालानं डोळे पुसत. कोणी मोठ्यानं रडत. कोणाची श्रद्धा होती आणि कोणाची नव्हती, कोण जाणे!

'भाईसाहेब, प्रपंचातून काहीही मिळणार नाही. आखिरतसाठी शिदोरी जमवा. अल्लाच्या मार्गानं या. महान पर्वर्दिगारांनी माफ केल्यास आपली कबरीच्या यातनांतून सुटका होईल, नरकाच्या यातनांतून सुटका होईल. नरकाची आग म्हणजे काही दुनियेतली आग नव्हे. दुनियेच्या आगीच्या सत्तरपट तिची तीव्रता असते, सत्तरपट ताप जास्त असतो.'

मी जपमाळ हातात घेऊन आईच्या मागे चूपचाप बसून राह्यची. आईला रडताना पाहून मला तिची दया यायची. ती हुंदके द्यायची. एवढी सगळी माणसं आगीच्या भीतीनं गळा काढून रडताना पाहून मला आश्चर्य वाटायचं. हे अगदी मुलांना भीती दाखवण्यासारखं होतं. लहान मुलं माराच्या भीतीनं अशीच भोकाड पसरून रडतात. सगळ्यांसारखं मीही रडलं पाहिजे, असं वाटून मी रडू कधी येतंय त्याची वाट पाह्यची. पण काही झालं तरी माझ्या डोळ्यांना पाणी येत नसे. उलट नरकात माणसाला अल्ला कसं आगीत भाजून काढतो, त्याचं वर्णन ऐकून अल्ला फार निष्ठुर आहे, असं मला वाटायचं.

कबरीतल्या यातनांचं आणि नरकाचं लांबलचक, बीभत्स वर्णन करून झाल्यावर पीरसाहेब मुनाजातीसाठी हाताची ओंजळ करून म्हणत, 'हे अल्ला, तू तुझ्या बंद्यांना क्षमा कर. त्यांच्या सगळ्या पापांना पदरात घे. तू क्षमाशील आहेस, महान आहेस, पर्वर्दिगार आहेस. तुझ्या पापी बंद्यांना क्षमा कर. तुझ्या दरबारात, त्यांच्यावतीनं मी भीक मागतो, हे अल्ला!'

जसाजसा हुजुरांचा आवाज चढत जात असे, तसातसा रडण्याचा आवाजही वाढत जात असे. मी हालचाल न करता बसून राह्यची. फक्त डोळे इकडेतिकडे फिरत. कधी पडद्याच्या आत तर कधी पडद्याच्या बाहेर. हे खरोखरच एक विचित्र जग होतं!

आई नियमितपणे पीरबाडीला जाते, हे बाबांच्या कानावर गेलं. ती अमीरुल्लाहांची शिष्या झाल्याचंही त्यांना कळलं. त्यांनी घरात जाहीर करून टाकलं की कोणीही पीरबाडीला जाता कामा नये. जो कोणी बाबांचं ऐकणार नाही त्याला ह्या घरात राहता येणार नाही. बाबांचा हुकूम ऐकून आई हेटाळणीच्या स्वरात म्हणाली, 'अडलंय माझं डाव्या पायाचं खेटर! ह्या घरात राह्यचंच कोणाला? ह्या काफिराच्या घरात? इथं अल्ला-खुदाचं नाव घेतलं जात नाही. ह्या घरात राहिले तर मला स्वर्ग पारखा होईल.'

आई पीरांची शिष्या झाल्यापासून तिनं स्वयंपाकपाणी सोडून दिलं होतं. सकाळी बाजारातून भाजी आणल्यावर मणी आईला विचारायची की काय करायचं? दुधीभोपळा घालून मासळी की कोहळा घालून मटण? पालेभाजी करायची की नाही? डाळ पातळ करायची की दाट?

आई म्हणायची, 'तुला वाटेल ते कर.'

मणी गोंधळून जायची. आई पूर्वी कधीही असं वागत नसे. मणी भाजीपाला चिरून द्यायची आणि आई स्वयंपाक करायची. आता स्वयंपाकाचा सगळा भार मणीलाच उचलावा लागायचा. कोठीची किल्लीसुद्धा आईनं मणीच्या हातात दिली होती. मिरची मसाला, भाजीपाला– जे पाहिजे ते मणीनं काढून घ्यावं आणि स्वयंपाक करावा. काय घालून काय करायचं ते मणीच ठरवायची. अचानक एवढं स्वातंत्र्य मिळाल्यावर मणीला आपण घरची मालकीण आहोत, असंच वाटायला लागलं.

नवमहालातील पानाची पिंक, कफ, थुंकी, मज्लिस, मुनाजात इत्यादी कार्यक्रम आटपून घरी आल्यावर आईचा बराच वेळ जायनमाजवर बसूनच जायचा. नमाज संपला की जपाची माळ ओढत बसत असे. जप झाला की सुरात कुराण वाचायची. कुराण झालं की पुन्हा नमाज. फज्र, जोहर, आसर, मागरेब, एशा हे नमाज तर

पढायचीच पण नफल[१३] नमाजही पढायची. आईचं संसारातून मन उडालं होतं. मुलांनी खाल्लं-प्यायलं की नाही ह्याचा विचार करायलाही तिला वेळ नव्हता. पूर्वी ती एवढ्या हळू आवाजात आणि एवढ्या गंभीरपणे कधी बोलत नसे. पण हल्ली अगदी खालच्या आवाजात गंभीरपणे ती म्हणायची, 'बाबांनो, ह्या व्यावहारिक शिक्षणामुळे काही मिळत नाही. आखिरतसाठी शिदोरी जमवा. नमाज, रोजा करा. तुमच्या वडिलांसारखे काफिर होऊ नका. अल्लाचं नाव घ्या. कुराण शरीफ, कायदा-सीपारा वाचा. मी तुम्हाला सांगते की अल्ला माझ्यातर्फे तुम्हाला नसीहत करतोय. हिदायतचा[१४] मालक अल्ला आहे. तो सगळं पाहतो, सगळं ऐकतो. त्याच्या हुकुमाशिवाय झाडाचं पानंही हालत नाही.'

आईचं तोंड उन्हाळ्यात गळून पडलेल्या, वाळलेल्या पानासारखं दिसत असे. उसासा सोडून ती पुन्हा पुन्हा सांगायची, 'तुमचे वडील नमाज पढत नाहीत. नमाज न पढणाऱ्याला काफिर म्हणतात. ह्या काफराच्या संसारात तुम्हाला घेऊन मी राहतेय. काफिराचं खाल्लं तर गुन्हा होतो. तुम्ही अल्लाच्या मार्गानं आला नाहीत, तर मी वाट फुटेल तिकडे निघून जाईन. जा बाई, अयू करून नमाज पढायला ये.'

शेवटचं वाक्य माझ्यासाठी असायचं. ते ऐकून माझं अंग थंड पडायचं. अयू करून आईबरोबर काहीतरी पुटपुटत उभं राह्यचं, दोन्ही हात कधी छातीवर ठेवायचे तर कधी गुडघ्यावर. काही वेळ वाकायचं. मग जमिनीवर डोकं टेकायचं. – ह्यापेक्षा कंटाळवाणं काम दुसरं नसेल. पण आईची आज्ञा पाळायलाच हवी. ईश्वरचंद्र विद्यासागर आईला भेटण्यासाठी दामोदर नदी पोहून पार करून गेले होते.

मी जायनमाजवर बसले असतानाच बाबा घरी परतले. मला पाहून ते ओरडले, 'नासरिन, इकडे ये.'

बाबांनी हाक मारताच मी उडी मारून उठले. हीसुद्धा एक प्रकारची सुटकाच होती. बाबांसमोर खाली मान घालून उभी राहिले. मनात म्हणत होते, 'मी नमाजासारख्या महत्त्वाच्या कामात गुंतले होते. खेळात वा गप्पा मारण्यात वेळ घालवत नव्हते. तेव्हा आज काही बाबा माझ्यावर चिडणार नाहीत.' पण काही कळायच्या आतच बाबांनी माझी मानगूट पकडून असा काही हिसका मारला की त्यामुळे मी सरळ अभ्यासाच्या टेबलाजवळ जाऊन पोहोचले. रागानं दातओठ खात बाबा म्हणाले, 'अभ्यास सोडून हे काय उद्योग करत बसली आहेस? आईची चेली झाली आहेस! अल्लाचं नाव घेतलं तर तो जेवण देणार आहे का? आपल्या पोटाची व्यवस्था आपणच करायला नको? जा. अभ्यासाला बस. अभ्यास सोडून उठलीस तर हाडं मोडून टाकीन.'

आई जायनमाजावर बसून संतापानं खदखदत होती. 'पोर नमाज पढत होती, तर तिला उठवून ह्या व्यवहारी जगाच्या कामाला लावलं. पोरीलाही स्वत:सारखं

काफिर बनवायची इच्छा आहे ना!'

हुजुरांनी आईला डोकं थंड ठेवायला सांगितलं होतं. ते आईला 'हामिमा' म्हणायचे. पीरबाडीत गेल्यावर आईचं हे नाव ठेवलं गेलं होतं. इदूनआरा बेगमऐवजी 'हामिमा रहमान.' पीरसाहेबांकडे जे कोणी जात, त्यांचं वय कितीही असो, पीरसाहेब त्याचं नाव बदलत. रेणूचं आताचं नाव नजिया, हासनाचं नाव मुताश्वेमा, रुबीचं नाव मदेहा. पीरसाहेबांनी सांगितल्याप्रमाणे हामिमानं डोकं थंड ठेवायचा प्रयत्न केला. पण आई किती वेळ डोकं थंड ठेवणार? शांत राहण्यालाही मर्यादा असते. मुलांना जन्म तिनंच दिला होता, बाबांनी नाही. मुलांवर तिचा तीळमात्र अधिकार नसेल तर ह्या घरात राहण्यात अर्थच काय?

बाबांनी कपडे बदलले आणि पोटावर लुंगीची गाठ घट्ट करत ते माझ्या अभ्यासाच्या टेबलासमोर येऊन उभे राहिले. मग चढ्या आवाजात म्हणाले, 'माझ्या सांगण्याप्रमाणे वागायचं नसेल तर घराबाहेर चालतं हो. कशाला राहतेस इथं? माझ्या जिवावर जगतेस! ह्या घरात राह्यचं असेल तर माझा शब्दन् शब्द ऐकला पाहिजे. आणि तसं होणार नसेल तर दारोदार भीक मागून खा. का नाही जात इथून? मी काही अडवलं नाही. काफिरच्या घरात राहू नकोस. जायचं असेल तर खुशाल निघून जा.'

हे सर्व बोलणं आईला उद्देशून होतं हे माझ्या स्पष्टपणे लक्षात आलं. मी काही माझ्या इच्छेनं नमाज पढायला बसले नव्हते आणि माझ्या इच्छेनं तिथून उठलेही नव्हते. त्यामुळे आई-बाबांच्या भांडणात माझा भाग अगदी थोडा आहे असं समजून मी सुटकेचा श्वास टाकला. बाबा खोलीतून निघून गेल्यावर आई खोलीत आली. 'जायचं तर जाईनच. मला काय तू बांधून ठेवणार आहेस? मला जायला ठिकाण नाही असं वाटलं की काय? काफिराबरोबर राहण्यापेक्षा रानावनात जनावरांबरोबर राहिलेलं बरं! जाईन तेव्हा कळेल. कोणाला सांगून थोडीच जाणार आहे? चूपचाप निघून जाईन. मुलांनाही स्वत:सारखं सैतान करणं चाललंय. ह्याच्याबरोबर राहिलं तर जे पुण्य कमावलंय तेही जायचं.'

आईचं बोलणंही बाबांना उद्देशून होतं. पण सगळं माझ्या अभ्यासाच्या खोलीत, माझ्या समोर. ते दोघं एकमेकांच्या सावलीलासुद्धा उभे राहत नव्हते. म्हणून आरडाओरडा माझ्या खोलीत आणि माझ्याच अंगावर.

आईनं तिचं बोलणं संपवलं आणि अचानक माझ्या गालावर तिची पाच बोटं उठवत ओरडली, 'नमाजातून उठून का आलीस? अल्लाची भीती आहे की नाही? एवढी हिंमत कुठून आली? सैतान माणसाला नेहमीच अल्लाच्या इबादतीपासून दूर ठेवतो. तूही सैतानाचं ऐकून नमाज अर्धवट सोडून उठलीस. नरकाच्या आगीत होरपळशील तेव्हा कुठला बाप येणार आहे तुला वाचवायला?'

थोबाडीत जोरात बसल्यामुळे माझ्या डोक्याला झिणझिण्या आल्या.

रात्र संपून दिवस उजाडताच आईनं मला नसीहत देण्याचा एक नवीनच उद्योग सुरू केला. कारण माझा जन्म पवित्र दिवशी झाला होता. मी शाळेतून परत यायच्या वेळी आई दबा धरून बसायची. कधी मी परतते आणि कधी ती मला गपकन् पकडून कुराण वाचायला बसवते. संध्याकाळी मुली गोल्लाछुट खेळायला जमायच्या. त्यांच्याबरोबर खेळायला सुरुवात करते ना करते तोच आई हाक मारायची. खेळ सोडून, अयू करून मला कुराण शरीफ घेऊन बसावं लागायचं. पायजमा घालून आणि ओढणी डोक्यावरून ओढून घेऊन. माझ्या मैत्रिणी पटांगणात माझी वाट बघत बसत आणि मला 'अल् – हम्दुलि'ल्लह हू रब – उल् – 'आलिमीन रहमान – ईल रहीम कुल हो अल्लह अहद अल्लहुस्समाद' असं म्हणत बसावं लागत असे.

मी नाराजीनं आईला म्हटलं, 'मी जे काय वाचते त्याचा अर्थ मला मुळीच कळत नाही.'

आई थंडपणे म्हणाली, 'अर्थ कळायला पाहिजेस असं नाही. अल्लाचं पुस्तक वाचलं तरी सवाब होतो.'

कुराण वाचल्यावर आई मोकळीक देईल आणि मी धावत पटांगणात खेळायला जाईन असा विचार करून मी आईबरोबर सुरात व आई जशी मनापासून म्हणायची तशीच कुराणातील सुरा म्हणायची. सुरा म्हणत असताना मधून मधून मी खिडकीबाहेर नजर टाकायची. बघता बघता पटकन् संध्याकाळ सरून जायची. पटांगणावर माझी वाट पाहणाऱ्या मैत्रिणी आपापल्या घरी निघून गेलेल्या असत. दुःखानं माझा गळा दाटून यायचा. कुराण वाचून झाल्यावर आई जसं सांगे तसं मी करत असे. कुराणाचं चुंबन घेऊन ते लाकडी घोडीवरून उचलून कपाटातील सर्वांत वरच्या कप्प्यात ठेवून देत असे. सकाळी सुलतान उस्तादजी अरबी शिकवायला येत. ते पुरेसं नव्हतं म्हणून संध्याकाळीही कुराण वाचावं लागत होतं. अरबीच्या मास्तरांमुळे तर मी अगदी हैराण झाले होते. महाभयंकर प्रतापी कबुतरांच्या विष्ठेनं पांढऱ्या झालेल्या व्हरांड्यांत हे उस्तादजी मला सीपारा वाचून दाखवायचे. कबुतरांच्या दुर्गंधीमुळे नाक मुरडलं, तोंड वाकडं केलं की ते उलट्या हातानं डोक्यावर ठणकन् मारायचे आणि म्हणायचे, 'अल्लाच्या कलमा पढताना तोंड असं बेडकासारखं का करतेस?' 'अलिफ लाम जबर अल, लाम खाडा जर्र ला, इयाओ पेश हू,[१५] असं वाचताना मी 'लाम इयाओ पेश लाहू' असं वाचताच त्या दाढीवाल्या उस्तादजींनी पायऱ्यांजवळच्या लाल, पिवळ्या पानांच्या क्रोटनची जाड फांदी तोडून आणली आणि दात ओठ खात म्हणाले, 'हात पुढे कर.' शिक्षकांचं ऐकलं पाहिजे म्हणून हात पुढे केला. सपाक् सपाक् मारून त्यांनी माझा हात लाल करून टाकला. संध्याकाळी कुराण वाचताना

आईचाही मार खावा लागायचा. कुराण वाचताना पेंग आली, वाचताना चूक झाली की आई कान पिरगळायची, पाठीत दणके घालायची, गालावर थप्पड मारायची. वाचण्यात माझं लक्ष नाही असं तिला वाटायचं. 'माझं लक्ष अभ्यास, खेळ, नाचगाणं ह्यातच असतं, माझ्या नशिबी नरक आहे,' असं आई स्पष्टपणे म्हणायची.

माझ्या खेळाचं वाटोळं करून सबंध संध्याकाळ मला कुराण वाचायला लावल्यावर आई हळू पण गंभीर स्वरात दादाला विचारायची, 'नोमान, तू नमाज पढायला सुरुवात केलीस का?'

दादा हसून उत्तर द्यायचा, 'हो, आई. सुरुवात करतोय.'

'मी आता शेवटचं सांगते, जर तुम्ही रोजा, नमाज केला नाही तर मी तुमच्याजवळ राहणार नाही. मला वाटेल तिथं निघून जाईन.'

धमकी ऐकल्यावर व्हरांड्यातल्या खुर्चीवर बसून पाय हलवता हलवता दादा हसून म्हणत असे, 'माझ्यावर विश्वास ठेव, आई. तुझी शपथ. मी नमाज सुरू करतोय. तुला घर सोडून जायचं काहीही कारण नाही.'

मी व्हारांड्यात येऊन सुस्कारा टाकत असे. पटांगणात सामसूम असे. एक मोठा वाऱ्याचा झोत येऊन मला अस्वस्थ करून जात असे.

आठवड्यानंतर आईनं पुन्हा नमाजाची गोष्ट दादापाशी काढली. 'तू नमाज पढणार होतास ना? मग?'

'ह्या शुक्रवारपासून नक्की सुरुवात करतो, आई.' दादा गंभीरपणे म्हणाला.

शुक्रवारी आई दादाला म्हणाली, 'जा. मशिदीत जाऊन जुम्मा पढून ये.'

दादा मान खाजवत म्हणाला, 'आज मला बरं नाही. पुढच्या शुक्रवारपासून काहीही झालं तरी अल्लाचं नाव घ्यायला सुरुवात करेन.'

हे ऐकून आई खूष झाली. म्हणाली, 'मी शिकवलेल्या कलमा लक्षात आहेत ना?'

'का नाही असणार लक्षात? असं काय बोलतेस, आई! ज्याच्या लक्षात कलमा राहत नाहीत तो कसला मुसलमान?'

आईनं दादाच्या पानात कोंबडीची तंगडी वाढली. कारण त्यानं कलमा लक्षात ठेवल्या होत्या आणि पुढच्या शुक्रवारपासून तो नमाज पढायला सुरुवात करणार होता.

शुक्रवार उजाडताच दादा म्हणाला, 'अल्लाच्या हुकुमाशिवाय झाडाचं पानसुद्धा हलत नाही. अल्लाच्या म्हणण्याप्रमाणेच सर्व घडतं. त्याच्या हुकुमाशिवाय काहीही करायची शक्ती कोणातही नाही. अल्लाचा हुकूम झाल्याशिवाय मी नमाज कसा पढणार? त्यालाच माझ्याकडून नमाज पढून घ्यायचा नाही. त्यानं सुरुवात करून दिली नाही तर मी तरी कशी काय सुरुवात करणार? मी जर म्हटलं की माझ्यात

शक्ती आहे तर मी त्याचा शरीक[१६] झालो. ला शरीक लाहू! अल्लाला कोणी शरीक नाही. तो एकच आणि अद्वितीय आहे.' दादा सुरात एक धार्मिक गाणं म्हणायला लागला, 'अल्ला जसा नाचवतो, तसा मी नाचतो. बाहुल्याचा काय दोष?'

आईनं दादाचा नाद सोडला आणि मला पकडून विचारलं, 'तू नमाज पढतेस ना?'

'बाबांनी मला शाळेचा अभ्यास करायला सांगितलंय.' असं म्हणत मी धावतच अभ्यासाचं टेबल गाठलं.

'ओठ पिळले तर अजूनही दूध बाहेर येईल. पण उद्धटपणे बोलायला शिकलीय. जसा बाप तशी त्याची पोरं. अल्ला खुदाला मानत नाहीत. अल्ला तुमच्याकडून चांगलं काम कसं करून घेणार? तुमच्यावर सैतान स्वार झालाय. तो तुम्हाला अल्लाचं नाव घेऊ देत नाही. इबलीस[१७] चे साथीदार झालाहात तुम्ही.'

अचानक आई मोठमोठ्यानं रडायला लागली आणि रडता रडता म्हणायला लागली, 'ह्या घरात सैतान शिरलाय. सगळेच्या सगळे काफिर झालेत. मुलांचा मला भरवसा वाटत होता. पण तीही वाया गेलीत. अल्ला, ह्या सगळ्यांपासून मला दूर ने, बाबा!'

पण अल्लहो त' आलॉनं आईचं ऐकलं नाही. आई आम्हाला सोडून गेली नाही. चारी बाजूला भिंत असलेल्या आणि फुलां-फळांनी बहरलेल्या झाडांनी वेढलेल्या 'अवकाशा'तच आई राहिली. बाबाच्या धमकीचाही फारसा उपयोग झाला नाही. आई नियमितपणे नवमहालमधील मिठाईच्या दुकानाच्या मागच्या अमीरुल्लाहांच्या घरी जातच होती. गुरुवारी रात्री मज्लिशीत हदीस कुराणावरील प्रवचन ऐकून रडून रडून सुजलेल्या डोळ्यांनी ती घरी परत यायची. कयामतचा दिवस आता काही फार दूर नाही. ताबडतोब आखिरतची शिदोरी जमवायला पाहिजे, अशी आईची खात्रीच झाली होती. अमीरुल्लाह काहीतरी युक्ती करून आईसाठी स्वर्गाचं तिकीट मिळवतीलच, असा आईला विश्वास वाटत होता. अमीरुल्लाहांनी तसं तिच्याजवळ सूचित केलं होतं.

मुलांना अल्लाच्या मार्गानं नेण्याचा प्रयत्न तिनं एका परीनं सोडायचाच ठरवलं होतं. मुलं व्यवहारी जगात उपयोगी पडणारं शिक्षण घेत होती, सैतानानं त्यांना बेनमाजी बनवलं होतं. आईला आता फक्त तिच्या भविष्याची काळजी वाटत होती. आखिरतला सगळे मैदानात जमून 'या नबसी', 'या नबसी' करत बसतील. कोणालाच कोणाकडे वळून बघायला वेळ मिळणार नाही.

आई अल्लाच्या मार्गानं निघाली होती खरी, पण हा मार्ग अजिबात स्वस्त नव्हता. 'माणसाला स्वर्गाकडे न्यायचं झालं तर मार्गात अनेक अडचणी येतात, संकट येतात. त्या अडचणी दूर करून मार्ग मोकळा करण्यासाठी पैशाची गरज

भासते' अशी अस्पष्टशी सूचना अमीरुल्लाहांनी आईला दिली होती. पैशाशिवाय नबीजीसुद्धा पुढे जाऊ शकले नाहीत. स्वर्गाच्या रस्त्यानं जाण्यासाठी जो काही पैसाअडका खर्च करावा लागतो त्याला म्हणतात 'हदिया'. हदिया गोळा करणं आईच्या दृष्टीनं मुश्कील होतं. किरकोळ सामान आणण्यासाठीसुद्धा बाबा आईला पैसे देत नसत. स्वत:च सगळं विकत आणत. ह्या घरापासून आईचा अलका सिनेमा हॉल किंवा माझी शाळा जेवढी जवळ होती, तेवढीच बाबांची ताज फार्मसीही जवळ होती. तिथंच बसून संध्याकाळी बाबा पेशन्ट्सूना तपासत. सगळंच हाकेच्या अंतरावर होतं. आमपट्टीच्या किंवा दुर्गाबाडीच्या बाजारातून बाबा स्वत:च सामान आणत. आईच्या पाटल्या तिच्या हातांत असल्यामुळे त्या चोरीला गेल्या नव्हत्या. सोन्याच्या हाराचंही तसंच. तो आईच्या गळ्यात होता म्हणून वाचला. 'मातृ जूअलर्स' आमच्या घरापासून चालत जाण्यासारखं होतं. एक दिवस दुपारी आईनं सोन्याचा हार विकला आणि आलेले पैसे पीरबाडीला पोहोचवले. पीराचा हदिया म्हणून. घरातून तांदूळ, डाळ, तेल घेऊन ती ते पीरबाडीला नेऊन द्यायची. ह्यामुळे कुराण हदीस ऐकायला आपण अगदीच रिकाम्या हातानं जात नाही, म्हणून तिला समाधान वाटायचं.

बाबांनी आईला हातखर्चासाठी पैसे देणेही बंद केलं होतं. त्यामुळे तिला रिक्षानं जात येत नसे. पण पायी का होईना आई पीरबाडीला जायचीच. मला ताप असो, दादाचा पाय तुटो की झाडावरून पडून यास्मीनचं डोकं फुटो, आईचं जाणं थांबत नसे. फक्त गुरुवारीच नाही, तर सोमवारी आणि मंगळवारीही ती घरात नसायची. आई गेली कुठं? पीरबाडीला. आमच्या रोजच्या छोट्या छोट्या गोष्टीही ती करत नसे. बाबांची घुसमट वाढतच होती. दिवसातून दोन वेळा घरी येऊन ते घराची विचारपूस करत. बाबा कोठीला कुलूप घालत आणि रात्री नऊ वाजल्यानंतर घराच्या काळ्या फाटकालादेखील. ह्यामुळे आई जास्तच संतापायची. सैतानच अल्लाच्या मार्गात जिवाच्या आकांतानं अडथळे आणतोय, असंच तिला वाटायचं. मग ती अधिक निश्चयानं अल्लाचं ध्यान करायची, अमीरुल्लाह पीराच्या सेवेत स्वत:ला सर्वस्वानं झोकून द्यायची. काळं फाटक बंद आहे असं दिसताच ती पीरबाडीला परत जात असे. आता रात्रीही आई फारशी घरात नसे.

सात दिवस आई घरी परतली नाही, तेव्हा अखेर बाबांनी दादाला नवमहालला पाठवलं, आईला घरी घेऊन येण्यासाठी. मोठ्या समारंभपूर्वक घरी परतल्यामुळे आईचा घरात मान वाढला. आपण नसलो तर ह्या घराचं अडतं हे तिला समजून चुकलं. आई आमच्यावरून बाबांना सुनवायची, 'तुम्ही नियमित नमाज पढलात तर मी इथं राहीन. नाहीतर नाही. अगदी सरळ आहे हे.'

हे ऐकून सोफ्यावर रेलून बसत बाबा समजुतीच्या स्वरात म्हणत, 'नमाज पढ.

कुराण वाच. कोण तुला नाही म्हणतंय? पण तुझं सतत पीरबाडीला काय काम? पीरबाडीला जे जात नाहीत, त्यांना स्वर्ग मिळणार नाही का? मुलांचा अभ्यास आहे. त्यांची देखभाल करायची सोडून तू रात्रंदिवस पीरबाडीला पडलेली असतेस. नमाज, रोजा करण्यासाठी संसार सोडावा लागतो का? हे कोणी भरवलं तुझ्या डोक्यात? ह्या सगळ्या धंदेबाजांच्या तावडीत सापडली आहेस.'

आई चिडत असे. 'खबरदार, त्यांना धंदेबाज म्हटलंत तर! अल्लाच्या वलींना धंदेबाज म्हणता? एवढी हिंमत? तुमची जीभ झडून पडेल, सांगून ठेवते. तुमच्यासारख्या काफिराबरोबर माझा काहीही संबंध नाही. माझ्या आयुष्याचं तुम्ही वाटोळं केलंत. अशा वेळी जर फजलीनं मला अल्लाचा मार्ग दाखवला नसता, तर मी उलट्या सॅन्डल्स् घालून सिनेमा हॉलकडे धाव घेत राहिले असते. मी आंधळी होते. अल्लाच्या मार्गानं गेल्यावर माझे डोळे उघडलेत. ही माया, ममता सगळं झूठ आहे. ह्या संसारात अडकून पडले तर माझा सर्वनाश होईल, हे आता मला समजलंय. आखिरतला कोण येणार आहे मला मदत करायला? कोणी नाही. नवरा, मुलं, संसार काहीही आपलं नसतं. फक्त अल्लाच आपला असतो.'

फजलीमावशीनं आईला सांगितलं होतं, 'बेनमाजीबरोबर संसार केलास तर गुन्हा होईल, बडबू. दुल्हाभाई नमाज पढत नाहीत आणि जे नमाज पढत नाहीत ते काफिर. काफिराबरोबर जो ऊठबस करतो त्यालाही अल्लहो त' आलॉ काफिराबरोबर नरकाच्या आगीत होरपळून काढतो.'

आईला नरकाच्या आगीत होरपळायचं नव्हतं. ह्या संसाराच्या आगीत ती भरपूर होरपळली होती. आता आणखी नको. आईच्या हातातल्या जपमाळेतील मणी वेगानं फिरत. त्या तालात आईचे ओठही हलत, 'सल्ल – ए – 'अलॉ सैयिदैन महमद – उर् रसूल अल्लाह'

अंधारात जपमाळेतील मणी मांजराच्या डोळ्यांसारखे चमकत. आई संबंध रात्र जागी असे. जायनमाजवर बसून ती रात्र काढत असे.

मध्यरात्री आईच्या रडण्यानं मी जागी व्हायची. उशीवरून डोकं उचलून मी विचारत असे, 'आई, रडतेस का?'

आई उत्तर देत नसे. नुसती रडत राह्याची.

'आई, झोपायचं नाही का? ये. झोपायला.' मी आईला म्हणायची.

आईचं रडणं थांबायचं नाही. ती झोपायलाही येत नसे.

पहाटेचा फज्र नमाज संपल्यावरच झोपायला यायची.

मी सकाळी आईला विचारत असे, 'रात्री तू का रडलीस ग?'

आई उसासा टाकून उत्तर देत असे, 'कबरीतल्या यातनांच्या विचारानं रडू आलं मला. जेव्हा फिरिश्ता मला प्रश्न विचारेल तेव्हा मी काय उत्तर देणार? कबरीच्या

दोन्ही बाजूची माती मी अशी दाबून धरेन, अशी दाबून धरेन की.... आईचा गळा दाटून यायचा.

आईला बळजबरीनं घरात डांबून ठेवणं शक्य नसल्याचं आम्हालाही कळलं होतं आणि बाबांनाही. त्यांनी काळ्या फाटकाला कुलूप घालणं सोडून दिलं होतं. फाटक उघडंच असू देत. आईला पाहिजे तेव्हा ती घरी येईल. बाबांना आईनं घरी यावं, असं वाटायचं ते तिच्या प्रेमामुळे नाही तर ती घरी राहिली म्हणजे आमच्यावर लक्ष ठेवेल आणि काही बरंवाईट घडणार नाही म्हणून. ह्या सगळ्या गडबडीत माझे अरबीचे मास्तर, आईचे लहानपणचे सुलतान उस्तादजी वारल्याची बातमी आली. बाबांनी सांगून टाकलं, 'आता आणखी अरबी शिकण्याची गरज नाही. मन लावून शाळेचा अभ्यास कर.'

हे ऐकून आईनं दात ओठ खाल्ले. अल्लाला सेजदा करत रडत रडत ती म्हणाली, 'अल्ला, माझ्या मुलांना तू ईमानदार कर. त्यांची कबरीच्या यातनांतून सुटका कर. त्यांना नरकाच्या आगीपासून वाचव. त्यांना स्वर्ग मिळू दे. तू क्षमाशील आहेस. दीन दुबळ्यांचा धनी आहेस. तू पर्वर्दिगार आहेस.'

आमच्या बागेतील नारळ, पेरू, आंबे, जांभळं, फणस वगैरे आपल्या बुरख्यात लपवून, पीरबाडीच्या लोकांसाठी ती नेत असे. स्वयंपाकघरात जायचं तिनं सोडूनच दिलं होतं. पण आता ती पुन्हा स्वयंपाकघरात जाऊ लागली. पाळलेल्या कोंबड्यांपैकी कोवळी कोंबडी मारून, मसाला वगैरे लावून, स्वत:च्या हातानं शिजवून, डबा भरून घेऊन, गुपचूप बाहेर पडत असे. पीरबाडीला जाऊन ती ते पीराला खायला द्यायची. फजलीमावशीला गोधड्या करण्यासाठी दोन-चार जुन्या साड्या पण न्यायची. 'आईच्या कबरीजवळ येऊन जेव्हा फिरिश्ता प्रश्न करेल, तेव्हा त्याला तिच्यावतीनं खुद्द हुजूर उत्तर देतील' असा शब्द पीरसाहेबांनी आईला दिला होता. लवकरच ते 'गौस–उल– अज़म' होणार होते. 'गौस–उल–अज़म' पासून अल्ला आपलं गुपितसुद्धा लपवून ठेवत नाही. हुजुरांना ही चांगली बातमी स्वप्नातून कळली होती. एकदा तरी अल्लाला प्रत्यक्ष पाह्यची आईची फार इच्छा होती. पण आईसारख्या पापी माणसाला अल्ला दर्शन देईल! आईच्या डोळ्यांत पाणी यायचं. बुरख्याच्या आत एका हातात कोंबडीच्या रश्शाचा डबा धरलेला असायचा आणि दुसऱ्या हातानं ती डोळे पुसायची.

एकदा रात्री पीरबाडीहून परत आल्यावर बुरखा काढता काढता आई पुटपुटायला लागली, 'हुमेरानं अल्लासाठी एक सोन्याचं लॉकेट केलंय. तीन तोळ्यांच्या सहा बांगड्याही केल्यात. मला कोणी काही देतं का? माझ्यासारखी भणंग ह्या जगात दुसरी कोणी नसेल.'

बुरखा काढताच आईनं ओरडून मणीला पान वाढायला सांगितलं. मणीनं भात

वाढताच आई संतापली. 'मला गार भात का वाढलास? गरम भात नाही? मला काय समजतेस तू? मी मेले म्हणजे तुम्हाला सगळ्यांना शांती लाभेल. मला का हे समजत नाही? कोण काय देतंय मला ह्या संसारात? काही नाही. एखादी चांगली साडीसुद्धा नाही. कोण देणार?' असं म्हणून ताट सरकवून ती उठून गेली.

मणी ताट घेऊन भात गरम करायला स्वयंपाकघरात निघून गेली. आई माझ्या अभ्यासाच्या टेबलापाशी उभी राहून बाबांना ऐकू जावं म्हणून मोठ्यानं म्हणाली, 'बाकीचे नवरे आपल्या बायकांना सोन्यानं मढवतात आणि आमच्या इथं बघा! ह्या घराची राखण करायलाच मला ठेवलंय. माणसं राखणदारालाही पगार देतात. पण मी ह्या घरात बिनपगारी काम करतेय.'

मी अगदी हलक्या आवाजात आईला म्हटलं, 'आई, तू तर आई आहेस. तू पगार घेणार का?'

आई मला दटावत म्हणाली, 'मग माझं चालणार कसं? मला कोणी देतं का? वडिलांनी माझं लग्न एका डॉक्टरशी लावून दिलं. जावई त्यांच्या इतर मुलांबाळांना शिकवेल अशी त्यांना उमेद होती. सांग, शिकवलं कोणाला? कोणाची विचारपूस तरी केली का? गेले कित्येक दिवस माझे हात भुंडे आहेत आणि इतर बायकांच्या अंगावर बघा किती दागिने असतात! मला भिकाऱ्यासारखं ठेवलंय आणि माझ्याकडून अपेक्षा मात्र मोठमोठ्या – मुलांना सांभाळा, त्यांना मोठं करा.'

मी सहा वर्षांची असताना फजलीमावशीनं पीरबाडीहून बातमी आणली की दुनियेत 'दज्जाल' आला आहे. तो हातात खांडा घेऊन प्रत्येकाच्या प्रामाणिकपणाची परीक्षा करेल. जो प्रामाणिक नसेल, त्याच्यावर वार करून, त्याचे पाच तुकडे करेल.

दज्जालच्या भीतीनं नानीकडच्या बहुतेक सर्वांनीच दोन वेळा कलमा वाचायला सुरुवात केली. कारण दज्जाल केव्हाही येण्याची शक्यता होती. 'दज्जाल येऊन माझे तुकडे करतोय' असं स्वप्न तेव्हा मला नेहमी पडत असे आणि माझी झोपमोड होत असे. शराफमामा म्हणायचा, 'छोटबूच्या घरी सगळे ईमानदार आहेत. दज्जाल त्यांना काही करू शकणार नाही.'

आईही असंच म्हणायची, 'फजलीकडच्यांना चिंता नाही. त्यांच्याकडच्यांचं ईमान अगदी भक्कम आहे.'

एक एक करून दिवस जात होते. मी फेलुमामा, शराफमामा आणि आई ह्यांना विचारायची, 'काय? दज्जाल तर आला नाही?'

आई म्हणायची, 'तो केव्हाही येईल. दज्जाल आल्यावर मग कयामत येणार असल्याचं तालईसाहेब सांगताना ऐकलंय मी.'

'कयामत आल्यावर काय होईल, आई?' आईला मी विचारलं.

निःश्वास सोडत आई म्हणाली, 'आणखी काय होणार! इसराफील आपली

तुतारी फुंकेल. पृथ्वीचा नाश होईल. आकाशात आणि जमिनीवर अल्लानं निर्माण केलेलं काहीही शिल्लक राहणार नाही.'

ह्या पृथ्वीचा नाश कसा होईल, ह्याचा मी अंदाज बांधला. आकाश खाली येऊन पृथ्वीला चिंबून टाकील. त्यामुळे पृथ्वीवरील सर्व घरं चपटी होतील. माणसं मुंग्यांप्रमाणे मरतील. कढीलिंब, कडूलिंब, नारळ, खजूर ह्यांची मोठमोठी झाडं मातीच्या तळाशी गडप होतील. दज्जालच्या ईमानदारीच्या परीक्षेतून वाचलं तरी कयामतच्या दिवशी मरावंच लागेल.

आम्ही नानीचं घर सोडण्याआधी फजलीमावशी एक नवीनच बातमी घेऊन आली. 'सोन्याचे दागिने घालणं हराम[१८] आहे.' हे ऐकून घरातल्या सगळ्या बायकांनी सोन्याचे दागिने काढून ठेवले. हाशिममामाचं नुकतंच लग्न झालं होतं. नवी नवरी अंगभर दागिने घालून बसायची. मोहल्ल्यातल्या बायका येऊन घुंघट सारून नवरीचं तोंड पाहून जात.

'पारुल, सोन्याचे दागिने काढून ठेव. जगाची अखेर जवळ आलीय. अशा वेळी दागिने घालणं पाप आहे.' असं म्हणून फजलीमावशीनं स्वत:च मामीचे दागिने उतरवले आणि मेलेल्या उंदराला शेपटी धरून दूर फेकावं तसेच तिनं ते दागिने दूर फेकले.

हाशिममामा म्हणाला, 'छोटबू, नव्या नवरीच्या अंगावरचे दागिने उतरवणं अशुभ असतं, असं ऐकलंय.

फजलीमावशी कर्कशपणे ओरडली, 'शुभ-अशुभ तुला काय कळतंय, हाशिम. परवा रात्री अब्बाजींनी नबीजींना स्वप्नात पाहिलं. स्वप्नातच नबीजींनी सांगितलं की सोन्याचा दागिना शरीराच्या ज्या भागावर घातला जाईल, तो भाग नरकाच्या आगीत होरपळेल.'

नानीनं फजलीमावशीला बाजूला घेऊन विचारलं, 'तुझे दागिने कुठं ठेवलेस?'

फजलीमावशी जपमाळ ओढत म्हणाली, 'दागिन्यांचं काय विचारतेस आई! ते हुमेराच्या अब्बांनी केव्हाच विकून टाकले.'

हे ऐकून नानीच्या कपाळाला आठ्या पडल्या.

वर्ष उलटलं. पीरबाडीत दागिने घालणं हलाल[१९] ठरलं.

पुस्तकातून डोकं वर काढून आईच्या उतरलेल्या चेहर्‍याकडे पाहत मी विचारलं, 'सोन्याचे दागिने घालणं तर हराम. पीरबाडीच्या बायकांनी दागिने घालणं सोडलं होतं ना?'

आईनं माझ्या प्रश्नाला उत्तर दिलं नाही. तिनं माझ्याकडे अशा नजरेनं पाहिलं की खरोखरच माझ्यात सैतान संचारलाय आणि हे सगळं मी नाही तर तोच बोलतोय.

त्यानंतर थोड्याच दिवसांनी आईनं मातृ जूअलर्सकडून उधारीत पाटल्यांचा जोड आणला. दुकानाचे मालक बाबांचे मित्र होते. बाबा हप्त्या-हप्त्यानं पैसे देतील, असं आईनं मालकांना सांगितलं.

□

१) हदिया – कुराणाचं अध्ययन पूर्ण झाल्यानंतर गुरूला दिला जाणारा नजराणा. (पोषाख वगैरे)
२) आलखाल्ला – सैल मोठा झगा.
३) काबीन – लग्नामध्ये वरानं वधूला द्यावयाची रक्कम अथवा दागिने.
४) अल्लहो त' आलॉ – सर्वश्रेष्ठ ईश्वर.
५) आखिरत – परलोक, कयामत, प्रलयदिन.
६) हश्र – महाप्रलय. अंतिम निवाड्याचा दिवस. मुसलमानांच्या श्रद्धेप्रमाणे ज्या दिवशी सर्व प्रेते थडग्यांतून उठणार आहेत व त्यांच्या पाप-पुण्याचा हिशेब होणार आहे तो दिवस.
७) नसीहत – सदुपदेश, चांगला सल्ला. धडा.
८) जात्रा – मोकळ्या मैदानात केलेले नाटक अथवा संगीतिका. बंगालमध्ये प्रचलित असलेल्या लोकप्रिय मनोरंजनाचा एक प्रकार.
९) सवाब – पुण्य.
१०) दज्जाल – मुस्लिमांच्या समजुतीप्रमाणे अंतिम निवाड्यापूर्वी जन्मास येणारा एक धोकेबाज काफिर. हा आपण स्वतः परमेश्वर असल्याचा आव आणील व येशू ख्रिस्ताशी झगडा करील.
११) कयामत – मुसलमानी धर्माप्रमाणे अंतिम निवाड्याचा दिवस.
१२) इसराफील – कयामतच्या दिवशी जो मृतात्म्यांना जागं करण्यासाठी 'सूर' नावाची तुतारी फुंकणार आहे तो देवदूत.
१३) फज्र – सकाळचा नमाज.
जोहर – (जुहर) दुपारचा नमाज.
आसर – (अस्र) चौथ्या प्रहरचा नमाज.
मागरेब – (मागरिब) संध्याकाळचा नमाज.
एशा – (इशा) रात्रीचा नमाज.
नफल – (नफ्ल) रोजच्या नमाजाच्या व्यतिरिक्त पढलेला नमाज.
१४) हिदायत – हुकूम, आज्ञा, आदेश, उपदेश, मार्गदर्शन.
१५) अलिफ .... पेश हू. – उर्दू व अरबी अक्षरं आणि चिन्हं.

१६) शरीक – मदतनीस, मित्र.
१७) इबलीस – सैतान
१८) हराम – निषिद्ध, अपवित्र, त्याज्य.
१९) हलाल – शास्त्रसंमत, विहित.

धर्म

दर शुक्रवारी नाना जुम्म्याची नमाज पढून येत तेव्हा त्यांच्या खिशांत बत्तासे असत. खजुराच्या गुळांत बनवलेल्या पिवळ्या चकत्या. जुम्म्याच्या नमाजानंतर मशिदीत बत्तासे वाटायची पद्धत होती. तळ्याच्या घाटापाशी नानांना पाहिलं की घरांतील आम्ही छोटी मुलं – मी, फेलुमामा, छोटकू, यास्मीन– बत्तासे घेण्यासाठी नानांकडे धावत जायचो. नाना घरांतील लहानांशी प्रेमानं वागत असले तरी मोठ्यांशी तसं वागत नसत. आम्हाला बत्तासे वाटून नाना घरी गेले की घरांतील मोठ्या माणसांना चांगलाच ताप देत. नानी नेहमी 'ताप देणे' हाच शब्द वापरत असे. नाना घरांत शिरताच 'माझी काठी आण पाहू. आज कोण कोण मशिदीत गेले नाहीत बरं? ठोकून त्यांची हाडंच खिळखिळी करून टाकतो.' असं ओरडत सबंध घर डोक्यावर घेत. घरांतील मुलांनी निदान शुक्रवारी तरी मशिदीत जाऊन जुम्म्याची नमाज पढावी असं त्यांना वाटत असे. स्त्रियांनी मशिदीत जायची पद्धत नसल्यामुळे त्यांनी घरातच नमाज पढावी. नानांना मुलींनी घराबाहेर गेलेलं चालत असे. पण त्यांनी बुरखा घातलाच पाहिजे. जुम्म्याच्या दिवशी नाना थोडासा आळस करत. हा त्यांचा पहिल्यापासूनचा स्वभाव होता. मशिदीतून परतल्यावर जेवून झोपण्यापूर्वी, दुपारी कोणी कोणी दांडी मारली, घरांतला कोण मुलगा मशिदीत गेला नाही, कोणती मुलगी घराबाहेर आहे आणि घराबाहेर असणारीनं बुरखा घातला की नाही ह्याची चौकशी ते करत. ह्या बारीक चौकशीनं नानी त्रासून जात असे. पण दुपारची झोप झाल्यावर नाना एकदम चांगले वागत. मग नाना लुंगी घट्ट करून उजव्या हातांत लुंगीचं टोक धरून आणि डावा हात हलवत हलवत नव्या बाजारात चालत जात. त्यावेळी ते घरी कोण आहे कोण नाही ह्याचा तपास करत नसत. संध्याकाळी त्यांना रेस्टॉरंटमध्ये जाऊन लोकांशी गप्पा मारणं आवडत असे. म्हणून त्यांना घरांत चैन पडत नसे. घरांत एक नानी सोडून कोणतीही बाई स्वेच्छेनं बुरखा घेत नसे. रुनूमावशी, झुनूमावशी बुरखा हॅन्ड बॅगमध्ये कोंबून बाहेर पडत. परत आल्यावर तळ्यापासूनच छोटकूला किंवा इतर कोणाला हाक मारून नाना घरी आहेत का नाही

हे विचारून घेत. नाना घरी असले तर बुरखा घालून त्या घरात शिरत किंवा नाना घरातून बाहेर कधी पडतात ह्याची वाट बघत शेजाऱ्यांकडे थांबत. नाना बाहेर गेले की त्यांना निरोप पाठवला जायचा आणि मावश्या घरात यायच्या.

नानांनी फक्त मोठ्या मामालाच मदरशांत शिकवलं होतं. बाकीच्या मुलांमुलींना त्यांनी शाळा-कॉलेजात पाठवलं होतं. फक्त मुलांना नानांचं असं सांगणं होतं की विद्या अमूल्य धन आहे. कोणीही अभ्यासाकडे दुर्लक्ष करता कामा नये. पण मुलींच्या बाबतीत मात्र ते म्हणत, 'बाई माणसानं फार शिकण्याची गरज नाही. रुनूमावशी बी.ए. पर्यंतच शिकली होती. नाना कधीपासूनच तिच्या लग्नाचं बघत होते. नानांनी एखादं स्थळ आणलं की त्या स्थळानं आपल्याला पसंत करू नये म्हणून रुनूमावशी तोंडाला काव लागलेली, केस विस्कटलेले अशा अवस्थेत पुढे यायची. सुलेखाची मा नानीच्या खाटेवर बसून तंबाखू तोंडात कोंबून नानीच्या मागे टुमणं लावायची 'रुनूला काय कायमची कुवारीणच ठेवणार काय? तिला अजून उजवायचा विचार नाही का? इदूनची आणि फजलीची किती थाटामाटान लग्नं झाली.'

नानी विडा करता करता म्हणायची, 'अजून शिकू देत तिला. शिकून नोकरी करू दे. लग्न झाल्यावर हे जमणार नाही. आजकालच्या युगांत बायकांनी कमवायला हवं. नवऱ्यावर अवलंबून राहणं बरं नाही. केव्हा काय होईल सांगता येत नाही.'

झुनूमावशी गोरी असल्यामुळे तिला खूप स्थळ येत. नानी कडक सुरांत म्हणायची, ''मुलगी अजून शिकणार आहे. लग्नाची एवढी घाई कशाला? आणि मोठ्या बहिणीचं लग्न झालं नसताना धाकटीचं कसं करणार?''

मोठा मामा मदरशातून फाजील[१] पास करून ढाका विश्वविद्यालयात शिकण्यासाठी गेला होता. अरबी भाषेत एम. ए. करून ढाक्यातच त्यानं नोकरी धरली होती. त्याची गोरी बायको त्याच्या बरोबरच राह्यची. त्यांना अजून मूलबाळ नव्हतं. लोक म्हणत ''गोरी असली म्हणून काय झालं, ती वांझच आहे.'' तिला दिवस जावेत म्हणून मोहल्ल्यातील लोक मामाला गंडे-दोरे आणून देत. लोक निघून गेल्यावर मामा ते विहिरीत फेकून द्यायचा. मामा सुटीत घरी यायचा. कधी एकटा तर कधी मामीला घेऊन. इकडे आल्यावर पायांत खडावा घालून अंगणांत फिरायला लागला की तो काही दिवसांसाठी इथं आलाय असं वाटतच नसे. हजारो वर्षं तो इथंच आहे असं वाटायचं.

हाशिममामानं शाळा सोडून दिली होती. तो मित्रांबरोबर भटकत राह्यचा. मॅट्रिकला दोन-तीन वेळा नापास झाल्यावर त्यानं शिक्षणाला राम राम ठोकला होता. झुनूमावशीला मोठा मामा ढाक्याला नेऊन इडन कॉलेजमध्ये घालणार होता. तसं ठरलंच होतं. बाकीचे सगळे म्हणजे फकरूल, टुटु, शराफ, फेलु अभ्यासात कच्चे होते आणि त्यांचं नमाज रोजातही लक्ष नव्हतं. त्यांचे मित्र वाढत होत आणि अड्डाही.

ते रात्री मित्रांबरोबर भटकून उशिरा घरी येत. टुटुमामा मित्रांच्या संगतीनं सिगरेट ओढू लागला होता. नाना सगळ्यांना खांबाला बांधून ठोकून काढत. हे म्हणजे गाढवाला ठोकून माणूस करण्यासारखं होतं. पण त्या कोणाच्यातच मोठं होण्याची लायकी नव्हती. कोणालाही परीक्षेत चांगले मार्क्स मिळत नसत. नानीनं मोठ्या मामाच्या सल्ल्यानं एकेकाला ढाक्याच्या शाळेत घालायचं ठरवलं. त्यामुळे तरी ते वळणावर येतील असं तिला वाटायचं.

आपली मुलं न शिकता वाया जाताहेत ह्या काळजीनं नानीचे केस पिकायला लागले होते आणि इकडे नाना हजला जाणार म्हणून ठरवून बसले.

"हजला जायचं तर पैसा कुठून आणणार?" नानीनं चिडून विचारलं.

"अल्ला देईल." नाना कोड्यात म्हणाले.

शेवटपर्यंत अल्लानं पैसे दिले नाहीत. दिले माझ्या बाबांनी. नानांनी हजहून परत आल्यावर बाबांचे पैसे परत करायचे असं ठरलं. एका मोठ्या पत्र्याच्या ट्रंकेत कपडेलत्ते आणि चणेमुरमुरे भरून नानांनी हजला जायची तयारी केली. ट्रंकेवर पांढऱ्या रंगानं 'महम्मद मनिरूद्दीन अहमद. मुक्काम अकुया मदरसा क्वार्टर, मयमनसिंह' असं लिहिलं होतं. ज्या वर्षी नाना बोटीनं हजला गेले त्याच वर्षी नील आर्मस्ट्राँग चंद्रावर गेला. इकडे नाना हजला तिकडे आर्मस्ट्राँग चंद्रावर.

घरातल्या सगळ्यांनाच चंद्राचं वेड होतं. चांदण्या रात्री मुलांना मांडीवर घेऊन आया गाणं म्हणत "येरे येरे चांदोमामा माझ्या बाळाच्या कपाळी चंद्रटिळा लावून जा."

चांदणं पडलं की अंगणात बसून घरांतल्या सगळ्यांना गोष्टी ऐकायच्या असत. कानामामूची गोष्ट खूपच रंगत असे. चांदणं पडलं की रुनूमावशी "आज चांदण्या रात्री सगळे गेले वनांत" हे गाणं म्हणायची. ईदच्या आधी चंद्र बघण्यासाठी गडबड उडायची. चंद्र दिसताच नानी म्हणायची "अस्सलामु 'अलैकुम."

त्या वर्षीही नानी असंच म्हणाली होती आणि ईदच्या सुटीत घरी आलेला मोठा मामा चटकन बोलून गेला होता. "अम्मी नील आर्मस्ट्राँग चंद्रावर मुतून आलाय. ख्रिश्चन ज्या चंद्रावर मुतलाय त्या चंद्राला तू सलाम का करतेस?"

फजलीमावशीचं भूत उतरवल्यानंतर कधी पोट बिघडलं म्हणून, कधी ताप आला म्हणून तर कधी डोकं दुखतं म्हणून काही दिवस तिला माहेरी जायची अब्बाजी परवानगी द्यायचे. ह्या वेळीही फजलीमावशी डोकं दुखतंय म्हणून माहेरी आली होती. मोठ्या मामाचं बोलणं ऐकून ती म्हणाली, "अब्बाजी म्हणतात, 'चंद्रावर कोणीही गेलेलं नाही. अल्लानं चंद्र-सूर्याला घडवलंय. अल्लहो त' आलॉच सूर्यचंद्राचा उदय व अस्त करतो. चंद्र पवित्र आहे. चंद्राला पाहूनच मुसलमान ईद करतात, रोजे ठेवतात. चंद्रावर माणूस गेला ही ख्रिश्चनांनी उठवलेली अफवा आहे.

मोठा मामा खो खो हसायला लागला. तो फजलीमावशीला म्हणाला ''फजली, तुला लहानपणी मी शास्त्र शिकवलंय. पृथ्वी कशी तयार झाली हे तू वाचलं नाहीस का? सगळं विसरून गेलीस?''

फजली मावशी अयू करण्यासाठी विहिरीतून पाणी काढता काढता म्हणाली, ''शास्त्रज्ञ काय अल्लापेक्षा ज्ञानी आहेत? तुला काय म्हणायचंय मियाँभाई? अल्ला जे म्हणतो ते सत्य. बाकी सर्व झूट.'' पाण्यानं भरलेली बादली अंगणात ठेवून छाती पुढे काढून ती आत्मविश्वासानं उभी राहिली. आकाशाकडे पहात जणू काही ताऱ्यांनाच उद्देशून, मोठ्या मामानं ताबडतोब शेरा मारला, ''तुला भूत पछाडत नाही, सासरा पछाडतो.''

कोणाचं म्हणणं खरं आहे हे मला काही कळेना. मोठ्या मामाचं की फजली मावशीचं? ह्या घरांत ते दोघेही लाडके होते. मोठा मामा घरी आला की पुलाव-मटण होत असे. फजली मावशी आली की जरी तसं होत नसलं तरी तिच्या सासरकडचे लोक आले की त्यांची उत्तम बडदास्त ठेवली जात असे. मोठा मामा जसा दूरचा वाटायचा तशी फजली मावशीही. तिच्या सासरकडचे लोक तर आणखी दूरचे वाटायचे. ते नानीकडे आले म्हणजे उन्हानं काळ्या पडलेल्या, सर्दीनं नाक वाहणाऱ्या माझ्यासारख्या मुलीला विहिरीपर्यंतच जाण्याची मुभा असायची. विहिरीपलीकडे गेल्यावर लगेच नानी म्हणायची, ''ह्या बाजूला येऊ नकोस. पाहुणे गेल्यावर ये.''

मी दुरूनच पाह्यची की असे पाहुणे आल्यावर, गुंडाळून ठेवलेल्या गाद्या नानी पसरायची, त्यांच्यावर नवीन चादरी घालायची. गादीवर बसून फजली मावशीचे सासरे आणि नवरा जेवायचे. नानी स्वयंपाक घरातून गरम गरम भाजीची पातेली आणायची. फजली मावशी मोठा घुंघट काढून त्यांना वाढायची. जेवणानंतर पान चघळत चघळत ते त्याच गाद्यांवर आडवे व्हायचे. मग फजली मावशी, तिची सासू, नणंद आणि मुली हुमेरा, सुफेरा आणि मुबाश्वेरा जेवायला बसायच्या. पाहुणे गेल्यावर आणि घरातील इतर लोकांची जेवणं झाल्यावर नानी जेवायला बसायची. तेव्हां मला हिंडायफिरायला मोकळीक मिळायची. आमच्या आणि नानीच्या अंगणामध्ये जी विहीर होती तिला ओलांडून मी पलीकडे जाऊ शकत असे.

मोठा मामा फरसबंदी अंगणात खडावांचा टाक टाक आवाज करत म्हणाला, ''ठीक आहे. अल्ला जे म्हणतो ते खरं. तर मग अल्ला जसं सांगतो त्याप्रमाणेच वाग. तुझ्या नवऱ्यानं मोलकरणीबरोबर संबंध ठेवले तर त्यात काही गैर नाही. कारण अल्लानंच सांगितलयं ''ला एहेल्लू लाकान्नी साऊ मिन बयादू ओला अल ताबादाल्ला बिहिन्ना मिना आयो आयेऊ ओ ला ओ आय याबका हुसनु हुन्ना इल्लामा माला का तू इया मिनु का!'' म्हणजेच दासीबरोबर संबंध ठेवणे वैध आहे.''

बादलीतलं पाणी बादलीतच राहिलं. फजलीमावशीचं आयू करणं राहिलं. ती

पाय आपटत घरात गेली. कपड्यांच्या स्टँडवरनं बुरखा काढून घेऊन हुंदके देत रडायला लागली. रडल्यावर फजलीमावशीचे गाल पिकलेल्या आंब्यासारखे लाल होत. पाह्यला फार छान वाटत असे. कागदावर रंगवलेल्या चित्रासारखे.

"अम्मी, मी चालले. ह्या घरात एक क्षणभरही थांबणं आता मला शक्य नाही. असा अपमान मी सहन करणार नाही." फजलीमावशी ओरडून म्हणाली.

तिचं ओरडणं ऐकून नानी अंगणातून धावत घरात गेली आणि तिच्या हातातील बुरखा हिसकावून घेत म्हणाली, "एवढं रडायला काय झालं तुला? सिद्दीकच्या जिभेला नाही हाड. तो काय वाट्टेल ते बोलतो म्हणून तू काय एवढ्या रात्री सासरी जाणार? बरं दिसणार नाही ते. जायचंच असेल तर ईद करून जा."

नानीच्या हातातला बुरखा एका झटक्यांत हिसकावून घेऊन अंगावर घालता घालता फजलीमावशी म्हणाली, "आता मी इथं एक क्षणभरही थांबणार नाही. मी काही इथं हौस म्हणून येत नाही. माझ्या घरी खूप लोक आहेत. आवाजानं माझं डोकं दुखतं म्हणून इथं आले. जर भावानंच अपमान केला तर राह्यचं कशाला? वाटलं होतं माहेरीच ईद करून जाईन. पण ते आता शक्य नाही. मियाँभाईनं हुमेराच्या अब्बांच्या चारित्र्यावर शिंतोडे उडवलेत. त्यांच्यासारखी पवित्र माणसं या दुनियेत किती असतात!"

नानी फजलीमावशीला थोपवून धरू शकली नाही. ती निघालीच. फजलीमावशीला तिच्या घरापर्यंत पोहोचवायला हाशिममामा गेला. रात्री घर एकदम उदास आणि शांत झालं. मी एकटीच आकाशांतल्या चंद्राकडे आश्चर्यानं पहात बसून राहिले. एवढ्याश्या चंद्रावर माणूस गेलाच कसा? आई म्हणायची की चंद्रावर एक म्हातारी राहते. चंद्राची म्हातारी बसून चरखा फिरवते. पण मोठा मामा म्हणायचा की चंद्रावर कोणीही म्हातारीबितारी नाही. झाडं झुडुपही नाहीत आणि पाणीही नाही. चंद्रावर जे म्हातारी सारखं दिसतं, त्या खरं म्हणजे घळींच्या सावल्या आहेत. चंद्र कसाही असू देत, त्याच्याबरोबर माझी एक गूढ मैत्री जमली होती. मी कुठेही जावो आकाशांत फिरणारा चंद्र तिथंच यायचा. मी खाचखळग्यातून जायची, तलावाच्या काठावर उभी राह्यची. तोही यायचा आणि तिथंच उभा राह्यचा. नानीच्या अंगणात जरा विसावावं तर तोही तिथंच विसावायचा. शर्मिलाच्या घरातून सरळ ह्या घरात आला होता त्यादिवशी. नानीच्या अंगणातून माझ्या मागे मागे आमच्या अंगणात. तळ्याच्या काठावर जावं तर तिथंही हा आहेच.

ईदच्या सकाळी सगळे जण लाल कास्को साबण लावून थंड पाण्यानं अंघोळ करत. मला नवीन कपडे आणि बूट घातले जात. लाल रिबिनीनं केस बांधले जात. अंगाला अत्तर लावून कानातही अत्तराचा बोळा ठेवत. घरातली मुलं आणि पुरुष पांढरा पायजमा, पांजाबी[२] घालत आणि डोक्यावर टोपी घालत. तेही कानांत

अत्तराचा बोळा ठेवत. सगळं घरच वासानं घमघमून जात असे. घरातल्या पुरुषांबरोबर मीही ईदच्या मैदानांत जायची. केवढं मोठ्ठं मैदान होतं ते. गवतावर मोठमोठ्या चादरी घातलेल्या असायच्या. नमाज पढायला मोठा मामा सोडून सगळे उभे राह्यचे. मैदानांत खूपच गर्दी व्हायची. नमाज सुरू झाल्यावर सगळे जेव्हा एकदम वाकायचे तेव्हा ते दृष्य मी चकित होऊन पाहत राह्यची. हे तर आमच्या शाळेतील कवायतीसारखं होतं. आम्हीही वाकून पायाचा अंगठा धरायचो तेव्हा असंच दिसत असणार. नमाज संपल्यावर बाबा, मामा आणि दादा ओळखीच्या माणसांना आलिंगन देत. आलिंगन देण्याची पद्धत फक्त पुरुषातच आहे. नमाजाहून घरी परत आल्यावर मी आईला म्हटलं, ''चल आपण आलिंगन देऊ या.'' आई मान हलवून म्हणाली, ''बायकामाणसं असं करत नाहीत.''

''कां करत नाही?'' मी प्रश्न विचारला.

''पद्धत नाही.''

''का पद्धत नाही?'' हा प्रश्न विचारण्यासाठी माझं मन चुळबुळ करायला लागलं.

खुल्या मैदानात कुरबानीची तयारी सुरू व्हायची. तीन दिवस आधी विकत घेतलेला काळा बैल कढीलिंबाच्या झाडाला बांधलेला असे. त्याच्या काळ्या मोठ्या डोळ्यांतून पाणी गळताना पाहून मला कसंसच व्हायचं. एक जिवंत जीव जो रवंथ करतोय, शेपटी हलवतोय, काही क्षणातच त्याच्या मांसानं बादल्या भरून जातील. लिंबाच्या झाडाखाली बसून मशिदीचे इमाम सुऱ्याला धार लावत. हाशिममामा एक ओंडका आणत असे. बाबा अंगणात चटई घालत. त्यावर बसूनच बैल कापत. सुऱ्याला धार लावून झाल्यावर इमाम आवाज देत. लगेच हाशिममामा, बाबा आणि मोहल्ल्यातील इतर लोक बैलाला बांधून मैदानांत आणत आणि खोडा घालून पाडत. बैल हम्मा करून ओरडत असे. आई आणि मावशा खिडकीतून कुरबानी बघत. सगळ्यांच्या डोळ्यांत आनंद असे. लुंगी घातलेला, अंगाला अत्तर न लावलेला मोठा मामा एका कोपऱ्यात उभा राहून म्हणायचा, ''एका मुक्या जिवाला असं अघोरपणे मारताना पाहून माणसांना मजा वाटते आणि अल्लाही खूष होतो म्हणे! खरं तर ह्या जगांत काही दया माया नाहीच.''

मोठ्या मामाला कुरबानीचं ते बीभत्स दृश्य पाहवत नसे. मी मात्र तिथंच उभी असे. बैल पाय झाडून हंबरडा फोडत असे. सात सात तगड्या माणसांना न जुमानता तो उठून उभा राह्यचा. त्याला पुन्हा खाली पाडलं जायचं. इमाम ''अल्ला हो अकबर'' म्हणून धारदार सुरा त्याच्या मानेवर चालवत. रक्ताचा फवारा उडायचा. अर्धा गळा कापला गेला असूनसुद्धा बैल पाय झाडून चीत्कार करायचा. ते पाहून माझ्या छातीत कळ यायची. कुरबानी पाहणं एवढंच माझं कर्तव्य होतं. आईनं तसंच

सांगितलं होतं. दर ईदेला ती तसंच सांगायची. इमाम जेव्हा कातडी सोलत तेव्हांही बैलाच्या डोळ्यांत पाणी असे. फेलुमामा आणि शराफमामा तिथून हलायला तयार नसत. मी मात्र मनुमियाँच्या दुकानांत फुग्याची पिपाणी आणायला निघून जायची. बैलाच्या मासाचे सात भाग केले जायचे. तीन भाग नानीला, तीन भाग आम्हाला आणि एक भाग भिकारी आणि शेजारी-पाजाऱ्यांना. ईदच्या दिवशी खूप मजा असे. सबंध दिवस बाबा गोड गोड बोलत. अभ्यासाला बस असं म्हणत नसत. मारझोड करत नसत. सगळा दिवस केशरी शेवया, पुलाव, कुर्मा खाऊन धांगडधिंगा करण्यात जायचा. त्या दिवशी सगळे गुन्हे माफ असत. दिवसभर मांस चिरलं जात असे. मोठमोठ्या चुलाण्यावर मोठ्या पातेल्यांतून मांस शिजत असे. संध्याकाळी जेवणं खाणं आटपली की आई आणि नानी ईदेची साडी नेसत. रुनूमावशी आणि झुनूमावशी नटून सजून मैत्रिणींच्या घरी जायची संधी शोधत. घरी पाहुणे येत. मोठा मामा लुंगी आणि जुना शर्ट घालून मोहल्ल्यांतून हिंडून यायचा. "सगळ्या मोहल्ल्यात रक्त वाहतंय. किती बैल कापले गेलेत ह्याचा हिशेबच नाही. हे बैल शेतकऱ्यांना दिले असते तर त्यांनी शेती तरी केली असती. कित्येक शेतकऱ्यांजवळ बैल नसताना माणूस एवढा राक्षस का होतो कळत नाही. एक बैल एका घरात खाल्ला जातो आणि दुसरीकडे पाहावं तर कित्येक माणसांना भातही मिळत नाही." असं म्हणत असे.

मोठ्या मामाला अंघोळ करून ईदचे कपडे घाल असं सांगण्यात अर्थ नव्हता. म्हणून त्याच्या नादी न लागता नानी म्हणाली, "ईद तर केली नाहीस. आता खाणारही नाहीस का? चल काही तरी खाऊन घे."

"का नाही खाणार, दे मला काहीतरी खायला. फक्त बैलाचं मटण देऊ नकोस." मोठा मामा निःश्वास टाकून म्हणाला.

हे ऐकून नानीच्या डोळ्यांत पाणी आलं. मोठा मामा ईदच्या कुर्बानीचं मटण खाणार नाही हे तिला कसं सहन होणार? नानीनं पदरानं डोळे पुसत निश्चय केला की तीही मटणाला शिवणार नाही. मुलाला खायला घातल्याशिवाय आई काही खाणं शक्य आहे का?

मोठ्या मामानं मटण खाल्लं नाही हे सगळ्या घराला कळलं. त्यामुळे घरांतील मोठी माणसं अस्वस्थ झाली. मला वाढता वाढता आई म्हणाली, "मियाँभाई ईदचं मटण न खाताच ढाक्याला परत जाणार. बैलाची कुरबानी त्याला सहन झाली नाही. बाजारातून आणलेलं मटण बैल मारल्याशिवाय थोडंच येतं?

ईद झाल्यावर परत आमचं पूर्वीसारखं जीवन सुरू होत असे. माझे पुढचे दांत पडले होते. ते पाहून शराफमामा मला चिडवायचा,

"दात पडका अननस गू खाई तीन लोटे"

दात पडल्यावर तो दात आई उंदराच्या बिळांत टाकून म्हणायची, "उंदरा रे उंदरा माझा किडका दांत ने, तुझा सुंदर दात दे."

उंदीर जोपर्यंत मला त्याचा दात देत नसे तोपर्यंत मला दंताड्या शराफमामा चिडवत असे. रुनूमावशी म्हणायची, "गू खाल्ला नाही तर दात येत नाहीत."

गू पाहिला की मला किळस येत असे. संडासांत बसल्यावर खाली पाहिलं की भरून वाहणारी टोपली दिसायची. त्यावर निळी माशी भणभणत असायची. मी नाक तोंड बंद करून बसायची आणि लवकरात लवकर बाहेर यायची. दादा मात्र दोन दोन तास संडासांत बसायचा. तो इतका वेळ तिथं कसा काय बसायचा कोण जाणे! भंगी आल्यावर मी नाक दाबून धरून घरात बसायची आणि मधून मधून अंगणात थुंकायची. महिन्यातून एकदा भंगी संडास साफ करायला यायचा. नानी घासाघीस करून त्याला पैसे द्यायची. रुनूमावशीच्या बोलण्याचा मला राग यायचा. गू कधी कोणी खातं का! एकदा मी तिला विचारलं, "तुला दात आले ते गू खाऊनच का रुनूमावशी?"

रुनूमावशी मजेत म्हणाली, "हो. खाल्ला होता की लहानपणी."

शराफमामा माझ्या एक पाऊल पुढेच होता. तो जेवायला बसला असताना अंगणात कोंबडी शिटताना पाहून किंवा कोणी गू हा शब्द म्हटलेला ऐकून तो ताट फेकून द्यायचा. एकदा शराफमामा जेवायला बसला असताना मी अगदी निष्पापपणे म्हटलं,

"शराफमामा, गू खाल्ल्याशिवाय दात येत नाहीत हे तुला माहीत आहे काय?"

बस, एवढं म्हणण्याचाच अवकाश! शराफमामा धावत आला आणि त्यानं माझ्या पाठीत गुद्दे घातले. अंगणात ताट फेकून दिलं ते वेगळंच.

'गू खाई तीन लोटे,' असं शराफमामानं मला म्हटल्यावर मात्र मी त्याला धपाटे घालू शकत नव्हते. कारण तो माझ्यापेक्षा मोठा होता. मोठ्यांवर हात उचलायचा नसतो. मोठे त्यांच्या मर्जीप्रमाणे मला नागडं करून, हे कोणाला सांगू नकोस असं म्हणाले तर तेही कोणाला सांगायचं नाही. कारण एखाद्या ओंगळवाण्या दुपारी, एकाकी खोलीत त्यांनी माझी हाफ पँट काढली ह्यावर कोठल्याही मोठ्या माणसानं विश्वास ठेवला नसता. उलट मधल्यामध्ये मलाच मार खावा लागला असता. मोठ्यांनी मारलं तरी त्याला विरोध करता येत नाही. उलट मान खाली घालून सगळं सहन करावं लागतं. मग शिक्षा असो की प्रेम. मोठे लहानांच्या भल्यासाठीच सगळं करतात असं मला मोठ्यांनीच शिकवलं होतं.

एक दिवस गुणीनं येऊन टुटुमामाची आणि शराफमामाची नुनीची पुढची चामडी काढून सुंता केली. सुंता केल्यावर नवीन लुंगी नेसवून त्यांना खोलीत

बसवलं होतं. ते जेव्हा चालायचे तेव्हा लुंगीचा पुढचा भाग हातानी उचलून पाय फाकवून चालायचे. नाहीतर त्यांची जखम दुखत असे. त्यांना तसं चालताना पाहून मला हसू आलं. मला हसताना पाहून त्या दोघांनी मला चांगलं बदडून काढलं. मला हसायला बंदी. एवढंच नाही तर त्यांच्या लुंगीकडे आणि त्यांच्या चालण्याकडे पाह्यलाही बंदी. घरांतील मोठे लोक त्यांच्या मर्जीप्रमाणे, मी काय करावं आणि काय करू नये, ते ठरवत. त्या वर्षी ईदच्या सुट्टीत मोठा मामा बरेच दिवस राहिला होता. बहुतेक वेळ तो पडून पुस्तक वाचायचा. संध्याकाळी खडावा घालून अंगणात फिरायचा. कधी कधी रात्री बाबांबरोबर गप्पा मारण्यासाठी आमच्याकडे यायचा. मोठा मामा अगदी हळू आवाजांत बोलायचा. ओरडून बोलत नसे. कोणी ओरडून बोलायला लागलं तर ''च्चं च्चं'' करायचा. हाशिममामा कधी कधी अचानक ओरडायचा, ''अरे पडलो पडलो.'' त्याचं ओरडणं ऐकून घरांतील सगळे बाहेर यायचे. हाशिममामाचं शरीर विहिरीत लोंबकळत असायचं. ते पाहून नानी दटावायची, ''हाशिम, हा जीवघेणा खेळ बंद कर पाहू. एक दिवस खरंच पडशील.''

हाशिममामा हसत हसत बाहेर यायचा. मोठ्या मामानं हे पाहिलं तेव्हा त्याला काही कळेचना. तो वेड्यासारखा हाशिममामाकडे पाहतच राहिला. तो म्हणाला, ''हा कसला खेळ? ह्या खेळात काय मजा आहे मला कळलीच नाही. हाशिमला वेड लागलंय कां?''

हाशिममामाचा आणखी एक खेळ होता. मला किंवा फेलुमामाला उचलून विहिरीवर धरत तो म्हणायचा, ''फेकून दिलं.'' माझ्या किंकाळ्या ऐकून घरातील सर्वजण बाहेर येत. ह्या खेळाकडेही मोठा मामा बावळटासारखा पाहत राह्यचा.

मोठा मामा घरांत आहे हे पाहूनच एक दिवस फजलीमावशी घरी आली. आल्याबरोबर कोणाशी काहीही न बोलता ती मोठ्या मामाला म्हणाली, ''मला तुझ्याशी काही बोलायचंय.'' ते ऐकून तिच्या खांद्यावर हात ठेवत हसत हसत मोठा मामा म्हणाला, ''तुला एवढा राग का आला? ह्या आधी तर असं काही झालं नव्हतं. बुरखा काढ. बस आणि सांग काय सांगायचंय ते.''

फजलीमावशीनं खांद्यावरचा मामाचा हात दूर सारला आणि म्हणाली, ''नाही. मी ह्या घरी बसायला आलेली नाही. मला जे सांगायचंय ते सांगून लगेच मी जाणार आहे. बुरख्याचा पडदा उचलून पलंगावर बसून ती म्हणाली, ''तू त्या दिवशी म्हणाला होतास न की अल्लाहहो त' आलॉनं असं सांगितलंय की पुरुष दासीबरोबर संबंध ठेवू शकतो. हे कुठल्या आयतात लिहीलं आहे? ते अगदी चूक आहे. अल्लाह त' ऑला दासीबद्दल बोलत नाही. तो क्रीतदासींबद्दल बोलतो. कुराणांत तसं स्पष्ट लिहिलंय. क्रीतदासींबद्दल संबंध ठेवणं वैध आहे. पण आता गुलामीची पद्धत नाही. आता आपण पैसे देऊन माणसं विकत घेत नाही.'' ती हसली. ते हसू

विजयाचं होतं.

मोठा मामा मांडी घालून पलंगावर बसला होता. मांडीवर उशी दाबून धरत तो म्हणाला, ''ओ, असं आहे तर! पण तू बुरखा न काढता शांतपणे न बसता घाईघाईनं निघून जावं असं हे बोलणं आहे का? बरं. असो. आता मला सांग गुलामी आता का नाही? सांगता येईल? गुलामीची पद्धत कोणी बंद केली? तुझ्या अल्लानं की तुझ्या रसूलनं? ही पद्धत बंद केली माणसानं. समजलं? माणसानं ही प्रथा बंद केली नसती तर किती अधोगती झाली असती सांग बरं? आणि क्रीतदासी असो की दासी असो, अल्ला असा नियम कसा करू शकतो...''

मामाचं म्हणणं पूर्ण होण्याआधीच फजलीमावशी आवाज चढवून म्हणाली, ''अल्लानं ते त्या जमान्यासाठी लिहिलं. तेव्हां बायका सुरक्षित नव्हत्या. क्रीतदासींना जायला दुसरा मार्ग नव्हता म्हणून अल्ला...''

ह्या वेळी फजलीमावशीच्या तोंडचं वाक्य मामाच बोलला, ''कुराण त्या काळासाठी लिहिलंय असं तुला वाटत असेल तर चांगलंच आहे. मग कुराण त्या काळासाठीच ठेवून दे. ह्या जमान्यांत त्याला घेऊन नाचण्यांत अर्थ काय? आणि अल्लानं फक्त त्या काळाबद्दलच का लिहिलं हाही एक प्रश्न आहे. अल्लाला अतीत माहीत असतं. भविष्यही माहीत असतं. तो सगळं पाहतो. सगळं समजतो. मग त्यानं भविष्यात गुलामगिरी राहणार नाही असं कां लिहिलं नाही? दुनियेत विजेचे दिवे, मोटर, विमान, रॉकेट येईल– रॉकेटमधून माणूस चंद्रावर जाईल, हेही तो लिहू शकला असता. ह्या युगांत जे चालणार नाही, त्याच्याबद्दल एवढी डोकेफोड का हे मला समजत नाही. तू जरा जास्तच घाबरतेस.''

फजलीमावशीचा चेहरा पडला. बुरख्याच्या पडद्याला हात घालत ती म्हणाली, ''मियाँभाई, तू इतका घसरलायस! छी: छी: छी: तुझं तोंड पाहणंही पाप आहे.'' ती नानीच्या घरातून निघाली आणि आमच्या झोपायच्या खोलीत येऊन म्हणाली, ''बडबू, मी जरा इथं पडते ग! माझं डोकं फार दुखतंय.'' आणि ती हातपाय पसरून झोपली. आई फजलीमावशीसाठी स्वयंपाक करायला स्वयंपाकघरात निघून गेली. बिरूई तांदळाचा भात आणि कबुतराचं भुजणं.

बाबांबरोबर मोठ्या मामाच्या गप्पा होत त्या जमिनीबद्दल. मोठा मामा म्हणायचा, ''ढाक्याला जमीन घेऊन टाका रजब अली. सध्या जमीन स्वस्तात मिळतेय. पुढे ह्या किंमतीत मिळणार नाही.''

बाबा मान हलवून म्हणत ''पाहू, पाहू, घेऊ या.''

मोठ्या मामाकडून ढाक्याबद्दल ऐकायची मला खूप इच्छा होत असे. ढाका कसं आहे, तिथे काय काय आहे, हे सगळं विचारावसं वाटत असे. पण मोठा मामा हल्ली माझ्याकडे पाहतही नाही हे माझ्या लक्षांत आलं होतं. त्याची ''राजकन्या''

चिखलमातीत मळून आता राजकन्या राहिली नव्हती म्हणूनही असेल. तरीही तो ढाक्याला परत जायच्या आदल्या दिवशी त्याचं आणि माझं बोलणं झालंच.

संडासाच्या वाटेवर अरबी अक्षरं लिहिलेला एक फाटका कागद मला मिळाला. मी तो आईला द्यायला गेले. आईनं मला तसंच शिकवलं होतं. आईनं सांगितलं होतं की तुला अरबी अक्षरं ओळखता येतात. अशी अक्षरं लिहिलेला कागद सापडला तर तो पवित्र असल्यामुळे त्याला घाण लागता कामा नये. तो पायदळी येता कामा नये. म्हणून तो पाण्यात सोडून द्यायचा. मी तेच करायची. तो कागद उचलून त्याचं चुंबन घेऊन नावेसारखा पाण्यांत सोडून द्यायची. संडासाच्या वाटेवर मिळालेला कागद, मी गुणी मुलगी असल्यामुळे ओलांडून आले नाही, हे दाखवायला तो कागद घेऊन मी आईकडे आले होते. आई अंगणात कपडे वाळत घालत होती. ती म्हणाली, 'माझे हात रिकामे नाहीत. तुझ्या मोठ्या मामाच्या हातांत दे.' मामानं तो कागद एका दमात घडाघड वाचला. त्याचं अरबी ऐकून आई भारावून त्याच्याकडे बघत राहिली. अरबी येणं म्हणजेच मोठे ईमानदार असणं. मोठा मामा शुक्रवारी जुम्माची नमाज पढायला मशिदीत जात नसे. ईदची नमाजही पढत नसे. पण ह्याबद्दल कोणाची काही हरकत नव्हती.

मोठ्या मामानं मला विचारलं. ''ह्या कागदाचं तू काय करणार?''

मी आईचा पदर धरून शरीराला नाही तरी मनाला आधार मिळवत म्हटलं, ''चुंबन घेऊन तळ्याच्या पाण्यांत सोडणार.''

मोठ्या मामानं कागद फेकून दिला. तो म्हणाला, ''ह्या कागदावर जे लिहिलंय त्याचं तूं चुंबन घेणार? ह्या कागदावर काय लिहिलंय माहीत आहे? ह्याच्यावर लिहिलंय– हरामी का बच्चा, तेरी माँको .....''

आईचा चेहरा शरमेनं लाल झाला. ओले कपडे तिच्या खांद्यावर तसेच राहिले. फुलबहारी पाण्याचा हंडा घेऊन घरांत चालली होती ती थबकून उभी राहिली. नानी मिरीच्या झाडाला पाणी घालत होती, तिच्या हातातून बादली निसटली आणि अंगणभर पाणी झालं. मी दोन पावलं पुढे सरकले आणि आश्चर्यानं मामाला विचारलं, ''बडे मामा, अरबी तर अल्लाची भाषा आहे नं? मग ह्या भाषेत शिव्यासुद्धा लिहिता येतात?''

मोठा मामा खडावांचा आवाज करत फेऱ्या मारता मारता म्हणाला, ''का नाही येणार? अरबी अरब लोकांची भाषा आहे. अरब दारू पितात. वाईट कामं करतात. खून करतात. शिवीगाळ करतात. पुरुष चौदा चौदा लग्न करतात. कोणी कोणी तर शंभरसुद्धा करतात.''

''सिद्दीक, पुरे हं आता.'' नानी म्हणाली.

नानीनं ज्याला लोणी, पनीर खायला घालून वाढवलं होतं, मदरशात शिकवलं

होतं, जो अरबीचा जाणकार होता, तो नानीचा मोठा मुलगा नानीच्या सांगण्यावरून गप्प बसला.

आई मामाकडे संशयानं पाहत राहिली. ह्या घरांत, ह्या अंगणात, ह्या लिंबाखाली, ह्या माणसाबरोबर आपण वाढलोय ह्यावर तिचा विश्वासच बसेना. शाळेतून परत आल्यावर कसेबसे दोन घास खाऊन दोघंजणं नसीराबाद मदरशाच्या तळ्यावर जात. सगळी दुपार पाण्यांत डुबक्या मारण्यांत घालवल्यावर दोघं काठावर येत. तेव्हा त्यांचे डोळे पोहून पोहून लाल झालेले असत. लाल डोळ्यांनी घरी गेलं तर नानी मारेल म्हणून ते तळ्याखालच्या पायर्‍यांवर बसत आणि शेवाळावर मंत्र टाकल्यासारखं काहीतरी बोलून ते डोळ्यांवर चोळत. त्यामुळे डोळ्यांची लाली उतरते असं त्यांना वाटत असे. डोळ्यांची लाली उतरल्यावर शहाण्या मुलांसारखी ती परत येत. त्यावेळी रस्त्यावर एखादी घोडा गाडी दिसायची. गल्लीच्या टोकाला एक दुमजली घर होतं. तिथं एक मेमसाहेब राह्यची. ती संध्याकाळी व्हरांड्यांत बसून चहा प्यायची. मेमसाहेब हसली की त्या हसण्याबरोबर तिचे दोन गोरे पायही हसताहेत असं वाटत असे. आई वळणावर उभी राहून तिच्याकडे टक लावून पाहत असे. मग मोठा मामा आईचा फ्रॉक धरून तिला गल्लीत ओढत म्हणत असे, "ते ख्रिश्चन आहेत. त्यांच्याकडे इतक्या वेळ पाहिलं तर पाप लागेल.''

मोठ्या मामासाठी टेबल खुर्ची आली. आईसाठी कधी आली नाही. नाना मोठ्या मामाला गुपचूप संत्री आणि द्राक्षं आणून देत. अभ्यासाच्या टेबलाच्या ड्रॉवरमध्ये ठेवून तो ती खात असे. पण आईला त्यानं कधीही एक द्राक्षंसुद्धा दिलं नाही. अशा कोत्या मुलाची वह्या-पुस्तकं, कपडेलत्ते व्यवस्थित ठेवायची जबाबदारी आईची होती. टेबलावर कुठं शाईचा डाग पडला किंवा एखादी वस्तू इकडे तिकडे झाली तर आईच्या पाठीत रपाटे बसत. अचानक कधीतरी मोठा मामा मोठा झाला आणि मोठा होता होता त्यानं आकाशालाही स्पर्श केला. आई मात्र होती तिथंच त्या मातीतच राहिली. आईला आजही हेवा वाटायचा. पण तो ह्या माणसाबद्दलच होता का? ह्या माणसाला, ज्याला आपण मियाँभाई म्हणतो, त्याला आपण खरोखरच ओळखलं नाही असंच आईला वाटायचं.

२

एक्काहत्तरचं युद्ध संपल्यावर आईचा ओढा पुन्हा पीरबाडीकडे वाढला. पीरसाहेबांना कुठंही पळून जावं लागलं नाही. ते अगदी मजेत शहरांत राहिले. दोनचार बिहारींबरोबर त्यांनी मैत्रीही केली.

मुसलमानांचा देश म्हणूनच ते भारत सोडून इथं आले होते. पाकिस्तानचे तुकडे झाल्यावर ह्या देशांत राहण्याचा अर्थ काय? पीरसाहेबांच्या चेल्यांनी नवमहालमधील दहा बंगाली सापांच्या घरांना पीरसाहेबांच्या परवानगीनंच अल्ला– हो– अकबर म्हणत आग लावली. पीरसाहेब चेल्यांच्या पाठीवरून हात फिरवत म्हणाले, "बंधांनो, तुम्ही काहीही गुन्हा केलेला नाही. दुष्मनांच्या पंजातून इस्लामला वाचवण्यासाठी हे जिहादच आहे.' जिहादबद्दल आईला नीटसं काही कळत नव्हतं. पण ती होती पीरसाहेबांची शिष्या आणि शिष्यानंच पीरसाहेबांच्या बोलण्याबद्दल वा कृत्यांबद्दल संशय घेणं, त्यांना अडचणीत टाकणारे किंवा ते दुखावले जातील असे प्रश्न करणं योग्य नव्हतं. जिहादनंतर पीरसाहेबांनी जे जे फतवे काढले ते ते आईनं शिरसावंद्य मानले. म्हणूनच तिनं पांढऱ्या कापडाचा तागा आणून स्वत:साठी ढगळ सलवार-कमीज शिवले. आता साडीऐवजी ती तेच घालणार होती. कारण पीर अमीरुल्लाहांनी स्वच्छ सांगितलं होतं, "सगळ्या स्त्रियांनी नबीजींच्या पत्नींप्रमाणे पोशाख करावा. लांब केस ठेवू नयेत. स्त्रियांनी आणि पुरुषांनी दोघांनीही केस छोटे ठेवावेत."

आईचे केस लांब पण विरळ होते. ते जाड दिसण्यासाठी ती गोंडा लावत असे. तिनं ते लांब केस मानेपर्यंत कापून टाकले. केस कापलेली, सैल सलवार-कमीज घालणारी आणि डोक्यावर ओढणी घेणारी आई, माझी आई वाटतच नव्हती. मी खट्टू होऊन आईला विचारलं, "आई असे कपडे का घालतेस ग?"

आई म्हणाली, "आता मी साडी नेसणार नाही. साडी हिंदूंचा पोशाख आहे. काफिरांचा पोशाख. साडी नेसली तर पाप लागतं."

पीरबाडीतून निघालेला प्रत्येक फतवा आई शिर झुकवून मान्य करत असे. लहानपणच्या अमलाची गोष्ट ती विसरून गेली होती. रथयात्रेच्या वेळी लाह्या, खेळणी आणि बाहुल्या विकत घेणं, लक्ष्मीपूजेच्या वेळी सरस्वती आणि इतर मैत्रिणींच्या घरी जाऊन मिठाई खाणं, मैत्रिणींच्या हातांत हात घालून मोहल्ल्यातील पूजा मंडप पाहत हिंडणं, हे सगळं आई विसरून गेली होती. मी एकदा आईच्या नकळत मानेपर्यंत केस कापले होते तेव्हा आई आपला राग माझ्यावर काढत आणि मला बुकलत म्हणाली होती, "सुंदर केस कापून स्वत:चं भूत केलंय. तेल पाणी लावून किती प्रयत्नांनी मी तुझे केस छान वाढवले होते." हेही आई विसरली होती. तीच आई बघता बघता बदलून गेली. जेवणाच्या टेबलावर सगळे एकत्र जेवत असताना आई तिचं ताट घेऊन एकटी जमिनीवर किंवा गादीवर बसून जेवत असे. असं का?

आई म्हणायची, "खुर्च्या टेबलवर बसून जेवणं हराम आहे. यहुदी आणि भ्रष्ट टेबलखुर्चीवर जेवतात."

संपूर्ण मोहल्ल्यात दोन तीन घरंच मुसलमानांची होती. बाकी सर्व हिंदूंची होती.

बारा महिने तेरा काळ तिथं पूजा चालत. आमचं काळं फाटक उघडून हिंदू लोक पूजेसाठी लागणारा बेल मागायला येत. आम्ही परवानगी दिल्यावर ते झाडावर चढून बेलाची पानं घेत. फाटकावर चढलेल्या मधुमालतीची फुलं घेत. कोणी कोणी बेलफळं पण घेऊन जात. नेईनात का! मला बेलफळ अजिबात आवडत नसे. आईनं बेलफळाचं सरबत आणताच मी नाक मुरडून ते हातानं दूर सारत असे. बेल न्यायला आलेल्या अनेकांबरोबर आईची ओळखही झाली होती. ''काय गं पोरी, तुझं नाव काय? कुठं राहतेस? वडील काय करतात? तुम्ही किती भावंडं?'' चौकशी व्हायची. तीच आई पीरबाडीला जायला लागली आणि घराची रीतच बदलून गेली. बेल मागायला आलेल्या हिंदू मुलां-मुलींना ती हाकलून लावायला लागली आणि मला सांगू लागली, ''पूजेसाठी आता कोणाला बेल देऊ नकोस. ते काफिर आहेत. त्यांच्या पूजेला काही दिलं तर आपल्याला पाप लागेल.''

तिचं सांगणं मला आवडलं नाही. मी म्हटलं, ''त्यांना काफिर का म्हणतेस? मी त्यांना ओळखते. ते चांगले आहेत.''

आई माळ ओढता ओढता म्हणाली, ''जे मुसलमान नाहीत ते काफीर. हिंदू, बौद्ध, ख्रिश्चन सगळे.''

आईच्या हातात सापडणार नाही एवढ्या अंतरावर उभं राहून मी म्हटलं, ''समजा, आज एक बाळ जन्माला आलं. त्याचे आईबाबा हिंदू किंवा ख्रिश्चन आहेत. कोणत्या आईबाबांच्या पोटी जन्माला यायचं ते त्या मुलांच्या हातात नाही. ते बाळ तुझ्या किंवा मशिदीतल्या इमामांच्या घरीही जन्माला येऊ शकलं असतं. ह्यात त्या मुलाचा काहीच दोष नाही. त्याचे आईबाबा जे काही शिकवतात ते ते शिकतं. पूजा करायला शिकवली, पूजा करतं, कीर्तन करायला शिकवलं, कीर्तन करतं. मग सांग बरं ते मूल नरकात जाईल का स्वर्गात?''

आईचे ओठ हलत होते. ती जपमाळेतले मणी मोजत होती. माझ्या प्रश्नाला तिनं उत्तर दिलं नाही. म्हणून मी दोन पावलं पुढे होऊन पुन्हा विचारलं, ''सांग नं आई, नरकात की स्वर्गात?''

आई म्हणाली, ''ते मुसलमान असेल, ईमानदार असेल तर स्वर्गात. नाही तर नरकात.''

''नरकात? पण त्याचा दोष काय?'' मी कपाळाला आठ्या घालत विचारलं.

''ते विधर्मी घरात जन्मलं हाच त्याचा दोष.'' आई तोंडातल्या तोंडात म्हणाली.

मी संधी साधून गळ्याच्या धनुष्यातून शब्दाचा तीर सोडला, ''अल्लाच्या मर्जीशिवाय काही घडत नाही असं तूच तर म्हणतेस. अल्लानंच तर त्याला विधर्मी घरात जन्माला घातलं. मग हा अल्लाचा दोष आहे. विनाकारण त्या मुलाला दोष देणं ठीक नाही.''

आईच्या ज्या हातात जपमाळ होती त्याच हातानं मला गपकन धरून तिनं मला जवळ ओढलं आणि माझ्या केसांना हिसडा देत ती म्हणाली, ''अल्लाबद्दल वाईट-साइट बोलतेस? एवढं धाडस? कुठून शिकलीस एवढं सगळं. पुन्हा कधी अल्ला-रसूलबद्दल वाईटसाईट बोललीस तर गळा दाबून जीव घेईन. मी तुला जन्माला घातलंय. तेव्हा तुझ्यासारख्या दुष्मनाला मारायचा मला अधिकार आहे. तुझ्यासारख्या पापिणीला मारलं तर मला सवाबच मिळेल.''

अल्ला-रसूलबद्दल मी काय वाईट बोलले ते मला समजेचना. मी फक्त आईला समजावून सांगत होते की कुठच्या घरात जन्माला यायचं, कुठच्या धर्मात जन्माला यायचं ते मुलाच्या हातात नसतं आणि अल्लाच हे ठरवत असेल तर ती जबाबदारी त्याचीच. अल्लावर एखादी कठीण जबाबदारी टाकणं आईला आवडत नसे. आईला न आवडणाऱ्या गोष्टी इतक्या वेगानं वाढत होत्या की मी काही केलं की आई म्हणायची पाप होतंय.

ट्युबवेलमधून ग्लासभर पाणी घेऊन मी प्यायला लागले की आई म्हणायची, ''उभं राहून पाणी का पितेस? उभं राहून पाणी पिणं म्हणजे सैतानाचा मूत पिणं.'' मोरीतून बाहेर आलं की आई माझे हात ओले आहेत की नाही बघायची. जर हात ओले नसतील तर ती म्हणायची, ''मुतल्यावर हात नाही का धुतलेस? हिंदू मुतल्यावर हात धूत नाहीत. काफिरांचं एकमात्र स्थान नरक.''

खोलीच्या पूर्वेकडच्या खिडकीला चिकटून हासनुहाना[३]चं झाड होतं. रात्रभर सुगंधानं खोली घमघमायची. मी खिडकीकडे डोकं करून झोपले की आई मला ओरडायची, ''पश्चिमेकडे पाय करून का झोपतेस? माहीत नाही पश्चिमेला काबा शरीफ आहे ते? पाप लागेल. पश्चिमेकडे डोकं करून झोप.''

एव्हाना मला दिशा कळू लागल्या होत्या. मोहल्ल्याच्या पश्चिमेला एक मंदिरही होतं हे मला ठाऊक होतं. आईला मी हे बोलले असते तर तिनं 'सैतानाची साथी' म्हणून मला शिवी दिली असती आणि पाठीत गुद्दाही घातला असता. म्हणून भीतीनं मी पाय बाजूला केले. बिचारे माझे दोन पाय. मक्क्याच्या काबा शरीफ पासून ते हजारो मैल दूर होते. मध्ये नदी, नाले, पहाड, पर्वत, संडास, मोरी, मंदीर, चर्च सगळं काही होतं.

आईच्या धर्माचं तर्कशास्त्र मला कळतच नव्हतं. प्रश्न विचारल्यावर मला जुजबी उत्तरं मिळायची म्हणजे असं : अल्लानं मातीपासून माणूस घडवला; आणि आगीपासून भूत. हश्रच्या मैदानात माणसाचा आणि भुताचा निवाडा होईल. भुतं कुठं असतात तर हवेत. आपण त्यांना पाहू शकत नाही. अल्ला कुठं असतो? अल्ला तर प्रकाश आहे. अल्लाही दिसू शकत नाही. अल्ला वरती आकाशांत कुठं तरी राहतो. तो जिथं कुठं राहतो तिथून सगळं पाहतो, ऐकतो.

शबबरात[४]च्या रात्री आई रोट्या आणि शेवया करायची आणि रात्रभर नमाज पढायचा घाट घालायची. आई सांगायची, ''आज अल्ला सात आकाशातून खाली येईल आणि तिथून तो दुनियेत कोण काय करतंय हे निरखून पाहील.''

आईचं बोलणं ऐकून माझ्या तोंडातून एकदम निघून गेलं, ''सात आकाशाच्या वर राहून दुनियेतल्या माणसांना अल्ला नीट पाहू शकत नाही का? नीट पाह्यचं असेल तर त्याला खाली यावं लागतं का?''

आई दात-ओठ खाऊन म्हणाली, ''एवढे प्रश्न विचारायचं कारण नाही. डोळे मिटून अल्लावर विश्वास ठेव. अल्ला सर्वशक्तिमान आहे. अल्लाच्या मागेपुढे कोणीही दुसरं नाही. अल्लाह. गफूर उर् रहिम. अल्ला एक आणि अद्वितीय आहे.'' पीर अमीरूल्लाहही अगदी असंच्या असं सांगताना मी ऐकलंय.

आई मला अगदी मैनेसारखी वाटली. नानीकडची पिंजऱ्यातील मैना घरात कोणी येताच, ''मेहमान आलेत, खायला द्या.'' असं म्हणत असे. रुनूमावशीनं तिला असं बोलायला शिकवलं होतं. हे वाक्य शिकताच मैना स्वत:ची बोली विसरून गेली होती. ती फक्त एवढं एकच वाक्य पुन्हा पुन्हा म्हणायची.

पीरबाडीहून आई जे काही शिकून यायची ते फक्त पुन्हा पुन्हा म्हणायचीच नाही तर माझ्याशी– विशेष करून फक्त माझ्याशीच– पुन्हा पुन्हा न थांबता चर्चा करत राह्यची. तिचं बोलणं माझ्यावर ठसवण्यासाठी ती जीव तोडून प्रयत्न करायची. वरवर मात्र म्हणायची, ''तुझ्या मार्ग तू शोध. नसीहत करणं माझं काम आहे. ते मी करते. हश्रच्या मैदानात अल्ला तुला विचारील की माझ्याबद्दल तुला कोणी सांगितलं होतं का? तेव्हा तू नाही म्हणू शकशील? खरं तर अल्ला रसूलबद्दल मी जे बोलते ते अल्लाच माझ्या मार्फत तुला सांगतोय. मी केवळ एक निमित्त आहे.''

आतल्या खोलीत बसून आईनं आणि व्हरांड्यांत बसून सुलताना उस्तादजींनी मला कलमा शिकवल्या होत्या. त्या माझ्या किती लक्षात आहेत ह्याची मधून मधून आई परीक्षा घेत असे. नसीहत घेण्याचं निमित्त करून ती गोड स्वरांत म्हणायची, ''बेटी कलमा-ए-तैइबा म्हण बघू.''

मी फटाफट म्हणून टाकायची, ''ला इलाह इल्लालल्लाहू मोहम्मदुर रसूलुल्लाह.''

माझं एवढं म्हणून संपतंय ना संपतंय तोच आईचा प्रश्न ''कलमा ए-शहादत?''

''आशदाहू आन ला इलाहा इल्लाल्लाहू वाहदाहू ला शारीकालाहू वा आशहादू अन्ना महम्मदान आबदुहु वा रसुलुहु''

मी निर्विकारपणे कलमा म्हणायची. मला त्यातलं ओ का ठो कळायचं नाही.

आईचा चेहरा मात्र उजळायचा. ओठावर हसू फुटायचं. मात्र ज्या दिवशी मी विचारलं, ''तू म्हणतेस की त्यानं मातीपासून माणूस बनवला...'' त्याच क्षणी

आईच्या चेहऱ्यावरचं हसू मावळलं.

आई रागावून म्हणाली, "त्यानं त्यानं काय म्हणतेस. आदरानं अल्ला म्हण."

"ठीक आहे. पण मग माझ्या अंगावर माती कुठंय? चामडं आहे. चामड्याखाली मांस आहे. आणि मांसाखाली हाडं."

आईचे काळे ओठ आईनं आकसल्यावर आणखीनच काळे दिसायला लागले. तिच्या गोड स्वराची जागा तिखट शब्दांनी घेतली. "तुला काय वाटतं अल्लाची माती अशी तशी आहे? ह्या दुनियेतली माती?"

शराफमामा कातडीवर नखांनी खरवडून मला पांढरे डाग दाखवत म्हणायचा, "ही बघ माती. अल्लांनी आपल्याला मातीपासून बनवलंय."

मी गोंधळून जायची. सात आकाशाच्या वर राहणाऱ्या अल्लाची माती ह्या दुनियेतील मातीसारखी असेल असं काही म्हणता येत नाही. ती माती वेगळीही असेल. गालावर हात ठेवून मी विचार करताना पाहून आई म्हणायची, "अल्लाची लीला अगाध आहे. त्याच्यावर भरवसा ठेव. आता शहाळ्याचच बघ ना," थोडंसं थांबून अंगणांतल्या नारळीकडे भक्तिभावानं पाहून आई पुढे म्हणायची, "अल्लानं किती गोड पाणी भरलंय त्यात. शहाळ्यात पाणी भरणं माणसाला शक्य आहे का? आता उसाचं बघ. काय ती अल्लाची लीला! काठीमध्ये गोड रस."

आईची भारलेली नजर नारळीवरून अंगणांतल्या इतर झाडांकडे वळायची.

"आता फणसाची गोष्ट घे. अल्लानं कसे छानपैकी गरे बसवलेत फणसात. माणसात आहे का शक्ती फणस बनवायची? म्हणूनच म्हणते अल्लावर भरवसा ठेव. केवढी फळफळावळ दिली आहे अल्लानं आपल्या बंद्यांना खायला."

डाळिंबाकडे पाहत ती म्हणायची, "डाळिंबाचंच बघ. दाण्यादाण्यात अल्लानं साखर भरलेय. अल्लाशिवाय कोणात ही क्षमता आहे?"

आईच्या बोलण्याचा माझ्या मनावर परिणाम होत असलेला पाहून ती निश्चिंत व्हायची. तिच्या डोळ्यांतून ममता भरभरून वहायला लागायची.

काळा बुरखा घालून आई पीरबाडीकडे जायला निघाली असताना अचानक तिला पायरीवर गाठून मी विचारलं, "आई बायकांनीच का बुरखा घालायचा?"

आईनं डोळ्यांत सुरमा घातला होता. मी विचारेपर्यंत आई अंगणांत उतरली होती. ती पुन्हा पायऱ्या चढून वर आली आणि मला म्हणाली, "बायकांना अब्रूचं रक्षण करावं लागतं. बायकांचं शरीर बाहेरच्या माणसानं पाहू नये असं अल्लानं सांगितलंय. जर पाहिलं तर पाप लागतं."

मी दोन पायऱ्या उतरून येऊन विचारलं, "अल्लानं पुरुषांना बुरखा घ्यायला का नाही सांगितलं? त्यांचं शरीर बाहेरच्या माणसांनी पाहिलं तर?"

आईचे काळे डोळे विस्तवासारखे लाल झाले. ''अल्लानं जे हुकूम दिलेत ते मानलेच पाहिजेत. त्यानं पुरुषांना बुरखा घालायला सांगितलं नाही. पण बायकांना मात्र सांगितलं आहे. तोंड बंद करून अल्लाचं म्हणणं ऐकलं पाहिजे. प्रश्न विचारले तर पाप लागतं.''

पाप,पाप,पाप. तीन पायऱ्या मागे सरकून उभी राहिले पाप. डावीकडे वळले पाप. उजवीकडे वळले पाप. प्रश्न विचारला पाप, पाप केल्यावर अल्ला नरकात टाकणार. तिथं साप चावणार, विंचू चावणार. मला सापांची आणि विंचवांची फार भीती. पण आमच्या शाळेतले गणिताचे मास्तर तर गणित फळ्यावर लिहिल्याबरोबर म्हणायचे, ''काही प्रश्न असेल तर विचारा. जे प्रश्न विचारत नाहीत त्यांना गणित समजत नाही.''

अल्ला याक्कूम[५] झाडाचं फळ खायला लावतो. ती एक भयंकर गोष्ट असते. ते खाल्लं की पोटातली आतडी उलटून पडायला बघतात. मी पहिल्यांदा नानांच्या तोंडून याक्कूम झाडाचं नावं ऐकलं.

''नाना, याक्कूमचं झाड कसं दिसतं?''

''नुसते काटे. काट्यांवर काटे.'' नानांनी भीतीनं अंग शहारल्यासारखं केलं.

''फड्या निवडुंगासारखंच दिसत असेल बहुतेक.''

नानांनी एकदा तरी याक्कूमचं फळ खाऊन बघितलं असावं असं मला वाटलं. ते फळ इतकं वाईट होतं की परत त्याच्या वाटेला जायला नाना धजत नव्हते.

हजहून परत आल्यावर नरकाचं वर्णन न करता नाना स्वर्गातल्या खाण्याचं वर्णन करू लागले. डोळे मिटून ते असे हसत की जणू काही त्यांच्यासमोर स्वर्गातलं जेवण वाढून ठेवलंय. नाना सांगत, 'स्वर्गातलं खाणं असं असतं की एकदा खाल्ल्यावर जो ढेकर येतो तोही मिस्क-ए-अंबर[६] सारखा.' नाना स्वर्गातल्या स्वादिष्ट खाण्यासाठी आणि सुगंधी ढेकरासाठीच पाच वेळा नमाज पढत असावेत! नाना हजहून ज्या दिवशी परत आले त्या दिवशी त्यांच्याभोवती घरांतले सगळेजण जमले होते. जणू काही नाना अल्लाला भेटूनच परत आले होते. नाना कधी गहिवरून तर कधी हसून त्यांनी काबाला प्रदक्षिणा कशी घातली, हजर-ए-अस्वद[७] चं चुंबन कसं घेतलं हे सांगत होते. लोकांची पाप शोषून घेतल्यामुळे हजर-ए-अस्वदचा दगड काळा झाला आहे. नानांनी डोंगरावर जोडा फेकून मारला होता. डोक्याचं मुडणं केलं होतं. आणि न शिवलेला कपडा घातला होता. नानांनी मदिनेतील हजरतांच्या मकबऱ्याचं दर्शनही घेतलं होतं.

नानांना पाहून शेजाऱ्यांनीही घरात गर्दी केली. सुलेखाची मा म्हणाली, ''एकदा हजला जाऊन आलं की माणसाचे सगळे गुन्हे माफ होतात. आपलं भाग्य थोर.''

मी तेव्हा अगदीच लहान होते. पाय पसरून जमिनीवर बसले होते. मोठ्यांच्यात

नाक खुपसून मी म्हणाले, "जे लोक वाईट काम करतात, खून करतात, मिण्टूला ज्या पोलिसांनी गोळी घालून मारलं त्या सगळ्यांची पापं अल्ला माफ करतो का?"

नानांनी लहानगीच्या प्रश्नाला उत्तर दिलं, "हो. सगळे गुन्हे माफ करतो."

"आई म्हणते की पापं अनेक प्रकारची असतात. कबीरा म्हणजे महापातक सगळ्यांत वाईट. त्याला माफी नाही."

"महापातकालासुद्धा माफी?" मी पुढे विचारलं.

ह्यावेळी मात्र नानांनी लहानगीच्या प्रश्नाला उत्तर दिलं नाही. नानांभोवती बसलेल्या लोकांतून उठून येऊन आईनं नाराजीनं माझं बखोटं धरून नळाच्या कोंडाळ्यावर नेलं आणि मला म्हणाली, "फुलबहारीनं बादलीत पाणी काढून ठेवलंय. अंघोळ कर."

बादलीतल्या ट्युबवेलच्या थंडपाण्यानं मी अंघोळ करायला लागले. तिथंच घरांतील मुलं, म्हातारे आणि पुरुष अंघोळ करत. नानी आणि तिच्या जाणत्या मुली न्हाणीघरात अंघोळ करत. तीच त्यांची मोरीही होती. न्हाणीघर वरून उघडं होतं. साडेतीन बाजूला भिंत होती आणि उरलेल्या जागी पडदा लावलेला होता. आमच्या अंगणांतसुद्धा वरून मोकळं असलेलं, दारबीर नसलेलं एक न्हाणीघर होतं. त्याच्या फरशीवर मुताचा पिवळा डाग पडला होता. ट्युबवेल नानीच्या अंगणात असल्यामुळे आम्ही तिथंच अंघोळ करायचो. बाबा मात्र डाग पडलेल्या मोरीत अंघोळ करत. फुलबहारी भल्या पहाटेच बादली भरून ठेवायची. नानीच्या घरी अलीकडेच ट्युबवेल खोदली होती. त्या आधी कपडे धुण्यासाठी, अंघोळ करण्यासाठी, एवढेच नव्हे तर पिण्यासाठी सुद्धा विहिरीतून पाणी काढावं लागायचं. रस्त्यावर सरकारी नळ बसवल्यावर मोलकरणीला पाठवून कळशीभर प्यायचं पाणी आणलं जायचं. आई लहान असताना तळ्यातलं पाणी पिण्यासाठी वापरत. म्हणून तेव्हा तळ्यात अंघोळ करायला, कपडे धुवायला मनाई होती. आईच्या जमान्यात आणि माझ्या जमान्यात किती फरक पडलाय ह्याचा मी मनांतल्या मनांत विचार करत होते. अंगाला सुंगधी साबण लावून अंघोळ करता करता माझ्या नाकात साबणाऐवजी फणसाचा वास शिरला. नानीच्या फणसाला उन्हाळ्यात फणस लागत. फणसाच्या वासाबरोबर माझ्या घशातून आणखी काहीतरी पोटात गेलं असं मला वाटलं. पहिल्यांदा फणस खाताना गरा माझ्या घशात अडकला होता. कसाबसा उलटी करून मी तो काढला होता. त्यानंतर मात्र फणसाचा रस काढून दूध मुडीमध्ये घालून आई मला द्यायची. हे घशात अडकायचं नाही हे खरं पण त्याचा वास मला सहन व्हायचा नाही. आई म्हणायची, "एका हातानं नाक धर आणि दुसऱ्या हातानं खा." हे ऐकून मला हसू यायचं. हे म्हणजे टोपलीच्या संडासांत हगण्यासारखं होतं. टोपलीत गू पडतोय आणि दुर्गंधी येऊ नये म्हणून नाक दाबून धरतेय.

अंगाला साबण लावता लावता अंगणांत जीभ बाहेर काढून ''हा हा'' करणाऱ्या कुत्र्याला मी म्हणाले, ''ए कुत्र्या, गऱ्याचा आणि गुवाचा रंग एकच असतो खरं की नाही?''

कुत्रा तसाच जीभ काढून बसला. त्यानं उत्तर दिलं नाही. मोहल्ल्यातला हा कुत्रा बदनाम झाला होता. स्वयंपाक घरात शिरून तो पातेल्यात तोंड घालायचा आणि मटणाचा तुकडा उचलून पळून जायचा. त्याला पाहताच मोहल्ल्यातील मुलं दगड मारत.

साबण लावून झाल्यावर लोटाभर पाणी मी अंगावर घेतलं आणि कुत्र्याला म्हणाले, ''हजला जाणार का? तुझे सगळे गुन्हे माफ होतील. महापातक सुद्धा.''

माझं अंघोळीचं पाणी कुत्र्याच्या अंगावर उडालं तरी न भुंकता शहाण्यासारखा अंग झाडून तो निघून गेला. घरात ह्या वेळी जमलेल्या प्रत्येकाला नाना मक्केहून आणलेलं जमजमचं[८] पाणी देत होते. नानी घाईघाईनं चितईपिठा[९] करायला गेली. नानांना चितईपिठा फार आवडत असे.

ज्या महिन्यांत नाना मक्केहून परत आले त्याच महिन्यांत मोठा मामा विमानानं परदेशी म्हणजे कराचीला गेला. कराचीहून त्यानं फोटो पाठवला होता. फोटोत सूट आणि हॅट घालून तो घोड्यावर बसला होता. नानीनं फोटो फ्रेम करून बाबूंच्या गल्ल्याजवळ अडकवून ठेवला होता. परदेशी गेलेल्या मुलाचा फोटो पाह्यला शेजारीपाजरी नानीकडे येत. सुलेखाची मा देखील एकदा आली होती. तिनं नानीच्या पानाच्या डब्यांतून पान घेऊन तोंडात कोंबलं. त्यावर चिमटीभर तंबाखू. नंतर बोटावर चुना घेऊन जिभेला लावला. मग अंगणांत पिचकारी मारून तिनं इकडे तिकडे पाहिलं. कोणी नाही याची खात्री झाल्यावर डोक्यावरचा घुंघट, चुना लागलेलं बोट वगळून, बाकीच्या चार बोटांनी आणखी पुढे ओढला आणि नानीच्या कानाजवळ तोंड आणून तिनं विचारलं, ''सिद्दीक म्हणे कम्युनिस्ट झालाय? परदेशातली नोकरीसुद्धा कम्युनिस्टांचीच आहे?''

पीरबाडीला नेमानं जायला लागण्याआधी आई नरकातील साप आणि विंचवांबद्दल फारशी बोलत नसे. नमाजही पटकन उरकून घेत असे. बाबा किंवा दादा घरी आलेले पाहताच अथवा स्वयंपाकघरात काचेची बशी फुटल्याचा आवाज होताच आई नमाजचा फरज[१०] पढून सुन्नत[११] न पढताच जायनमाज गुंडाळून उठत असे. आणि आता घरांत तुफान आलं तरी आईच्या ध्यानाचा भंग होत नसे. सुन्नत वाचलं नाही तरी चालत असे. पण आई ते वाचल्याशिवाय राहत नसे. आईचं समाधान होईपर्यंत, अल्ला तिची मुनाजात कबूल करेल, सापांच्या आणि विंचवांच्या दंशापासून तिला वाचवेल ह्याची खात्री पटेपर्यंत आणि मन आणि प्राण पूर्णपणे एकवटल्याशिवाय तिचा मुनाजात पूर्ण होत नसे. साप विंचवांच्या विचारांचे किडे माझ्या डोक्यात

वळवळायला लागत. मला वाटायचं नरक म्हणजे एक मोठा खड्डा. त्यात आग पेरलेली. साप, विंचू माणसांना दंश करताहेत आणि गोरा पान, पांढऱ्या दाढीचा अल्ला पांढरा पायजमा, पांजाबी आणि टोपी घालून हातात छडी घेऊन वरून बघतोय आणि सिनेमातल्या खलनायकाप्रमाणे खो खो करून खुशीत हसतोय. कारण एवढ्यातच मी ''कुचबरण कन्या'', ''बेहुला'', ''रूपवान'' वगैरे सिनेमा पाहिले होते. आईनंच मला नेलं होतं. शाळेत आम्हाला ''दर्शन'' आणि ''काबुलीवाला'' दाखवले होते. सिनेमांत मी पाहिलं होतं की वाईट माणसं चांगल्या माणसांना त्रास देऊन खूष होत. अल्ला नक्कीच वाईट असला पाहिजे. नाहीतर त्यानं माणसाला त्रास देणाऱ्या एवढ्या गोष्टी कशाला सांगितल्या असत्या? पण हे आईला सांगायचं धाडस मला होत नसे. तरीही चुटकी वाजवून मी म्हणायची, ''नरकात जर मांत्रिकांना पाठवलं तर ते सगळ्या सापांना आपल्या काबूत आणतील. सापाच्या खेळात पाहिलं नाही का? मांत्रिक जे बोलतो ते साप ऐकतो आणि करतो.''

त्यावेळी मी बंगाली, इंग्लिश आणि शास्त्र शिकणारी, परीक्षेत चांगले मार्क्स, मिळवून फटाफट वरच्या वर्गात जाणारी, दादाच्या उशीखाली ठेवलेली, मोठ्यांच्या गोष्टींची पुस्तकं आधाशासारखी वाचणारी मुलगी होते. आईनं नमाज पढायला सांगताच नळावर जाऊन मी आयू करायची. ओढणीनं डोकं झाकून मान खाली घालून उभी राह्यची. गुडघ्यावर बसून अरबीत जे बोलायचं असेल ते पुटपुटायची. मला त्याचा अर्थ मात्र अजिबात कळायचा नाही. म्हणून मग मी आईला म्हणायची, ''आमच्या शाळेतले मास्तर म्हणतात, 'समजल्याशिवाय काही पाठ करू नये. मूर्ख विद्यार्थिनी पाठांतर करतात. आणि तेच लिहितात पण हुशार विद्यार्थिनी आधी विषय समजून घेतात आणि मग आपल्या भाषेत लिहितात. समज अरबीऐवजी बंगालीत नमाज पढली तर काय हरकत आहे? अल्लाला काय बंगाली भाषा येत नाही?''

आई संतापून म्हणायची, ''काय वाट्टेल ते बोलू नकोस. मला आता आणखी छळू नकोस. तुझा जन्म पवित्र दिवशी झाला म्हणून मला केवढी आशा होती की ही मुलगी नमाज रोजा करेल, ईमानदार होईल.''

माझा प्रश्न आई अशारितीनं टाळत असे. हल्ली ती अंधाऱ्या खोलीत बसून ''अल्ला हू अल्ला'' म्हणत मान हलवत जिक्र[११] करण्यांत मग्न असे. जिक्र नेहमीच्या आवाजात केलेला चालत नसे. त्यासाठी आवाज अंत:करणांतून यावा लागत असे. तासामागून तास जात पण आईचं ''अल्ला हू अल्ला'' थांबत नसे. ''अल्ला हू अल्ला'' चाललेलंच असे. घरांत तो आवाज भरून राह्यचा. मांजर त्या आवाजाला घाबरून कुंपणांच्या भिंतीवर जाऊन बसायचं आणि कुत्रा भुंकायला लागायचा तरीही आई थांबत नसे. कारण जे जिक्र करतात त्यांना पंख फुटतात. ते ह्या जगातून उडत उडत दुसऱ्या जगात जातात. तिथं असतो फक्त अल्ला आणि

जिक्र करणारा. अल्ला जिक्र करणाऱ्या आपल्या बंद्यांची हनुवटी धरून एक गाढ चुंबन देतो. ते पाहून बंदा क्षणभर मूर्च्छित होतो. अल्ला मला कधी अमीरूल्लाहांसारखा वाटायचा तरी कधी मोफत राहून शिकवणाऱ्या लहानपणीच्या मास्तरांसारखा किंवा लांब आलखाल्ला घातलेल्या सुलतान उस्तादजींसारखा. आई जोरानं मान झटकायची. अल्ला नवमहालच्या हुजुरांसारखा, गणिताच्या मास्तरांसारखा किंवा सुलतान उस्तादजींसारखा दिसेलच कसा! अल्लाला आकार नाही. तो निराकार आहे. अल्ला कोणत्याही स्वरूपात तिच्या नजरेसमोर आल्यास ती जोरजोरानं मान हलवून हे विचाराचं भूत मनातून दूर हकलण्याचा प्रयत्न करायची.

एक दिवस आई जिक्र करत असताना, अचानक बाबा घरी आले. त्यांनी आवाज ऐकला. तो कुठून येतोय, हे शोधता शोधता त्यांना आवाजाचा उगम उमजला.

बाबा माझ्या खोलीत आल्यावर 'छात्रानाम् अध्ययनम् तपः' हा संस्कृत श्लोक म्हटल्याशिवाय पुढचं बोलणं सुरू करत नसत. पण त्या दिवशी एक हात कमरेवर ठेवून आणि दुसरा पॅन्टच्या खिशात घालून बाबा माझ्या खोलीत येऊन म्हणाले, 'तुझ्या आईला वेड लागलंय का? हे काय चाललंय?' मी भूगोलाच्या पुस्तकात, रवीन्द्रनाथांचं 'डाकघर' लपवून वाचत होते. बंगालच्या उपसागरावर नजर रोखून मी म्हटलं, 'आई जिक्र करतेय.'

''स्वर्गासाठी माणूस बेभान झालाय! घरदार सोडून अल्लाचं नाव घेतलं तर अल्ला खूष कसा होणार? कवींनी म्हटलंच आहे, 'कुठं आहे स्वर्ग आणि कुठं आहे नरक? दोन्हीही फार दूर नाहीत. माणसातच आहे स्वर्ग आणि नरकही. माणसातच आहे देव आणि राक्षस.'

बाबा माझ्या अभ्यासाच्या टेबलाकडे सरकले. वरचं पुस्तक मी दोन्ही हातानं घट्ट धरून ठेवलं. हो! उगाच फटीतून खालचं लपवलेलं पुस्तक दिसायला नको. 'मन लावून अभ्यास कर. हीच आयुष्याची शिदोरी आहे. तुझी शिदोरी तू मला देणार नाहीस. ती तुझी तुझ्याजवळच राहील. मी खूप कष्ट करून शिकलोय. शाळेतून आल्यावर मला गुरांपाठीमागे जावं लागायचं. रात्री चिमणीच्या उजेडात अभ्यास करावा लागायचा. तरीही मी वर्गात पहिला नंबर पटकावयाचा. तुम्हाला काहीही त्रास होऊ नये अशी सर्व व्यवस्था केलीय मी. मन लावून अभ्यास कर आणि पहिला नंबर मिळव. पुस्तकाच्या पहिल्या पानापासून शेवटच्या पानापर्यंत सर्व तोंडपाठ करून टाक.'

बाबांच्या बोलण्यावर गप्प बसणं हेच उत्तर असे.

आई जिक्र संपवून अंधारातून प्रकाशात यायची तेव्हा तिचे सुजलेले डोळे, चपटं नाक, काळे ओठ, हाडं वर आलेले गाल समाधानानं हसत असायचे.

बाबा निघून जाताच मी भूगोलाच्या पुस्तकाखाली लपवलेलं पुस्तक वर

काढलं. पूर्वी अभ्यासाच्या पुस्तकांव्यतिरिक्त बाहेरचं पुस्तक वाचताना पाहून आईही दटावयाची. पण त्या दिवशी मी काय वाचतेय ते आईनं पाहिलंही नाही. तिच्या मते आता सगळंच व्यावहारिक शिक्षण अनुचित होतं.

आई हसतमुखानं पण अस्वाभाविकपणे अंगणातल्या गुलाबाकडे जायची. गुलाबावरून हात फिरवत राह्यची. काटा हाताला लागायचा तरी ती पर्वा करायची नाही. 'पाहून काट्याला, रोखलेस का हाताला?' हात फिरवता फिरवता आईच्या ओठावरचं हसू कानापर्यंत पसरायचं. दोन्ही गालांच्या हाडांवर सुपारीसारखं गोल मांस जमा व्हायचं. पुस्तकातून नजर उचलून पाहवं तर उघडा दरवाजा, दरवाज्यापलीकडे नाना प्रकारच्या फुलां-फळांनी भरलेलं अंगण, तिथंच आई आणि कुंपणाच्या भिंतीवरून खाली उतरून आलेली मांजर. आईच्या गालावर सुपारी हसू. घनदाट अरण्यातून धावणाऱ्या हरणांच्या लावण्याप्रमाणेच आईच्या चेहऱ्यावरील हास्य मला खेचून गुलाबाजवळ ओढून आणत असे.

'आई, असा गुलाबावर हात का फिरवतेस ग?'

माझा प्रश्न संपतोय ना संपतोय तोच आई म्हणायची, 'अल्लानं किती सुंदर लाल रंग दिलाय फुलाला. पाकळ्या किती पातळ आणि नरम आहेत! पाकळ्यांचे थरावर थर आहेत. पण सगळ्या पाकळ्या सारख्या. एक लहान, एक मोठी, असं अजिबात नाही. किती सुंदर वास! असं फूल माणूस बनवू शकतो का? अल्लानं केवढी मोठी देणगी आपल्याला बहाल केलीय!'

फूल पाहून आई जणू स्वत:लाही विसरून जायची. तिच्याकडे पाहून वाटायचं की जणू आयुष्यात प्रथमच तिनं फूल पाहिलंय. ती फुलाचा वास घ्यायची. आकाशातली आणि जमिनीवरची सर्व सृष्टी अल्लहो त' आलॉनं निर्माण केलीय, हे आजच कळल्याप्रमाणे तिचे हावभाव असायचे. ती म्हणायची, 'प्रत्येक फूल दुसऱ्या फुलापेक्षा वेगळं आहे. वासाचंही तसंच. एकापेक्षा दुसऱ्याचा वेगळा. प्रत्येक झाडाची पानंही दुसऱ्यापेक्षा निराळी. एका फळाची चव दुसऱ्यासारखी नाही. अल्लाच्या सामर्थ्याला सीमा नाही.'

फुलावरून आईची नजर माझ्याकडे वळायची. पण ती मला पाहत नसे. पाहत असे त्या सृष्टीकर्त्याची क्षमता. माझ्यावरून तिची नजर वळायची वर आकाशाकडे. तिथंही ती पाहत असायची त्याची क्षमता. आईच्या चेहऱ्यावर एक गोड हसू असायचं. त्या क्षणी आई ह्या दुनियेपासून फार वर गेलेली असायची– एका दुसऱ्याच जगात.

संध्याकाळ होताच आई घरात यायची. 'आयत-उल्-कुरशी'[१३] वाचून खोल्या-खोल्यातून फुंकर मारायची. असं केल्यानं इडापिडा टळते. पण त्या दिवशी तरी इडापिडा टळण्यासारखी नव्हती. कारण आकाशात काळ्या ढगांची दाटी झाली

होती. गडगडाटाबरोबर ढगांची गुंतागुंतही वाढत होती. काही कळायच्या आधीच वादळ आलं. धावणाऱ्या किशोरीच्या उडणाऱ्या केसांसारख्या नारळीच्या झावळ्या उडायला लागल्या. जांभळाची फांदी तुटून पेरूच्या झाडावर पडली. पेरूची तुटलेली फांदी आंब्यावर लोंबकळायला लागली. आंब्याचा मोहर गळून अंगणात पडला. वादळामुळे कोणाच्या तरी घरावरचा पत्रा उडून येऊन आमच्या अंगणातल्या फणसावर पडला. सीताफळाचं झाड मुळापासून उन्मळून पडलं. पिवळ्या चाफ्याचीही तीच गत झाली. हे वादळ थांबावं म्हणून आईनं अल्लाचा धावा केला. जिक्र करणाऱ्या, पाच वेळा नमाज पढणाऱ्या, रोजे करणाऱ्या, कुराण वाचणाऱ्या, मानेपर्यंत केस कापलेल्या, नबीजींच्या बीबींप्रमाणे पोशाख करणाऱ्या, स्वर्गाचं तिकीट जवळ जवळ नक्की झालेल्या आईचा धावा फार तर तिसऱ्या, चौथ्या आकाशापर्यंतच पोहोचला असेल. सातव्या आकाशापर्यंत पोहोचण्याआधीच तो धाडकन् खाली कोसळला. बरोबर वादळाच्या डोक्यावर. दारं-खिडक्या बंद करून, झाडं, छप्पर, भिंत पडण्याच्या आवाजानं घाबरून मी, यास्मीन आणि मणी आईपाशी गोळा झालो. आई 'ऊपरवाल्या'बरोबर संपर्क साधून काहीतरी मार्ग काढेल अशी आम्हाला आशा होती. आई मोठ्यानं म्हणायला लागली, 'वा क़ीला या आर्दुबलाई माअकि वा यासमाउ आक़लिई वा गीदाल माउ वा क़दिआल आमरु वसतावत अलाल जुदिय्यि वा क़ीला बुदाल्लिल कौमिज जालिमिन।'

आई अचानक मला म्हणाली, 'तुझे बाबा, कमाल, नोमान कुठं आहेत कोण जाणे!' तिच्या ह्या बोलण्याचं मला आश्चर्य वाटलं. आई मला पूर्वीची आई वाटली– नवऱ्याची, मुलांची काळजी करणारी, त्यांची वाट पाहणारी. तिचं संसाराबद्दलचं औदासीन्य जणू वादळात मोडून पडलं होतं.

कालीमातेला करतात तसा जमिनीवर डोकं टेकून आईनं साष्टांग नमस्कार केला आणि ती म्हणाली, 'ते जिथं असतील, तिथं त्यांना सुखरूप ठेव, अल्ला.'

बऱ्याच वेळानंतर वादळ शांत झालं. वादळ थांबण्यात आईच्या अल्लहो त' आलॉचा काहीही हात नसावा, असं माझ्या मनात आलं. असं माझ्या मनात का आलं, ते मात्र मला कळलं नाही. मी मनाला चाचपडून पाहिलं. पण काहीही हाती लागलं नाही.

ह्या वैशाखातल्या वादळानंतर जेष्ठ, आषाढ, श्रावण, पौष, माघ, फाल्गुन गेल्यावर चैत्रात आईच्या कपाटात मला कुराणाचा अनुवाद मिळाला. मी तो वाचला कारण मी जे म्हणत होते, वाचत होते त्याचा अर्थ मला समजावून घ्यायचा होता. सुरा फातिहा, सुरा निसा, लाहाब, एखलास[१४] म्हणजे काय ते जाणून घ्यायचं होतं. अरबीच्या खाली बंगाली. मुखवट्याच्या खाली खरा चेहरा.

बाहेर रणरणतं ऊन होतं. दुपार असून सामसूम होती. संपूर्ण मोहल्ला गुडघ्यावर डोकं टेकून पेंगत होता. पाय पसरून रॉकेटही व्हरांड्यात झोपला होता. हातपाय पसरून झाडंही पेंगत होती. मणी गच्चीच्या जिन्यावर बेलाच्या सावलीत झोपली होती. धुतलेल्या कपड्यांचे पिळे बादलीत तसेच पडले होते. अजून ते वाळत घातले नव्हते. माझ्या एका हातात चिंच होती. मी ती मधून मधून चाटत होते. दुसऱ्या हातात कुराणाचं भाषांतर. ते वाचता वाचता मी एकदम सुन्न झाले. 'चंद्राला स्वत:चा प्रकाश आहे. पृथ्वी स्थिर आहे. पर्वत खिळ्यांसारखे आहेत. त्यांनी पृथ्वीला अटकवून ठेवलं आहे. म्हणून ती पडत नाही.' मी हे एकदा नाही, दोनदा नाही, तर तीन वेळा वाचलं. इरूनफिरून वाचलं. डावीकडे मान वळवून वाचलं, उजवीकडे मान वळवून वाचलं. पण पृथ्वी स्थिर नाही, ती सूर्याभोवती फिरते. मग कुराणात चुकीचं लिहिलंय की शाळेतल्या पुस्तकात चुकीचं लिहिलंय? मी बुचकळ्यात पडले.

गुरुत्वाकर्षण म्हणून काही नाहीच का? पर्वतांमुळे पृथ्वी डावीकडे किंवा उजवीकडे हालत नाही? पण पृथ्वी चोवीस तासात स्वत:च्या आसा भोवती एक फेरी पूर्ण करते, असं शास्त्राच्या पुस्तकात वाचलंय. म्हणजे ती एका बाजूला झुकणारच.

मग खरं काय? विज्ञान की कुराण?

हातातली चिंच हातात तशीच राहिली. मी थक्क झाले. मांडीवर कुराण तसंच उघडं पडून राहिलं. बाहेरच्या गरम वाऱ्यानं खिडक्यांचे निळे पडदे उडत होते, केस उडत होते आणि पुस्तकाची पानंही फडफडत होती.

माझं मनही उडायला लागलं. उडत उडत ते जसंजसं लांब जात होतं तसतसा त्याचा आकार वाढत होता आणि माझं अस्तित्व संकुचित होत होतं. मी एका बिंदूप्रमाणे एकटी, असहाय, स्थिर. पारव्यांच्या घुमण्यानं मी भानावर आले. माझे डोळे पुन्हा पुस्तकावरून फिरायला लागले. 'पुरुषाच्या बरगडीतील एका हाडापासून त्याची स्त्री घडवली गेली. स्त्रियांच्या मानेतील एक हाड वाकडं असतं. म्हणून त्या सरळ बोलत नाहीत, सरळ मार्गानं चालत नाहीत. स्त्रिया शस्यक्षेत्र आहेत. पुरुष त्यांत हवं तसं गमन करू शकतात. बायकोनं नवऱ्याचं ऐकलं नाही तर तो तिला बिछान्यावरून हाकलेल, तरीही तिनं ऐकलं नाही तर समजावेल व त्यानंतर मात्र मारेल. वडिलांच्या संपत्तीतील एक भाग मुलीला मिळेल आणि दोन भाग मुलाला मिळतील. पुरुष चार लग्नं करू शकतात. स्त्रियांना मात्र असा अधिकार नाही. केवळ तीन वेळा 'तलाक' हा शब्द उच्चारून पुरुष तलाक देऊ शकतात. स्त्रीला तलाक देण्याचा अधिकार नाही. साक्ष देताना दोन स्त्रिया एका पुरुषाच्या समान समजल्या जातील.'

चंद्राला स्वत:चा प्रकाश आहे की नाही, सूर्य फिरतो की स्थिर आहे, पृथ्वी स्थिर आहे की फिरते, ते मी काही स्वत:च्या डोळ्यांनी पाहिलेलं नाही. पण माणसा-माणसात फरक

का? स्त्री-पुरुषात भेद का? एकदा छोट्या दादानं आणि मी माणसाचा संपूर्ण सांगाडा पाहिला होता. आमच्या मोहल्ल्यातल्या एका मेडिकलच्या विद्यार्थ्याच्या खोलीत तो लटकत होता. आम्ही दोघांनी खिडकीतून तो पाहिला. त्या वेळी छोटा दादा म्हणाला होता की हा सांगाडा पुरुषाचाही असू शकतो किंवा स्त्रीचाही. माणसाच्या शरीरात एकूण दोनशे सहा हाडं असतात. शाळेतल्या मास्तरांनीही असंच सांगितलं होतं. माझ्या आणि दादाच्या मानेत काहीच फरक नाही. त्याच्या मानेप्रमाणे माझीही मान अगदी सरळ आहे. पण त्याला हाडं मोडायची सवय आहे. हातापायांची बोटं ओढून मोडत असतो. मान डावीकडे उजवीकडे झटकून कटाकट हाडं मोडत असतो. अंगाला आळोखे पिळोखे देऊन तो पाठीचं हाडही मोडू शकतो. स्वत:च्या शरीरातील हाडं मोडून त्याचं समाधान होत नाही म्हणून तो इतरांची हाडही मोडतो. मला घट्ट पकडून माझी मान मोडतो तेव्हा त्याच्या हाडांसारखाच माझ्या हाडांचा आवाज होतो. दादाच्या आणि छोट्या दादाच्या फासळ्यांना जेवढी हाडं आहेत, तेवढीच माझ्याही फासळीला आहेत. बाबांच्या फासळीत आहेत तेवढीच हाडं आईच्या फासळीत आहेत. बाबांच्या बरगडीच्या हाडापासून आई तयार झाली म्हणावं तर बाबांच्या बरगडीतलं एकही हाड कमी झालेलं दिसत नाही. एखाद्यानं जर चार लग्नं केली तर त्याच्या बरगडीतील चार हाडं कमी व्हायला पाहिजेत. पण ह्यावर माझा विश्वास नाही. नानांनी एका मुलीशी लग्न करून तिला पंधरा दिवस घरात ठेवलं होतं. त्या मुलीलाही नानांच्या बरगडीच्या हाडापासूनच बनवलं असलं पाहिजे.

साक्ष देताना दोन स्त्रिया का लागतात? पुरुष मात्र एक असला तरी चालतो. स्त्रिया खरं बोलत नाहीत का? फक्त पुरुषच खरं बोलतो? शराफमामा खरंच खरं बोलणारा आहे? झुनूमावशीचे सोन्याचे डूल शराफमामानं घेतले नाहीत, असं तो म्हणत होता. पण शेवटी ते त्यांच्या लुंगीच्या गाठीतच मिळाले. तो झोपला असताना गाठ सुटून डूल बाहेर आले होते. नानीनं ते पाहिले आणि उचलून ठेवले. शराफमामा झोपेतून उठला आणि घरातून पळून गेला. त्याला शोधून काढल्यावर, 'मारझोड करणार नाही' ह्या अटीवर तो घरी आला.

वडिलांच्या संपत्तीतला जास्त हिस्सा मुलाला मिळतो. मुलीला खूपच कमी हिस्सा मिळतो. हा अन्याय का? ह्या घरात दादाचा अधिकार माझ्यापेक्षा एक भाग जास्त असण्याचं कारण काय? दादा जसा बाबांचं अपत्य आहे तशीच मीही आहे. दादाची नुनी लांब आहे आणि माझी चपटी एवढाच काय तो फरक! बुद्धीबद्दल बोलायचं तर आई नेहमीच म्हणते की नोमानला अजिबात अक्कल नाही. तरीही दादाचा हिस्सा जास्त. कारण एकच– त्याची नुनी. ज्या कुराणाचं चुंबन घेऊन ते उचललं किंवा ठेवलं जातं, त्या कुराणात इतक्या अन्यायाच्या गोष्टी लिहिलेल्या असतील, ह्याच्यावर माझं मन विश्वास ठेवायला तयार नव्हतं. मला कुराण वाचायला भलेही आवडत नसो, पण त्याच्यात एवढ्या वाईट गोष्टी लिहिलेल्या

असतील असं माझ्या मनात कधीच आलं नव्हतं. ह्याचा अर्थ अल्लासुद्धा स्त्रियांकडे समान दृष्टीनं पाहत नाही. तर मग अल्लासुद्धा गेंतूच्या बापासारखाच आहे म्हणायचा! गेंतूची मा ऐकत नाही म्हणून गेंतूचा बाप तिला बेदम मारायचा. एकदा तिनं तिच्या रडण्यानं सगळ्या मोहल्ला डोक्यावर घेतला. फेलुमामा तिच्या घराकडे पळाला. म्हणून मीही गेले त्याच्या मागून– बांबूच्या झाडांखालून गेंतूच्या अंगणात. तिथं खूप माणसं जमली होती. गेंतूच्या बापानं लुंगी गुडघ्यापर्यंत वर गुंडाळली होती. तो उघडाच होता. त्याच्या अंगातून घामाच्या धारा वाहत होत्या. तो अनवाणीच होता. ठंडाच्या बापाच्या गरमागरम जिलबीच्या दुकानासमोर त्याचं दही-मठ्ठ्याचं दुकान होतं. तो बुटका होता. त्याचे केस दाट होते आणि डोळे मिचमिचे.

'हरामजादी औरत! तुझ्या अंगावर चरबी वाढलीय! मीठ न घालता स्वयंपाक करतेस आणि वर झगडा करतेस!' असं बडबडत गेंतूच्या बापानं गेंतूच्या माच्या पाठीत, पोटात, तोंडावर लाथा घालायला सुरुवात केली. नंतर त्यानं चुलीतलं लाकूड आणून तिला मारलं. तिच्या सगळ्या अंगावर भाजून फोड आले होते. गेंतूची मा कापलेल्या कोंबडीसारखी तडफडत होती. जमलेल्या लोकांपैकी कोणी हातांची घडी घातली होती, कोणी हात मागे घेतले होते तर कोणी डोक्यामागे घेतले होते. बायकांनी उजवा हात तोंडावर ठेवला होता आणि त्याला डाव्या हातानं कोपराजवळ आधार दिला होता. कोणी उजवा हात कमरेवर ठेवून आणि डावा हात खाली सोडून उभे होते. कोणीही हात कसेही ठेवोत, सगळ्यांचे डोळे मात्र सताड उघडे होते. सगळे डोळे गेंतूच्या बापाच्या अंगातला जोर टिपत होते. गेंतूच्या माच्या नाकातोंडातून रक्त गळत होतं. ह्यानंतर गेंतूच्या बापानं जो पराक्रम केला तो पाहून सर्वांचे हात खाली लोंबायला लागले. बोटं केळफुलातून नुकत्याच बाहेर आलेल्या लहान लहान कच्च्या केळ्यासारखी ताठ झाली. युद्धात विजयी झाल्याप्रमाणे, अंगणाच्या मध्यभागी उभे राहून गेंतूचा बाप म्हणाला, 'रांडे, तुला मी तलाक देतो. एक तलाक, दोन तलाक, तीन तलाक, बाईन तलाक.'[१५]

कत्तल केलेली कोंबडी मग गपगार झाली, विव्हळलीसुद्धा नाही. लोकांच्या डोळ्यांत कुतूहल आणि भूकही. गेंतूच्या माची साडी ठिकठिकाणी फाटून तिची लक्तरं लोंबत होती. तेल न लावलेले, अस्ताव्यस्त लाल केस धुळीनं आणि चिखलानं माखले होते. हळू हळू गर्दी कमी होऊ लागली. अखेरच्या क्लायमॅक्सनंतर बायोस्कोपचा पडदा मिटल्यावर असेच लोक निघून जातात. एक छोटीशी झोपडी, झोपडीवर चढलेला दुध्याचा वेल, सारवलेलं छोटंसं अंगण आणि अंगणात पडलेली, तलाक मिळालेली गेंतूची मा. जमलेल्या लोकांचे डोळे तृप्त झाले. अखेरचं दृश्य तसंच मागे ठेवून लोक निघून जायला लागले. फेलुमामा निघाला म्हणून मीही त्याच्या पाठोपाठ निघाले.

जाणाऱ्या लोकांची बंद तोंड आता वटवट करायला लागली. 'भाजीत मीठ घातलं नाही. नवरा संतापणार नाही तर काय होणार! साली, भांडखोरच होती. आता कळेल! गेंतूच्या बापाची सेवा तर करत नसेच, उलट त्याच्याच घरात राहून त्याला ओझं झाली होती. अशी बाई नांदणार कशी!'

गेंतूची मा तळ्याकाठी बसून दिवसभर हुंदके देऊन रडत होती. आता मात्र तिला पाह्यला कोणीही आलं नाही. पावसामुळे पुरेपूर भरून ओसंडणाऱ्या तळ्याकडे खिडकीवर हनुवटी ठेवून, मी मात्र पाहत राहिले. तळ्यावर गेंतूची मा कपडे धुवायची, अंघोळ करायची, हातांत ओल्या कपड्यांचे पिळे घेऊन ओल्या कपड्यांनंच घराकडे जायची. आज मात्र असं काहीही घडलं नव्हतं. ती गेंतूच्या बापाची लुंगी धूत नव्हती, गेंतूची गोधडी धूत नव्हती. ती तळ्याकाठी बसली होती वाळवीच्या वारूळासारखी.

'ह्या कारटीचं लक्ष नेहमी छोट्या माणसांवर असतं.' असं रागानं म्हणत आईनं मला खिडकीतून हाकललं.

झोपडपट्टीतल्या माणसांना नानीकडचे सगळे 'छोटी माणसं' म्हणत. विटांच्या पक्क्या घरात राहणारी 'बडी माणसं.' अशी 'बडी माणसं' नानीकडे आली की त्यांना गाद्यांच्या खुर्च्या देत, शेवयांची गरम गरम खीर काचेच्या बाऊलमधून देत, मग बडी माणसं चमच्यानं खीर खात. पाणीही काचेच्या ग्लासमधून देत. चिनीमातीच्या कपबशातून चहा देत आणि चहाबरोबर ग्लुकोज बिस्किट्स्. 'छोटी माणसं' जमिनीवर बसत. त्यांना असं काही खायला प्यायला देत नसत.

गेंतूच्या माला तलाक दिल्यानंतर सातच दिवसांनी एका कोवळ्या मुलीशी छोट्या माणसानं म्हणजे गेंतूच्या बापानं लग्न केलं. हे ऐकून आई म्हणाली, 'गेंतूचा बाप अगदी सैतान आहे. त्यानं गेंतूच्या माला विनाकारण तलाक दिला.'

फुलबहारीच्या नवऱ्यानं चार लग्नं केली होती. आई म्हणायची, 'फुलबहारीचा नवरा बदमाश आहे. किती लग्न केलीत पाहा!'

आई बाबांबद्दलही असंच काहीसं म्हणायची. बाबांच्या रोमारोमात दुष्टपणा भरलाय! कारण ते एखाद्या दिवशी अचानक रजिया बेगमशी लग्न करतील अशी तिला शंका यायची. पण आई अल्लाच्या हुकुमाला विरोध कसा करत होती? अल्लानं पुरुषाला अनिर्बंध अधिकार बहाल केलेत. तो पाहिजे तेव्हा बायकोला तलाक देऊ शकतो, इच्छेप्रमाणे चारसुद्धा लग्नं करू शकतो. पुरुष अल्लानं घालून दिलेल्या नियमांप्रमाणेच वागतात. मग आई त्यांना शिव्या द्यायचं धाडस का करत होती? अल्लाचा हुकूम मान झुकवून मानायची ही कुठली आईची रीत? ती स्वत:च गुन्हा करतेय, हे आईला समजत नव्हतं का?

माझ्या मांडीवर कुराण तसंच पडलं होतं. वाऱ्यानं त्याची पानं फडफडत होती, खिडक्यांचे पडदे उडत होते, माझे केसही भुरभुरत होते. मी गुपचूप 'यक्षाचं धन'

पाहिलंय, असं मला वाटलं. कोणालाही पत्ता लागू न देता मी मोहरांनी भरलेल्या घड्याला विळखा घालून बसलेला साप पाहिलाय. अशा घड्यात मोहरा असतातच, असा लोकांचा समज आहे. खरंच असतात का मोहरा? का घडा रिकामाच असतो? उथळ पाण्याला खळखळाट फार!

□

१) फाजिल – मदरशातील पंडित श्रेणीची परीक्षा.

२) पांजाबी – सैल झब्बा.

३) हासनुहाना – जपानमधील एक सुगंधी फुलांचं झाड.

४) शबबरात – शाबान महिन्याच्या चौदा तारखेस येणारा मुसलमानांचा एक सण

५) याक्कूम गाछ – (जकोम किंवा जक्कूम) नरकातील एक काटेरी झाड. ह्या झाडांची फळे म्हणजे राक्षसांची मुंडकी. पापी लोकांना ही मुंडकी खावी लागतात.

६) मिस्क-ए-अंबर – स्वर्गीय सुगंध.

७) हजर-ए-अस्वद – मक्केत असणारा काळा दगड. हजचे यात्रेकरू ह्या दगडाला प्रदक्षिणा घालतात.

८) जमजम – मुसलमानांचे पवित्र क्षेत्र मक्का येथील काब्याजवळील एक पवित्र विहीर. हिचं पाणी गंगाजलाप्रमाणे पवित्र मानलं जातं.

९) चितई पिठा – मातीच्या परळीत, तांदळाच्या पिठाचा, भाजून केलेला केकसारखा गोड पदार्थ.

१०) फरज – पवित्र आज्ञा

११) सुन्नत – नियम.

१२) जिक्र – ईश्वराचं नामस्मरण, जप.

१३) आयत-उल्-कुरशी – कुरैश वंशाशी संबंधित कुरणातील अध्याय.

१४) सुरा फातिहा – प्रारंभ. कुराणातील पहिल्या अध्यायाचे नाव.
सुरा निसा – कुराणातील स्त्रियांबद्दलचा अध्याय.
लाहाब – प्रेषितांचा नातेवाईक. हा कपटी होता.
एखलास – (इखलास) मैत्री.

१५) बाइन तलाक – संपूर्ण घटस्फोट.

संस्कार

आमच्या सगळ्यांबरोबर बसून एकत्र जेवताना मी आईला फारच कमी वेळा बघितलंय. घरातल्या सगळ्यांची जेवणं झाल्यावर, खूप उशिरा, आई जेवत असे. आम्ही जेवल्यावर जे उरलेलं असे ते ती खात असे. घरात कोंबडी शिजवली तर आईच्या पानात पडायची तिची हाडं आणि आई जेवल्यावर जे उरायचं ते नोकरांना किंवा मोलकरणींना वाढलं जायचं. नोकरमाणसांसाठी काही शिल्लक राहिलं नाही, तरी बिघडत नसे. त्यांच्यासाठी वेगळा स्वयंपाक केला जायचा. आमच्यासाठी मटण, मासळी. त्यांच्यासाठी पाणीदार डाळ आणि सुकी मासळी. अशीच पद्धत होती. नानीकडेही असंच चालायचं. नाना, मुलंबाळं जेवल्यावर नानी जेवायची. सगळ्यात शेवटी नोकरमाणसं. त्यांना वाढला जायचा मीठ, मिरची घातलेला किंवा आंबलेलं वरण घातलेला पान्ता भात. आम्ही जेवत असताना आई नोकरमाणसांना तिथं उभं राहू देत नसे. त्यांची नजर लागते म्हणे! मी सात वर्षांची असताना एके दिवशी रात्री, अचानक माझ्या पोटात दुखायला लागलं. तेव्हा आई म्हणाली होती, 'तू जेवत असताना फुलबहारी तुझ्याकडे एकटक पाहत होती. तिचीच नजर लागलीय.'

आईनं नानीकडून विड्याची तीन पानं आणली. ती सरसूच्या तेलात भिजवली. मग एकेक पान माझ्या पोटावरून फिरवत आणि 'आल्या-गेल्याची नजर लागली असेल, तर उतरून जा. फुलबहारीची नजर लागली असेल, तर उतरून जा' असं म्हणत ती तीन्ही पानं एका काठीला गुंडाळून चिमणीवर जाळली. आई म्हणाली, 'काढली नजर.'

'नजर म्हणजे काय ग आई?'

आई म्हणाली, 'कोणाकोणाची नजर फार लागते. एकदा एक भिकारीण आली. अंगणातल्या पपईच्या झाडाकडे पाहत ती म्हणाली, 'किती पपया लागल्यात.' झालं. ती फाटकाच्या आड झाली नाही तोच झाड पडलं. कोणी हलवलं नाही, वादळ नाही, वारा नाही तरी डोळ्यांसमोर झाड पडलं. फुलबहारीनं तुझ्या ताटाकडे पाहत मनातल्या मनात म्हटलं असावं, 'वा! काय जेवण आहे!' नजर काढल्यावर

दुखणं कमी झालं. अर्थात् बाबांनी औषध दिलंच होतं. पण आई म्हणाली, 'नजर काढली म्हणूनच पोट दुखायचं थांबलं.'

आईच्या मते अकुया मोहल्ल्यात तिघीजणी नजर लागण्यासाठी प्रसिद्ध होत्या. त्या ज्या गोष्टीकडे पाहत त्या गोष्टीचं काही तरी वाईट व्हायचं. झाडाकडे पाहिल्यास झाड मरून जायचं. एखाद्या माणसाकडे पाहिल्यास तो इतका आजारी पडे की आता मरतोय की काय, असे वाटायचं. नानीच्या अंगणातली दोन झाडं मरायला टेकली होती. त्या तिघींपैकी एकीला नानीनं बोलावून आणलं होतं. तिनं पाणी मंतरून झाडांना घातल्याबरोबर झाडं जगली. नानीची मा म्हणजे आईची आजी कुत्रा चावल्यास, पोटात कुत्र्याचं पिल्लू होऊ नये म्हणून औषध द्यायची. सबरी[१] केळ्यात मिरीसारखं काही तरी घालून खायला द्यायची. मिरीसारखं दिसणारं जे काही असे ते कशापासून बनवत कोण जाणे! हे औषध खाल्ल्यावर पथ्य एकच असायचं– तीन महिने सबरी केळं खायचं नाही. हे औषध फार गुणकारी होतं. हे औषध घेतल्यावर कधीच कुणाच्या पोटातून कुत्र्याचं पिल्लू निघालं नाही. मोहल्ल्यातील काही लोक नानीच्या मा कडून हे केळ्याचं औषध घेऊन जात. पण बहुतेक लोक सात तळ्यांचं पाणी प्यायला देत. सात तळ्यांचं पाणी ओंजळीत घेऊन कुत्रा चावलेल्या माणसानं प्यायलं की त्याला हायड्रोफोबिया होत नसे. त्याच्या पोटी माणसाचंच मूल यायचं, कुत्र्याचं पिल्लू नाही. मला कुत्रं चावलं तेव्हा सात तळ्यांचं पाणी दिलं नाही आणि नानीची मा तेव्हा हयात नसल्यानं केळ्याचं औषधही दिलं नाही. बाबांनी पोटात इंजेक्शन द्यायला सुरुवात केली. 'पण त्यानं काय होणार!' शराफमामा टाळी वाजवून म्हणायचा, 'हाऽ हाऽऽ तुझ्या पोटात आता कुत्र्याचं पिल्लू होणार.' मला खूप भिती वाटायची. मी पोट चाचपडून पाह्यची की खरंच कुत्र्याचं पिल्लू वाढतंय का? बोराची बी गिळली की शराफमामा म्हणायचा, 'तुझ्या डोक्यातून बोराचं झाड उगवणार.' मी डोक्यावर हात फिरवून पाह्यची की खरंच कोवळं झाड उगवलं तर नाही? डोक्यावर डोकं आपटलं तर म्हणे शिंग उगवतं. मग आणखी एकदा जाणूनबुजून डोक्यावर डोकं आपटावं लागायचं. मग मात्र शिंग उगवत नसे. नळावर फकरुल मामाच्या डोक्यावर माझं डोकं आपटलं होतं, तेव्हा मात्र मी पुन्हा मामाच्या डोक्यावर माझं डोकं आपटलं नाही. कारण फकरुलमामा मला आपला वाटायचा नाही. ईश्वरगंजहून आम्ही इथं आलो तेव्हा फकरुलमामा शिकण्याकरिता मोठ्या मामाकडे ढाक्याला गेला होता. आता तो मॅट्रिकची परीक्षा देऊन इकडे आला होता. मोठा मामा कराचीहून परत आल्यावर फकरुलमामा पुन्हा ढाक्याला जाऊन कॉलेजमध्ये नाव घालणार होता. ढाक्याला राहिलेली माणसं मला आकाशातल्या ताऱ्यांसारखी वाटायची. त्यांच्याजवळ जाणं शक्य नव्हतं. माझ्या डोक्यावर त्याचं डोकं आपटलं की ट्यूबवेलच्या हॅन्डलवर हे फकरुलमामालाही नीटसं समजलं नाही. तो नळावर अंघोळ करत होता. त्यानं सर्व अंगाला 'बांगला' साबण फासला होता.

साबणाचा फेस झाला होता. त्यानं डोळे मिटून घेतले होते. मी नेमकी तेव्हाच सुरई भरून आणायला गेले होते. शिंग उगवतं की काय हे पाहत सर्व दुपारभर मी आरशासमोर बसले होते. शिंग काही उगवलं नाही. शराफमामाला सांगितल्यावर तो रोजच म्हणायचा, 'आज नाही उगवलं, तर उद्या उगवेल.' शराफमामा काहीही म्हणो, त्या वेळेस माझ्या डोक्यावर अजिबात शिंग उगवलं नाही.

फकरुलमामानं अंघोळ उरकली. मग धुतलेला शर्ट आणि लुंगी घालून दुपारी तो विहिरीजवळ उभा राहिला. तिथंच नानांनी एक तागाची पेंढी आणून ठेवली होती. त्या पेंढीकडे तो एकटक भारावून पाहत होता. त्याच्या अशा पाहण्याचं कारण आईनं विचारताच तो म्हणाला होता, 'काही नाही. विचार करत होतो की ह्या पेंढीला आग लागली तर ती कशी जळेल?' त्याचं बोलणं ऐकून आई नानीला ओरडून म्हणाली, 'अम्मी, फकरुल काय म्हणतोय ते ऐक जरा. त्याला पेंढीला आग लावायची आहे.' नानी चहा करत होती. आईचं बोलणं ऐकून ती हसली. दुपारी नानी मोठ्यांसाठी चहा करायची. जाळीच्या कपाटातून टोस्ट-बिस्किट्स् काढून चहाबरोबर द्यायची. संध्याकाळच्या सुमारास पेंढीला खरंच आग लागली. सगळे फकरुलमामाला शोधायला लागले. पण तो तर घरात नव्हता. चहा घेऊन तो फिरायला बाहेर पडला होता. आग कशानं लागली, हा सर्वनाश कोणामुळे झाला असे प्रश्न विचारण्याच्या भानगडीत न पडता नानी विहिरीतून बादलीनं पाणी काढून आग विझवायला लागली. आग फट्फट् करत नारळीच्या शेंड्यापर्यंत पोहोचली. नानीच्या पाण्याचा काहीच उपयोग झाला नाही. विहिरीजवळची झाडं-झुडुपं जळून गेली. फकरुलमामा घरी परत आल्यावर त्याला आग लागल्याचं कळलं, तेव्हा तोंड वाकडं करून तो म्हणाला, 'अरेरे! मला पेंडी जळताना कशी दिसते ते पाह्यचं होतं, पण नेमकं मलाच पाह्यला मिळालं नाही.' दोषी धरलं गेलं फुलबहारीला. फुलबहारी विहिरीजवळ उभं राहून बिडी पीत असल्याचं टुटुमामानं पाहिलं होतं म्हणे! तिनं बिडीचं थोटूक नक्कीच पेंढीवर टाकलं असणार!

'मारून हाडं खिळखिळी करून टाकीन.' आईनं फुलबहारीला धमकावलं. 'तिनं ह्या घरात पुन्हा बिडी प्यायलेली चालणार नाही' अशी ताकीदही तिला देण्यात आली. फुलबहारीनं बिडी पिणं सोडलं नाही. फक्त आता ती इतर कुठंही बिडी पित उभी न राहता, स्वयंपाकघराच्या व्हरांड्यात उभं राहून बिडी प्यायची. 'अवकाश' मध्ये राह्यला गेल्यावर, पायजमा घालण्याइतकी मोठी झाल्यावर, एकदा सकाळी झोपेतून उठून व्हरांड्यात उभी राहून कोळशाच्या पुडीनं दात घासताना मला अचानक फुलबहारीची आठवण झाली आणि तिची दयाही आली. देवीच्या व्रणामुळे मधमाशीच्या पोळ्याप्रमाणे चेहरा असलेली काळी फुलबहारी. घरात काहीही झालं तरी आळ यायचा तिच्यावरच. तीच फुलबहारी थंडीत सकाळी 'भापा पिठे'[१] बनवायची. काय चव असायची त्या पिठ्यांना. पांढऱ्या पिठ्यात खजुराचा गूळ भरून पांढऱ्या पातळ

कपड्यानं झाकलेल्या पिठ्यांतून गरम वाफा यायच्या. नानीच्या घरातून इकडे आल्यावर कित्येक थंडीचे मोसम आले आणि गेले, पण 'भापा पिठे' काही खायला मिळाले नाहीत. धुकं पडलेल्या त्या सकाळी, दात घासता घासता, मला भापा पिठा खावासा वाटला. थंडीतल्या सकाळी खजुराचा रस, भापा पिठा आणि ओचाभर प्राजक्ताची फुलं नसतील तर ती कसली थंडी! पूर्वी थंडीत आई आमच्या अंगाभोवती चादर लपेटून तिची गाठ मागे मानेजवळ बांधायची. धुकं सरून ऊन पडलं की आम्ही ऊन खायला मैदानात जायचो. ह्या घरात थंडीत ऊन खाणं शक्य नव्हतं. अचानक आमचं जीवन शहरी झालं होतं. 'मोठा लोकरी स्वेटर घालून, रोटी आणि अंडं खाऊन थंडीतली सकाळ सरत असे.

मणीला 'पाणी दे' असं सांगितलं नसतानाही माझे दात घासून होतात न होतात तोच तोंड धुवायला बादलीभर पाणी आणून ठेवत असे. फुलबहारीही असंच करायची. उचकी लागल्यास न बोलता एक ग्लास पाणी आणून हातात द्यायची, ठेच लागून पडल्यास धावत येऊन मला उचलून मांडीवर घ्यायची आणि खरचटल्याजागी हळुवारपणे हात फिरवायची. मणी दिसायला फुलबहारीसारखी नव्हती पण तिच्याचसारखीच न बोलता काम करायची, मागण्याआधीच पाहिजे ती गोष्ट आणून द्यायची. एवढं सगळं ती कशी करायची, हेच मला समजत नसे. भल्या पहाटे उठून अंगण झाडायची, नाश्ता तयार करून टेबलावर मांडून ठेवायची, नाश्ता झाल्यावर खरकटी भांडी नळावर न्यायची, घासून धुवून ठेवायची. शाळेचा युनिफॉर्म घालताच पायात बूट घालून द्यायची. आम्ही कपडे इकडे तिकडे टाकायचो. ती ते व्यवस्थित घडी घालून स्टँडवर ठेवत असे, मळलेले दिसले तर धुवून टाकायची. रात्री बिछाने केरसुणीनं झाडून मच्छरदाणी बांधायची आणि ती गादीखाली मुडपून टाकायची. आम्ही स्वच्छ, नीटनेटक्या बिछान्यावरच झोपणार! आम्ही झोपल्यानंतर बऱ्याच वेळानं ती झोपायची... रात्रीची भांडी घासून आणि आमचं खरकटं, उरलं-सुरलं खाऊन. मणी जमिनीवरच झोपायची. तिला रात्रभर डास चावायचे. पण तिला अंथरूण-पांघरूणच धड नसायचं तर मच्छरदाणी कुठली असणार! डास चावल्यामुळे तिचा चेहरा गोवर आल्यासारखा दिसायचा. थंडीतही गादी किंवा रजई मिळणं शक्यच नव्हतं. फाटक्या कांबळ्यावरच भागवावं लागायचं. अशीच पद्धत होती. ही पद्धत मलाही अंगवळणी पडून घ्यावी लागली होती, मलाही तिला थप्पड, गुद्दे मारावे लागत. तिला आमच्याबरोबर रिक्षानं कुठं नेल्यास रिक्षात आमच्या पायाजवळ बसावं लागायचं. जागा असली तरी तिनं आमच्याजवळ बसलेलं चालत नसे. वर्षातून एकदा, छोट्या इदेला तिला कपडे आणि चप्पल मिळत. बाजारातलं सगळ्यात स्वस्त कापड बाबा तिच्यासाठी आणायचे. तिला साबणही स्वस्तातला स्वस्त मिळायचा. केसाला लावायला खोबरेल तेल मिळायचं नाही तर मिळायचं

स्वस्तातलं सोयाबीनचं तेल. खोबरेल तेल फक्त आमच्यासाठी. रात्री अभ्यासाला बसल्यावर, पायाशी बसून ती पंख्यानं वारा घालून डास हाकलायची. पाणी मागताच धावत जाऊन पाण्याचा ग्लास आणून हातात द्यायची. आम्हाला कोणालाही जगमधलं पाणी ग्लासमध्ये ओतून घ्यायची सवय नव्हती. हातात पाणी मिळायचं. पाहिजे ते हातात मिळायचं आणि मणीसारख्यांची सवय काय तर आम्हाला पाहिजे ते हातात आणून द्यायचं. तिच्यासारख्यांचा जन्मच मालकांची सेवा करण्यासाठी असतो. मालकांची सेवा करता करताच त्यांचं मरण येतं. ते आजारी पडले तर त्यांनाच बोलणी बसतात. ते मेले तर त्यांच्या दुर्भाग्याला जबाबदार धरलं जातं. ते घाणेरडे, आम्ही स्वच्छ. ते खालचे, आम्ही वरचे. ती छोटी माणसं, आम्ही बडी माणसं.

पुस्तकांतून मी इंग्लिश, बंगाली कविता शिकले होते. व्याकरण शिकले होते, इतिहास, भूगोल शिकले होते, गणित, शास्त्र शिकले होते. दुनियेनं मला शिकवलं खालची जात, वरची जात. छोटी माणसं, बडी माणसं. लहानपणी शिकलेली वाक्य– 'अहंकार करू नये', 'गरिबांचा तिरस्कार करू नये', 'सगळ्यांत वर माणूस, त्याच्यावर दुसरं कुठलंही सत्य नाही.' – ही शिकवण व्यवहारात कुचकामी ठरते. गरिबांचं श्रीमंतांनी शोषण करणं हा फार जुनापुराणा नियम आहे. मीही या अदृश्य साखळीत नकळत गुंतले होते.

तोंड धुवून घरात आल्यावर मणी एक कप चहा देऊन जायची. नानीकडे असतानाच सकाळी चहा प्यायची सवय लागली होती. सकाळी दोन प्रकारचा नाश्ता व्हायचा. सातच्या सुमाराला छोटा नाश्ता आणि दहाच्या सुमाराला बडा नाश्ता. छोटा नाश्ता म्हणजे चहा मुडी. चहात मुडी घालून चमच्यानं खायची. बडा नाश्ता म्हणजे पातळ रोटीबरोबर आदल्या रात्रीचं मटण, भाजी वगैरे आणि ह्यातलं काही नसेलच तर आमलेट.

मी एकदा चहा पीत असतानाच स्वयंपाकघरातून मारण्याचा आवाज आला. आई मणीला थपडा मारत होती, लाथा घालत होती. माझे जुने कपडे मणीनं घातले होते. आईनं ते आणखी फाडले. मणीचा अपराध काय? तर तिनं पातेल्यातलं मटण चोरून खाल्लं होतं. आईनं तिला चोरी करताना पकडल्यावरही ती म्हणत होती, 'मटण मांजरीनं खाल्लं.'

आई दातओठ खात म्हणाली, 'मांजरीनं नाही, तूच खाल्लंस. तू पक्की चोर आहेस. तुला एवढं खायला देते तरी तुझी भूक भागत नाही? मटण काय तुला देत नाही मी? केवढी हिंमत! पातेल्यात हात घालून खातेस ते!'

मणी मार खाऊनही चोरी केल्याचं कबूल करत नव्हती.

आई झाडूनं तिच्या पाठीवर सपासप फटके मारत म्हणाली, 'अजून कबूल कर तूच खाल्लंस म्हणून.'

आईचा पदर डोक्यावरूनच नाही तर छातीवरूनही घसरून खाली पडला होता. अब्रूकडे आईचं तेव्हा अजिबात लक्ष नव्हतं. मणीकडून कबुलीजबाब घेण्यासाठी ती अगदी उतावीळ झाली होती.

मणी स्तब्ध उभी राहून मार खात होती. तिच्या डोळ्यातलं पाणी गालावरून वाहत होतं. मी मध्येच नाक खुपसून म्हटलं, 'पुन्हा खाणार नाही, असं म्हण.'

मणी कातर स्वरात म्हणाली, 'पुन्हा नाही खाणार.'

आई मारायची थांबली. मला रागावून तिथून निघून जायला सांगितलं तिनं.

ही मारझोड मणीच्या अंगवळणी पडली होती.

दुसऱ्याच दिवशी ती आईला तिच्या आयुष्याची कर्मकथा सांगत बसली होती.

'मी अगदीच लहान होते. आईच्या अंगावर पीत होते. ननी, चिनीही अगदी लहान होत्या. तेव्हा अचानक बाबा आम्हाला वाऱ्यावर सोडून गेले. गवंडीकाम करायला बाबा जमालपूरला गेले. तिथून पुन्हा परत आलेच नाहीत. त्यांनी तिथं दुसरं लग्न केल्याचं कळलं. त्यांनी मुलासाठी दुसरं लग्न केलं. त्यांना मुलगा पाहिजे होता. आईला जर एखादा मुलगा झाला असता तर बाबा आम्हाला असं सोडून गेले नसते. पण आईला मुलगा होणारच कसा? अल्लानं आईला मुलगा दिलाच नाही. अल्लानं अन्याय केला. माझ्या आईवर कृपा केली नाही. अल्लाला तरी दोष कसा द्यायचा? माझा बापच उलट्या काळजाचा असला पाहिजे. नाही तर त्यानं आम्हाला असं सोडलं असतं का? आता बाप असता तर असं दुसऱ्याच्या घरी मोलकरीण म्हणून राबावं लागलं नसतं. तो खायला घालू शकला असता आम्हाला.'

उसासा सोडून उजव्या हातानं डोळे पुसत मणी पुढे म्हणाली, 'मग माझी आई माझ्या काकांकडे गेली, मामांकडे गेली. पण सगळ्यांनी आम्हाला हाडहाड करून हाकललं. त्यांच्या घरात एवढा भात शिजत होता, अजून वास बसलाय नाकात, पण कोणी आम्हाला एक वेळ जेवायला नाही घातलं. आम्ही तिघी बहिणी भूक लागली की रडायचो. आई तळ्यातला शापला शिजवून आम्हाला खायला द्यायची. भात मिळायचा नाही. आई दारोदार भीक मागून भाताची कांजी आणायची. खायला नसल्यामुळे आमच्या अंगावर मांस अजिबात नव्हतं. नुसती हाडंहाडं राहिली होती. खायला मिळालं नाही त्यामुळे ननी पडली आजारी. आजारात तिला शिंगाड्याचं कालवण भात खावासा वाटायचा. पण देणार कोण? आईनं अल्लाची किती करुणा भाकली, पण देवाचा न्यायच उरफाटा. त्याला आईची दया आली नाही. शेवटी ननी मेली. कबरीत माती देताना आईनं रडून रडून आकांत केला. मग आईनं घरकाम करायला सुरुवात केली. पण त्या घरात बीबीसाहेबांच्या मुली आईकडून काम करून घ्यायला तयार नव्हत्या. म्हणून आईनं आम्हाला कामाला लावलं. आमच्या नशिबात मोलकरीण होणंच लिहिलं होतं. चिनी ज्या घरात काम करायची, तिथल्या साहेबाची

नजर वाईट होती. चिनीच्या छातीला हात लावायचा. बीबीसाहेबांनी पाहिल्यावर चिनीला हाकलून दिलं. आई चिनीला काम मिळावं म्हणून खूप हिंडली. पण तिला कामावर ठेवायला कोणी तयार होईना. वयात आलेल्या मुलीला कामावर ठेवायला सर्व भीत. आता चिनी जिथं काम करते, तिथला साहेब गेलाय परदेशी. घरात फक्त बीबीसाहेब आणि मुलंच असतात.'

आई म्हणाली, 'उजवीकडे खाजतेय. ऊ असणार. शोध.'

मणी आईच्या डोक्याचे उजव्या बाजूचे केस चाळवत म्हणाली, 'माझी आई आमच्या डोक्यातल्या उवा काढायला फणी वापरायची. तुम्हीही फणी आणा विकत. भराभर उवा बाहेर पडतील.'

मणीनं घातला होता एक मळका कमीज आणि फाटका पायजमा. वर्षातून फक्त दोनदा म्हणजे इदेच्या दिवशी ती सॅन्डल्स घालायची. दुसऱ्या दिवशी त्या काढून नीट ठेवून द्यायची, पुढच्या इदेला घालण्यासाठी. ईदेला अंघोळ करून ईदेचे कपडे आणि सँडल्स घालून मणी माझ्यापुढे पावडरसाठी हात पसरायची. हातावर पावडर पडताच स्वयंपाकघरातल्या फुटक्या आरशासमोर जाऊन उभी राह्यची. तोंड पांढरं दिसेपर्यंत तोंडावर पावडर थापायची. वर्षात तिला एवढाच आनंद मिळायचा. पावडर फासलेल्या चेहऱ्यावर लाजरं हसू असायचं. मग घरातल्या सर्व मोठ्यांच्या पायाला हात लावून ती ईदेचा सलाम करायची आणि स्वयंपाकघर गाठायची. ईदच्या दिवशी स्वयंपाकातून तिला श्वास घ्यायला उसंत मिळायची नाही. दिवसभर मोठमोठ्या पातेल्यांतून मटण, पुलाव शिजत असायचा. मणीचा सगळा दिवस चूल फुंकण्यात आणि खरकटी भांडी घासण्यात जायचा. मणीचे ईदेचे कपडे संध्याकाळपर्यंत मसाला, राख, माती ह्यांनी रंगून जायचे.

नखावर ऊ मारत मणी पुढे सांगू लागली, 'लोक आईला 'दुसरं लग्न कर' म्हणून सांगायचे. पण दुसरा नवराही निघून गेला किंवा त्यानं हाकलून दिलं तर! म्हणून आईनं लग्न केलं नाही. माझे पगाराचे पैसे जमले की मी, आई आणि चिनी ह्यांना घेऊन गावी जाणार! एक छोटंसं घर बांधणार. कोंबड्या पाळणार. कोंबड्या आणि अंडी विकून आमचं सहज भागेल!'

मणीच्या डोळ्यात राजहंसासारखी स्वप्न तरंगत होती. तिला आमच्याकडे महिन्याला पाच टाका पगार मिळत असे. तिला पैसे कधीच हातात मिळत नसत. आईजवळच ते असत. आई म्हणायची, 'मणीच्या लग्नात तिला ह्या पैशातून सोन्याचे डूल आणि नाकातली चमकी करून देऊ या.'

'सोन्याचे डूल घेऊन मी काय करणार? मला मुलगा झाला नाही म्हणून माझ्या नवऱ्यानं मला हाकलून दिलं तर? मी जेव्हा इथून जाईन तेव्हा मला माझ्या पगाराचे रोख पैसेच द्या.'

मणीच्या डोळ्यात राजहंस मान उंच करून तरंगत होता. मणीच्या स्वप्नातील घरात मणीची आई, मणी आणि चिनीबरोबर मटणाच्या रश्शाबरोबर गरम गरम भात पोटभर खात होती आणि निळ्या मच्छरदाणीत नक्शीची गोधडी घेऊन झोपत होती. ह्याहून मोठं स्वप्न मणीला माहीतच नव्हतं.

साधारण दोन आठवड्यांनंतरची गोष्ट. शाळेतून परत आले तेव्हा घरात आई-बाबा कोणीच नव्हते. मोहल्ल्यातल्या मुलीही खेळायला जमल्या नव्हत्या. मणी अंगणात भांडी घासत बसली होती, नारळाच्या शेंडीला राख लावून. ॲल्युमिनियमच्या काळ्या झालेल्या भांड्यांना चकचकीत करावं, असं मला वाटलं. मणीच्या हातातून भांडं घेऊन मी घासायला लागले. माझं हे कृत्य पाहून मणी गोरीमोरी झाली. आवंढा गिळून ती म्हणाली, 'आपा, खालाजानला हे कळलं तर त्या मला बेदम मारतील. तुम्ही जा इथून. मला काम करू द्या.'

'कोणाला काही कळणार नाही. तू कोणाला काही बोलू नकोस. चल. लवकर लवकर भांडी घासून आपण एक्का दुक्का खेळू या.' मी म्हटलं.

मणीचे डोळे आनंदानं चमकले. ती कधीतरी 'एक्का-दुक्का' खेळलीही असेल, पण आमच्या घरात नाही. आमच्या घरात नोकर-चाकरांनी खेळायची पद्धत नव्हती.

'माझ्याबरोबर तुम्ही खेळणार? खालांना कळलं तर मला मारतील.' घरात कोणीही नाही हे माहीत असून सुद्धा मणीनं इकडे-तिकडे पाहिलं. ती बुचकळ्यात पडली होती.

'कोणाला काही कळणार नाही. फाटकाचा आवाज झाल्याबरोबर आपण खेळ थांबवू.' माझ्या बोलण्यानं मणीच्या मनातला गोंधळ मिटला.

अंगणात मातीत रेघा ओढून आम्ही एक्का-दुक्का खेळायला लागलो. बडा माणूस आणि छोटा माणूस. मणीला इतकं खूष झालेलं मी कधीच पाहिलं नव्हतं. मी तिच्या मालकिणीची मुलगी आहे हे ती पार विसरून गेली होती. जणू आम्ही दोघी जुन्या मैत्रिणी होतो. दोघी छोटी माणसं होतो किंवा दोघीही बडी माणसं होतो. आमचे हातपाय धुळीनं माखले होते. मी एक्का, तिक्का, यमुना घेतली तर मणीनं दुक्का, चौका. खेळ रंगात आला असताना फाटक वाजलं. आम्ही दोघी दोन दिशेला पळालो. मणी स्वयंपाकघरात पळाली. मी 'एक्का दुक्का'साठी मातीत ओढलेल्या रेघा घाईघाईनं पुसून अभ्यासाचं टेबल गाठलं. स्वयंपाकघरातल्या काचेच्या डिशेस, कपबशा धुवायच्या तशाच राहून गेल्या होत्या. त्या घाईघाईनं उचलून मणी नळावर निघाली आणि अडखळून पडली. खळखळाट करत काचेची भांडी खाली पडून फुटली. आईनं हौसेनं घेतलेल्या भांड्यांची स्थिती बघून आई संतापली.

मणीच्या झिंज्या पकडून तिचं डोकं आईनं ट्यूबवेलच्या हॅन्डलवर आपटलं.

मणीच्या डोक्यातून रक्त वाह्यला लागलं. हॅन्डललासुद्धा रक्त लागलं होतं. मणी गोंधळून माझ्याकडे पाहत राहिली. त्याच दिवशी मणीला आमचं घर बंद झालं. दोन जुने, फाटके कपडे आणि सॅन्डल्स गठलीत बांधून डोळे पुसत पुसत ती आईला म्हणाली, 'खालाजान, माझे पगाराचे पैसे द्या नं!'

आई चिडून म्हणाली, 'केवढा धीटपणा पाहा बाई! पगाराचे पैसे मागतेय. माझी भांडी फोडलीस, ती विकत आणून दे. तुझ्या पगाराच्या पैशांतून आता मला काचेची भांडी विकत घ्यावी लागतील. कळलं? तेव्हा आता नीघ! मला तुझं तोंड पाह्यचं नाही.'

मणी गठली उचलून निघून गेली. ह्या घरात ती दोन वर्षं राबली आणि त्या बदल्यात मिळाले दोन फाटके कपडे आणि सॅन्डल्स. मणी आता परत तिच्या आईकडे जाईल. तिची आई तिला असंच कुठंतरी कामाला लावेल. पाच टाका महिन्यावर. मग मणी पुन्हा पहिल्यापासून स्वप्न पाह्यला सुरुवात करेल. मी व्हरांड्यातल्या खांबाला टेकून, निघून जाणाऱ्या मणीकडे पाहत होते. ती हळूहळू अंधारात विरून गेली. तिनं एकदाही मागे वळून पाहिलं नाही. फुलबहारी पण एक दिवस अशीच निघून गेली होती, लंगडत-लंगडत. तिनंही मागे वळून पाहिलं नव्हतं. अंधार पडताच रातकिड्यांची किरकीर सुरू झाली होती. कुंद, दमट हवेत, गवत, माती आणि मीही भिजत होतो. माझ्या पापण्या ओल्या झाल्या होत्या. प्रफुल्लच्या अंगणातल्या प्राजक्ताचा वास आमच्या घरात भरून राहिला होता.

आई संसारातून सुटका मिळवायला पाहत होती, पण संसार तिच्या हाडामांसात खिळला होता. काचेची भांडी फुटली म्हणून तिला इतकं वाईट वाटलं की तिला मागरिबचा नमाज पढायचं सुचेना.

रॅकेट व्हरांड्यात बसून कूं कूं करून ओरडत होता. आई जायनमाजावर बसूनच ओरडली, 'कुत्र्याला हाकला रे! कुत्रा असला की फरिश्ता घरात येत नाही!'

एक मिशनरी पाद्री युद्धानंतर आमचा देश सोडून गेला. जाताना त्यानं आपला कुत्रा छोट्या दादाला दिला. छोटा दादा एका मिशनऱ्याकडे गिटार शिकायला जात असे. तो नेहमी पाह्यचा की पाद्र्याच्या मागून मागून एक मोठा कुत्रा यायचा. छोटा दादा त्या कुत्र्याकडे आश्चर्यानं पाहत राह्यचा. कुत्रा तोंडात बॉल धरून धावायचा. पाद्र्यानं हात पुढे करताच तोही आपला उजवा पाय पुढे करून 'शेकहॅन्ड' करायचा. तोच कुत्रा आमच्या घरी आल्यावर आम्ही मुलं खूष झालो. 'रॅकेटऽऽ' अशी हाक मारताच तो रॅकेटसारखा धावत यायचा. हात पुढे केला की तोही एक पाय पुढे करायचा. बाबा म्हणायचे, 'घरात कुत्रा हवाच. कुत्रा चोरांना हाकलून लावेल.'

बाबा कत्तलखान्यातून कुत्र्यासाठी हाडं आणत. पाण्यात शिजवून ती त्याला खायला देत. रॅकेटला एक वाईट खोड होती. संधी मिळताच तो सोफ्यावर जाऊन झोपत असे. मातीचे पाय बिछान्यावर देत असे. नानीच्या घरीही कुत्री होती, पण ती

पाळलेली नव्हती. रस्त्यावरची होती. भूक लागली की ती एखाद्या घरासमोर केविलवाणं तोंड करून बसत. उष्ट-खरकटं शेपटी हलवत खात आणि झाडाखाली जाऊन झोपत. अशी कुत्री लोकांच्या शिव्या, दगड आणि लाथा नेहमीच खात. पण रॉकेट मात्र माणसासारखा आराम करायला बघायचा. अंगावरून हात फिरवला की खुषीत येऊन शेपटी हालवायचा. पण आई म्हणायची, 'कुत्रा नापाक आहे. त्याला लांबच ठेवा.'

मग रॉकेटला घरात येण्यास बंदी करण्यात आली. दिवसा व्हरांड्यात झोपायचा. रात्री त्याला मोकळा सोडत, म्हणजे मग चोरांची भिती नसे. रॉकेट दिवसभर त्याच्यासाठीच केलेल्या व्हरांड्यातील पत्र्याच्या खोपटात असे. तिकडे कोणीही फिरकत नसे. त्यामुळे दिवसभर तो नजरेआडच असे. तिकडे फालतू सामानच पडलेले असे. हल्ली दिवसभर रॉकेटची ॲल्युमिनियमची थाळी रिकामीच पडून राहत असे. आई त्याला खायला घालायला विसरूनच जात असे. रात्री तो कूं कूं करून ओरडत असे.

शाळेतून घरी आल्यावर मी आईला विचारायची, 'रॉकेटला खायला घातलंस?'

आई म्हणायची, 'हो. घातलं.'

'केव्हा घातलंस? त्याला भूक लागलेली दिसतेय. आता पुन्हा खायला घाल.'

माझ्या चौकशांमुळे आई चिडायची. 'तुला इतक्या चौकशा करायचं कारणच काय? अं? कुत्रा काय खातो, कधी खातो ते समजतं मला!'

रॉकेटचं सुकलेलं तोंड पाहून त्याला काहीही खायला मिळालेलं नाही, हे मला कळत असे. मी अर्धपोटी राहून माझ्या पानातलं, आईला चोरून, त्याच्या फुटक्या थाळीत ओतून यायची. रॉकेट ते शेपटी हलवत एका क्षणात फस्त करायचा आणि आणखी मिळेल ह्या आशेनं शेपटी हलवत राह्यचा.

बाबाही मधूनमधून विचारायचे, 'रॉकेट सुकत चाललाय. त्याला खायला घालतेस की नाही?'

आई बाबांवरही चिडायची. दातओठ खाऊन म्हणायची, 'मी खायला घालते. जास्त खाल्लं तर कुत्र्याला लूत लागते. आणि एवढं कुत्र्याचं प्रेम आहे तर स्वत: शिजवून खायला घालावं.'

रॉकेट दिवसेंदिवस सुकतच चालला होता. त्याचं पाठपोट एक झालं होतं. आता तो साखळी तोडून पळायला शिकला होता. फाटकातून बाहेर जाऊन रस्त्यावरची घाण खायचा. रस्त्यावरची कुत्री एकत्र गोळा होऊन त्याच्यावर तुटून पडायची. एका बाजूला गावठी कुत्र्यांची झुंड आणि दुसऱ्या बाजूला एकटा अल्सेशियन कुत्रा– रॉकेट. अर्थातच रॉकेटलाच माघार घ्यावी लागायची. रॉकेटला जखमा व्हायच्या. मग आई म्हणायची, 'कसला तरी रोग झालाय त्याला. भात खाल्ला की उलटी करतो. आता त्याला भात देता कामा नये.'

छोटा दादा त्याच्या गिटारीच्याच मस्तीत असायचा. शीळ घालत रस्त्यावरून हिंडायचा. त्याची शीळ ऐकून शेजारची डॉली पॉल तिच्या खोलीच्या खिडकीत उभी राह्यची. दोस्तांबरोबर गप्पा मारणं, भांग पाडून त्यांच्याबरोबर भटकणं ह्यातच त्याचा वेळ जायचा. रॉकेटकडे बघायला आता त्याला वेळ मिळत नव्हता.

'घरात कुत्रा असला की फरिश्ता येत नाही' ह्या आईच्या नेहमीच्या कुरकुरीचा माझ्यावर काहीही परिणाम झाला नाही. मी होते तशीच उभी राहिले. जणू काही मी आईचं बोलणं ऐकलंच नव्हतं, फरिश्त्याशी मला काहीही देणंघेणं नव्हतं, मी मन लावून रातकिड्यांची किरकीर ऐकत होते. 'गोष्टींच्या पुस्तकांशिवाय इतर गोष्टींविषयी मी उदास आहे' अशी आईची नेहमीची तक्रार होतीच. आज मला खरंच फार उदास वाटत होतं. रस्ता चुकून मणी परत यावी, असं मला वाटत होतं. कुंद हवेत उभी राहून मी चोरून, तिची वाट पाहत होते.

मणीला हाकलून लावल्यानंतर दोन दिवस आईनं एकटीनंच स्वयंपाक केला. नंतर तिची मिजास बिघडली. बाबा घरात शिरताच ती ओरडायची, 'मुलींना स्वयंपाकघरात फिरकू देत नाही. त्यांची लग्नं-बिग्नं करायची आहेत की नाहीत? त्यांच्या नवऱ्यांना खायला कोण घालणार? माहेरीच मुली स्वयंपाकपाणी शिकतात. पण इथं मात्र फारच लाड...'

घसा खाकरून बाबा म्हणत, 'माझ्या मुली शिकणार आहेत. स्वयंपाकघरात त्यांचं काय काम? स्वयंपाकाला बाई नाही का ठेवली होती? माझ्या मुली स्वयंपाकघराच्या आसपास फिरकता कामा नयेत. त्यांच्या शिक्षणाची वाट लागेल.'

'अभ्यासाच्या नावावर सगळं उडवून लावता. बाप दिवसभर घरात नसतो. मग पोरी नुसत्या खेळतात. स्वयंपाकासाठी शोधा कोणी तरी. माझ्या एकटीनं सगळं काम होत नाही. कामाला ठेवलेली मुलगी काम शिकते आणि निघून जाते.'

आईनं स्वयंपाकघरात जाणंच सोडून दिलं. चूल पेटवणंच बंद झालं. लाकडं फोडणं, मसाला वाटणं, भांडी घासणं, स्वयंपाक, कपडे धुणं, झाडूपोछा करणं ही कामं कोण करणार हे कोणालाच ठाऊक नव्हतं. संसाराचं चाक चालत नाहीय, हेच आईला बाबांना दाखवून द्यायचं होतं. बाबांनी 'जेवायला वाढ' म्हणताच ती म्हणायची, 'कामाला माणूस नाही. कोण स्वयंपाक करणार?' बाबांच्या चोरून ती आम्हाला मात्र जेवायला घालायची. दारात भिकारीण आल्यावर तिला एक वेळच्या जेवणाची बोली करून आई तिच्याकडून मसाला वाटून घ्यायची, भाजी चिरून घ्यायची, भांडी घासून घ्यायची.

अखेर नव्या बाजारातून, घरदार नसल्यामुळे, फुटपाथवर राहणाऱ्या एका मुलीला नाव गाव विचारून बाबा घरी घेऊन आले.

'सध्या हिलाच ठेव कामाला.' बाबा म्हणाले.

तिला तात्पुरतं कामाला ठेवायचं होतं तरी आईनं तिची परीक्षा घेतलीच. आई आत व्हरांड्यात खुर्चीवर बसली होती आणि ती मुलगी खांबाला धरून उभी होती. ती आठएक वर्षांची असेल. तिचं नाक वाहत होतं, अंग घाणीनं माखलं होतं, केसांच्या जटा झाल्या होत्या. तिनं फक्त एक मळकट हाफपँट घातली होती. तिचा रंग एकेकाळी गोरा असावा. आता तो मातकट झाला होता. पाय चिखलानं बरबटलेले होते. पायाला दुष्काळातल्या जमिनीप्रमाणे भेगा पडलेल्या होत्या.

'नाव काय तुझं?'

'रेणू.' शेंबूड नाकात ओढत ती मुलगी म्हणाली.

'काय काय येतं तुला?' आईनं विचारलं.

रेणू गप्पच राहिली. ती अंगणातल्या झाडांकडे, कोंबड्यांकडे पाहत होती.

रेणूला आपादमस्तक न्याहाळत आईनं विचारलं, 'कधी कोणाकडे काम केलं आहेस का?'

'नाही.' रेणूनं मानेनंच सांगितलं.

'तुला आई बाप कोणी नाही का?' आईनं जरा रागावूनच विचारलं.

'आई आहे. बाप नाही.' रेणू हे अशा स्वरात म्हणाली की आईबाप असणं वा नसणं ही गोष्ट अगदी क्षुल्लक होती.

'आणखी भावंडं?' आईनं आता गोडीत विचारलं.

'नाही.' रेणूचा स्वर पूर्वीसारखाच.

'मसाला वाटता येईल? आणि कपडे?'

रेणूनं मानेनंच होकार दिला.

रेणूच्या अंगाला घाण येत होती. म्हणून विचारावं की नाही अशा संभ्रमात नाक मुरडत शेवटी आईनं विचारलंच, 'भात करता येतो?'

रेणूनं पुन्हा होकार दिला.

रेणू परीक्षेत पास झाली. तिला कामावर ठेवलं गेलं. आईनं तिला नळावर साबण लावून स्वच्छ अंघोळ करायला लावली. मग तिच्या हातावर केसांना लावायला तेल ओतलं. माझे जुने कपडे दिले. शिळं वरण आणि पान्ता भातही खायला दिला. रेणूचं जेवण होताच आईनं तिला घर झाडायला लावलं, मसाला वाटायला लावला आणि तिच्याकडून भातही करून घेतला. ती काम करताना आई आडून आडून तिच्या कामाकडे लक्षपूर्वक पाहत होती.

आमच्या घरी एक मोलकरीण गेली की दुसरी यायची. मणी गेली रेणू आली. एक 'छोटं माणूस' गेलं की दुसरं 'छोटं माणूस' यायचं. गावात छोट्या लोकांची कमतरता अजिबात नव्हती. हात नुसता पुढे करायचा अवकाश, हवे तेवढे लोक हाताशी यायचे. आमच्या ऐषआरामात काहीही बाधा येत नव्हती.

रेणूवर घर सोपवून आई पीरबाडीला जायची. मज्लिस ऐकल्यावर रडून, डोळे सुजवून घेऊन परतायची. आई संसाराला आईबापावरून शिव्या द्यायची पण रेणूच्या हातून भातात पाणी जास्त झालं, तर तिच्या तोंडात ठेवून द्यायची.

आईचा मूड सारखा बदलायचा. त्यामुळे मोलकरीण कायम घाबरून असे. कधी कधी आईच्या प्रेमाला पूर यायचा. रात्री रेणूला 'कायदा' शिकवत बसायची. रेणू अक्षरांवर बोट ठेवून अलीफ, बे, ते, से असं वाचायची. मग तिला जुने कपडेच मिळायचे– पण एकाऐवजी दोन.

'बड्या लोकांचं प्रेम म्हणजे वाळूचा बांध
क्षणात हातात बेडी तर क्षणात चांद.'

आमच्या घरात रेणूचं बस्तान बसण्याआधीच रॉकेट मेला. आईनं बाबांना एखादा भंगी पाठवायला सांगितलं, 'मेलेल्या कुत्र्याला दूर फेकून देण्यासाठी.' बाबांनी औषधाच्या दुकानातल्या एका गड्याला पाठवलं. त्यानं रॉकेटच्या गळ्याला दोरी बांधून फरपटत फाटकाबाहेर नेलं. अंगणात रॉकेटला फरपटत नेल्याच्या खुणा उमटल्या. मी धावतच न्हाणीघर गाठलं, रडण्यासाठी. स्वत:ला लपवून ठेवायला ही एवढीच जागा होती. आता रॉकेट नेहमीसारखा रॉकेटसारखा धावत येणार नव्हता. 'रॉकेट' अशी हाक मारताच माझ्यापुढे येऊन उभा राहणार नव्हता. बिस्किट दाखवल्यावर धावत येऊन ते तोंडात घेणार नव्हता. मी फाटकाबाहेर पडल्यास रॉकेटही माझ्या मागे मागे येत असे. मोहल्ल्यातील सर्वजण आमच्या अल्सेशियन कुत्र्याकडे आश्चर्यानं पाहत असत. वळणावरून मी त्याला घरी परत जायला सांगत असे. एखाद्या शहाण्या मुलासारखा तो घरी परत जात असे. तोच रॉकेट भुकेनं आजारी पडून पाणी भरल्या डोळ्यांनी माझ्याकडे पाहत मरून पडला. त्याला कोणी जनावरांच्या दवाखान्यातही नेलं नाही. मी या घरातली ढालगज मुलगी होते. मी मधेच तोंड खुपसलं की मला बोलणी खावी लागत. म्हणून मी आपली गप्पच बसले.

रॉकेट गेल्यावर आईनं नानीकडून एक कुत्र्याचं पिल्लू आणलं. गावठी कुत्रं. मी त्याला 'रॉकेट'च म्हणणार होते. पण आईनं त्याचं नाव 'पपी' ठेवलं. आईच्या विरुद्ध कसं बोलणार! पपी तर पपी. पाबन्याला एका जेलरच्या कुत्र्याचं नाव पपी होतं. म्हणून आईनंही हौसेनं ह्या कुत्र्याचं नाव पपी ठेवलं. आईनं बकऱ्या पाळल्या होत्या, कबुतरं पाळली होती, कोंबड्या पाळल्या होत्या आणि आता कुत्रा. आई आता पपीला चांगलं खायलाप्यायला घालत होती. 'कुत्रा नापाक, कुत्रा घरात असला तर फरिश्ता येत नाही' असं आता ती म्हणत नव्हती. पाहता पाहता पपी आईचा लाडका झाला. आईच त्याची मालकीण होती. ती आपल्या पानातलं मटण त्याला घालायची. ती त्याला खेळ शिकवायचा प्रयत्न करायची. पण त्याला काही यायचंच नाही. बॉल फेकला तर त्याला तो उडी मारून तोंडात धरता यायचाच नाही.

पपी चोरावर भुंकणारा कुत्रा झाला. आईला पपीही आवडायचा आणि रेणूही. रेणू रात्री आईचं अंग चेपून द्यायची, केस विंचरून द्यायची. अरबी अक्षरं शिकवून झाल्यावर आई आता तिला बंगाली अक्षरं शिकवत होती. तरीही रेणू मधून मधून आईची आठवण काढून रडायचीच.

'एवढं केलं तरी रडतेस!' आई रेणूला म्हणायची, 'मोलकरीण तू. मोलकरीणच राहणार. दुसऱ्याचं काम करण्यातच तुझं आयुष्य जाणार!'

रेणूच्या रडण्याची बातमी बाबांच्या कानावर गेल्यावर बाबांनी तिच्या आईला शोधून काढलं आणि ते तिला घरी घेऊन आले. आईला म्हणाले, 'रेणूच्या आईलाही ठेव. घरातलं भारी काम ही करेल आणि रेणू करेल वरचं काम.'

दुसऱ्याच दिवशी बाबांनी रेणूच्या आईसाठी छापील साडी आणली. आईनं साडीचा पोत पाहत म्हटलं, 'पोत फारच चांगला आहे. अशी साडी तर मलाही मिळत नाही.'

रेणूची आई कामाला लागल्यापासून आई तिच्यावर ओरडायची. बाबा घरी आल्यावर आई म्हणाली, 'ह्या बाईचं वागणं काही बरं दिसत नाही.'

'का? काय केलं तिनं?' बाबांनी कुतूहलानं विचारलं.

'आज दुपारी बाजारातल्या दुकानातले दोन गडी आले होते. त्यांच्याबरोबर कितीतरी वेळ फिसफिस करून बोलत होती. मी तिला ब्लाऊज दिला, पण घातला नाही. पुरुषांसमोर छाती हलवत हिंडते.'

बाबा गप्प राहिले. त्यामुळे आई जास्तच चिडली.

रेणू आणि तिची आई ह्यांना कामाला लागून कसाबसा एक महिना उलटला. आई आता पुन्हा वेळी अवेळी घरी येऊ लागली, जिक्र करत जायनमाजवर बसून राह्यला लागली. कधी ती संसारी असायची, तर कधी नसायची. घराची सर्व जबाबदारी नकळत रेणूच्या आईच्या हातात गेली. काय हवं नको ते बाबा रेणूच्या आईलाच विचारत. रिकाम्या वेळात ती केस विंचरायची. गाणं म्हणायची. आईनं ऐकलं की आई तिला रागवायची, 'रेणूची आई, गाऊ नका. कामाच्या माणसानं न बोलता काम करावं.'

रेणूच्या आईचं गाणं बंद व्हायचं.

एका रात्री, सगळे झोपल्यावर मी शरदबाबूंचं 'देवदास' वाचत होते. रडून रडून माझी उशी ओली झाली होती. शेवटी पुस्तक उशीखाली नीट ठेवून मी डोळे मिटले. डुलका लागतोय न लागतोय तोच कसल्यातरी आवाजानं मी जागी झाले. आवाज कसला, ते प्रथम मला कळलंच नाही. कानोसा घेतल्यावर आईचं किंचाळणं आणि दारांवर धाडधाड हात आपटल्याचा आवाज आला. कोणी तरी बंद दरवाजा ढकलत

होतं. जोराजोरानं. जणू काही कोणी तरी दरवाजा तोडायलाच बघत होतं. घरात दरोडेखोर तर शिरले नव्हते? माझे हातपाय कापायला लागले. घाम फुटला. मी श्वास रोखून पडून राहिले. डोळेही मिटून घेतले. जणू काही मी गाढ झोपले होते. मला काहीच ऐकू आलं नव्हतं, काहीच कळलं नव्हतं. दरोडेखोर गळ्यावर वार करायला आलेच तर मी गाढ झोपली आहे असं समजून त्यांना माझी दया यावी म्हणून मी असे प्रयत्न करीत होते. कोणी तरी व्हरांड्यातून धावत होतं. त्याच्या मागून दुसरं कोणी तरी. व्हरांड्यातून गडबड ऐकू येत होती. कोणी तरी दबक्या आवाजात दुसऱ्याला काही तरी सांगत होतं. कोण होतं ते? काय चाललं होतं? समजायला मार्ग नव्हता. माझ्याप्रमाणेच यास्मीनचीही झोपमोड झाली होती. तिनं हळूच विचारलं, 'बुबू, काय झालंय?'

मी पुटपुटले, 'माहीत नाही.'

माझ्या छातीवर कोणीतरी हातोडी मारल्यासारखी धडधड होत होती. भीतीनं अंग थंड पडलं होतं. व्हरांड्यातील गडबड कमी झाल्यावर आई दोन्ही दादांना जे सांगत होती ते चोरदरोडेखोरांबद्दल नव्हतं, तर बाबांबद्दल होतं. आईनं रात्री अडीच वाजता बाबांना स्वयंपाकघरात रेणूच्या आईच्याबरोबर झोपले असताना रंगे हात पकडलं होतं. आईची झोप खूप सावध होती. ह्या घरात चोरांची भीती असल्यानं ती मध्येच उठून घरात फिरून सर्व दारंखिडक्या बंद आहेत की नाहीत ते पाह्यची. त्या रात्री तिला बाबांच्या खोलीच्या दरवाजाला कडी नसल्याचं दिसलं. मच्छरदाणी उचलून पाहिलं तर बाबा तिथं नव्हते. मोरीत पाहिलं, व्हरांड्यात पाहिलं, कुठंही बाबांचा पत्ता नव्हता. स्वयंपाकघरातून मात्र कसला तरी आवाज येत होता. तिनं दाराला कान लावला तर बाबांचाच आवाज. त्याचबरोबर रेणूची आई ज्या खाटेवर झोपायची, त्या खाटेचा आवाज.

एवढ्या रात्री बाबा रेणूच्या आईबरोबर झोपायला गेले होते! मी छताकडे बघत मेल्यासारखी पडून राहिले. माझ्या शेजारी यास्मीन झोपली होती. ती गप्प होती. तिचे मोठे मोठे डोळे सताड उघडे होते.

संसार सोडायला निघालेली आई रात्रभर हुंदके देऊन रडत होती. आईच्या रडण्याला सोबत करीत होते आम्हा भावंडांचे सुस्कारे!

□

१. सबरी – केळ्याची एक जात. ही केळी उत्तम असतात.
२. भापा पिठे – वाफेवर शिजवलेला एक गोड पदार्थ.

पीरबाडी – २

पीरबाडीत शिरल्यावर माझ्या अंगावर काटा उभा राह्यचा. ह्या घरातल्या सगळ्या झाडांवर भूत, पिशाच, हडळी आहेत अशी मला शंका यायची. कधीही कुठल्याही झाडावरून भूत उडी मारून येऊन आपल्या मानगुटीवर बसेल, ह्या भीतीनं मी आईचं बोट अगदी घट्ट धरून पीरबाडीत शिरायची. खरं तर तेव्हा मी चालतच नसे. चालायची आई. मी आपोआप फरपटत जायची. आई पीरांची शिष्या झाली होती. ती आता साडी नेसत नसे. त्याऐवजी पायजमा कमीज घालत असे. ती आता मला माझी आई वाटतच नसे.

पीरांच्या खोलीत सहा-सात बायका बसल्या होत्या. त्यांनी पावलापर्यंत पोहोचणारे कमीज घातले होते आणि डोक्यावरून ओढणी घेतली होती. त्यांचे कमीज इतके घट्ट होते की त्यांनी काही घातलंच नाही असं वाटत होतं. त्यांच्यातील फक्त एकजण साडी नेसली होती. तिच्या गळ्यात चार ताईत होते. तिनं घुंघट घेतला होता. ती फार दुःखी दिसत होती. पीरांच्या पायांवर आपले दोन हात ठेवून ती म्हणाली, 'हुजूर, मला मुलगा झाला नाही तर माझे मालक मला तलाक देतील.'

पीर अमीरुल्लाह नेहमीच अतिशय धीमेपणानं बोलायचे आणि बोलताना पाचही बोटांनी दाढी कुरवाळायचे. डोळ्यांत अपार करुणा आणून खोलीच्या कडीपाटाकडे पाहत ते म्हणाले, 'अल्लाचं नाव घे. अल्लाशिवाय देणारा कोणीही नाही. मी फक्त निमित्तमात्र आहे. मध्यरात्री जिक्र करत जा. तो पर्वर्दिगार आहे, दोन जगाचा स्वामी आहे. त्याच्याजवळ करुणा भाक, आलेया! त्याशिवाय त्याला दया येईल का? सांग. बंद्यानं हात पसरल्यावर अल्ला त्याला रिकाम्या हातानं पाठवत नाही. त्याच्या दयेला अंत नाही.'

सेजदा करत असल्याप्रमाणे, आलेयानं पीरसाहेबांच्या पायावर पडून हंबरडा फोडला. मुलगा होणार असेल तर मध्यरात्रीच का, सबंध रात्रभर ती जिक्र करेल. अमीरूल्लाहांनी दाढीवरचा हात काढून तिच्या पाठीवर ठेवला. कडीपाटावरची नजर तिच्या घुंघट घसरल्यामुळे उघड्या पडलेल्या केसावर स्थिरावत ते म्हणाले, 'अल्ला

एक, अद्वितीय, निराकार आणि सर्वशक्तिमान आहे. त्याला आदी, अंत काहीही नाही. त्याला मातापिता, पुत्रकन्या असं कोणीही नाही. त्याला आपल्यासारखे डोळे नसले तरी सर्व काही दिसतं, आपल्यासारखे कान नसले तरी सर्व काही ऐकू येतं, त्याला आपल्यासारखे हात नसले तरी तो सर्व काही करू शकतो. तो सर्वदा सर्वत्र विराजमान झालेला आहे. तो आहार करत नाही, झोपतही नाही. त्याला रूप नाही. त्याची कोणाबरोबरही तुलना होऊ शकत नाही. तो चिरदिन आहे आणि चिरदिन असेल. त्याला कशाचाही अभाव नाही. तो सर्वांचा अभाव दूर करेल. तो चिरंजीव आहे. त्याला मृत्यू नाही आणि त्याचा नाशही होणार नाही. तो परम दाता आहे. त्याची दया अनंत आहे. तो सर्वश्रेष्ठ प्रतिष्ठेचा मालक आहे. माणसाला तोच प्रतिष्ठेचं दान करतो. तू त्याच्या दरबारात प्रार्थना कर. तुला खात्रीनं मुलगा होईल. समाजात तुझी प्रतिष्ठा वाढेल.'

भीतीनं गोठून मी आईच्या मागे उभी होते आणि अल्लाच्या निराकार शरीराचा विचार करत होते. हे तर आमच्या शाळेत जादू करून दाखवायला आलेल्या जादूगारासारखंच होतं! काळ्या कापडानं त्याला झाकून ठेवल्यावर कापड काढून पाहिलं तर तिथं जादूगार नाही. तो हवेत अदृश्य झालेला होता. माझा देहही निराकार असता तर सर्व गावभर मी भटकले असते, ब्रम्हपुत्रेच्या काठी एकटी जाऊन बसले असते. मला मानगूट धरून घरी खेचून आणायला कोणाला माझी मानगूटच सापडली नसती.

गुडघे टेकून वाकलेल्या आलेयाच्या अंगाखालून पीरसाहेबांनी पाय काढून घेतले. तरुणींच्या घोळक्यातून हुमेरा धावत आली आणि ती आलेयाला अंगणात घेऊन गेली. झाडाखाली उभं राहून पदरात बांधलेली नोट आलेयानं हुमेराच्या हातात दिली. तिच्या मुठीतून नोट गेली पीरसाहेबांच्या हातात. सगळेच हात ह्या कामात पटाईत होते. पैसे एका हातातून दुसऱ्या हातात जात. अगदी रिले रेसप्रमाणे. पीरसाहेब त्यांच्या आलखाल्लाच्या खिशात कोंबत पैसे. तीच त्यांची कॅशबॉक्स होती. मी खिशात घातलेल्या त्यांच्या हाताकडे पाहतच राहिले. माझ्याकडे भेदक नजरेनं पाहत त्यांनी आईला विचारलं, 'हामिमा, तुझ्याबरोबर कोण आहे? तुझी मुलगी वाटतं.'

आई माझा हात ओढत मला त्यांच्या पुढे आणत म्हणाली, 'जी हुजूर! हिचाच जन्म रबी 'अ–उल्–अव्वलच्या बारा तारखेचा. ही माझ्याबरोबर नमाज पढते. कायदा–सीपारा वाचून झालाय तिचा. आता कुराण शरीफ वाचतेय. ही ईमानदार व्हावी म्हणून दुवा द्या, हुजूर.'

आई मला ढकलत म्हणाली, 'जा. पायांचं चुंबन घे.'

मी पाय घट्ट रोवून उभी राहिले. पायाचं चुंबन घेण्यासाठी एक पाऊलही पुढे

टाकण्याची माझी इच्छा नव्हती. आई मला पुन्हा पुन्हा ढकलत होती आणि मी पावलापावलानं मागे सरकायला पाहत होते. पांढरीशुभ्र लांब दाढी, घोट्यापर्यंत आलखाल्ला, डोक्यावर 'अल्लाहू' लिहिलेली टोपी अशा वेषातील पीरसाहेबांनी झाडावरून टपकन् पडणाऱ्या चालता[१] फळाला गपकन् मुठीत पकडावं तसं मला पकडलं आणि इतकं जवळ घेऊन आवळलं की मी त्यांच्या आलखाल्ल्यात पार बुडून गेले. मला गुदमरायला झालं. पीरसाहेबांनी डोळे मिटून काहीतरी पुटपुट केली आणि माझ्या तोंडावर फुंकर मारली. फुंकरीबरोबर त्यांची थुंकीही माझ्या तोंडावर उडाली.

मी आलखाल्लातून बाहेर पडले आणि धावत जाऊन भुरळ पडलेल्या आईच्या मागे लपले. माझ्या कमीजला थुंकी पुसता पुसता पीराचं बोलणं माझ्या कानावर आलं, 'तुझी मुलगी व्यावहारिक शिक्षण घेतेय ना?' आई नाराजीनं म्हणाली, 'हो. मुलांवर माझा काही अधिकार नाही, हुजूर. त्यांचा बाप त्यांना शिकवतो म्हणून ती शिकताहेत. हिला अल्ला रसूलबद्दल जाणून घ्यायची खूप इच्छा आहे. म्हणूनच तिला इथं आणलं तर बरं वाटेल, असा विचार करून इथं आणलं. तिचं मन आणखीन अल्लाकडे वळेल.'

हुजूरांनी 'च्यक्', 'च्यक्' करून दुःख प्रकट केलं. मग गादीवर आरामात रेलून बसत ते म्हणाले, 'मुश्कील काय आहे माहीत आहे? व्यावहारिक शिक्षण घेताना मनात सैतानानं ठाण मांडलं की त्याच्या तावडीतून सुटणं महाकठीण! मग अल्लाच्या मार्गानं येणं तर अती कठीण. हे बघ, ह्या सगळ्याजणी– नानिया, नफिमा, मुनाज्जेबा, मतिया– कॉलेजमध्ये जात होत्या. आता सगळ्यांनी कॉलेज सोडून दिलंय. आता अल्लाच्या मार्गावर जाण्याचं शिक्षण त्या घेताहेत. आखिरतच्या शिदोरीची तयारी करताहेत. ते व्यावहारिक शिक्षण मिथ्या होतं, हे आता त्यांना समजलंय. त्या भयानक अंधारात होत्या. खऱ्या ज्ञानाचा प्रकाश त्यांना दिसला नव्हता.

आईनं मला खुणेनं बाहेर अंगणात जायला सांगितलं आणि ती स्वतः पंख्यानं पीरसाहेबांना वारा घालायला लागली. खोलीतून बाहेर येऊन मी पायऱ्या उतरते न उतरतेच तोच घारीप्रमाणे झेप घेऊन हुमेरानं मला पकडलं आणि उत्तरेकडच्या एका खोलीत नेलं. ह्या खोलीतल्या गाद्या दिवसा गुंडाळून ठेवलेल्या असत. कॉटवर फक्त चटई पसरलेली असायची. त्यावर बसून फजलीमावशीच्या मुली जप करायच्या, नमाज पढायच्या. त्या कोणीच शाळेत जात नव्हत्या. घरीच अल्लानं सांगितलेल्या मार्गाचा अभ्यास करत होत्या. हुमेरा माझ्यापेक्षा पाच-एक वर्षांनी मोठी होती. तिचा चेहरा 'चालता'सारखा गोल गरगरीत होता. 'तू मोठ्या मावशीची मुलगी आहेस. म्हणजे माझी मावस बहीण. ठाऊक आहे ना?' माझ्या खांद्यावर थोपटत ती मला म्हणाली, 'व्यावहारिक शिक्षण का घेतेस तू? त्यामुळे अल्ला नाराज होईल. तुला पाप

लागेल.' असं म्हणून तिनं मला चटईवर बसवलं आणि स्वत:ही ती माझ्या शेजारी बसली.

'तुझे बाबा काफिर आहेत. काफिराचं ऐकलंस तर अल्लहो त' आलॉ तुला नरकात पाठवेल.'

डोळे मिटून नरकाची कल्पना करताना हुमेरा थरथर कापू लागली. तिनं माझे हात घट्ट का धरून ठेवले, ते मात्र मला कळलं नाही. मी खूप घाबरले. एका मोठ्या खड्ड्यात आग लागलेली, उकळत्या पाण्यात पडून अनेक माणसं विव्हळताहेत, त्यांत मीही आहे, असं दृश्य डोळ्यांसमोर आलं. तोपर्यंत माझ्यासमोर एकेक करून सात मुली येऊन उभ्या राहिल्या. त्यांच्या नजरा मला टोचत होत्या. जणू त्या व्यावहारिक शिक्षण घेणाऱ्या अद्भुत प्राण्याला पाहत होत्या. त्यांच्या डोळ्यांत खलशा माशाच्या उसळीप्रमाणे करुणा उसळी मारून दाटून आली होती. जणू काही त्या स्वर्गातल्या बागेत बसून मला नरकात होरपळताना पाहत होत्या. मला पाहून त्या चुकचुकल्या. त्यांच्यातली उंच मुलगी म्हणाली, 'हुमेरा, हिला अल्लाच्या मार्गानं यायचं आहे का?'

'हो. पण तिचे वडील येऊ देत नाहीत.' हुमेरा सुस्कारा सोडत म्हणाली. मी मावसबहीण असल्यामुळे सुस्कारा जास्त मोठा असावा.

उंच मुलीनं 'च्यक्' 'च्यक्' केलं. इतरांनीही तसंच केलं. बऱ्याच मांजरी एकाच वेळी दूध पीत असल्यासारखा त्यांचा आवाज वाटला मला. त्यांचा आवाज ऐकता ऐकता ऋषी मूषिकांप्रमाणे मी मोजायला लागले– सात, सहा, पाच, चार, तीन, दोन, एक. उंच, बुटकी, मध्यम, बुटकी, बुटकी, बुटकी, मध्यम. मी त्या सातजणींना मनातल्या मनात शाळेतल्या कवायतीसाठी उभं केलं. बुटकी, बुटकी, बुटकी, मध्यम, मध्यम, उंच. मग मी त्यांना गायला लावलं, 'ओ सात भाई चंपा जागो रे !' अर्थात हेही माझ्या मनातल्या मनात.

हुमेरानं कोपरानं ढोसल्यावर मी विचारांतून जागी झाले, भानावर आले. 'बघ. ह्या सातजणींना त्यांचे वडील अल्लाच्या मार्गानं जाण्यासाठी इथं सोडून गेलेत,' हुमेरानं त्यांच्याकडे बोट दाखवत म्हटलं, 'त्या इथंच राहतात. कुराण हदीस शिकतात.'

हुमेरानं आणखी एक मोठा सुस्कारा सोडला. 'काकांना नसीहत दिली असती तर तेही अल्लाच्या मार्गानं आले असते आणि त्यांनी मुलांनाही तसंच करायला लावलं असतं.'

काका म्हणजे माझे बाबा. बाबांवर नसीहतचा परिणाम झाला असता की नाही ह्याबद्दल मला शंका आहे. पण जज्जसाहेबांवर मात्र नक्कीच झाला होता. जज्जसाहेबांनी

आपल्या सोळा वर्षांच्या मुलीला अल्लाच्या मार्गानं जाण्यासाठी इथं आणून सोडलं होतं. उंच मुनाज्जेबा ही जज्जसाहेबांचीच मुलगी. कुठले हे जज्ज? तर ढाक्याचे 'ढाका' ह्या नावाचा उच्चार हुमेरानं असा काही केला की ढाक्याचे जज्ज म्हणजे सगळ्यात मोठे जज्ज.

त्याचं असं झालं होतं – सोळा वर्षांची जज्जसाहेबांची मुलगी शिक्षणात हुशार असूनही बिघडायला लागली होती. एका चालू मुलाबरोबर तिचं प्रेमप्रकरण होतं. कोणीतरी तिला त्या मवाली मुलाबरोबर मोहल्ल्याच्या मैदानात काळोखात झोपलेलं पाहिलं. सगळीकडे छी थू व्हायला लागली. मग जज्जसाहेबांनी तिची शाळा बंद करून तिला घरात कोंडून ठेवली. त्याच वेळी जज्जसाहेबांना कोणीतरी अमीरूल्लाह पीरांचं नाव सांगितलं. अमीरूल्लाहांच्या घरी मुली जनान्यात राहतात, त्यांना बाहेर पाऊल टाकायला बंदी आहे, पडद्यात राहावं लागतं, कडक नियम पाळावे लागतात. अमीरूल्लाह त्यांना कुराण, हदीस शिकवतात, मुली नमाजी[१] होतात, ईमानदार होतात, हे वर्णन ऐकून ढाक्याचे जज्ज एकदा मज्लिशीसाठी पीरबाडीला आले. पीरसाहेबांच्या वागणुकीनं ते फार प्रभावित झाले. आपल्या बिघडत चाललेल्या मुलीला, काही दिवसांपूर्वीच, ते पीरसाहेबांच्या हवाली करून गेले होते. जज्जसाहेबांच्या मुलीचं मूळ नाव रूबिना. पण पीरसाहेबांनी ते बदलून तिचं नाव मुनाज्जेबा ठेवलं होतं. मुनाज्जेबा लांब कमीज घालून, डोक्यावरून ओढणी घेऊन पडद्यातच वाढल्याप्रमाणे जनान्यात राहत होती, कुराण हदीस वाचत होती, मज्लिशीत नरकाचं वर्णन ऐकून ऊर फुटेस्तोवर रडत होती, हुजुरांचे हातपाय चेपत होती. हिच्यापासूनच ह्या घरात पोलिस, वकील, सरकारी अधिकारी अशा बड्या लोकांच्या घरांतील मुली येऊन राह्यला लागल्या होत्या. 'हजरत ईब्राहिमनं, अल्लाच्या हुकूमावरून, आपल्या मुलाची कुरबानी दिली होती. मग आजकालचे वडील आपल्या मुलींना अल्लाच्या मार्गानं जाण्यासाठी का सोडणार नाहीत बरं?' असं हुमेराला वाटायचं. ह्या घरात मुलींना अल्लाच्या प्रेमानं दिवाणं व्हायला सांगितलं जायचं आणि मुली तशा व्हायच्या. ह्या घरात येताच निराकार अल्लाबरोबर मुलींचं प्रेम अगदी मस्त जमून जायचं. ते पाहून पीर अमीरूल्लाह निश्चिंत होत. त्यांना मुनाज्जेबा, नाजिया, नसिमा ह्या मुली न वाटता स्वर्गातल्या बागेतील फुलं वाटत.

अमीरूल्लाहांनी जंगलातील घराच्या आजूबाजूची जमीन साफसूफ करून मुलींसाठी खोल्या बांधल्या होत्या. कोणाच्या खोलीला पत्र्याचं छप्पर होतं तर कोणाच्या खोलीला सिमेंटचं. खोल्यांना अजिबात खिडक्या नव्हत्या. उन्हाळ्यात मुली बेजार व्हायच्या. पीरसाहेबांचं ह्याबाबतीत असं म्हणणं होतं की अरबस्तानात अशीच घरं होती. अशाच घरात नबींनी आपलं आयुष्य घालवलं. अशा घरात राहिल्यानं पुण्य मिळतं. नबीजींनी जसे कष्ट सोसले तसे कष्ट तुम्हाला सोसता आले

तर हश्रच्या मैदानात नबीजी स्वत: येऊन तुमच्या बाजूनं साक्ष देतील. तेव्हा खिडकीची गरज संपली. नबीजींच्या घराला दार नसतं तर ह्या खोल्यांना दारं न ठेवण्यात त्यांना काही गैर वाटलं नसतं.

दोन-तीन वर्षांनंतर ह्या ईमानदार मुलींचे वडील त्यांना परत न्यायला आल्यावर मुलींनी ठामपणे सांगितलं, 'येणार नाही.' मुनाज्जेबचे वडील अंथरूणाला खिळल्यावर तिची आई तिला न्यायला आली पण ती आईबरोबर गेली नाही. पापी जगात पुन्हा परतण्याची तिची इच्छा नव्हती. ह्या घराचं अंगण ओलांडताच अंगावर पापाचे फोड उठतील, ह्याची तिला खात्री पटलेली होती.

फक्त मुनाज्जेबच नाही तर इतरही तशाच. लग्नाचं वय होताच, मुलगा नक्की करून, त्यांचे वडील त्यांना न्यायला आले, तेव्हा त्या त्यांच्याबरोबर जायला तयार झाल्या नाहीत. 'त्या अल्लाच्याच मार्गानं जाणार आहेत' असं त्यांनीच स्वच्छपणे सांगून टाकलं. हुजुरांनी सांगितलं होतं, 'जगाचा शेवट जवळ आलाय. अशा वेळी लग्न करणं योग्य नाही.' त्या मुली कुठलंही अयोग्य काम करायला तयार नव्हत्या. मुली पीरबाडीची पवित्र माती सोडायला तयार नसल्यामुळे त्यांच्या वडिलांना तसंच परत फिरावं लागलं.

'लग्न करणं योग्य का नाही?' हा प्रश्न स्वाभाविकपणे मनात उभा राहिला. उत्तर त्यांच्या जिभेवर तयारच होतं, 'हुजूरांनी ध्यानधारणा करताना अल्लाबरोबर बातचीत केली होती. स्वर्गातल्या बागेत फिरता फिरता दोघंजण बोलत असत. मुनाज्जेबा डोळे मिटून स्वर्गातल्या बागेतील पक्षी होऊन उडत होती. अल्लानं स्वत:च्या तोंडानं हुजुरांना सांगितलं होतं, 'अखेरचं युग सुरू झालंय. इसराफीलची शिंग फुंकण्याची वेळ आलीय. कयामत आता अगदी समोर आहे. अखेरच्या काळात समाज, संसार सगळं विसरा. आता वेळ नाही. ताबडतोब शिदोरी गोळा करा.'

'हुजूर स्वत: त्यांना भवसागर पार करून देतील' असा त्या मुलींना विश्वास होता. 'आपल्या प्रिय शिष्यांचा हात धरून हुजूर स्वत: स्वर्गात जातील. त्यांना घेतल्याशिवाय ते स्वर्गात जाणार नाहीत.' असं पीरसाहेबांनीच सांगून ठेवलं होतं. म्हणूनच मुली हुजुरांच्या नजरेआड होऊ इच्छित नव्हत्या. हुजूर म्हणाले होते, 'शिष्यांना घेऊन मी लवकरच मक्केला जाणार आहे.' कयामतच्या वेळी नबीजींच्या देशातच राहण्याची त्यांची इच्छा होती.

मुनाज्जेबा म्हणाली, 'अल्लहो त' आलॉ मक्केला जाण्यासाठी वाहन पाठवेल.'

वाहन कसं असेल, ह्याबद्दल त्या सातजणींबरोबर हुमेराही गंभीर होऊन विचार करायला लागली. त्यांच्या मते बहुतेक 'बुराक'[१]च असणार. अल्लहो त' आलॉच्या वाहनाबाबत त्यांना स्पष्ट कल्पना नव्हती. पण एखाद्या दिवशी ह्या घरात एखादं

वाहन येणारच, ह्याबद्दल मात्र त्यांना खात्री होती. कोणी कुठल्या बॅचमध्ये जायचं ह्याची लिस्टही तयार होती. मुनाज्जेबाचं नाव पहिल्या बॅचमध्ये होतं. तिनं माहिती काढली होती. लिस्ट पीरसाहेबांच्या उशीखाली ठेवलेली होती.

कयामत उद्याच आहे, अशा तऱ्हेची भीती मुलींच्या चेहऱ्यावर दिसत होती. माझ्याही मनात हळूहळू कयामतची भीती मूळ धरू लागली होती. 'मी शिकून खूप मोठं व्हावं' अशी बाबांची इच्छा होती, तिचं काय! मी मोठी होण्याआधीच कयामतचा दिवस उजाडणार होता! जगाचा नाश होऊन ते पृथ्वीच्या पोटात गडप होणार! हश्रच्या मैदानात न्यायनिवाडा होणार. तिथं अल्ला स्वत: बसणार तराजू घेऊन, प्रत्येकाचा प्रामाणिकपणा मोजण्यासाठी.

माझी छाती धडधडायला लागली. अल्लाच्या समोर उभं राहताच अल्ला विचारणार, 'नियमितपणे नमाज, रोजे करतेस का? जप करतेस का? कुराण वाचतेस का? अल्लाच्या हुकुमाप्रमाणे वागतेस का? मी काय उत्तर देणार होते? जर 'हो' म्हटलं तर मी आपोआपच पकडली जाणार होते. कारण अल्लानं तर सगळ्यांचं भविष्य लिहूनच ठेवलंय. भविष्य जर लिहूनच ठेवलंय तर मैदानात, आयुष्यात काय केलं आणि काय नाही हे विचारायचं कारणच काय? हश्रच्या मैदानात दुनियेतले सगळे लोक जमणार! हश्रचं मैदान म्हटलं की माझ्या डोळ्यांसमोर ढाक्यातलं, मोठ्या मामाच्या घरासमोरचं लाल मातीचं मैदान उभं राह्यचं. शाळेत जादू दाखवायला आलेला जादूगर काळ्या कपड्यातून अदृश्य झाला होता. तसंच अदृश्य होऊन ह्या मैदानाला पार करणं त्या जादूगाराला सहज शक्य होतं!

जादूगाराच्या भवसागर पार होण्याचं दृश्य पाहण्यात मी हरवून गेले होते. डोळ्यासमोर एका बारीक सुताशिवाय काही नाही. त्यावरून चालताना माझे पाय डगमगत होते. पण जादूगार अगदी मजेत चालला होता. जादूगार हिंदू होता. त्यांच नाव होतं समीर चंद्र. जर एखाद्या हिंदूनं भवसागर पार केलाच तर अल्ला त्याला कुठं बरं पाठवेल? हिंदू म्हणून नरकात की भवसागर पार करून आला म्हणून स्वर्गात? मी न्यायाधीश असते, तर मला वाटतं, मी त्याला स्वर्गातच पाठवलं असतं. पण हिंदू भवसागर पार करून आला, तो कितीही 'नेक' असला, तरी त्याला नरकातच जावं लागतं. असं ऐकलं होतं. कारण स्वत: अल्लानंच त्याच्यासाठी नरक लिहून ठेवलाय. आधीच सगळं लिहून ठेवण्याची कल्पना माझ्या मनाला अजिबात पटत नव्हती. आधीच सर्व लिहून ठेवलेलं असेल तर न्यायनिवाडा कशासाठी? हश्रच्या मैदानात जे होणार ते एक नाटकच असणार! आणि त्या नाटकात भाग घेण्यासाठी माणसं किती उत्सुक आहेत!

एकेक करून हुमेरासकट सर्वजणी खोलीतून निघून गेल्या. त्या हुजुरांच्या खोलीत

कशासाठी गेल्या, इकडे काही मी लक्ष दिलं नाही. मी आईची वाट पाहत एकटीच बसून राहिले. आईचं ह्या घरातलं काम कधी संपणार, हे सांगणं कठीण होतं. ह्या आधी मी आईबरोबर जेव्हा जेव्हा इथं आले होते तेव्हा तेव्हा घरी परत जायला उशीरच झाला होता. आई म्हणाली होती दुपारी जाऊ तेव्हा संध्याकाळ झाली होती आणि संध्याकाळी जाऊ म्हणाली होती तेव्हा खूप रात्र झाली होती. कधी कधी उलटही झालं होतं. परत यायला उशीर होईल असं आई म्हणायची पण काय गूढ कारण असेल ते असो, बुरखा घालून 'चल, लवकर चल', अशी घाई ती करायची.

मी खोलीत एकटीच आहे, इकडे आईचं लक्षच नव्हतं. तिची काहीतरी धावपळ चालली होती. ती कधी एकीच्या कानात काहीतरी सांगत होती तर कधी दुसरीच्या. कुजबुज कोणाबद्दलही असो, ऐकाविशी वाटतेच. कुजबुजून झाल्यावर ती हुजूरांना वारा घालेल, हुजुरांचे पाय चेपेल, त्यांना सरबत करून देईल, विडा करून देईल, त्यांच्यासमोर पिंकदाणी धरील, मग हुजुरांची थुंकी, बेडका खाईल किंवा डोक्यावर धारण करेल, तेव्हाच तिचं इथलं काम संपेल, असा मी अंदाज केला.

आई जिच्या कानात कुजबुजत होती, तिचा चेहरा बघायचा मी खूप प्रयत्न केला पण तिच्या घागरीसारख्या नितंबाखेरीज मला काहीच दिसलं नाही. अचानक, मला तुडवून दोन मुली वादळी वाऱ्यासारख्या खिडकीकडे धावल्या. मी त्या खोलीत बसले आहे, एक गरीब प्राणी त्या खोलीत आहे. ह्याचा त्यांना पत्ताच नव्हता. ह्या दोघीजणी पहिल्या भेटलेल्या सातजणींपैकी नव्हत्या. मी त्यांना ह्या आधी कधी पाहिलेलं नव्हतं. त्यांचा पोशाख मात्र त्या सातजणींसारखाच होता. डोक्यापासून पायापर्यंत सगळं अंग झाकणारा. खिडकीत उभ्या असलेल्या त्या दोघींपैकी कोणीतरी एक म्हणाली, 'पहा. पहा. तोच तो महम्मद. फातिमाआपाचा मुलगा.'

दुसरा आवाज आला. हा कोणाचा होता तेही मला समजलं नाही. ती म्हणत होती, 'आता ज्यानं मानेवर हात ठेवलाय नं, तो हाजरामावशीचा मुलगा महम्मद.'

त्या दोघींचा फक्त पाठीमागचा भागच मला दिसत होता.

मला ओलांडून आणखी कितीतरी मुली खिडकीकडे झेपावल्या. ह्यांचाही पाठीकडचाच भाग मला दिसला. खिडकीतून बाहेरच्या घराचं अंगण दिसत होतं. अंगणात मज्लिशीसाठी आलेले पुरुष तलावाकाठी उभे होते. जनान्यात मुलीसोडून हाताच्या बोटावर मोजण्याइतक्याच पुरुषांना प्रवेश मिळत असे. त्यांतील बरेचजण हुजुरांचे नातेवाईकच असत. अंगणातल्या पुरुषांची संख्या जनान्यात येणाऱ्या पुरुषांपेक्षा कितीतरी जास्त होती.

'अरे, तो बघ महम्मद. नुरून्नबी भाईंचा मुलगा.' आणखी एक आवाज.

त्या सर्व मुली खिदळत होत्या. हसता हसता तोंडात ओढणी कोंबून धरून, कोणाच्या डोक्यावरून, तर कोणाच्या हाताखालून, दोन डोक्यांच्या मधून, मिळेल तिथून, बाहेर बघायचा प्रयत्न करीत होत्या. पुढच्या मुली सरकायला तयार नव्हत्या.

मागच्या मासोळ्यांसारख्या सुळकन् पुढे जायला पाहत होत्या. अगदी मागे उभ्या असलेल्या मुली पुढच्यांना म्हणत होत्या, 'तुमचं पाहून झालंय ना? आता बाजूला व्हा. आम्हाला पाहू द्या.' मी अगदी मागे होते. तिथून एक क्षणभरच मला बाहेरचं दृश्य दिसलं. पांढरा पायजमा, पांजाबी आणि टोपी घातलेली काही तरुण मुलं बाहेर उभी होती. कोणाचे हात कमरेवर होते. तर कोणाचे मानेवर. कोणी मागचा भाग खाजवत होते, कोणी जांभया देत होते, कोणी अयू करत होते तर कोणी डास मारत होते. ह्यात एवढं पाहण्यासारखं काय आहे हे मला कळलंच नाही.

आणखी काहीजणी त्या गर्दीत घुसल्या. ह्या त्या सातजणींपैकी होत्या. सगळ्याच जणी 'महम्मद'ला पाहत होत्या. एवढ्या मुलांची नांव 'महम्मद'च का? मला प्रश्न पडला. आणि तो प्रश्न चिंचोक्यासारखा माझ्या घशातच अडकून राहिला. ही खोली जुन्या घरातली होती म्हणून तिला एकतरी खिडकी होती. नवीन खोल्यांना खिडकी ठेवायची पद्धत नव्हती. नव्या खोल्यातून कोणत्याही महम्मदला पाह्यची सोय नव्हती.

फजलीमावशीच्या मुलाचं नाव महम्मदच होतं. तो तिचा एकुलता एक मुलगा होता. ह्या मुलाच्या आधी फजलीमावशीला तीन मुलीच झाल्या– हुमेरा, सुफेरा, मुबाश्वेरा. तीन मुली झाल्यानंतर फजली मावशीला सारखी सारखी भूतबाधा व्हायला लागली. महम्मदाच्या जन्मानंतर हे प्रमाण कमी झालं. महम्मदानंतर लागोपाठ तीन मुली झाल्यावर पहिल्यापेक्षा जास्त भूतबाधा व्हायला लागली. हुमेरालाही काही दिवसांपूर्वी भुतानं झपाटल्याचं ऐकलं होतं. तीन दिवस आणि तीन रात्रीनंतर भुतानं तिला सोडलं होतं. ह्या घरात हे नेहमीचंच होतं. आज हिला पछाडलं तर उद्या तिला. मग अंधाऱ्या खोलीत, दारं खिडक्या बंद करून पीरसाहेब स्वत: भूत उतरवत. मी स्वत:च्या डोळ्यांनी जूथीचं भूत उतरवताना पाहिलंय. जूथी माझ्या पुढच्याच इयत्तेत होती. ती फारच सुंदर होती. एक दिवस शाळेतल्या वडाच्या झाडाखाली ती एकटीच गात बसली होती. घंटा होताच मुली आपापल्या वर्गात निघून गेल्या, तरी ही तिथंच बसून गात राहिली. दुसरा तास संपला तरी हिचं गाणं सुरूच. केस वाऱ्यावर उडताहेत आणि ही गातेय. एक मौलवी आम्हाला उर्दू शिकवायचे. आम्ही त्यांना 'उर्दू सर' म्हणायचो. त्यांना जूथीबद्दल कळताच त्यांनी तिला वडाखालून ओढून आणली आणि इतर मास्तरांना 'तिला भुतानं झपाटल्याचं' सांगितलं. जूथी 'मला सोडून द्या, सोडून द्या.' असं मोठ्यानं ओरडत होती. तिला घट्ट धरून ठेवून उर्दू सरांनी भूत उतरावयाची तयारी केली. त्यांनी अल हामदू सुरा, आयत- उल् - कुरशी आणि सुरा जिन ह्या सर्वांची पहिली पाच आयात म्हणून पाणी मंतरलं आणि ते पवित्र पाणी जूथीच्या तोंडावर शिंपडलं. मग तिच्या तोंडासमोर आग पेटविली आणि तिला लिंबाच्या टहाळीनं बडवायला सुरूवात केली. जूथी तोंडावर उपडी पडेपर्यंत हे बडवणं चालूच

होतं. शाळेतल्या सगळ्या मुलींबरोबर मीही विस्मयानं हे भूत उतरवणं पाहिलं होतं. त्या वेळेला मला जूथीची फार दया आली होती.

आता त्या उत्तरेकडच्या खोलीत मला बेचैन वाटायला लागलं. अंगावर काटा आला. ह्या घरी आलं की आपल्यालाही भूतबाधा होईल अशी भीती वाटायला लागायची. मग मलाही अंधाऱ्या खोलीत कोंडून हातात छडी घेऊन पीर अमीरुल्लाह माझं भूत उतरवायला येतील!

मी भीतीनं कापत असताना मुली तिथून निघून गेल्या आणि आई घाईघाईनं येऊन सांगून गेली की मज्लिस संपल्यावर घरी जायचं. मला मज्लिशीचा थोडाबहुत अनुभव होता. मज्लिशीत सामील होण्याचा मला अजिबात उत्साह नव्हता. एका मोठ्या खोलीत मज्लिस व्हायची. जनान्यातून सरळ ह्या खोलीतल्या पडदा लावलेल्या जागी जाता यायचं. ही जागा खास बायकांमुलींसाठी होती. जमिनीवर सतरंज्या घातलेल्या असत. त्यावर सर्वांना गुडघे मोडून बसावं लागायचं. समोर उंच बैठकीवर गादी घातलेली असे. त्यावर पीरसाहेब बसत. खोलीत धुपाचा वास कोंदलेला असे. पीरसाहेब उजवा हात वर करून गंभीर चेहऱ्यानं खोलीत प्रवेश करत. मग सगळे उठून उभे राहत आणि 'अस्सलामु अलैकुम या रहमत-उल्-अल्लाह' असे म्हणत. आवाज खोलीत घुमत असे. मग पीरसाहेबही गंभीर आवाजात 'व 'अलैकुम-अस्सलाम' म्हणून हातानं खूण करून सर्वांना खाली बसण्यास सांगत. बायकांच्या अंगाला पावडरचा वास येत असे. डोळ्यांत सुरमा घातलेल्या बायका पडद्याच्या फटीतून हुजुरांना पाहत आणि चोरून चोरून इतर पुरुषांकडेही पाहत.

हुजुरांनी दाढीवर हात फिरवत म्हटलं, 'अबू बकर, ही दुनिया मिथ्या आहे. लक्षात आलं का? ह्या जगात पैसाअडका जमवून काय फायदा? ह्यातलं काही बरोबर घेऊन जाता येत नाही. सांगा ना! कोणाला काही नेता येतं का बरोबर?'

अबू बकर काळा, बुटका होता. त्याची दाढीही काळी होती. तो समोरच्याच रांगेत बसला होता. त्यानं उत्तर दिलं, 'जी. नाही हुजूर.'

'मग तुम्ही स्वतःला अल्लाच्या प्रेमात झोकून देणार की धनदौलतीच्या?' हुजुरांनी प्रश्न जरी अबू बकरला विचारला असला तरी त्यांची नजर मज्लिशीतील पांढऱ्या डोक्यांवर होती.

'अल्लाच्या प्रेमात, हुजूर.' भारावलेल्या सुरात अबू बकर म्हणाला.

बायका पडद्याआडून अबू बकरकडे टक लावून पाहत होत्या. त्या दिवशी सर्वांच्या तोंडी अबू बकरचं नाव असणार होतं. हुजुरांनी स्वतःहून त्याच्याशी संवाद साधला होता. हा अबू बकरचा फार मोठा सन्मानच होता. काहींच्या मते अबू बकरचं नशीब फारच चांगलं होतं. तो भाग्यवानच होता. त्याला स्वर्ग मिळावा म्हणून हुजूर

स्वत: अल्लाजवळ प्रार्थना करतील.

मज्लिस बरोबर एक तास चालायची. आज पीरसाहेबांनी नबीजींच्या दारिद्र्याच्या वर्णनात एक तास घालवला. नबीजींजवळ फक्त एक फाटकं कांबळं होतं. नबीजींच्या दु:खाचं वर्णन ऐकून मज्लिशीतील लोक मोठ्यानं रडायला लागले. जो जास्त रडायचा, त्याचं पीरबाडीत नाव व्हायचं. स्वप्न पाहिलं तरी नाव व्हायचं. फजली मावशीला एकदा स्वप्न पडलं की ती आणि नबीजी एका सुंदर कारंज्याजवळ बसून बोलताहेत, पांढरेशुभ्र पक्षी उडताहेत, मंद मंद वारा वाहतोय. ते दोघं काय बोलले हे जरी तिला सांगता आलं नाही, तरी हुजुरांच्या मते तिचा स्वर्ग निश्चित होता. पीरबाडीत फजलीमावशीचं वजन वाढलं. अनेकांना कारंज्याजवळ बसलेले नबीजी कसे दिसत होते, त्यांचा चेहरा कसा होता, हे जाणून घेण्याची उत्सुकता होती. स्वप्न सांगताना फजलीमावशीचा चेहरा उजळून यायचा. 'नबीजींचा चेहरा काय तेजस्वी होता! ते अतिशय सुंदर होते. अपूर्व सौंदर्य होतं त्यांचं. त्यांचे हात मऊ आणि सुंदर होते.' बोलता बोलता फजलीमावशीचे डोळे मिटले जात. जणू त्या हातांचा स्पर्श तिला अजूनही होत होता. ते दोघं हातात हात घालून स्नान करण्यासाठी कारंज्याकडे गेले होते, त्याच वेळेला तिला जाग आली होती. ह्या स्वप्नाची हकिकत ऐकल्यानंतर आणखी काही लोकांच्या स्वप्नात नबीजी आले. अर्थात पीरबाडीत त्यांच्याबद्दलही आदर वाढला. आईच्या स्वप्नात कधी नबीजी आले नव्हते, म्हणून तिला वाईट वाटायचं. झोपण्यापूर्वी आई नबीजींचा विचार करत झोपायची. पण तरीही तिला स्वप्नात नबीजींचं दर्शन होत नसे. म्हणून ती स्वत:ला पापी समजे.

मज्लिस संपताच पुरुष ओळीनं जाऊन पीरसाहेबांच्या पायाचं चुंबन घेत आणि त्यांच्या हातात पैसे ठेवत. हदिया कितीही असे. पीरसाहेबांनी तसं सांगून ठेवलं होतं. अल्लासाठी जे शक्य आहे ते द्यायचं. तेवढं पुरेसं आहे.

हुजुरांच्या पायाचं चुंबन घेतल्यावर अबू बकर म्हणाला, 'हुजूर, फार भीती वाटते. कयामतचा दिवस जवळ येतोय. दुनियेची अखेर जवळ आलीय. कामधंद्यात आता माझं मन लागत नाही. अल्लाच्या समोर रिकाम्या हातानंच तर उभं राहावं लागणार आहे. नशिबात काय लिहिलंय कोण जाणे! जीवनभर इकडं दुर्लक्षच झालं. दुवा करा, हुजूर.. तुम्ही दुवा केला नाहीत तर नशिबात दुर्भाग्याशिवाय काही नाही.'

हुजुरांनी 'ते दुवा करतील', असा शब्द दिला.

पुरुषांनी हदिया दिल्यावर आणि सगळ्या पुरुषांनी हुजुरांच्या पायाचं चुंबन घेतल्यावर हुजूर जनान्यात येत. बाहेरून आलेल्या बायकामुली मग त्यांच्या पायाचं चुंबन घेऊन त्यांना हदिया देत. हे सर्व संपताच हुजूर बिछान्यावर आरामात आडवे होत. मग मुली त्यांचे पाय चेपण्यासाठी झटापट करत.

मी आईची ओढणी ओढत नाकात म्हणाले, 'चल ना, आई! घरी जाऊ या

आता. बाबा घरी आले आणि मी घरात नाही असं कळलं तर ते मारतील.'

माझ्या हातातली तिची ओढणी एका झटक्यात सोडवून घेत आई म्हणाली, 'त्रास देऊ नकोस.'

अंगणातल्या जास्वंदीच्या झाडाखाली मी एकटीच उभी होती. केस मोकळे असले तर भूत झपाटतं, असं ऐकलं असल्यामुळे मी ओढणी डोक्यावरून ओढून घेतली होती. ओढणी, पायजमा ह्यांची मला सवय नव्हती. असा पोशाख घालण्याचं माझं वयही नव्हतं. घरी तर मी फ्रॉकच घालायची. पीरबाडीत हुजुरांनी सांगितल्याप्रमाणेच पोशाख घालून यावं लागायचं– मग तुमचं वय किती का असेना. ही मोठ्या दुनियेतली अजब दुनिया होती!

घरी परतताना रिक्षात बसल्यावर मी आईला विचारलं, 'अल्लानं इसराफिलला तोंडात शिंग धरून लाखो वर्षं बसवून ठेवलंय. त्याची गरजच काय? अल्लाला तर कयामत केव्हा आहे ते ठाऊक आहे. मग तेव्हाच तो इसराफिलला शिंग तोंडात धरायला का सांगत नाही. बिचारा इसराफिल! त्याला तर काही हालचालही करता येत नाही.'

आई बुरख्यातून म्हणाली, 'अल्लाच इहलोकाचा आणि परलोकाचा निर्माता आहे. इसराफिल एक फरिश्ता आहे. फरिश्त्याला अल्ला सांगेल त्याप्रमाणेच करावं लागतं. अल्लाचा हुकूम मानावा लागतो. अल्लाच्या इच्छेबद्दल प्रश्न विचारणं योग्य नाही. अल्लाची भीती वाटली पाहिजे.'

मी म्हटलं, 'तुझे हुजूर तर अल्लाच्या प्रेमात पडायला सांगतात. भीती वाटली तर प्रेमात पडणं कसं शक्य आहे?'

प्रेम शब्द उच्चारायला नेहमीच संकोच वाटायचा. हा शब्द उच्चारायचा नाही अशी अलिखित आज्ञा होती. तो शब्द निषिद्ध मानला गेला होता. कारण चांगली माणसं प्रेमात पडत नाहीत, असंच काहीसं मी ऐकलं होतं. झुनूमावशी लपूनछपून प्रेम करत होती, हे मी पाहिलं होतं. दादासुद्धा अनितासाठी चोरून कविता लिहायचा. दादा म्हणायचा की झुनूमावशीबरोबर रासू काकांचं लफडं आहे. शाळेतसुद्धा मुली 'प्रेम' शब्द उच्चारायच्या नाहीत. लफडं आहे असंच म्हणायच्या. सुरुवातीला मला लफडं ह्या शब्दाचा अर्थच कळायचा नाही. नंतर हळूहळू कळायला लागला. मग 'लफडं' म्हणायची सवयही लागली. घरी आणि घराबाहेर ओळखीच्या लोकांत हाच शब्द वापरला जायचा. पण पीरबाडीत कोणीही 'पीरसाहेबांचं अल्लाशी लफडं आहे' असं म्हणताना मी ऐकलं नव्हतं. अल्लाच्या बाबतीत 'प्रेम' शब्द नि:संकोचपणे उच्चारता येतो. हुमेरा आपल्या आतेभावावर – अतीकवर – प्रेम करीत होती. पण 'तिचं अतीकबरोबर लफडं आहे' असंच म्हटलं जायचं. तेही कोणाला ऐकू जाणार

नाही अशा आवाजात. पण 'हुमेरा अल्लाच्या प्रेमात दिवाणी झालीय,' असं म्हणायला कोणालाही कसलाही संकोच वाटायचा नाही. आणि ही गोष्ट सगळ्यांना ऐकू जाईल अशा मोठ्या आवाजात सांगितली जायची. आई म्हणाली, 'अल्लाच्या बाबतीत शक्य आहे.'

'तू तर म्हणतेस की अल्लानं सगळं लिहून ठेवलंय. प्रत्येक माणसाचा जन्म, मृत्यू, कोणाबरोबर कोणाचं लग्न होणार, एवढंच नाही तर कोण स्वर्गात जाणार आणि कोण नरकात. मग समज, अबू बकरच्या नशिबात स्वर्ग लिहिलाच असेल तर त्यानं पाप केलं तरी तो स्वर्गातच जाणार! आणि समज मी. माझ्यासाठी अल्लानं नरकच लिहून ठेवला असेल तर अल्लाचं नाव घेण्यात काय फायदा? अल्ला काय त्याच्या लिखाणात पुढे फेरबदल करणार आहे?' मी एका दमात बोलले.

'लोकांसमोर तुझं तोंड उघडत नाही आणि माझ्या समोर मात्र चुरूचुरू बोलत असतेस.' आईच्या स्वरात नाराजी होती.

'अल्ला सर्व काही करू शकतो. खरं ना?' माझ्या स्वरात प्रचंड कुतूहल होतं.

'हो. अल्ला जे इच्छितो ते सगळं होतं. अल्लानं नुसतं 'हो' म्हटलं की होतं. अल्ला 'हो' म्हणाला नाही, तर काही करण्याची शक्ती कोणातही नाही. अल्लाच्या हुकुमाशिवाय एखाद्या झाडाचं पानही हलत नाही.'

आईचं संपूर्ण अंग काळ्या बुरख्यानं झाकलेलं होतं. कपाळापासून तोंडापर्यंत एक पातळ काळ्या कापडाचा पडदा होता. रस्त्यात खड्डाबिड्डा असला तर चालताना तो दिसावा म्हणून. त्या पडद्यातून आईचे रागानं आग ओकणारे डोळे दिसत होते. त्या डोळ्यांकडे पाहत मी विचारलं, 'समज, अल्लाच्या हातात काहीही नाही. ते रिकामेच आहेत. तर तो फूल बनवू शकेल?'

'हो.' आईचं त्रोटक उत्तर.

'समज, अल्लाच्या हातात एक रुमाल आहे. त्यातून तो कबूतर काढू शकेल?' मी पुन्हा प्रश्न विचारला.

'हो.' आईच्या स्वरात खात्री होती.

'आमच्या शाळेत आलेला जादूगारही हे सगळं करू शकतो. तोही अल्लाप्रमाणे हवेत अदृश्य होऊ शकतो.' मी ओठ पुढे काढून म्हटलं.

'काय म्हणालीस? तुला ईमानच राहिलं नाही. तू जादूगाराची तुलना अल्लाबरोबर करतेस? केवढा हा उर्मटपणा! बदमाश कारटी! काय हा हलकटपणा! मी तुला मोठ्या आशेनं हुजुरांकडे नेते त्यांची शिकवण ऐकण्यासाठी. पण तू तर दिवसेंदिवस सैतान होत चालली आहेस! हे सगळं तू तुझ्या बापाकडून शिकली आहेस. पुन्हा असं काही म्हणालीस तर ओठच शिवून टाकीन.' आईचा राग बघून मी चूप झाले.

आई एकदा म्हणाली होती, 'अब्दुल कादिर जिलानी अल्लाच्या हुकुमावरून

कबरीतून जिवंत बाहेर आला.'

जादूगारही असं करू शकेल, ह्याची मला खात्री होती. पण मी आईला असं काही सांगितलं नाही. शिव्या खायची माझी इच्छा नव्हती. पण डोक्यात प्रश्नांचे किडे वळवळत होते. त्यामुळे तोंडातून अचानक बाहेर पडलंच. 'पीरबाडीतल्याच माणसांना एवढी भुतं का पछाडतात? मला नाही पछाडत ते! तू तर म्हणतेस की पीरबाडीत अल्ला उतरून येतो. मग त्याच्या एरियात भुतं येतातच कशी?' माझ्या पोटात कोपरानं जोरात ढोसून आई म्हणाली, 'आता एक शब्द बोललीस तर बघ! घरी गेल्यावर तौबा४ करून नमाज पढ आणि अल्लाची माफी माग. तू अल्लाला भीत नाहीस. म्हणूनच तर सैतानाची बुद्धी डोक्यात शिरते.'

शाळेतलं शास्त्राचं पुस्तक आईपुढे धरून म्हटलं, 'त्यानं आदम आणि हव्वा ह्यांच्यापासून सृष्टी निर्माण केली. खरं ना?'

'त्यानं नाही. अल्लानं' आईनं माझी चूक सुधारली.

शास्त्राच्या पुस्तकातील आदिमानवाचं चित्र दाखवत मी म्हणाले, 'हे बघ. एकपेशी प्राण्यापासून बहुपेशी प्राणी निर्माण झाला. त्यानंतर माकडामध्ये उत्क्रांती होऊन हा आदिमानव तयार झाला. हा आदिमानव गुहेत राह्यचा, मारामारी करायचा, फळंमुळं खायचा, कच्चं मांस खायचा. अनेक वर्षांनंतर दगडावर दगड घासून अग्नी निर्माण करायला तो शिकला. त्यानंतर अनेक गोष्टी शिकणं त्याला शक्य झालं. हळूहळू माणूस सभ्य झाला. ज्याला अल्लानं स्वत: बनवलं तो हजरत आदम अलैहिस्सलाम ह्या केसाळ नंग्या वानराप्रमाणे दिसत असणार ना? आणि त्याला अल्लानं स्वर्गाच्या बागेत फिरायला सोडलं होतं.'

आईनं नाक मुरडलं. जणू पुस्तकातून दुर्गंधी येत होती. ती म्हणाली, 'चल, चल पळ. दूर हो. ह्या पुस्तकात सगळं खोटं लिहिलंय. अल्लानं जे सांगितलंय तेच एकमात्र सत्य. अल्लाच्या शब्दांशिवाय दुसरं कोणतंच सत्य नाही.'

आईपुढे मला जास्त थांबणं शक्य नव्हतं आणि बाबांपुढे हा विषय काढणं अशक्य होतं. त्यांच्यासमोर उभं राहिल्यावर माझ्या तोंडातून शब्द बाहेर पडत नसत. अल्लाचं खरं की शास्त्राचं, ह्या प्रश्नाचं उत्तर मला कोण देणार? अल्लाच्या बोलण्यात तर्कसंगती कमी होती. 'तर्क' हा शब्द मी नवीनच शिकले होते. हल्ली बाबा माझ्याशी बोलताना नेहमीच म्हणायचे, 'कुठलंही काम करताना त्याला तर्काचा आधार आहे की नाही ते पाहा! तर्कसंगत नसेल ते काम करू नये. स्वत:च्या बुद्धीला पटेल तेच काम कर. सर्व माणसांजवळ विवेक असतोच. माणूस एक प्राणी आहे, हे खरं. पण तो 'रॅशनल ॲनिमल' आहे, हे लक्षात ठेव. बुद्धी-तर्कामुळेच माणूस आणि इतर प्राणी ह्यांच्यात फरक पडतो.'

अंगणातल्या सरपणाच्या ढिगापाशी काडेपेटी घेऊन खेळताना सरपणानं पेट

घेतला. त्यामुळेच बाबांना हा सगळा उपदेश करावा लागला होता. बाबांच्या मते आग पसरली असती तर आमचं सर्व घरच जळून खाक झालं असतं.

शास्त्रात मला खूप तर्क दिसायचा. आदम आणि हव्वा ह्यांना अल्लानं स्वर्गातून धपकन् पृथ्वीवर टाकलं, हे एखाद्या गोष्टीसारखं वाटायचं, परीकथेसारखं वाटायचं. आईला सांगितलं तर आई म्हणायची, 'अल्लाबद्दल वाईटसाईट बोललीस तर तुझी जीभ झडून जाईल.'

जीभ झडते की नाही हे पाहण्यासाठी मी खोलीचा दरवाजा बंद करून, 'अल्ला तू जुनाट, अल्ला तू .... , अल्ला तू एक खराखुरा भुलवणारा, अल्ला तू ....' असं बोलले. पण जीभ जागेवरच राहिली. अल्लाला शिव्या दिल्या तरी जीभ झडत नाही. आई खोटं सांगते, ह्याबद्दल माझी खात्री पटली. अल्लाजवळ मागितलेलं मिळत नाही, हेही कळून चुकलं होतं. नमाज संपूवन मुनाजातच्या वेळी पोडाबाडीचे चमचम मागितले. मिळाले नाहीत. ठंडाच्या बापाच्या दुकानातली पुरी आणि बुंदी शराफमामा खायचा. मलाही ती खाविशी वाटली म्हणून अल्लाजवळ मागितली. तीही मिळाली नाही. राजबाडी शाळेत एक लाकडी रंगीत घोडा पाहिला होता. तो मला फार आवडला होता. तोही मागून पाहिला. पण तोही मिळाला नाही. आणखी खूप काही मी अल्लाजवळ मागितलं होतं. 'अमानकाका आणि शराफमामा महारोग होऊन मरू देत,' असं मागणं अल्लाजवळ मागितलं. पण ह्या दोघांना महारोगही झाला नाही आणि ते मेलेही नाहीत. 'बाबांना महारोग होऊन ते लवकर मरोत' अशी प्रार्थना आई नेहमीच अल्लाजवळ करायची. पण बाबांची तब्येत तर एकदम चांगली होती. दिवसेंदिवस ती सुधारतच होती. त्यांना एक दिवससुद्धा ताप आला नाही. मला मात्र नेहमीच ताप यायचा. ताप आला की मजा असायची. अभ्यासाला सुट्टी मिळायची. बाबा गोड बोलायचे, डोक्यावरून प्रेमानं हात फिरवायचे. आजारी पडल्यावर बाबांचं प्रेम सहज मिळायचं. संत्री आणि द्राक्षं आणून माझ्या उशाशी ठेवायचे. मग मी माझ्या भावंडांना टुकटुक करत मजेत ती खात असे. त्यांनी फारच मागितली तर थोडीशीच हातावर ठेवत असे. आई आलं आणि मीठ खायला द्यायची. पण औषध घेताना मात्र वैताग यायचा. आजारी पडण्यातला आनंद कुठल्या कुठं पळून जायचा. मोठ्या मोठ्या गोळ्या गिळताना 'आजारी पडणं पाप आहे' असं वाटायचं. बाबा तासा-तासाला पाच-सहा प्रकारची औषध घ्यायला सांगत. 'घेते, घेते' म्हणत मी औषधं हळूच खिडकीबाहेर टाकून देत असे. सात-आठ दिवस झाले तरी ताप उतरला नाही की बाबांना काहीतरी संशय यायचा. मग मला आ करायला सांगून बाबा स्वत: टॅब्लेट किंवा कॅप्सूल घशात कोंबत. माझ्या घशात औषध हमखास अडकायचं. मग उलटी होऊन ते बाहेर पडायचं. बाबा पुन्हा आ करायला सांगायचे. औषध माझ्या पोटात जाईपर्यंत बाबा प्रयत्न करीत राह्यचे. बाबा घरात नसले म्हणजे आई सुरा वाचून छातीवर फुंकर मारायची. तीच बरी

वाटायची. फुंकर कडू औषधांप्रमाणे गिळावी तर लागत नव्हती! ग्लास भरून मंतरलेलं गढूळ पाणी आई मला प्यायला लावायची. मी बरी झाले की आई म्हणायची, 'फुंकरीनं आणि पीराच्या मंतरलेल्या पाण्यानंच तू बरी झालीस.' तर बाबा म्हणायचे, 'हे औषधामुळे झालं बरं!'

बाबांबद्दल मला अजिबात जिव्हाळा वाटत नसे. ते समोर आले की दैत्य समोर उभा राहिलाय, असं वाटत असे. मी भीतीनं गर्भगळीत व्हायची. पण बाबा जेव्हा सांगायचे की ताप हे आजाराचं एक लक्षण आहे. जंतू शरीरात गेल्यामुळे आजार होतो. औषधामुळे जंतू मरतात. औषध शरीरात शिरलेल्या जंतूंचा नाश करतं आणि मग आजार बरा होतो, तेव्हा बाबांचं सांगणं मला तर्कसंगत वाटायचं. नानीच्या घराजवळील झोपडपट्टीत कोणालाही काही आजार झाला तर फुंकर मारण्याची पद्धत होती. गेंतू कित्येक दिवस आजारी होता. सुरा वाचून झाल्या. मग एक मौलवी मंतरलेलं पाणी देऊन जायचा. त्यानं आजार बरा होणार, असंच त्यानं सांगितलं होतं. शेवटी सहा वर्षांचा गेंतू पोट फुगून फुगून मेला. झुनूमावशीच्या वेडावर फुंकरीचा इलाज केला होता. त्याचा काहीही फायदा झाला नाही. रजिया बेगमच्या तावडीतून बाबांना सोडवण्यासाठी आईनं चोरून एका मौलवींना बोलावलं होतं. बाबांच्या अंगावर फुंकर मारणं शक्यच नव्हतं. म्हणून बाबांच्या झोपायच्या खोलीतच मौलवींनी फुंकर मारली होती. सुताला गाठी मारून त्याचे चार तुकडे खोलीच्या चारी कोपऱ्यात, कोणाच्या नकळत, पुरून टाकले होते. मौलवी म्हणाले होते. 'आता तुमच्या पतीचं मन बदलेल.' ह्याबद्दल आई आणि नानी ह्यांना हळूहळू काहीतरी बोलताना मी ऐकलं होतं. बाबा बदलले नाहीत, हे आईपेक्षा दुसऱ्या कोणाला कळणार होतं! तरी आईचा मंत्रतंत्रावर अंधविश्वास होताच.

शाळेतल्या पुस्तकांत जे लिहिलंय ते सर्व खोटं आहे, असं आईचं म्हणणं होतं. पण ह्यावर माझा विश्वास बसत नसे. पीरबाडीला जायला लागण्यापूर्वी आईनं शिक्षणाला कधी नावं ठेवली नव्हती. उलट शिकायला मिळालं नाही म्हणून तिला वाईट वाटायचं. अर्थात हे दु:ख शिक्षणासाठी नसून, शिक्षण न मिळाल्यामुळे नोकरी करून स्वत:च्या पायावर उभं राहता येत नाही, बाबांच्या संसारावर लाथ मारून आनंदानं ह्या संसारातून बाहेर पडता येत नाही, म्हणून असायचं. आई बघता बघता किती बदलून गेली होती! आई चुकीच्या मार्गानं जात होती की सत्याच्या? मला काहीच कळत नव्हतं. आई तर्काला सोडून काही गोष्टी बोलत होती, हे खरं, पण शिकलेले, बी. ए., एम. ए. झालेले लोकसुद्धा माणूस किंवा जग ह्यांच्या उत्पत्तीबद्दल काहीही चर्चा न करता, अल्लानं सांगितलेलं मुकाट्यानं मानत होते. म्हणूनच तर ते नमाज, रोजे करत होते. नानीच्या घराच्या मागे झोपडपट्टी होती पण पुढे तर सुशिक्षितांची घरं होती. ते सगळे लोक अल्लावर विश्वास ठेवत होते. ह्याचा अर्थ

'अल्ला' उपेक्षा करण्यासारखी गोष्ट नव्हती. रमजानमध्ये बाबाही रोजे करायचे. लहानपणी मीही हौसेनं रोजा करायची. रात्रीच्या शेवटच्या प्रहरी उठून मीही सगळ्यांबरोबर मासे, मटण आणि दूध, केळं कालवून भात खायची. दुपारी बाबा म्हणायचे, 'आता तू काही तरी खा बरं!'

मी मान हलवून नकार देत म्हणायची, 'माझा रोजा आहे.'

'लहान मुलांनी आता खायचं आणि मग इफ्तारी^५ करायची संध्याकाळी. म्हणजे दोन रोजे होतात.' बाबा म्हणायचे.

खरं तर, मी काही तरी खावं म्हणून दोन रोज्यांची युक्ती बाबांनी काढली होती. मी काहीच खाल्लं नसतं तर मला त्रास झाला असता आणि मला त्रास होऊ नये असंच बाबांना वाटत होतं. रात्रीच्या शेवटच्या प्रहरी सायरन व्हायचा तेव्हा मला मुद्दामच कोणी उठवायचं नाही. पण घरात भांड्यांचे आवाज ऐकून मी ताडकन् उठायची, जेवायची आणि रोजा करायची. अल्लानं सांगितलंय म्हणून मी उपवास करत नव्हते, तर लहान मुलानं रोजा केल्यास घरात त्याचं खूप कौडकोतुक होतं, हे माझ्या लक्षात आलं होतं. कौतुक करून घेणं, हाच मूळ उद्देश होता. शिवाय हा एक खेळच होता. उपवासाचा खेळ. खेळ संपताच लाह्या, फुटाणे, डाळीचे वडे, वांग्याची भजी, गरमागरम जिलबी. सायरन होताच खाणं सुरू. सायरन, सायरन, खाऊ, खाऊ.'

सबंध महिना रोजे केल्यावर बाबा ईद मोठ्या धामधुमीनं साजरी करत. मुलांना नवे कपडे, आईला नवी साडी. मोठ्या ईदेला कुरबानीसाठी गाय नाहीतर बकरा. वर्षभरात बाबांकडून एवढंच धर्माचं पालन व्हायचं. एकदा मध्येच त्यांनी कायदा शिकवायला एक मौलवी ठेवले होते. ते भल्या सकाळी येऊन बाबांना कायदा शिकवत. अचानक बाबांना कायदा शिकावासा का वाटला, ते त्यांनी कोणालाच सांगितलं नाही. पण मला वाटतं, मौलवी आमच्या घरी यायला लागण्यापूर्वी त्यांनी आईला एक अजब गोष्ट सांगितली होती. रात्री जेवायला बसल्यावर ते आईला सांगत होते की त्यांनी त्यांच्या एका पेशन्टकडे एक विचित्र माणूस पाहिला. त्याचे दाढी आणि केस वाढलेले होते, कपडे फाटलेले होते. त्यानं एका कागदाच्या तुकड्यावर 'अल्ला' असा शब्द लिहिताच, त्या कागदातून 'अल्ला', 'अल्ला' असा आवाज ऐकायला यायला लागला. कागद हातात घेऊन, कुठं काही चलाखी तर नाही ना, हे बाबांनी नीट निरखून पाहिलं. पण त्यांना तसं काही सापडलं नाही. त्या माणसाच्या खिशात एखादं यंत्रबिंत्र लपवलेलं आहे का तेही पाहिलं. पण तसंही काही सापडलं नाही. तो माणूसच तर बोलत नाही ना तेही पाहिलं. तसंही नव्हतं. कागदातून असा आवाज कसा येतोय, हे बाबांना समजलं नाही. बाबांची गोष्ट ऐकून आई चकित झाली. बाबा काही वेळ गप्प बसून राहिले. त्यांना जेवण गेलं नाही. भात चिवडून, 'भूक नाही' म्हणून ते पानावरून उठले. ब्लडप्रेशर वाढल्यावर बाबा जसे लवकर झोपायला जात, तसे ते त्या रात्रीही

लवकर झोपायला गेले. घराबाहेर काय झालं, काय केलं, कोणत्या पेशन्टला तपासलं वगैरे काहीही बाबा आम्हाला सांगत नसत. आईलाही सांगत नसत. पण त्या रात्री काही अजबच घडलं होतं. त्या रात्रीनंतर साधारण आठवड्यानं 'रातंधळ्या मौलवी'ना बाबांनी बोलावलं. मौलवींना रात्री दिसत नसे, म्हणून सर्व त्यांना ह्याच नावानं हाक मारत. मौलवींनी कायद्याचं नवं कोरं पुस्तक घेऊन आमच्या घराची कडी वाजवली. अर्थात् शिकण्यात बाबांचं मन फार दिवस रमलं नाही. दोन दिवस अलिफ, जबर, आ, बे, जबर, बा शिकल्यावर तिसऱ्या दिवसापासून मौलवी आल्यावर त्यांचं आदरातिथ्य करून बाबा म्हणत, 'मौलवीसाब, आज काही शिकण्याची इच्छा नाही. उद्या बघू.' बैठकीत मौलवींना चहा, नाश्ता दिला जायचा आणि तिथूनच त्यांचा निरोप घेतला जायचा. मौलवी यायचे, चहा, नाश्ता घेऊन, विद्यार्थ्याचं तोंड न बघताच परत जायचे. अखेर पाचव्या दिवशी सबंध महिन्याचा पगार देऊन त्यांना कायमचा निरोप देण्यात आला. बाबांवर धर्माची पकड ही एवढीच! धर्माचा पगडा दोन दिवस राहिला. त्यानंतर बाबा पुन्हा पूर्वीचे बाबा झाले– अहंकारी, बुद्धिवादी, उद्योगी, केस उलटे वळवणारे, पॅन्टमध्ये शर्ट खोचणारे, शर्टावर टाय, त्यावर कोट. थंडीत ओव्हरकोट आणि वर्षभर बुटांचा टॉक टॉक आवाज.

मोठा मामा ढाक्याहून आमच्या घराच्या पत्त्यावर दर महिन्याला 'उदयन' नावाचं मासिक पाठवायचा. त्याचा उपयोग मला वह्या-पुस्तकांना कव्हर घालण्यासाठी व्हायचा. 'उदयन' आलं, चित्रंबित्रं बघितली की संपलं. मग त्याचा उपयोग कव्हरासाठी. शिक्षणाला सुरुवात करतानाच वह्या-पुस्तकांना कव्हर घालायलाही शिकले होते. सुरुवातीला आईच कव्हर घालून द्यायची. बाबा टोस्ट्स्, बिस्किट्स् आणायचे. त्यांना गुंडाळलेल्या कागदाचा कव्हरासाठी उपयोग व्हायचा. नंतर माझं सौंदर्यज्ञान वाढलं. मग कव्हरांसाठी कॅलेन्डरच्या रंगीत कागदाचा उपयोग व्हायला लागला. बहुधा 'ग्लॅक्सो'ची कॅलेन्डर्स असायची. त्यानंतर 'उदयन'ची पानं फाडून कव्हरं घातली जाऊ लागली. 'उदयन' सोव्हिएट युनियनच्या दूतावासातून निघायचं. मोठा मामा दूतावासाच्या सांस्कृतिक केंद्रात मासिकाचा संयुक्त संपादक होता. मयमनसिंहला येताना खूप पुस्तकं बरोबर घेऊन यायचा मोठा मामा. त्यातली काही आमच्या घरी ठेवून जायचा. बहुधा दादांनी ती वाचावी म्हणूनच असेल. पण दादा किंवा छोटा दादा ती पुस्तकं उघडूनही बघायचे नाहीत. मी मात्र कंटाळवाण्या दुपारी कधी मधी ती पुस्तकं चाळायची. 'छोट्यांसाठी लेनिन', 'दुसऱ्या महायुद्धाचा इतिहास', 'समाजवाद! काय आणि का?', 'मॅक्सिम गॉर्कीची आई,' 'माझं बालपण', 'जगाची शाळा' अशी ती पुस्तकं असायची.

मोठा मामा आमच्या घरी आला की आई छान छान पदार्थ करून त्याला खायला घालायची. पण तो गेल्यावर म्हणायची, 'मियाँभाई, कसा बदलून गेलाय.

मदरशात शिकलेला. पण झाला कम्युनिस्ट. छी! छी!'

आईच्या 'छी! छी!' नं मी सावध व्हायची 'कम्युनिस्ट म्हणजे काय ग?' मी आईला विचारायची.

'आणखी काय? अल्ला– खुदा काही मानत नाही' आईच्या स्वरात दु:ख असायचं.

हा मला बसलेला पहिला आश्चर्याचा धक्का! म्हणजे अल्लाला न मानणारे लोकही ह्या दुनियेत आहेत तर! 'आर्मस्ट्राँग चंद्रावर मुतून आलाय,' 'अरबी इतर भाषांसारखीच एक भाषा आहे. ह्या भाषेतही अश्लील गोष्टी लिहिलेल्या आहेत,' हे तो सहजपणे बोलून जायचा. पण तो अल्लाला मानत नाही हे मला माहीत नव्हतं. तो अल्लाला का मानत नाही हे विचारायची मला खूप इच्छा होती. पण विचारणार कसं? मोठा मामा दूरच्या शहरात राह्यचा. जेव्हा यायचा तेव्हा तो राजकन्येला लहानच समजायचा. मी आता मोठी झालेय, माझ्या मनात काही प्रश्न आहेत, हे त्याच्या लक्षातच यायचं नाही. लाजऱ्या मुलीच्या हातात दोन लॉझिन्जेस दिल्या की पुरे, असंच त्याला वाटायचं.

मोठ्या मामानं दिलेली पुस्तकं प्रथम मी चाळली आणि नंतर वाचलीही. त्यामुळे फ्रॉक घालण्याच्या वयातच माझ्या लक्षात आलं की जगात फक्त मंत्रतंत्र नाहीत. ह्या जगाच्या बाहेर आणखी एक जग आहे आणि ते आहे तर्काचं. सगळेच नमाज, रोजा करत नाहीत, कुराण हदीस वाचत नाहीत. बारा महिने तेरा काळ पूजा करत नाहीत, मातीच्या मूर्तीपुढे डोकं आपटत नाहीत, मिलाद, कीर्तन करत नाहीत. ख्रिश्चन म्हणजे मिशनरींचा काळा आलखाल्ला घातलेले फादर आणि नन नाहीत. ह्याच्याशिवायही आणखी काही आहे.

माझ्या मनात अशी घालमेल चालू असतानाच घरात गडबड उडाली. मोठा मामा एका परदेशी माणसाला घेऊन आमच्या घरी येतोय असा निरोप आला. घर साफसूफ केलं गेलं, फरशा पुसून आरशासारख्या स्वच्छ केल्या गेल्या. गाद्यांवर धुतलेल्या चादरी आणि डायनिंग टेबलावर टेबलक्लॉथ घातला गेला. दारंखिडक्यांवर नवीन पडदे झुळझुळायला लागले. दुपारच्या आधीच आम्हाला सर्वांना अंघोळ करून, नवे कपडे घालून बैठकीत अगदी शांत बसून राह्यला सांगण्यात आलं. व्हिक्टर इ. पिरोइको जेव्हा घरात येऊन सगळ्यांशी हॅन्डशेक करायला हात पुढे करतील तेव्हा आम्हीही हात पुढे करायचे, तोंडपाठ केलंलं 'हाऊ डू यू डू' म्हणायचं आणि आत निघून जायचं असं ठरलं होतं. दादानंच सगळं ठरवलं होतं. त्याला इंग्लिश बोलता येत होतं म्हणून तोच मोठा मामा आणि व्हिक्टर ह्यांच्याबरोबर जेवायला बसणार होता. सगळं ठरलं. व्हिक्टर आले. त्यांनी हात पुढे केल्यावर मी हात पुढे केला. पण 'हाऊ डू यू डू' हे शिकवलेलं वाक्य माझ्या तोंडातून बाहेर

पडलं नाही. ह्या वाक्याला 'हाडुडू हाडुडू'[६] चा वास होता.

हल्ली असंच व्हायचं. शिकवलेल्या गोष्टीत लक्ष नसायचं. घरात खूप पदार्थ केले होते. जेवणानंतर व्हिक्टर आमचं घर पाह्यला लागले. अंगणातील आलमच्या खोलीच्या मागच्या झाडीत जाऊन त्यांनी उभ्यानं लघवी केली.

मी गोऱ्या माणसाला प्रथमच पाहत होते.

'बाप रे! हा माणूस किती गोरा आहे.' पुष्कळ गोऱ्या माणसांना आईनं पाहिलं होतं तरी तिला आश्चर्य वाटलं.

व्हिक्टरच्या पायधुळीनं घर जणू धन्य झालं होतं. दादा खुशीत हसत व्हरांड्यातील खुर्चीवर बसून पाय हलवायला लागला. त्यानं इस्त्री केलेला शर्ट आणि पॅन्ट घातली होती. पॉलिश केलेल बूट घातले होते.

दुसऱ्या दिवशी आई पीरबाडीहून परत आल्यावर म्हणाली, 'गोरा झाला म्हणून काय झालं! उभ्यानं लघवी केली त्यानं. नंतर पाणीही घेतलं नाही. सैतान असं करतो. शेवटी तो कम्युनिस्टच. असंच करणार! अल्ला रसूलला मानत नाही. आधी माहीत असतं तर मी जेवायला घातलंच नसतं.'

सगळी दुनिया सैतानांनी भरलीय अशी आईची खात्री झाली होती.

□

१) चालता किंवा चालिता – एक आंबट फळ.
२) नमाजी – धार्मिक वृत्तीचा.
३) बुराक – ज्याच्यावर बसून हजरत मुहम्मद पैगंबर स्वर्गात गेले होते तो घोडा.
४) तौबा – एखादी वाईट गोष्ट पुन्हा न करण्याची प्रतिज्ञा.
५) इफ्तारी – उपवास सोडतानाची खाद्यसामुग्री.
६) हाडुडू हाडुडू – हुतुतू.

फेव्हरिट

'विद्यामयी स्कूल' ही मुलींची शाळा शहरातील नावाजलेली शाळा होती. शशिकांत किंवा सूर्यकांत महाराजांची बहीण विद्यामयी ह्यांनी ही शाळा स्थापन केली होती. चहुबाजूंनी भिंत असलेल्या एका विस्तीर्ण हिरव्यागार मैदानात लाल रंगाची, शाळेची दोन मजली इमारत होती. शाळेच्या आवारात वडा-पिंपळाची बरीच झाडे होती. आवाराच्या एका कोपऱ्यात कमळांनी भरलेलं तळं होतं. शाळेच्या प्रवेश परीक्षेत माझा निभाव लागल्यावर झुनूमावशीनं मला चवथीच्या वर्गाच्या पहिल्या रांगेत नेऊन बसवलं. झुनूमावशी त्याच शाळेत शिकली होती. म्हणून वर्गात जाण्यापूर्वी तिनं मला कोणता वर्ग कुठं आहे, शिक्षकांची खोली कोणती, असेम्ब्ली कुठं होते वगैरे सर्व माहिती दिली आणि हसत हसत माझ्या कानात पुटपुटली, 'वरच्या वर्गातल्या मुली तुला एक गोष्ट विचारतील.'

'काय विचारतील, झुनूमावशी?' माझ्या घाबरलेल्या चेहऱ्याकडे पाहून झुनूमावशी हसली. पण तिनं माझ्या प्रश्नाला उत्तर देण्याचं टाळलं. त्यामुळे गूढ तसंच राहिलं.

पहिल्या दिवशी काही झालं नाही. पण दुसऱ्या दिवशी एक गोष्ट घडली. दुपारी एक तास डबा खायची सुट्टी व्हायची. डबा खाऊन मी जिन्याजवळ उभी होते. एकटीच. मुली मैदानात 'बौची' खेळत होत्या ते मी पाहत होते. एक वरच्या वर्गातली अनोळखी मुलगी जिन्याच्या कठड्यावर शरीराचा भार टाकून हसत हसत माझ्याकडे पाहत असल्याचं अचानक माझ्या लक्षात आलं. मी तिच्यावरची नजर दुसरीकडे वळवली आणि वर्गात जाण्यासाठी दोन पावलं पुढे सरकले नाही तोच मागून आवाज आला, 'ए, ए मुली, थांब.'

मी थबकले.

ती मुलगी माझ्याजवळ येऊन उभी राहिली. तिनं मला विचारलं, 'नाव काय तुझं?'

'माझंच नाव का विचारतेस?'

उंच, सावळी, केसाची वेणी घातलेली ती मुलगी म्हणाली, 'तू खूप छान दिसतेस म्हणून.'

तिनं माझा हात हातात घेऊन हळूच दाबला. मी हात सोडवून घेऊन गप्प उभी राहिले.

ती मुलगी– मला तिचं नावही माहीत नव्हतं– म्हणाली, 'घाबरू नकोस. मी तुला काही करणार नाही.'

माझी छाती धडधडत होती. माझी नजर खाली वळली होती. ती मुलगी मला अगदी चिकटून उभी राहिली. कोणाला ऐकू जाणार नाही अशा रीतीनं ती पुटपुटली, 'माझी फेव्हरिट होशील का?'

फेव्हरिट होणं म्हणजे काय मला काहीच माहीत नव्हतं. माझ्या डोळ्यांत पाणी आलं. माझ्या डोळ्यातलं पाणी स्वत:च्या बोटांनी पुसत ती मुलगी म्हणाली, 'वेडी आहेस का! रडायला काय झालं?'

काही मुली जिन्या चढायला लागताच ती घाईघाईनं निघून गेली.

आमच्या वर्गात छताच्या लांबीएवढा कापडी पंखा छताला टांगलेला होता. आया वर्गाबाहेर बसून तो ओढत. पंखा हलल्यानं वारा येत असे. त्या पंख्याखाली बसूनसुद्धा मला घाम फुटला. ती मुलगी फूस लावून मला कुठं तरी नेणार होती. कुठं कोण जाणे!

दुसऱ्या दिवशीही मी एकटीच जिन्यापाशी उभी असताना ती मुलगी एक पिकलेला पेरू घेऊन आली. पेरू माझ्या हातात देत ती म्हणाली, 'ए लाजऱ्या मुली, हो ना माझी फेव्हरिट! होतेस? बोल ना! मी तुझे खूप खूप लाड करेन.'

खालच्या आवाजात कसंबसं पुटपुटले, 'नाही.'

तिनं गोड हसून माझा हात धरला. मी हाताच्या मुठी आवळून धरल्या.

माझ्या वर्गातल्या काही मुली– त्यांची नावंही अजून मला कळली नव्हती– शाळा सुटल्यावर माझ्या मागेच लागल्या. त्या मला विचारायला लागल्या, 'तुझी फेव्हरिट कोण? ती उंच आपा तुझी फेव्हरिट आहे ना?'

मला ही 'फेव्हरिट' काय भानगड आहे ते समजतच नव्हतं. मुली कोणाचं कोण फेव्हरिट आहे, ह्याबद्दल कुजबुजत. कोणीही आपल्या फेव्हरिटचं नाव सांगत नसे. जणू काही ती एक गुप्त ठेवण्यासारखी बाब होती.

पुढे काही दिवसांनी झुनूमावशीकडून मला सर्व गोष्टी कळल्या. विद्यामयी स्कूलचा हा फार जुना रिवाज होता. वरच्या वर्गातल्या मुली खालच्या वर्गातल्या सुंदर मुलींना आपली फेव्हरिट म्हणून निवडायच्या. हे एक प्रकारे सखी किंवा भिडू शोधण्यासारखंच होतं. प्रत्येकजण ही गोष्ट गुप्त ठेवायला बघत असे. कोणी पाहू

नये म्हणून शाळा सुटल्यावर किंवा मधल्या सुटीत अथवा खेळायच्या तासाला मुली झाडाखाली, तळ्याकाठी किंवा भिंतीच्या आडोशाला आपल्या फेव्हरिटला भेटत, हातात हात घेऊन गप्पा मारत. मोठ्या मुली लहान मुलींना काही तरी भेट देत. झुनूमावशीच्या फेव्हरिटचं नाव होतं ब्युटी. ती दिसायला फारच सुंदर होती. झुनूमावशी ब्युटीबद्दल बोलताना गोड हसायची. ती उंच मुलगीही तसंच गोड हसली होती.

दिवस सरत होते. आता मला फेव्हरिटची बाब फारच रोमांचक वाटायला लागली होती. मलाही कोणीतरी फेव्हरिट होण्याबद्दल विचारावं असं वाटायचं. कोणी जरी मला एकदा हाक मारली तरी मी जाईन– या दुनियेच्या पार. वर्गातल्या सुंदर मुली मधली सुट्टी होताच पाखराप्रमाणे भुरकन् उडून जात. कुठं जात काही कळत नसे. मुलींच्या कुजबुजीचा कानोसा घेतला म्हणजे एकेक गंमत कळायची. ममताच्या गळ्यातली माळ तिला तिच्या फेव्हरिटनं दिलीय. शहानाच्या फेव्हरिटचं नाव बन्या आहे. कोणाकोणाला ह्याबद्दल शंका होती. पण बाकीच्यांना खात्री होती. त्यांनी त्या दोघींना वडाच्या झाडाखाली चिकटून उभं राहिलेलं पाहिलं होतं.

मी होते एक ढब्बोबा. लाजरीबुजरी. कोणी फेव्हरिट नव्हतं, वर्गात कोणी मैत्रीण नव्हती, मला कोणी खेळायला घेत नसे, वर्गात मला काही प्रश्न विचारला की मी आ वासून उभी राह्यची. गाण्यात, खेळात, नाचात माझ्यासारखा गोळा दुसरं कोणी नव्हतं. बंगालीच्या तासाला मला विचारलं, 'एका फुलाचं नाव सांग.'

मी विचारात पडले. फुलं तर खूप आहेत. पण सुंगधी फुलं कोणती? गुलाब, चाफा, प्राजक्त, मोगरा की रातराणी?

मला चूपचाप उभी राहिलेली पाहून मास्तर रागानं म्हणाले, ' ही मुलगी मुकी आहे की काय?'

मुकीच नाही तर काय! क्लासमध्ये उभं राहून मास्तरांना विचारावं लागायचं, 'मे आय गो टु द बाथरूम?' अशीच इंग्रजीत विचारण्याची पद्धत होती. मग मास्तर त्यांच्या इच्छेप्रमाणे हो किंवा नाही म्हणत. मास्तरांनी नाही म्हटल्यास श्वास बंद करून बसावं लागायचं. चेहऱ्यावरून दुसऱ्या मुलींना सर्व काही समजत असे. मास्तरांनी परवानगी दिल्यास सगळ्या वर्गासमोरून धावत किंवा दबल्या पावलांनी वर्गाबाहेर जावं लागायचं. ह्यावरून मुलगी 'वन'ला चाललीय की 'टु'ला ते सहज समजत असे. मला या गोष्टींची फारच लाज वाटायची. म्हणूनच त्या दिवशी 'मे आय गो टु' हे वाक्य न उच्चारता मी गप्प बसून राहिले. नैसर्गिक आवेगाला मी सर्व शक्ती लावून थोपवून धरले होते. मास्तर निघून गेल्यावर कोणाला काही कळणार नाही अशा बेतानं मी शाळेच्या आवारात अगदी टोकाला असलेल्या संडासाजवळ मुलींच्या गर्दीत जाऊन उभी राहिले. निसर्गाच्या हाकेला मी कशीबशी

थोपवत होते. मागून येणाऱ्या मुली मला मागे लोटून आपलं उरकून येत होत्या. मी आपली तशीच उभी. आता धीर धरणं मला शक्य होईना. मी मनातल्या मनात 'थोडा आणखी धीर धर, बाबा' असं म्हणत होते. पण धीर तरी किती धरणार? शेवटी बांध फुटलाच. पांढरा पायजमा क्षणात रंगीत झाला. मी शरमेनं मान खाली घालून भिंतीला चिकटून उभी राहिले. एकटीच. मला ह्या संकटातून कोण सोडवणार, तेच मला कळेना. ह्या संकटातून माझा उद्धार करायला एक मुलगी पुढे आली खरी! गोड गोड हसत तिनं विचारलं, 'काय झालं? इथं एकटीच उभी का?' ती तीच मुलगी होती. – उंच, सावळी, स्वत:च्या हातानं माझ्या डोळ्यातलं पाणी पुसणारी, मला पेरू देणारी. पृथ्वी कधीच दुभंगत नाही. कितीही म्हटलं तरी! किंवा फक्त सीतेसाठीच ती दुभंगत असेल आणि मी तर सीता नक्कीच नव्हते. माझी मान इतकी खाली गेली होती की कुठल्याही क्षणी शरीरापासून तुटून पडली असती. माझी करुण दशा त्या मुलीच्या लक्षात आली. तिनं हेडमिस्ट्रेसना सर्व काही सांगून माझी वह्या-पुस्तकं माझ्या वर्गातून परस्पर आणून मला शाळेच्या भंगिणीबरोबर– रामरतियाबरोबर– घरी पोहोचवून दिलं. ही मदत दुसऱ्या कोणी केली असती, तर मला चालली असती.

ही गोष्ट घरात कोणालाही समजू नये म्हणून मी खूप प्रयत्न केला. पण ती सर्वांना समजलीच. एक तर मी शाळेतून अवेळी घरी आले होते. त्यातून पायजमा पिवळा झालेला आणि बरोबर भंगीण. घरातली मोठी माणसं गालातल्या गालात हसली तर मुलं खो खो करून. ह्या बाबतीत दादा एकटाच बदनाम झालेला होता. आता त्याच्या जोडीला माझंही नाव बदनाम झालं होतं. दादाला तर आनंद झाला. खुशीनं नाचत तो म्हणाला,

> 'विद्यामयीची हगरी पांढरा पायजमा पिवळा करी,
> रामरतियाला सोबत घेऊन शाळेतून आली घरी । '

महिनाभर मला 'रामरतियाची सखी', 'गुवाचा डब्बा' म्हणून सगळे चिडवत होते. मधून मधून आई दादाला रागवायची, 'तिचं पोट खराब झालं होतं रे!'

आईचा पाठिंबा आहे, असं पाहताच मी दादाला वाकुल्या दाखवत म्हणायची, 'तूही शाळेत नेहमीच हगायचास.'

दादा म्हणायचा, 'अहा रे! तुझ्या एवढा घोडा झाल्यावर हगत नव्हतो. हगत होतो तेव्हा मी किती छोटा होतो. पहिलीत होतो.'

दादाला शाळेत नेण्यासाठी 'एक्स्पेरिमेन्टल स्कूल'ची रिक्षा यायची. मुलं बसल्या जागेवरून पडू नयेत म्हणून त्यांना पट्टा बांधला जायचा. जवळ जवळ रोजच शाळा सुटण्याआधीच रिक्षावाला दादाला घरी आणून पोहोचवायचा. गुवानं माखलेली हाफपॅन्ट दोन बोटात धरलेली असायची. एक दिवस रिक्षावाला चिडून आईला म्हणाला, 'त्याचं पोट ठीक झालं की मगच त्याला शाळेत पाठवा.'

आईच्या मते लहानपणी एकदाच दादाला डब्याचं दूध दिलं. तेव्हापासून त्याचं पोट खराब झालं ते झालंच.

हा दोष डब्यातल्या दुधाचा होता की जन्मापासूनचा होता, हे आईलाही नक्की सांगता येत नसे.

दादाच्या हाफपॅन्ट खराब करण्याच्या प्रसंगाच्या आठवणीनं मला मात्र बरं वाटत असे. कारण असं लाजिरवाणं काम काही मी एकटीनंच केलं नव्हतं! पण शाळेत गेल्यावर मात्र मी बेचैन व्हायची.

आता शाळेत मी कोणाचीही फेव्हरिट होऊ शकत नाही, हे माझ्या लक्षात आलं होतं. 'त्या' उंच मुलीला लांबून पाहिलं तरी मी उलट्या बाजूला चालायला लागायची. कोणीही माझ्याकडे पाह्यला लागलं की मला वाटायचं की माझी फजिती त्यांना कळली आहे. लाजेनं माझं नाक, कान लाल व्हायचे.

युद्ध संपल्यावर जेव्हा शाळा उघडली तेव्हा वार्षिक परीक्षा न घेताच आम्हाला सर्वांना वरच्या वर्गात घातलं. 'पाक सर जमीन'च्या ऐवजी शाळेच्या असेम्ब्लीत झेंड्याखाली उभं राहून आता आम्ही 'आमार सोनार बांगला' गीत म्हणायला लागलो होतो. लोकांचं राहणीमानच बदलून गेलं होतं. भावनांत आणि भाषेत जोश आला होता. भावना आणि भाषा जास्त प्रखर आणि जिवंत झाली होती. जणू काही सर्वांची वयं नऊ महिन्यांऐवजी नऊ वर्षांनी वाढली होती. मुली लहान मुली न राहता तरुणी बनल्या होत्या. कोणाचं घर जळलं होतं, कोणाचा भाऊ हरवला होता, तर कोणाचे बाबा. कोणाच्या बहिणीवर बलात्कार झाला होता आणि नको असलेलं मूल तिच्या पोटात वाढत होतं. सर्वांनाच अशा कोणत्या ना कोणत्या अनुभवांना तोंड द्यायला लागलं होतं. प्रेतं पाहत, करुण आक्रोश ऐकत आम्ही इथंपर्यंत पोहोचलो होतो.

तेव्हा एखाद्या लहान मुलीचा पांढरा पायजमा पिवळा होणं ही गोष्ट ह्या सर्व घटनांपुढे अगदी मामुली होती.

'ओपनटो बायोस्कोप
नाइन टेन तेइसकोप
सुलताना बिबियाना
साहब बाबुर बैठकरवाना'

असं म्हणत मुलींच्या गळ्यात माळ घालून त्यांना आपल्या गटात ओढून घेऊन 'गोलापपद्म' खेळताना आता माझे कान लाजेनं लाल होत नव्हते. खेळाच्या तासाची घंटा होताच मी जिम्नेझिअम्कडे धाव घेत असे. मधल्या सुटीत 'दांडियाबांधा' खेळायला न बिचकता जात असे. 'बौची' खेळायला मीही सगळ्यांसारखीच पुढे असे. मात्र खेळांच्या वार्षिक स्पर्धेत मी मात्र पहिली होते तशीच गोळा राहिले होते. शहाना आणि तिच्या चार बहिणी– हीरा, पन्ना, मुक्ता आणि झरना– अभ्यासात ढ

असल्या तरी सशासारख्या धावण्यात पटाईत होत्या. 'छोटी दौड', 'मोठी दौड', 'बिस्कुट दौड', 'बेडूक दौड' अशा सर्वप्रकारच्या धावण्याच्या स्पर्धेतील बक्षिसे त्यांनाच मिळत. मी शहानाकडे आश्चर्यानं पाहतच राह्यची. एक दिवस ह्या अवखळ मुलीबरोबर माझी चांगलीच दोस्ती झाली.

पण असं सगळं सुरळीत चाललं असताना एकदा माझी छाती धडधडली होती, नजर खाली वळली होती, लाजेनं माझ्या नाकाचा शेंडा लाल झाला होता, माझ्या हाताला तिनं स्पर्श केल्यानं माझ्या अंगाला कंप सुटला होता. तिला स्वप्नात पाहिलं की मला जाग यायची, तिच्या नुसत्या आठवणीनं सबंध दिवस माझ्या ओठांवर हसू खेळायचं. डोळे मिटताच डोळ्यासमोर उभा राह्यचा तिचा चेहरा. तिचं हसू, तिचं बोलणं आठवत राह्यचं. तिचं चालणं, तिचे हावभाव, तिची पाठीवर रुळणारी कुरळ्या केसांची वेणी विसरणं शक्यच नव्हतं. तिच्या इतकी सुंदर दुसरी मुलगी मी पाहिलीच नव्हती. तिचे डोळे फारच सुंदर होते. इतके सुंदर डोळे मी ह्या आधी कधी पाहिलेच नव्हते. तिच्या डोळ्याकडे पाहत राहिल्यास जगाचा विसर पडायचा. माझ्या सर्व अंगावर विलक्षण शिरशिरी उठायची.

त्याचं असं झालं, मी शाळेत निघाले होते. छोट्या दादानं आणि त्याच्या मित्रानं– मिलुनं– मला रस्त्यात गाठलं आणि रुनी नावाच्या मुलीला देण्यासाठी एक चिठ्ठी माझ्या हातात दिली. चिठ्ठी मिलुनं लिहिली होती. रुनी मॅट्रिकला होती. हॉस्टेलवर राहत होती. ही गोष्ट घरातल्या किंवा शाळेतल्या इतर कोणालाही कळता कामा नये, असं छोट्या दादानं आणि मिलुनं मला बजावून सांगितलं. मी रुनीला शोधून काढलं आणि तिच्या हातात चिठ्ठी दिली. रुनीनं ती लगेच वाचली नाही. तिनं ती कमीजच्या आत छातीजवळ कुठंतरी लपवली. मी डोळ्यांच्या पापण्यासुद्धा न हलवता रुनीच्या डोळ्यांकडे पाहत राहिले होते. किती विलक्षण सुंदर होते ते डोळे! रुनीनं खूप वेळ तिथंच थांबावं आणि मी तिच्या डोळ्यांकडे पाहत राहावं असंच मला त्या वेळी वाटलं. रुनी निघून गेली तरी हॉस्टेलच्या भिंतीला टेकून, शाळेची घंटा होईपर्यंत मी उभीच होते. तेव्हापासून माझे डोळे तिला बघण्यासाठी व्याकुळ होत. हजार मुलींत ते तिला शोधत राहत. मी वर्गाच्या खिडकीत बसून राहत असे, जर ती कधी तिथून जाताना एक क्षणभर अचानक दिसली तर!

दोन दिवसांनंतर शाळा सुटल्यावर कमळाच्या तळ्याकडून रुनी धावत आली आणि मिलुला देण्यासाठी तिनं मला एक चिठ्ठी दिली. चिठ्ठी हातात घेऊन मी उभीच राहिले. रुनीनं गोड हसून विचारलं, 'काही बोलायचंय?'

मी मानेनंच नकार दिला. मी काय बोलणार होते तिच्याशी!

'तू फारच लाजकूर आहेस. किती कमी बोलतेस ग! हॉस्टेलवर ये. आपण गप्पा मारू.' असं म्हणून रुनीनं मला तिच्याजवळ ओढलं. तिच्या अंगाला फुलाचा

वास येत होता. जणू काही रुनी परीकथेतील चाफ्याचं फूल होती. चाफ्याच्या फुलात प्राण ओतताच ते राजकुमारीच्या रूपात समोर उभं राहिलं होतं. आनंदानं माझं अंग थरथरलं. छाती धडधडली. माझ्या अंत:करणातल्या तळ्यात शेकडो कमळं फुलली. मिलुनं रुनीला आणखी चिठ्ठ्या लिहाव्यात, रुनीनं रोज त्याला उत्तर लिहावं, म्हणजे मी रुनीच्या आणखी जवळ जाईन, रुनी माझी हनुवटी धरेल, गोड आवाजात माझ्याशी बोलेल, तिच्या कपाळावरचे केस वाऱ्यावर भुरूभुरू उडतील, मी तिच्या छातीवर डोकं टेकून चाफ्याचा वास घेईन.

माझं अभ्यासात लक्ष लागेना. वहीत मी शेकडो वेळा रुनीचं नाव लिहिलं. गणित करता करता नकळतच समासात मी तिचे डोळे चितारत असे. मला होमवर्कमध्ये भोपळा मिळायला लागला. माझं लहानसं जीवन रुनीनं व्यापून टाकलं होतं. खेळाची मला पूर्वीसारखी ओढ राहिली नव्हती. रुनीचा विचार करत मी तळ्याकाठी एकटीच बसून राह्यची. तळ्याच्या काळ्या पाण्यात मला रुनीच्या काळ्याभोर डोळ्यांचा भास व्हायचा. माझ्या ज्या हाताला रुनीनं स्पर्श केला होता, त्या हातावर हात फिरवून मी रुनीच्या स्पर्शाचा पुन्हा पुन्हा अनुभव घ्यायचा प्रयत्न करत असे. बाहुल्या, गोल्लाछुट, ओपनटो बायोस्कोप हे सगळं विसरून, मी एकटीच कदंबाच्या झाडाखाली उदासपणे बसून राह्यची. रुनीच्या स्पर्शासाठी माझं मन व्याकुळ होत असे.

मी रुनीबरोबर खूप वेळ गप्पा कधीच मारल्या नाहीत. जो काही थोडा वेळ मिळायचा त्यात तीच बोलत राह्यची. मी हॉस्टेलच्या जिन्यावर किंवा तिच्या कॉटवर बसून नुसती ऐकत राह्यची. तिला तसं बोलताना पाहिलं की वाटायचं परीकथेच्या पुस्तकातली चाफेकळी राजकुमारी एका घनदाट जंगलात केस मोकळे सोडून गातेय. मला मनातून तिच्यावर खूप खूप प्रेम करावंसं वाटायचं. तिच्या डोळ्यांकडे एकदा पाहिलं की आपली सर्व कथा तिला सांगितली आहे असं वाटायचं. तिला एकदा स्पर्श केला की जगातील सर्व सुखं आपल्या मुठीत आल्याचा भास व्हायचा.

रुनीनं मला काचेच्या रेशमी बांगड्या आणि माळ दिली. रुनीचं शरीर माझ्या शरीराला भिडायचं आणि मी चाफ्याचा वास घेत राह्यची. मी तिच्यावर खूप खूप प्रेम करायला लागले होते. लाजेनं माझ्या पापण्या खाली वळायच्या.

रुनीनं दिलेल्या बांगड्या आणि माळ अर्थातच मी काढून ठेवली होती. बाबांना कपडे आणि बूट हे सोडून दुसरं काहीही अंगावर घातलेलं चालत नसे. आईनं कानांत काही घातला यावं म्हणून माझे कान टोचले. ते पाहून बाबा आईवर भयंकर रागावले होते. बाबा मला कधीही बांगड्या, माळ, डूल असं काही घालू देत नसत. एकदा शाळेतून येताना फुटपाथवर बसलेल्या बांगडीवाल्याकडून मी काचेच्या

बांगड्या भरून आले. बाबांनी त्या पाहताच त्यांना राग आवरला नाही. त्यांनी बांगड्या तर फोडल्याच पण मला एक सणसणीत थप्पड मारून ते म्हणाले, 'पुन्हा असं काही घातलेलं दिसलं तर हाडं खिळखिळी करून टाकीन.'

एकदा मी पायाला आलता लावला. ते पाहताच माझा हात पकडून त्यांनी विचारलं, 'काय झालं? तुझ्या पायाला रक्त कसं? कापलं का?'

आई लाडात म्हणाली, 'रक्त कुठलं? मुली हौसेनं आलता लावतात. तिलाही लावावसा वाटला म्हणून लावला.'

रुनीनं दिलेल्या बांगड्या आणि माळ घालायची मला गरज नव्हती. तिचं प्रेम मला आतून जाणवत होतं. रुनीच्या प्रेमात मी आकंठ बुडले असतानाच एकदा रात्री अचानक पांढऱ्या शुभ्र बिछान्यावर आरामात पहुडलेलं माझं शरीर उत्तेजित झालं. कोणी तरी मला माझ्या बिछान्यावरून उठवून, अंधारात लपेटलेल्या छोट्या माणसाच्या मळक्या बिछान्यावर नेऊन झोपवलं. मणी पुन्हा परत आली होती आणि आता ती चांगली मोठीही झाली होती. मध्यरात्री बाबांबरोबर रेणूच्या आईला रंगे हात पकडल्यावर आईनं तिला ताबडतोब हाकलून दिलं होतं. त्यानंतर अकुयाच्या झोपडपट्टीतून अनेक जणी आल्या आणि आमच्या घरात राबून गेल्या. अखेर तळ्याकाठी उपाशी बसलेल्या मणीलाच आईनं आणलं. मणीच्या शरीराशी मी खेळायची. तिचे कपडे काढून तिच्या छातीवर अचानक मोठ्या झालेल्या दोन पेरूंना मी मुठीत पकडायची. मणीच्या कपड्यांत लपलेल्या एवढ्या सुंदर स्तनांना माझ्याशिवाय कोणीच स्पर्श केला नव्हता. मी हात, ओठ, नाक ह्या सर्वांनी त्यांना स्पर्श करायची. जणू आपल्या जुन्या सखीला खूप दिवसांनंतर भेटून मी हा नवीनच खेळ सुरू केला होता. मणी म्हणजे जणू रथयात्रेतून आणलेली खेळण्यातली बाहुली होती. माझ्या छातीत तेव्हा फक्त गुलाब उमललेले होते. त्या गुलाबांचे पेंगुळलेले डोळे उजेडात लाजेनं मिटून जायचे. अंधारात मात्र हेच डोळे मणीच्या पिकलेल्या पेरूंचं चुंबन घ्यायचे.

> 'मध्यरात्रीचा चोरटा खेळ खेळते सखी संगे,
> माहीत नाही हे कोणा!'

हा जणू एक गोल्लाछुटचा खेळच होता. गोल्लापासून धावता धावता, वाळू-मातीचं घर, लुटुपुटीचा स्वयंपाक, बाहुला-बाहुलीचं लग्न, हे सगळं विसरून यौवनानं भरलेल्या जीवनासमोर बसून, दोन्ही डोळ्यांत विस्मय भरून घेऊन मी एक उघडं शरीर पाहत होते– शरीराच्या आतलं आणखी एक लपलेलं शरीर.

माझ्यासारखी मूर्ख मुलगी चोरून अशीही काही भानगड करू शकत होती तर!

आता ही मूर्ख मुलगी रुनीला मिलुच्या चिठ्ठ्या नेऊन देत नव्हती, तर स्वत:च चिठ्ठ्या लिहित होती. दादाच्या ड्रावरमधून पानाफुलाची नक्षी काढलेले कागद घेऊन अंत:करणाच्या बागेतून एक एक करून शब्दांची फुलं वेचून ती माळ गुंफत होती.

रुनी उत्तर द्यायची. रुनीच्या चिठ्ठीला चाफ्याचा वास यायचा. मूर्ख मुलीचं सुनं, थिजलेलं जीवन फुलांच्या हिंदोळ्यावर झुलायला लागलं होतं. हे घरात कोणाला ठाऊक होतं? कोणालाही नाही. मी दोन जीवन एकदमच जगत होते. आई-बाबांचा मार खाणारी बाहेरची मी आणि आतली मी– गोल्लातून सुटून प्रेम रसात गटांगळ्या खाणारी.

''छात्रानाम अध्ययनम् तप:' विद्यार्थ्यांची तपस्या अध्ययनच असली पाहिजे. ज्ञानापेक्षा मूल्यवान दुसरं काहीही नाही. मोठमोठ्या विद्वानांनी सांगितलं आहे. काय सांगितलं आहे?'

मला ह्या प्रश्नाचं उत्तर देण्याचं कारण नव्हतं. कारण मोठमोठ्या विद्वानांनी काय सांगितलं आहे, हे बाबांनीच सांगून टाकलं. 'त्यांनी सांगितलंय की कष्ट केल्याशिवाय केष्ट म्हणजे कृष्ण मिळत नाही. म्हणून तुलाही झटून अभ्यासाला लागलं पाहिजे. खेळबिळ बंद. आराम, आळस ह्यांना सुट्टी. फक्त विद्येच्या मागे लागायचं. विद्वान हो. मग लोक तुला मान देतील. लोकांत मान ताठ ठेवून चालता येईल. मला दाखवण्यासाठी अभ्यास करू नकोस. स्वत:साठी कर. वेड्यालासुद्धा स्वार्थ समजतो. आणि बापाच्या हॉटेलात राहतोय, असं समजून अभ्यास न करता उनाडक्या करत राहिलीस, काहीही कामधाम न करता फिरत राहिलीस, तर भविष्यात काय होईल, माहीत आहे? रस्त्यातून भीक मागत फिरावं लागेल. म्हणून ज्ञान मिळव. विद्या मिळव. चांगली माणूस हो. कष्ट कर. म्हणजे केष्ट मिळेल. कष्ट केल्यावर, शेतात राबल्यावरच शेतकऱ्याच्या हाती धान्य लागतं. कष्ट न करता, खेळण्यात, गप्पात, मौजमजेत वेळ घालवलास तर केष्ट कधीच मिळणार नाही. कष्ट केले, रात्रंदिवस अभ्यास केला तरच डॉक्टर, इंजिनियर, जज्ज, बॅरिस्टर असं काही होता येतं. रात्री दहाच्या आधी झोपता कामा नये. ट्यूटर नियमित येतात ना?' ह्या प्रश्नाचं उत्तर बाबांनी दिलं नाही. ते मलाच द्यावं लागलं, 'हो. येतात.' बाबा पुढे म्हणाले, 'पुढच्या परीक्षेचा रिझल्ट वाईट लागला तर पाठीचं चामडं सोलून काढीन, आधीच सांगून ठेवतोय.'

बुटांच्या आवाजावरून बाबा माझ्या खोलीच्या दारातून पुढे गेल्याचं समजलं. दारात उभं राहून उपदेश करण्याची त्यांची रोजचीच सवय होती. आपल्या मुलांना शिकवून त्यांना कोणीतरी मोठं करायचं हेच त्यांच्या जीवनाचं लक्ष्य होतं. मॅट्रिकचा रिझल्ट वाईट लागल्यानंतर तीन दिवस दादा भीतीनं घरी आलाच नाही. बाबा वेताची छडी होऊन त्याची वाट पाहत होते. स्वत:च्या डोक्यावर त्यांनी लोट्यांनी थंड पाणी पण घेतलं. दादाच्या ज्या मित्रांना दादा इतकेच मार्क्स मिळाले होते, त्यांच्या वडिलांनी मात्र मिठाई वाटली होती. तीन दिवसानंतर दादाला शोधून काढून बाबांनी त्याचा कान धरून त्याला घरी आणलं. 'आय. एस. सी. मध्ये चांगले मार्क्स

मिळाले नाहीत, तर घरातून त्याला तोंड काळं करावं लागेल', असं बाबांनी त्याला स्पष्ट बजावलं. दादासाठी त्यांनी तीन मास्तर ठेवले. तरीही परीक्षेत दादाला सेकंड क्लासच मिळाला. दादा जरी सगळ्यांना 'हायर सेकंड क्लास' मिळाल्याचं सांगत असला तरी त्याच्या 'हायर'नं काम साधलं नाही. मेडिकलच्या प्रवेश परीक्षेला दोनदा बसूनही त्याला प्रवेश मिळाला नाही. दादामुळे बाबांचं ब्लडप्रेशर वाढायला लागलं. 'मुडी'सारखं वरचेवर ते औषध घेत. अक्षम्य अपराध केल्यामुळे घरात त्याच्याबद्दलची माया आटत चाललीय, हे दादाच्या लक्षात आलं. तो दिवसेंदिवस उदास व्हायला लागला. जेवायला बसल्यावर बाबा छोट्या दादाच्या पानात मटणाचे मोठमोठे तुकडे वाढत आणि दादाच्या पानात एखादं हाड आणि रस्सा. दादा रस्श्याशी भात खाऊन उठायचा.

छोट्या दादासाठी चार चार मास्तर ठेवले होते. गणित, पदार्थ विज्ञान, रसायन आणि इंग्लिश ह्या विषयांसाठी. छोटा दादा दुपारीच मास्तरांकडे शिकवणीला जायचा. माझे मास्तर मात्र घरीच यायचे. यास्मीनचे सुद्धा. शाळेतून येऊन जरा कुठं बसतोय ना बसतोय, तोच मास्तर यायचे. वरच्या वर्गात गेलं की घरी येणाऱ्या मास्तरांची संख्याही वाढायची. दादाला आणि छोट्या दादाला संध्याकाळपासून रात्री बारापर्यंत अभ्यास करावा लागायचा. मला रात्री दहापर्यंत तर यास्मीनला रात्री आठपर्यंत. बाबांनी असा नियमच केला होता. दोघं दादा आता मोठे झाले असल्यानं त्यांनी मोठ्यानं वाचलं नाही तरी चालायचं. पण मला आणि यास्मीनला मोठ्यानं वाचावं लागायचं. म्हणजे मग बाबांना आम्ही झोपलो नाही तर अभ्यास करतोय, हे त्यांच्या खोलीत बसूनही समजायचं. इकडे घड्याळाचा काटा आठवर आला की मी पेंगायला लागायची. बाबा पाय न वाजवता खोलीत येऊन मला पकडायचे आणि म्हणायचे, 'जा. डोळ्यात सरसूचं तेल घालून ये. म्हणजे झोप येणार नाही.' डोळ्यांचा आजार झाल्यावर डोळ्यात जसं औषध घालतात, अगदी तसंच सरसूचं तेल डोळ्यांत घालावं लागायचं. डोळ्यांची भयंकर आग व्हायची. पण आता मुलीला झोप अजिबात येणार नाही, ह्या समजुतीनं बाबा मात्र निश्चिंत व्हायचे.

संध्याकाळी अभ्यासाला बसताच छोटा दादा टेबलावर डोकं ठेवून झोपून जायचा. काळ्या फाटकाचा आवाज ऐकताच मी छोट्या दादाला जोरात धक्का देऊन जागं करायची. 'ऊठ, ऊठ, बाबा आले.'

छोटा दादा धडपडत उठून ताठ बसायचा. त्याच्या लाळेनं पुस्तक भिजलेलं असायचं. लाळेचे पांढरे डाग ओठांच्या कडांपासून गालांपर्यंत पडलेले असायचे. डोळे सुक्या मिरच्यांप्रमाणे लाल झालेले असायचे. पाय हलवत तो वाचायला लागायचा.खरं तर तो काहीही वाचत नसायचा, नुसता गाँ गाँ असा आवाज काढत असायचा. दूरवरून हा आवाज ऐकून बाबांना वाटत असणार की त्यांचं पुत्ररत्न ह्या

वेळेला 'स्टार' मिळवून त्यांचा मान राखणार.

बाबा घरी असेपर्यंत सर्वजण अगदी हलक्या आवाजात बोलत. घरात स्मशान शांतता असायची. जणू काही चार गुणी मुलं तत्त्वज्ञानी, शास्त्रज्ञ असं काहीतरी होण्याच्या मार्गावर आहेत. दादाबद्दल बाबा म्हणायचे, 'ह्या गाढवाकडून काही झालं नाही. मला त्याला मेडिकलकडे पाठवायचं होतं. पण कुठंच चान्स मिळाला नाही. बी. एस. सी. होऊन कारकून होणं एवढंच आता त्याच्या नशिबात आहे. बघ आता, कुठल्या युनिव्हर्सिटीत प्रवेश मिळतो का ते! जहांगीर तुझाच मित्र ना? डॉक्टर होतोय. फैजलही शिकतोय. तुला काय त्यांच्यापेक्षा डोकं कमी आहे? ते भात खातात, तसाच तूही खातोस ना? एवढ्या शिकवण्या ठेवल्या तरी परीक्षेत फर्स्ट क्लास काही मिळाला नाही. शरम नाही वाटत तोंड दाखवायला? मी असतो तर चुळकाभर पाण्यात जीव दिला असता.'

छोट्या दादाला बाबा म्हणायचे, 'जगाला विसर, कमाल. हाच तुझ्या आयुष्यातला सर्वांत महत्त्वाचा काळ आहे. तुला मॅट्रिकला स्टार मिळाला होता. तुझं भविष्य इंटरमीजिएटच्या रिझल्टवर अवलंबून आहे. ह्या परीक्षेत जास्तीत जास्त मार्क्स मिळाले नाहीत तर तू कॉम्पिटिशनमध्ये टिकणार नाहीस, बाबा. तुला डॉक्टर व्हायचंय. डॉक्टरच्या मुलानं डॉक्टर झालं पाहिजे. मित्रांबरोबर भटकणं बंद. कष्ट कर आणि मेडिकलला प्रवेश मिळव. मोठा मुलगा डॉक्टर होईल, अशी मला आशा होती. पण ते शक्य झालं नाही. आता तुझ्यावरच माझा भरवसा आहे. बाबा, मन लावून अभ्यास कर. दिवसातले अठरा तास अभ्यास कर. चांगले मार्क्स मिळवून आपल्या बापाची लाज राख. मी एक शेतकऱ्याचा मुलगा. पण डॉक्टर झालो. तू माझ्यापेक्षा मोठा डॉक्टर होऊन दाखव.'

सकाळी प्रत्येकाला उपदेश करून बाबा घराबाहेर पडत. बाबा बाहेर पडताच एकाच वेळी चार खुर्च्या सरकवल्याचा आवाज होत असे. कोणी मैदानाकडे धाव घेत असे, कोणी रेडिओचा कान पिरगाळीत असे, कोणी भसाड्या आवाजात गायला लागायचं तर कोणी एका उडीत बिछाना गाठायचं, आरामशीर ताणून देण्यासाठी. काळं फाटक एकप्रकारे आमचं रक्षक होतं. खट् आवाज बाबा आल्याचा किंवा गेल्याचा संकेत होता. बाबांची फाटक उघडण्याची एक विशिष्ट पद्धत होती. डोळे मिटून आवाजावरून आम्ही बाबा आलेत की दुसरं कोणी आलंय हे सांगू शकायचो. बाबा पण परीकथेतील राक्षसाप्रमाणे नाना हिकमती करत. 'परत येण्यास रात्र होईल', असं सांगून दुपारीच घरी परत येत. तर कधी 'दुपारी येतो' सांगून रात्री येत. बाबांच्या बोलण्यावर आमचा फारसा विश्वास नव्हता. दिवसातले चोवीस आम्हाला सावध राहावं लागायचं. मधून मधून फाटकाचा आवाज न करता घरात येऊन आम्हाला हातोहात पकडण्याचाही ते प्रयत्न करत. कधी कधी आमच्या नकळत ते

आमच्या मागे अचानक येऊन उभे राहत. एकदा स्वयंपाकघराच्या व्हरांड्यात बसून मी शेवग्याच्या शेंगांचे तुकडे करत होते. अचानक आलेल्या बाबांनी ते पाहिलं. त्याच शेंगेनं बडवत बडवत त्यांनी मला अभ्यासाच्या टेबलावर आणून बसवलं. मोहल्ल्यातल्या मुलींबरोबर मला अंगणात खेळताना पाहून ते चिडले. त्यांनी मला फरपटत घरात आणलं आणि मुलींना दटावून घराबाहेर काढलं. बाबांच्या हातचा मार खाताना किती तरी वेळा मी त्यांच्या मरणाची इच्छा मनातल्या मनात व्यक्त केली होती. 'आताच्या आता बाबांना फार मोठा आजार व्हावा आणि ते मरून जावे.' असं मनोमन वाटायचं. पण बाबांची तब्येत अगदी ठणठणीत होती. त्यांना साधा तापही कधी यायचा नाही. ह्या उलट मला वरचेवर ताप यायचा. ताप आल्यावर औषध म्हटलं की अंगावर काटा यायचा आणि लस टोचण्याचं नाव काढताच मला तापच भरायचा. देवीची लस टोचायला लोक शाळेत येत. तेव्हा त्यांना पाहून मी संडासात लपून बसत असे. ते लोक घरोघरीही जात. ते घरी आल्यास मी घरातून सबंध दिवस गायब होत असे. सुकलेल्या चेहऱ्यानं रस्त्यावर वणवण भटकत राहत असे. ते लोक घरातून निघून गेल्याची खात्री पटल्याशिवाय मी घराकडे फिरकत नसे. पण एकदा मी पकडले गेलेच. मी लस टोचून घेतली नाही हे बाबांना कळलंच. मग त्यांनी स्वत:च मला लस टोचली अणि ती अशातऱ्हेनं जोरात टोचली की जन्मभर ते माझ्या लक्षात राहावं. मी इतरांच्या हातांतून सुटले तरी बाबांच्या हातातून सुटणं अगदी अशक्य होतं.

आमच्या शाळेत वर्षातून तीन परीक्षा होत. प्रथम त्रैमासिक, द्वितीय त्रैमासिक आणि वार्षिक. वार्षिक परीक्षेत पास झाल्यास वरच्या वर्गात बसता येत असे. प्रथम त्रैमासिक परीक्षेत मला इंग्रजीत तेहतीस मार्क्स मिळाले. मी पास झाले होते. ह्यापेक्षा कमी मार्क्स पडल्यास ते काळ्याऐवजी लाल शाईनं लिहीत. म्हणजे आटोपलाच कारभार! तेहतीस मार्क्स मिळाल्यामुळे माझा मूड गेला होता. भीतीनं तोंडाला कोरड पडली होती. मी सारखं सारखं पाणी पीत होते. आईनं मला पाठीशी घालावं म्हणून सारखी आईलाच चिकटून बसले होते. मी आईला असंही सांगून टाकलं की तिचं म्हणणं अगदी बरोबर आहे. व्यावहारिक शिक्षणासारखं दुसरं वाईट काम दुनियेत नाही. बाबांना प्रोग्रेस-रिपोर्ट तर दाखवावाच लागणार होता. तो पाहताच पाठीवर वेताच्या छड्या कशा ओढल्या जातील, ते समजणं अवघड नव्हतं. आईनं मला जाड कपडे घालून बसायला सांगितलं. त्यामुळे मार कमी लागला असता. उकडत असताना जाड कपडे घालून बसले होते. अगदी शिजून निघाल्यासारखं वाटत होतं. पण बाबा घरी आल्यावर त्यांनी मला मारझोड केली नाही, उलट शांतपणे ते म्हणाले, 'आजपासून मी तुला इंग्लिश शिकवेन.' ह्यापेक्षा बेदम मारून त्यांनी

माझ्या पाठीचं चामडं लोळवलं असतं तरी मी खूष झाले असते. हे म्हणजे वाघोबामामानं पाठीवरून हात फिरवून 'आजपासून रोज मी तुला खाईन' असं सांगण्यासारखंच होतं. बाबा जे म्हणत तेच होत असे. एक वेळ सूर्य पश्चिमेस उगवला असता पण बाबा आपलं म्हणणं बदलणं शक्यच नव्हतं. पेशन्ट्स तपासून घरी आल्यावर, पॅन्ट शर्ट काढून ठेवून, लुंगी नेसून, डोळ्यांवर चष्मा चढवून माझे नवीन मारकुटे मास्तर बरोबर आठ वाजता गादीखालची वेताची छडी घेऊन माझ्या अभ्यासाच्या टेबलाजवळ हजर होत. माझा एक डोळा पुस्तकावर तर दुसरा वेताच्या छडीवर. बाबा मला इंग्लिश ग्रामर शिकवायचे. शिकताना जांभई आल्यास सपकन् छडी पाठीवर बसायची. माझा थरकाप व्हायचा, पास्ट, प्रेझेन्ट, फ्युचर हे काळ आणि त्यांचे प्रकार बाबा माझा मेंदू उघडून स्वत: त्यात कोंबत. मग वेताची छडी मारून मेंदू जोडून पक्का बसवत. म्हणजे मग आयुष्यात कधीच ते सगळं डोक्यांतून निघून जायला नको. पण आयुष्याची गोष्ट तर सोडाच, दुसऱ्याच दिवशी माझ्याकडून चूक व्हायची. रोजच एक डोळा पुस्तकावर तर दुसरा छडीवर ठेवून ताठ बसावं लागायचं. बाबा म्हणत, 'ताठ बस. आळशी लोक वाकून बसतात.' चूक झाली की सपासप फटके बसत. फटके बसले की आणखी चुका होत. डोळ्यांत पाणी यायचं. रडायला लागलं की पुन्हा फटके. फटके बसले की आणखीनच रडू यायचं. रडत रडतच म्हणाले, 'पाणी हवंय.'

बाबा म्हणाले, 'पाणीबिणी काही मिळणार नाही.'

बाबा शिकवायला लागले की लघवी-संडास, तहान-भूक सगळ्याला बंदी. बाबा म्हणत, 'ही सगळी कारणं अभ्यास चुकवायला असतात.'

बाबांची शिकवणी संपली की आई पाठीवरच्या वळावर मलम लावता लावता म्हणायची, 'असं गुरासारखं मारून काय फायदा? ज्याला शिकायचंय तो केव्हाही शिकणारच. आणि ज्याला शिकायचं नाही तो काहीही केलं तरी शिकणार नाही. दिवसभर गोष्टींची पुस्तकं वाचल्यावर परीक्षेत चांगले मार्क्स कसे मिळणार? बाप घरात असेपर्यंत सगळे अभ्यासाच्या टेबलापाशी बसतात आणि बाप बाहेर पडला की घराचा नुसता मासळी बाजार होतो. आणि ही तर कारटी आहे सैतानांची नायक, सगळ्यांचा गुरू. कोणाला कसा त्रास देता येईल, तेच पाहत असते. चांगलं झालं! मार खाऊन उपडी पडलीस ते!'

रोज रात्री मार बसायला लागल्यावर मी शाळेतल्या अभ्यासाकडे दुर्लक्ष करून फक्त इंग्लिशचं व्याकरणच पाठ करायला लागले. तिकडे होमवर्कमध्ये भोपळा मिळायला लागला. गणिताचे किटकिट करणारे मास्तर मला अंगठे धरून उभं करत. शास्त्राच्या तासाला दोन्ही कान धरून बेंचवर उभं राह्यला लागायचं. काही काही मास्तर, मला सर्वांच्या समोर फळ्यापुढे बगळ्यासारखं एका पायावर उभं

राहून कान पकडायला लावत. मी रातोरात शाळेतली एक नंबरची मूर्ख, ढ विद्यार्थिनी म्हणून प्रसिद्ध झाले. इकडे घरी बाबांची गर्जना ऐकताच पाठ केलेल्या व्याकरणातही गडबड व्हायची. पाठीवर छडीचे फटके बसतच राहत. दुसऱ्या परीक्षेत मला इंग्लिशमध्ये बारा मार्क्स मिळाले. ते पाहून आईनं टोमणा मारला, 'मी सातवीत असतांना मास्तरांनी वर्गात विचारलं, 'शेणाला इंग्लिशमध्ये काय म्हणतात? कोणाला माहीत आहे का?'

'माझ्याशिवाय कोणालाच शब्द माहीत नव्हता. मी मोठ्या रुबाबात सांगितलं, 'काऊ डंग.' 'शिकले असते तर इंग्लिशची टीचर झाले असते.'

माझे मार्क्स पाहून बाबांचं ब्लडप्रेशर इतकं वाढलं की त्यांना हॉस्पिटलमध्ये न्यावं लागलं.

बाबा हॉस्पिटलमध्ये. घरी नुसता मासळी बाजार, आरडाओरडा, दंगामस्ती, अभ्यासाच्या टेबलावर धूळ जमायला लागली होती. कोण जाणार होतं आता तिथं? गप्पा, भटकणं, उनाडक्या, गाणंबजावणं ह्यातच दिवस सरायचा. ज्या गच्चीवर जाण्यास मनाई होती, तिथंच मी दुपार घालवायची. रात्र गोष्टींचं पुस्तक वाचण्यात संपायची. आता चोरून वाचण्याची गरज नव्हती. पायावर पाय टाकून, अगदी उघड उघड, सर्वांसमोर गोष्टींचं पुस्तक वाचायची. ही गोष्टींची पुस्तकं मला माझ्या शाळेतल्या ममताकडून मिळायची. तिला आम्ही सर्वजणी 'पुस्तकातला किडा' म्हणायचो. ह्या किड्याबरोबर माझी अचानक गट्टी जमली. ममता वर्गात मागच्या बाकावर बसून, मास्तरांचा डोळा चुकवून, सारखी पुस्तकं वाचायची. एक दिवस शाळा सुटल्यानंतरही ती वर्गात वाचत बसली होती. एकटीच. इकडे प्यूननं वर्गाला बाहेरून कुलूप लावलं. ही दुसऱ्या दिवशी वर्ग उघडेपर्यंत आतच अडकून पडली. हे सर्वांत आधी मलाच कळलं. कारण दुसऱ्या दिवशी सर्वांच्या आधी मीच वर्गात गेले होते. ममता त्या वेळी बाकावर झोपली होती. ही काय भानगड आहे म्हणून विचारल्यावर म्हणाली, 'संध्याकाळी घरी जायला निघाले तर वर्गाचं दार बाहेरून बंद. सगळी शाळा रिकामी. म्हणून हाक मारूनही उपयोग झाला नाही.'

तिचं बोलणं ऐकून मला नवलच वाटलं. 'मग? मग काय केलंस?'

'काय करणार?' ममता हसत हसत म्हणाली, 'पुस्तक वाचून संपवलं आणि मग खूप उशिरा झोपले.'

पुस्तक कुठलं होतं, तर नीहाररंजन गुप्तांचं 'किरीटी अमनिबास.'

ती घरी आली नाही म्हणून तिची आई किती काळजी करीत असेल, ह्याची तिला मुळीच फिकीर नव्हती. ती मजेत 'भूक लागलीय' म्हणून वर्गातून बाहेर निघून गेली. तिचं ते पुस्तक माझ्याजवळच राहून गेलं. त्यानंतर दोन दिवस तिच्या आईनं तिला शाळेत पाठवलं नाही. मी ते पुस्तक वाचून तिला परत केलं तेव्हा ती एकदम

खूष झाली. पुस्तक हरवलं, असंच ती धरून चालली होती. त्यानंतर ती स्वत: जे पुस्तक वाचायची, ते मला वाचायला द्यायची. फक्त मलाच हं!

ते असो. बाबा हॉस्पिटलमध्येच होते. रोज दुपारी आई टिफिन कॅरियरमध्ये बाबांचं जेवण घेऊन हॉस्पिटलमध्ये जायची. एक दिवस 'दोन्ही मुलींना बघावंसं वाटतं,' असं बाबा तिला म्हणाले.

'का पाहवंसं वाटतंय? एकदम असं वाटण्याचं कारण काय?' वगैरे चौकशा केल्यावर घोगऱ्या आवाजात मी आईला म्हटलं, 'मला कणकण वाटतेय. शिवाय माझे शिकवणीचे मास्तरही येतील. तेव्हा तू यास्मीनलाच घेऊन जा.' पण माझं काहीही चाललं नाही. आई मला अशी सोडणं शक्यच नव्हतं. तिनं मला हॉस्पिटलमध्ये बाबांच्या खोलीत नेऊन उभं केलंच. खोलीत डेटॉलचा वास भरून राहिला होता. बाबा कॉटवर झोपले होते. बाबांची दाढी वाढली होती. मी बाबांनी दाढी वाढवलेली कधीच पाहिली नव्हती. बाबा थोडे जास्तच वयस्क वाटत होते. त्यांनी मला जवळ बोलावलं. मला जवळ घेत ते हळूवारपणे म्हणाले, 'आता तुम्ही नक्कीच म्हणत असाल,

'यम गेला यमाघरी
आम्ही झालो स्वतंत्र नारी.'

मी बाबांना 'यम' नाव ठेवलंय हे बाबांना कळलं होतं. मी 'बाबांना' 'बाबा' म्हणणं कित्येक वर्षांपूर्वीपासूनच सोडून दिलं होतं. ते समोर नसताना मी त्यांना 'बाबा' म्हणायची. पण मला ते शिकवायला लागल्यापासून तेही सोडून दिलं होतं. फक्त यम. छोट्या दादाला बूट घ्यायला बाबांनी पैसे दिले नाहीत तेव्हा मी ठेवलेलं नाव अगदी योग्य असल्याचं त्यानं जाहीर केलं होतं. मला वाटलं की मी त्यांना 'यम' म्हटलं म्हणून ते हॉस्पिटलमध्येसुद्धा बिछान्यावरून उडी मारून उठून येऊन माझी हाडं खिळखिळी करणार. पण बाबांनी मला चकितच केलं. 'बेटा, आज काय जेवलीस?'

बाबांचा गोड आवाज ऐकून मला दिलासा मिळाला. 'अंडं खाल्लं.'

'मी घरी आलो की तुमच्यासाठी मोठमोठे रहू आणेन. कोंबडी आणेन. बाजारात फजली आंबे खूप आलेत. तेही आणेन हं टोपलीभर.'

मी मान हालवून 'अच्छा' म्हटलं.

बाबांच्या म्हणण्याला 'जी', 'हाँजी', 'अच्छा' असं काहीतरी म्हणून लवकरात लवकर हॉस्पिटलमधून बाहेर पडण्यातच शहाणपण होतं. पण बाबांनी आज मला आश्चर्याचे धक्क्यावर धक्के देण्याचंच ठरवलं होतं. त्यांनी मला छातीशी धरलं आणि माझ्या केसांवरून हात फिरवत ते म्हणाले, 'केसांना तेल का लावलं नाहीस? केसांना तेल लावून विंचरून रिबिनीनं बांधत जा. म्हणजे सुंदर दिसशील.'

मी श्वास रोखून धरला होता. बाबा त्यांचे खडबडीत गाल माझ्या गालावर घासत म्हणाले, 'पोरी, तुला डोकं चांगलं आहे, हे ठाऊक आहे मला. तुला शिकवताना ते माझ्या लक्षात आलंय. बोल बेटा, माय फादर हॅज बिन क्राईंग फोर मोर दॅन टु अवर्स' ह्या वाक्याचा काळ कुठला?'

'प्रेझेन्ट परफेक्ट कन्टिन्युअन्स् ' मी पुटपुटले.

'माझी गुणी पोर ती! सगळं येतं तिला.' बाबा माझ्या पाठीवरून हात फिरवायला लागले. माराच्या वळांवर त्यांचा हात लागताच दुखायचं आणि पाठ धनुष्यासारखी वाकडी व्हायची. तरीही मी गप्प राहिले. मला अचानकच बाबांबद्दल माया वाटायला लागली.

बाबा बरे होऊन हॉस्पिटलमधून परतल्यावर मासळी बाजारात एकदम सामसूम झाली आणि माझ्या जीवनातही. मला शाळा बदलावी लागली. 'विद्यामयी स्कूल' चांगली शाळा होती. ह्याबद्दल बाबांचं दुमत नव्हतं. पण तिच्यापेक्षाही एक चांगली शाळा सुरू झाली होती. 'रेसिडेन्सिअल मिड्ल स्कूल'. मला त्या शाळेत घालायचं ठरलं. आता विद्यामयीमध्ये मला मैत्रिणी मिळाल्या होत्या, रुबीबरोबर एक गूढ आत्मीयता वाटायला लागली होती. अशा वेळी मला काहीही न सांगता सवरता बहिरी ससाणा मला आपल्या पंजात धरून दुसरीकडे नेणार होता. त्या ससाण्यानं उचलण्याआधीच माती घट्ट धरून ठेवावी त्याप्रमाणे मी म्हटलं, 'मी विद्यामयी स्कूलशिवाय दुसऱ्या कुठल्याही शाळेत जाणार नाही.'

बाबांनी धमकावलं, 'तुझ्या मनावर काय आहे? मला तुला मिडल् स्कूलमध्येच पाठवायचंय.'

'विद्यामयी शाळा खूप चांगली आहे.' मी मुसमुसत म्हणाले.

बाबा घसा खाकरून म्हणाले, 'मिड्ल त्याहून चांगली आहे.'

माझ्यातलं सगळं धाडस एकवटून, डोळे घट्ट मिटून, ठामपणे म्हणाले, 'मी दुसऱ्या शाळेत जाणार नाही.'

आरशासमोर उभं राहून बाबा टाय बांधत होते. आरशात बघतच म्हणाले, 'मी सांगतो त्याच शाळेत तुला जायला पाहिजे. बस!'

नवीन शाळेच्या प्रवेश परीक्षेत 'एम इन माय लाइफ' या विषयावर निबंध लिहावयाचा होता. प्रश्नपत्रिकेतला एवढाच प्रश्न मी सोडवला. लिहिता लिहिता माझ्या लक्षात आलं की इंग्लिश भाषा कठोर गोष्टी, राग, शिव्यागाळी ह्यांच्यासाठी फारच उपयुक्त आहे. बंगालीत भावना तुफानाप्रमाणे उसळून येतात, माया, ममता ह्यांच्यासारख्या भावना हृदयाचा बंद दरवाजा उघडून आवेगानं बाहेर यायला बघतात. म्हणून त्या दिवशी मी बंगालीला दूरच ठेवलं. मी स्पष्टपणे लिहिलं की ह्या शाळेत शिकणं हे माझ्या जीवनाचं ध्येय नाही. ही शाळा एखाद्या भूतबंगल्यासारखी वाटते.

मी ज्या शाळेत जाते, ती शाळा खूप चांगली आहे आणि मला तिथंच शिकायचं आहे. पण बाबा माझ्या इच्छेविरूद्ध त्यांच्या मर्जीप्रमाणे वागतात. हे मला आवडत नाही. त्यांना जर वाटलं की मला ब्रम्हपुत्रेत सोडून द्यावं, तर ते देतीलच कारण तशी त्यांची इच्छा आहे. मला ब्रह्मपुत्रेत बुडायचं आहे का नाही, ह्याची त्यांना पर्वा नाही. माझं जीवन हे माझं आहे की त्यांचं? जर हे जीवन माझं असेल– ते माझंच आहे– तर आपल्यापाशी मी हात जोडून विनंती करते की मला या शाळेत प्रवेश देऊ नये. प्रवेश देऊन आपण माझ्या आयुष्याचं फार मोठं नुकसान करणार नाही, असा माझा विश्वास आहे.

प्रश्नपत्रिकेतील दुसऱ्या कुठल्याही प्रश्नाकडे मी ढुंकूनसुद्धा पाह्यलं नाही. बाबांची चांगली जिरवली म्हणून मला एकापरीनं फार मोठं समाधान वाटत होतं. परीक्षा संपल्याची घंटा होईपर्यंत मी गुपचूप बसून राहिले. घंटा होताच मी बाहेर आले. बाबा कॉरिडॉरमध्ये माझी वाट पाहत उभे होतेच. ते धावत माझ्याजवळ आले आणि त्यांनी मला विचारलं, 'परीक्षा कशी झाली?'

मी उतरलेल्या चेहऱ्यानं म्हटलं, 'चांगली झाली.'

बाबांनी हसत विचारलं, 'सगळ्या प्रश्नांची उत्तरं लिहिलीस ना?'

'हो!' शहाण्या मुलीप्रमाणे मान हलवून मी म्हटलं.

'इथं फार कठीण आहे. दोनशेजण परीक्षेला बसलेत आणि प्रवेश देणार आहेत फक्त तीसजणांना.' बाबांना काळजीनं घाम फुटला होता.

मला खोटं बोलण्याची अजिबात सवय नव्हती. पण हे एवढं खोटं बोलण्यासाठी मी खूप तयारी केली होती.

बाबा मला सरळ नव्या बाजारातल्या औषधांच्या दुकानात घेऊन गेले. ह्या दुकानाच्या आतल्या बाजूला बाबांची डिस्पेन्सरी होती. आता बाबा दुसऱ्यांच्या फार्मसीत बसत नसत. युद्धानंतर नानांच्या खानावळीच्या थोडं पुढे बाबांनी जागा विकत घेतली होती आणि नाव दिलं होतं 'आरोग्य वितान'. आतल्या खोलीतल्या स्वत:च्या गादीच्या खुर्चीवर मला बसवून पोडाबाडीचे चमचम स्वत:च्या हातानं त्यांनी मला भरवले. मग मला म्हणाले, 'चांगला अभ्यास कर. प्रत्येक क्लासमध्ये पहिला नंबर आला पाहिजे. कमर कसून आजपासून अभ्यासाला लाग.'

बाबांचं हे स्वप्न काही दिवसांतच पिकल्या पानांसारखं गळून पडणार आहे हे त्यांना माहीत नसलं तरी मला माहीत होतं. ही गोष्ट, मणीला रात्री उघडं करण्याच्या घटनेसारखीच गुप्त होती.

पण काही दिवसानंतर बाबांनी एक चांगली बातमी आणली. मला नव्या शाळेत प्रवेश मिळाला होता. मला तर ही बातमी ऐकून भोवळच आली. हे कसं शक्य आहे! हो! बाबांच्या इच्छेप्रमाणेच तर सगळं होतं! दुसरीकडे कुठं होवो न होवो

माझ्या बाबतीत होतंच होतं! विस्तीर्ण वाळवंटात उभ्या असलेल्या त्या 'शाळा' नामक निर्जन, सुनसान इमारतीत मला नेऊन बाबा म्हणाले, 'तुला ब्रह्मपुत्रेत सोडून देण्याची माझी इच्छा नाही. तू माझी मुलगी आहेस. माझी रक्ताची पोटची पोर. माझ्याशिवाय तुझं भलं कोण करणार? जर तू ब्रह्मपुत्रेत बुडायला लागलीस तर तुला वाचवायला पहिली उडी घेईन ती मीच.'

सबंध शाळेत हातांच्या बोटांवर मोजण्याइतक्याच विद्यार्थींनी होत्या. पाच-सहा शिक्षक होते. डोळ्यांतलं पाणी दोन्ही हातांनी पुसत पुसत मला वर्गात जाऊन बसावं लागलं. तिकडे विद्यामयीमध्ये मुक्तियुद्ध प्रत्यक्ष पाहिलेल्या 'युद्धम् देहि' मैत्रिणी बहिरीससाण्यांविरूद्ध आपला राग प्रकट करत होत्या.

नवीन शाळेत माझं मन मुळीच रमत नव्हतं. राजाबाडीच्या शाळेत यास्मीनही रमत नव्हती. युद्धानंतर ख्रिश्चन मिशनरींनी चालवलेलं 'मरियम स्कूल' बंद झाल्यामुळे तिला 'राजाबाडी स्कूल'मध्ये प्रवेश घ्यावा लागला होता. 'ट्विंकल, ट्विंकल लिट्ल स्टार' किंवा 'हम्टी डम्टी सॅट ऑन ए वॉल' ह्याऐवजी आता तिला 'तालगाछ एक पाये दांडिये सब गाछ छाडिये' (एका पायावर उभा ताड, सगळ्यांत लांब त्याची मान) पाठ करावं लागत होतं. 'मरियम स्कूल'मधल्या मदर तिला मांडीवर घेऊन तिचे लाड करत म्हणून असेल किंवा एका ठिकाणी बरेच दिवस घालवल्यास त्या जागेबद्दल प्रेम वाटायला लागतं म्हणून असेल, संधी मिळताच संध्याकाळी यास्मीन घरापासून पाच मिनिटांच्या अंतरावर असलेल्या 'मरिमय स्कूल'च्या बंद लोखंडी फाटकापाशी जाऊन उभी राहत असे. शाळेच्या भिंतीमधून वडाचं रोपटं उगवलेलं पाहून तिला खूप वाईट वाटत असे. शाळेच्या इमारतीबद्दल– मग ती पडकी जुनाट असली तरी– तिला खूप प्रेम वाटत असे. एवढंच नाही इमारतीजवळचं झाड, झाडाला लागून असलेलं मैदान, मैदानातलं तळं, आवारातला झोपाळा ह्या सर्वांबद्दलच तिला फार ओढ होती. ते सगळं आता बंद झालं म्हणून ती हिरमुसली होत असे. ते पाहून अखेर बाबांनी आमच्या घराच्या अंगणात तिच्यासाठी एक झोपाळा बसवून घेतला. ती त्या झोपाळ्यावर झुलताना डोळे मिटून हा शाळेतलाच झोपाळा आहे असं समजून 'हाऊ आय वंडर व्हॉट यू आर' असं गुणगुणत राह्यची. मी मागे काय सोडून आलेय, ह्याचा मीही विचार करायची. एखाद्या झोपाळ्यासाठी किंवा वर्गासाठी माझ्या मनाला हुरहूर वाटत होती का? नाही. पण रुनीसाठी मात्र ते तळमळत होतं. फक्त रुनीसाठीच का? नाही. रुनी बरीचशी ध्रुवताऱ्यासारखी होती. तिचं तेज प्रखर होतं. पण ती खूप दूर होती आणि दूर राहण्यातच तिची शोभा होती. तिला रोजच्या सामान्य गोष्टीत मला आणायचंच नव्हतं. ज्या मुलींची नाकं सर्दीमुळे सारखी वाहत असायची, ज्यांचे दात स्वच्छ नसायचे, ज्यांच्या डोक्यात उवा होत्या, त्यांच्यात राहण्याची मला सवय झाली

होती. त्यांच्यासाठी माझं मन हुरहुरत होतं. सवयीचं आयुष्य सोडून नव्या आयुष्याशी जमवून घ्यायला माणसाला वेळ लागतो– विशेषत: माझ्यासारख्या अंतर्मुखी माणसाला. गवताची गवताबरोबर मैत्री व्हायला फारसा वेळ लागत नसेलही. पण मी होते वेगळ्या जातीची. लाजाळूचं झाड.

नवीन शाळेत स्वत:चा डबा स्वत:बरोबरच आणायचा असा नियम होता. बाबा रोज डब्यासाठी स्लाइस केलेला मोठा फ्रुट केक घेऊन येत. मी डबा घेऊन जायची खरी, पण खायला मनच व्हायचं नाही. त्यापेक्षा जुन्या चप्पल, बूट देऊन घेतलेली कटकटी खाण्यात जास्त मजा वाटली असती. चव बदलावी असं वाटायचं. फ्रुट केक ही बाबांच्या मते जगातील सर्वांत स्वादिष्ट गोष्ट असेलही. पण मला मात्र तसं वाटत नव्हतं. कमीतकमी एखादा पदार्थ नापसंत करण्याचं किंवा न करण्याचं स्वातंत्र्य तरी मला होतंच. त्या दिवशी, डबा न खाताच मी शाळेच्या व्हरांड्याच्या रेलिंगला धरून उभी होते. समोर बघण्यासारखं काहीच नव्हतं. घाणेरड्या पाण्याचं डबकं बुजवून ओसाड माळरान मैदानाप्रमाणे केलं होतं. त्याच वेळी रुनीनं माझ्या पाठीवर हात ठेऊन मला चांगलाच धक्का दिला. तिला पाहताच मी हळूहळू मागे झाले. कारण ती जवळ आली तर तिला माझ्या छातीची धडधड ऐकू जाईल आणि माझ्या अंगावरची शिरशिरी दिसेल, ह्याची मला भीती वाटत होती. रुनी मात्र हसत हसत एकेक पाऊल पुढे येत म्हणाली, 'मी आता या शाळेच्या टीचर्स क्वार्टरमध्ये राहणार आहे. किती मजा ना! रिबेकाआपाला ओळखतेस ना? स्कूलची डॉक्टर. ती माझी मोठी बहीण.'

मी तिच्या आणि माझ्यामध्ये योग्य ते अंतर ठेवून तिच्याकडे डोळे भरून पाहत राहिले. मी रिबेकाआपाला ओळखते की नाही ह्या प्रश्नाचं उत्तर द्यायचं मी विसरूनच गेले. माझ्या सुन्या अंगणात धुमकेतूप्रमाणे रुनीचं झालेलं अवतरण मला मुकं करून गेलं. प्रेम खूप गहिरं असेल तर बहुधा आपल्याला हव्या असलेल्या माणसाला प्रत्यक्ष समोर आणून उभं करतं, असं मला वाटलं. रुनी हात पुढे करून माझ्याकडे येऊ लागली आणि मी मागे जात जात भिंतीला जाऊन टेकले.

'ए, एवढी लाजतेस का?' असं म्हणून रुनीनं माझ्या खांद्यावर हात ठेवला. माझ्या अंगावर अशी काही विलक्षण शिरशिरी आली की तिचं वर्णन करणं कठीण! माझा श्वासोच्छ्वास वेगानं व्हायला लागला. मी दोन्ही हातांनी माझं तोंड झाकून घेतलं.

'पिकनिकला येणार नाहीस का? शाळेतले सगळे धनबाडीच्या जमीनदाराच्या वाड्यावर पिकनिकला जाणार आहेत. मीही जाणार आहे. इथून धनबाडी खूप दूर आहे. मला खूप दूर जायला आवडतं.'

मी हळूहळू रुनीच्या नजरेला नजर मिळवली. तिच्या डोळ्यांतलं आकाश

निळंशार होतं. मला पंख पसरून त्यात भरारी माराविशी वाटली. माझ्या अर्धवट उघडलेल्या डोळ्यांकडे पाहून रुनीचं बांधेसूद शरीर हसायला लागलं. असं सुंदर हसणं रुनी सोडून दुसऱ्या कोणाचं असणार होतं? मी रुनीवर प्रेम करत होते. तिच्यात आणि माझ्यात अंतर ठेवूनही मी तिच्यावरच प्रेम करत होते. पण माझ्यावर असलेलं तिचं प्रेम– ते प्रेम होतं का हे मला कळलं नव्हतं– कदाचित ते प्रेम नसून स्नेह किंवा प्रोत्साहन असेल, मला थक्क करत होतं. ती मला जेवढं तिच्याजवळ ओढायची, तेवढी मी मलाच सामान्य वाटायची. मोठा वृक्ष जर गवताच्या काडीपाशी वाकला तर त्या गवताच्या काडीचा क्षुद्रपणा जास्तच विशेषत्वानं लक्षात येतो. रुनी माझ्यावर प्रेम करायला लागली की मला माझं अस्तित्वच अनुभवास येत नसे.

त्या दिवशी जणू अमावस्येच्या रात्री चंद्र उगवला, चहुबाजूंना चांदणं पसरलं आणि त्या चांदण्यानं मला चाफ्याच्या बागेत नेलं! रुनी निघून गेल्यावरही मी किती तरी वेळ तिथंच उभी होते. जणू हजारो वर्षं ज्या लक्ष्याचं स्वप्न मी पाहिलं होतं तिथंच मी जाऊन पोहोचले होते! नव्या शाळेतल्या सुकलेल्या झाडांझुडुपांना टवटवी आल्यासारखं वाटलं मला! शाळेतल्या वर्गांनाही शोभा आल्यासारखं वाटलं. धूळ उडवणारा जोराचा वारा मला दक्षिण वायू वाटला. ओसाड जमिनीला रुनीच्या पायाचा स्पर्श होताच ती हिरवीगार झाली. मला त्या हिरवळीवर अनवाणी धावावंसं वाटलं.

पिकनिकसाठी दहा रुपये वर्गणी होती. बाबांकडे पैसे मागताच ते शांतपणे म्हणाले, 'जाण्याची काहीही गरज नाही.'

ते कसं काय! मी म्हटलं, 'जायलाच हवं.'

बाबा चिडले. 'जायलाच पाहिजे म्हणजे? कोणी तुझ्यावर जबरदस्ती केलीय का? पिकनिक हा काय शाळेतला एखादा विषय आहे की गेलं नाही तर मार्क्स कमी होतील!'

बाबांनी पैसे दिले नाहीत.

इकडे शाळेतल्या मुली पिकनिकला जायला मिळणार म्हणून आनंदानं नाचत होत्या. मी एकटीच घायाळ पक्ष्याप्रमाणे तडफडत होते. मला आयेशानं वाचवलं. ती म्हणाली, 'तुझ्याजवळ पैसे नसतील तर मी उसने देते.' तिनं मला अगदी सहजपणे दहा रुपये उसने दिले. पिकनिकला जाणाऱ्यांच्या लिस्टमध्ये माझंही नाव लिहिलं गेलं. अगदी पहाटेच ट्रकनं आम्ही धनबाडीला जायला निघालो. रुनी वरच्या वर्गातल्या मुलींबरोबर आणि शिक्षकांबरोबर बसमध्ये होती. मोठमोठी पातेली, ताटवाट्या, डाळ-तांदूळ असं सर्व सामान बसवर लादून माईकवरून गाणी गात गात आम्ही चाललो होतो धनबाडीला. धनबाडीला रुनीचं सौंदर्य मी दुरूनच पाहत

होते. ती डावीकडे गेली की मी उजवीकडे जायची. ती उजवीकडे गेली की मी डावीकडे जायची. ती डोळ्याआड होताच मी बेचैन होऊन तिला शोधायला लागायची. तिला नजरेच्या टप्प्यात ठेऊन मी एकटीच झाडाच्या सावलीत किंवा पायऱ्यांवर बसून राह्यची. पिकनिकहून परतताना रात्र झाली. घरी येऊन पाहते तर बाबा माझी वाट पाहत व्हरांड्यात उभेच होते.

'शाळेतून यायला एवढा उशीर का?' बाबांनी मला गपकन् पकडलं.

'पिकनिकला गेले होते.' मी नख कुरतडत उत्तर दिलं.

बाबांनी फरफटत मला अंगणातल्या फणसाखाली नेलं आणि त्याच्या शिपटीनं चांगला चोप दिला. आई-बाबांनी मारलं तर चूपचाप मार खायचा असा नियमच होता. मी तेच केलं. आपला सगळा राग माझ्या पाठीवर काढल्यानंतर बाबांनी विचारलं, 'पिकनिकला जायला पैसे कोणी दिले?'

तोंडातून शब्द फुटत नव्हता. तरी बळेबळेच म्हटलं, 'वर्गातल्या एका मुलीकडून उसने घेतले.' आई-बाबांनी प्रश्न विचारल्यावर उत्तर देणं भाग होतं.

माझं उत्तर ऐकताच बाबांनी माझ्या गालावर आपली पाच बोटं जोरात उमटवली. 'पैसे उसने घेऊन पिकनिकला गेलीस? एवढी हौस का? तुझी हौस चुटकीसरशी मिटवतो, बघ!'

दुसऱ्या दिवशी बाबा बाहेर पडण्याआधीच माझी शाळेची रिक्षा आली. रिक्षावाल्याला रोजचा एक रुपया बाबांनी काढून दिला आणि त्याचबरोबर दहाची एक नोट माझ्या अंगावर फेकून त्यांनी मला बजावलं, 'ह्यापुढे जर माझं ऐकलं नाहीस, सांगितलं तसं केलं नाहीस तर अंगणातल्या सरपणातील सर्वच्या सर्व लाकडं तुझ्या पाठीवर फोडेन. लक्षात ठेव.'

पिकनिक होतेय न होतेय तोच शाळेत सांस्कृतिक कार्यक्रमाची गडबड सुरू झाली. जिला जे येतं– गाणं, नाच, पाठांतर– ते तिनं स्टेजवर सादर करायचं होतं. कॉमन रूममध्ये हार्मोनियमच्या साथीनं मुली गाण्याची प्रॅक्टिस करायला लागल्या. रवीन्द्रनाथांच्या 'पूजारिणी' कवितेवर एक नृत्यनाटिका बसवली होती. 'आजि धानेर क्षेते रौद्र-छायाय सादा मेघेर भेला' ह्या गाण्यावर नाच बसवला होता. मागच्या पडद्यावर शेत, पांढरे ढग रंगवण्याचं काम जोरात सुरू झालं होतं. मी हे सगळं पाहत बसले असताना हवाईन गिटार माझ्या हाताला लागली. छोट्या दादाच्या वहीतून चोरून शिकलेलं 'एत सूर आर एत गान यदि कोनोदिन थेमे जाय, सेईदिन तुमिओ तो मोरे भूले याबे गो आमाय' हे गाणं मी सहज वाजवलं. झालं! सर्व मुलींनी मी कार्यक्रमांत गिटार वाजवलीच पाहिजे असा आग्रह धरला. मला गिटार वाजवावीच लागली. हातपाय कापत असताना जे काही वाजवलं, ते ऐकून अनेकांनी वाहवा केली. तोपर्यंत ह्या नव्या शाळेत चांगली विद्यार्थिनी म्हणून माझं नाव झालंच होतं.

ड्राईंगच्या तासाला मला 'जिनियस' म्हणत. इंग्लिशमध्ये मी 'एक्सलंट' होते. प्रवेश परीक्षेत मी एक्सलंट निबंध लिहिला होता ना! बंगालीचे मास्तर म्हणत, 'तू तर कवयित्री आहेस!'

शाळेतला सांस्कृतिक कार्यक्रम झाल्यावर 'गर्लस् गाईड'मध्ये मुली निवडण्याची गडबड सुरू झाली. शारीरिक व्यायाम सुरू झाला. मी ड्रम वाजवायला शिकले. ड्रम गळ्यात बांधून वाजवावा लागायचा. विजय दिवसाच्या कार्यक्रमात सर्किट हाऊसच्या मैदानावर गर्ल्स् गाईडच्या 'डांडिया' नृत्यात मी भाग घेतला. मी जे काही करायची ते मान खाली घालून, लाजत लाजत. नृत्याचे मास्तर योगेश चंद्र शाळेत मुलींना नृत्यनाट्य शिकवायला येत. ते रवीन्द्रनाथांचं 'चित्रांगदा' बसवत होते. त्यांनी ह्या लाजाळूच्या झाडाला अचानक विचारलं, 'ए, चित्रांगदा होतेस?' लाजाळूचं झाड योगेश चंद्रांना टाळून कसंबसं तिथून पळालं. 'चित्रांगदा'ची रिहर्सल सुरू झाली. रिहसर्ल पाहून उत्साहानं मी घरी येऊन यास्मीनला सखी बनवून अंगणभर नाचून गात असे, 'गुरू गुरू गुरू गुरू घन मेघ गरजे, पर्वत शिखरे, अरण्ये, तमस छायाय.' मीच चित्रांगदा, मीच अर्जुन, मीच मदन. शाळेत रिहर्सल अणि घरी मंचप्रस्तुती. प्रेक्षकात असे आई, मणी, दादा, छोटा दादा आणि पपी.

□

प्रेम

छोटा दादा 'आनंद मोहन' कॉलेजमध्ये दुसऱ्या वर्षाला होता. त्याच्या वर्गात बेबी नावाची मुलगी होती. ती नेत्रकोनाची होती. मयमनसिंहला ती शिकण्यासाठी आली होती. पण तिच्या राहण्याची चांगली सोय झाली नव्हती. तेव्हा छोट्या दादानं तिला आमच्या घरी राहू द्यावं म्हणून आग्रह धरला. अखेर छोट्या दादाच्या आग्रहाला बाबांनी मंजुरी दिली. सुटकेस घेऊन बेबी 'अवकाश' मध्ये राह्यला आली. माझ्याच खोलीत तिची झोपण्याची सोय करण्यात आली. तिच्यासाठी एक वेगळी टेबल-खुर्ची आणली. बेबी उंच, सावळी होती. तिचे डोळे मोह पाडणारे होते. दोनच दिवसांत घरातल्या सर्वांनाच तिनं आपलंसं करून घेतलं. उठता बसता घरातली माणसं सोडून कोणाचंही तोंड दिसायची आतापर्यंत शक्यता नव्हती. आणि अचानक माझ्या नीरस जीवनात एक बोलतं चालतं जिवंत माणूस आलं होतं. बेबी माझ्याशी तिच्या घराबद्दल, भाऊ-बहिणीबद्दल बोलायची. तिच्या बहिणीचं नाव मंजूरी. ती एकदा झाडावरून पडली आणि तिचा पाय कसा मोडला, बेबी स्वत: एकटीच शिकण्यासाठी नेत्रकोनाहून मयमनसिंहला कशी आली, तिचा वेडा भाऊ दिवसभर कंस नदीत पाय बुडवून कसा बसायचा आणि एक दिवस अचानक तो कसा नाहीसा झाला हे सगळं ती मला रंगवून सांगायची. मग कंस नदी मला ब्रह्मपुत्रेसारखीच ओळखीची वाटायची, मंजूरीची आणि माझी जन्मोजन्मीची ओळख आहे, असं वाटायचं. बेबी आईबरोबरही चुलीपाशी बसून गप्पा मारायची. तिचा वेडा भाऊ नाहीसा झाला. त्याचा खूप शोध घेतला पण कुठंच त्याचा पत्ता लागला नाही. ह्या धक्क्यानं तिच्या आईनं खाणंपिणं सोडून अंथरूण धरलं. ती खूप अशक्त झाली. तिच्या हाडांच्या काड्याच काय त्या उरल्या होत्या. एकदा तिनं बेबीला आंघोळीसाठी तळ्यावर नेण्याचा आग्रह केला. बेबीनं तिला तळ्यावर नेऊन आंघोळ घातली. घरी येऊन तिनं पांढरी साडी नेसली आणि ती झोपली. ती पुन्हा उठलीच नाही. ही हकिकत ऐकून आईला खूपच वाईट वाटलं. ती बेबीला म्हणाली, 'तू मला मुलीसारखीच तर आहेस. आजपासून मला तीन मुली आहेत, असं मी समजेन.'

बाबा घरी आल्यावर बेबीला विचारत, 'अभ्यास कसा काय चाललाय? फर्स्ट क्लास मिळणार ना?'

बेबी मान हलवून म्हणायची, 'जी, काका. आशा वाटतेय.'

साडेतीन महिन्यानंतर बेबीला गाशा गुंडाळून आमच्या घरातून जावं लागलं. कारण एका दुपारी आईनं पाहिलं की छोटा दादा पलंगावर झोपलाय आणि बेबी त्याच्या शेजारी बसून त्याच्या डोक्यावरून हात फिरवतेय. हे पाहताच आईच्या तळपायाची आग मस्तकात गेली. ती म्हणाली, 'बेबी, तुझ्या मनात पाप होतं हे मला माहीत नव्हतं. तू तर म्हणाली होतीस की तू त्याला भाऊ मानतेस. दूध घालून मी साप पोसला म्हणायचं! माझ्या मुलाबरोबर मौजमजा करायची होती तुला! काय हे तुझं धाडस!'

बेबीनं रडत रडत आईचे पाय धरले. छोट्या दादाचं डोकं दुखत होतं म्हणून तिनं फक्त कपाळाला हात लावून पाह्यला इतकंच! 'पुन्हा अशी चूक करणार नाही' म्हणत तिनं आईजवळ हात जोडून क्षमा मागितली. पण आई क्षमा करणाऱ्यातली नव्हती. तिनं सरळ सांगितलं, 'एकदा तिच्या मनातून एखादं माणूस उतरलं की उतरलं.'

बेबी घरातून निघून गेल्यावर घरातली सर्वांत निर्विकार व्यक्ती होती छोटा दादा.

छोट्या दादाची आय. एस. सी. ची परीक्षा अगदी तोंडावर आली होती. ह्या परीक्षेत चांगल्या रीतीनं पास होऊन छोट्या दादाला मेडिकलला प्रवेश घ्यायचा होता. एका तरी मुलानं डॉक्टर व्हावं अशी बाबांची फार इच्छा होती. पण छोटा दादा अचानक घरातून निघून गेला. एक दिवस गेला, दोन दिवस गेले, आठवडा गेला पण त्याचा काहीही पत्ता लागला नाही. बाबा वेड्यासारखं त्याला गावभर शोधत होते. बाबा तेव्हा टांगाईलला सिव्हिल सर्जन होते. सकाळी सकाळी ते बसनं टांगाईलला जात आणि रात्री उशिरा घरी परत येत. ते नोकरी करत होते म्हणण्यापेक्षा नोकरी टिकवत होते असं म्हणणं जास्त योग्य होईल. ऑफिसात सुट्टीसाठी अर्ज टाकून ते छोट्या दादाला शोधत होते. मयमनसिंह तसं छोटं शहर होतं. त्यामुळे बाबांना त्यांचा मुलगा मिळाला. पण तो पहिल्यासारखा राहिला नव्हता. त्यानं लग्न केलं होतं. त्याचं त्याच्याच वर्गातल्या एका हिंदू मुलीवर प्रेम होतं. तिच्याशीच त्यानं चोरून लग्न केलं होतं. एका मित्राला 'ऊकील बाप'[१] बनवलं लग्नाच्या वेळी. आता छोटा दादा आणि त्याची बायको त्या मित्राकडेच राहत होते.

बाबा डोकं हातात धरून म्हणाले, 'सर्वनाश झाला. माझ्या सर्व आशांवर, भरवशावर पार पाणी फिरवलं कारट्यानं. काय करून ठेवलं बघ! कोणी त्याला ही बुद्धी दिली अल्ला जाणे! परीक्षा किती जवळ आलीय. मला वाटलं होतं हा मुलगा तरी मेडिकलला जाईल. कोणी तरी मोठा होईल. नाव काढेल. पण हा काय वेडेपणा

करून ठेवला! भविष्य बरबाद झालं! किती वेळा सांगितलं होतं की मित्रांबरोबर वेळ घालवू नकोस. 'अभ्यास करून, शिकून सवरून मोठा हो', म्हणून किती समजावून सांगितलं. आई बाबांच्या डोक्यावर तांब्यानं पाणी ओतत राहिली. बाबांचं ब्लडप्रेशर वाढत होतं. वाढलेल्या ब्लडप्रेशरनं बाबांच्या हृदयावर आपला काळा पंजा उमटविला होता, हे आईच्या लक्षात आलं नाही.

आई हमसून हमसून रडत म्हणाली, 'माझं सोन्यासारखं पोर! कुठं राहतोय, काय खातोय अल्ला जाणे! बदमाशांनी नक्कीच त्याच्यावर जादूटोणा केला असणार! हे काय त्याचं लग्नाचं वय आहे? अल्ला, माझ्या पोराला घरी परत येऊ दे.' डोळ्यांतलं पाणी पुसून, गोंधळून गप्प बसलेल्या बाबांना हलवत आईनं विचारलं, 'ही अफवा तर नाही?'

बाबांनी मान हलवून नकार दिला.

ही अफवा नाही. खरं आहे सगळं. मुलीचं नाव गीता मित्र. हिंदू. आमच्या घरी त्या दिवशी चूल पेटलीच नाही. मी सबंध दिवस झोपून कडीपाटाचे वासे मोजत होते. दादा ढाका युनिव्हर्सिटीत शिकत होता. मला फार एकटं एकटं वाटत होतं. दादा इथं नव्हताच. आता छोटा दादाही गेल्यावर घर खायला उठत होतं. मणी व्हरांड्यात पेंगत होती. ऊन जिन्यावरून अंगणात उतरलं होतं. पण उन्हात कोणीच पाऊल टाकलं नव्हतं. उन्हात उभं करून आई आम्हा मुलांना अंग चोळून अंघोळ घालायची आणि सर्व अंगाला सरसूचं तेल चोळायची. दोन्ही कानात आणि बेंबीतही तेल सोडायची. छोटा दादा मोठा झाला तरी आई त्याला असंच करायची. छोटा दादा केसांचा फुगा पाडायचा, पॉईन्टेड शूज घालायचा, शेजारच्या बंगल्यातल्या डॉली पॉलकडे पाहून खट्याळपणे हसायचा, पण घरात शिरताच तो आईचं बाळ व्हायचा. आई त्याला भरवायचीसुद्धा.

बाबांच्या उशाशी बसत, उसासा टाकत आई म्हणाली, 'एका हिंदू मुलीबरोबर— कमालनं एका हिंदू मुलीबरोबर— कसं काय लग्न केलं? ती मुलगी किती तरी वेळा आलीय ह्या घरी. तिचं वागणं काही मला बरं वाटलं नव्हतं. आली की सिनेमाला घेऊन जाण्यासाठी नोमानच्या मागे लागायची. नोमान नाही म्हणाला की कमालच्या मागे लागायची. मुलांच्या मागे लागण्याची सवयच होती तिला! चंटच आहे ती. माझ्या साध्या सरळ पोराला पटवलं. कमाल काही दिवसांपासून बेचैनच होता. ह्या पोरीच्या नादी लागलाय, हे आधीच कळलं असतं तर त्याला सावध तरी केलं असतं.' पलंगाच्या काठावर कोपर ठेवून आणि हात गालावर ठेवून निःश्वास सोडत आई म्हणाली, 'आता अल्लाच पोराचं मन पालटवू शकतो. अल्ला! माझं पोर परत घरी येऊ दे! मी माझ्या मुलाचं लग्न हिंदू मुलीशी केलं असतं का? माझ्या सोन्यासारख्या मुलासाठी किती तरी बड्या बड्या घरच्या मुली सांगून आल्या

असत्या. घरापुढे रांग लागली असती मुलींची. थाटामाटात लग्न करून सून घरात आणली असती. शिक्षण संपवून नोकरी लागल्यावर लग्न करायचं! माझ्या पोराचं मन नक्कीच पालटेल. तो खात्रीनं घरी परतेल. माणसाकडून चुका होतातच.'

गीता मित्र विद्यामयीमध्ये शिकत होती. तिचा चेहरा चिंचोक्यासारखा गोल होता, कोवळ्या काळ्या चेहऱ्यावर हरणासारखे डोळे होते. शाळेतल्या निरनिराळ्या कार्यक्रमात आणि समारंभात ती नाचायची. 'आनंद मोहन' कॉलेजात गेल्यावर तिची छोट्या दादाबरोबर ओळख झाली. पण तिचं आमच्या घरी येणं-जाणं वाढलं ते तिच्या लंगड्या मावशीमुळे. तिची लंगडी मावशी आम्हाला शिकवायला घरी यायची. तिच्याचमुळे ही घरी येऊन माझ्याशी आणि यास्मीनशी गप्पा मारायची, ती आम्हाला चोरून सिनेमाला घेऊन जाण्याचं प्रॉमिस द्यायची. ती आम्हाला नाचही शिकवणार होती. सीताफळं काढताना ही आपली तरातरा झाडाच्या शेंड्यापर्यंत चढली. अशी दांडगट आणि खोडकर मुलगी पाहून आम्ही खूष. बेबी हिच्यापेक्षा वेगळी होती. शिवणकाम येणारी, स्वयंपाक करणारी साधीसुधी मुलगी होती ती. तिला गीताप्रमाणे हिंडण्याफिरण्याचा शौक नव्हता. गीतानं फारच लवकर आम्हाला जिंकून घेतलं. अर्थात आम्ही तेव्हा इतक्या निष्पाप होतो की आम्हाला कोणीही आपलंसं करून घेऊ शकत होतं. ईदसाठी आम्हाला नवे कपडे शिवायचे होते. आईनं त्यासाठी पांढरं सॅटीनचं कापड आणलं होतं. गीतानं ते पाहताच झडप घालून उचललं. म्हणाली, 'मला येतं शिवता. छान शिवून देते कपडे.' बस!

मापं घेण्याच्या निमित्तानं ती दिवसातून दोनदा आमच्या घरी यायला लागली. तीन दिवसांत शिवून देते म्हणाली. पण लागले तेरा दिवस. माझे कपडे ईदेच्या दिवशी सकाळी कसेबसे शिवून आणून दिले. घालायला गेले तर छातीला इतका घट्ट की वाटत होतं कापड फाटणारच. लांबीला एवढा मोठा की जणू काही पीरबाडीचा आलखाल्ला. असे विचित्र कपडे ह्याआधी मी कधीच घातले नव्हते. ती ईदही काही चांगली झाली नाही. गीता ईदेच्या सकाळीच घरी आली आणि तिनं शिवलेले कपडे मला घालून पुढचे दात दाखवत हसत म्हणाली, 'काय सुंदर दिसताहेत! फारच सुंदर! फारच!' ती पुढे म्हणाली, 'चल, तुला मस्तपैकी फिरवून आणते.'

'मस्तपैकी कुठंतरी फिरायला जायचं' म्हटल्यावर मला तर राहावेच ना! मी गीताबरोबर रिक्षानं मजेत निघाले. आम्ही 'साहेब क्वार्टर' मधल्या जज्जसाहेबांच्या घरी गेलो. बड्या लोकांचं घर! तिथं गीताची मैत्रीण रुही राहत होती. तिला घेऊन कुठंतरी जायचं होतं. रुही खूप गोरी होती. तिचा चेहरा बसका होता. गीताबरोबर बाहेर जाण्यासाठी ती तिच्या आईला पटवायला लागली. रुहीची आई लवकर परवानगी देत नव्हती म्हणून त्या दोघी आपापसांत सारख्या कुजबुजत होत्या आणि

मी मात्र त्यांच्याकडे पाहत सोफ्यावर एखाद्या बाहुलीसारखी बसून होते. दोन तासानंतर रुहीच्या आईनं होकार दिला. रुही गालावर रूज फासून आणि डोळ्यांत काजळ वगैरे घालून तयार झाली. आम्ही तिघीजणी रिक्षानं एका 'मस्त जागी' निघालो. मला आम्ही कुठं चाललोय ह्याचा तोपर्यंत अजिबात पत्ता नव्हता. रिक्षात त्या दोघी सारख्या खिदळत होत्या आणि मी लाकडी खेळण्याप्रमाणे चूपचाप गीताच्या मांडीवर बसले होते. गुलकीबाडीच्या एका घरासमोर रिक्षा थांबली. घरातून एक कोल्ह्यासारखा दिसणारा माणूस बाहेर आला. आम्हाला आत घेतल्यावर त्यानं फाटकाला कुलूप घातलं. ह्या माणसाला मी पूर्वी कधीच पाहिलं नव्हतं. मोठं आवार असलेलं निर्जन घर. सबंध घरात तो माणूस सोडून कोणीच नव्हतं. घराला एकाला एक लागून दोन खोल्या होत्या. त्या माणसाबरोबर रुही झोपायच्या खोलीत निघून गेली. शेजारच्या खोलीतल्या सोफ्यावर मी लाकडी बाहुलीसारखी चूपचाप बसले होते. तो माणूस शेजारच्या खोलीत रुहीला खेटून बसला होता. तो इतका खेटून बसला होता की मी बघतच राहिले. मग त्यानं रुहीला स्वतःच्या छातीवर ओढून घेतलं आणि तो बिछान्यावर आडवा झाला. पण अचानक रुहीला दूर ढकलून तो आमच्याकडे आला. आमच्या हातांत फॅन्टाच्या बाटल्या देऊन तो गीताला म्हणाला, 'जरा लॉनवर जाऊन बसा.' मग त्यानं खोलीत जाऊन खोलीचा दरवाजा आतून लावून घेतला.

लॉनवर गेल्यावर मी विचारलं, 'हे कोण?'

हळूच हसत गीता म्हणाली, 'खुर्रमभाई. फार श्रीमंत आहेत. गाडी पण आहे.'

'रुहीला आत घेऊन त्यांनी दरवाजा बंद केला,' आवंढा गिळत मी म्हटलं, 'आता काय होईल? मला भीती वाटते. चल. जाऊ या.'

गीता आपला सावळा चेहरा हसण्यानं उजळत म्हणाली, 'अग, थांब ना! आताच जाऊन काय करणार?'

'चल ना, जाऊ या. चल ना, जाऊ या' असं करता करता दुपार उलटली, संध्याकाळी झाली. मी अगदी अस्वस्थ झाले होते. प्रत्येक क्षण मला बेचैन करत होता. तो कोल्ह्यासारखा दिसणारा माणूस तासातासानं येऊन आमच्या हातात फॅन्टाच्या बाटल्या देऊन जात होता. पण आता नुसत्या फॅन्टानं भागण्यासारखं नव्हतं. पोटात कावळे काव काव करायला लागले होते. फाटकाजवळ जाऊन रडक्या सुरात म्हटलं, 'गेट उघड. मला जायचंय. मला इथं आणखी थांबायचं नाही.'

गीताचा चेहराही उतरला होता. ती खोलीच्या बंद दाराजवळ उभी राहून मोठ्यानं म्हणाली, 'ओ खुर्रमभाई, ही थांबायला तयार नाही. आम्ही इथून गेलेलं बरं!'

तो कोल्ह्यासारखा माणूस बाहेर आला. त्याच्या पिकलेल्या मिशा जाड ओठावर

पसरलेल्या होत्या. त्याच्या हातात सिगरेट होती. तो उघडाच होता. तो म्हणाला, 'गीता, जरा फोटो काढून दे बघू. ये.' गीताला घेऊन तो आत गेला.

मी दारातच उभी राहिले.

रुही बिछान्याच्या मध्यभागी मान खाली घालून बसली होती. तिनं पोनी टेल बांधलं होतं. पण आता केस मोकळेच होते. अस्ताव्यस्त झाले होते. ओठांवरची लिपस्टिक पुसली गेली होती. डोळ्यांतलं काजळ पसरलं होतं. मला रुहीची दया आली. ह्या माणसानं तिला नागडं केलं होतं की काय! तिला नागडं व्हायचं होतं की तिच्या मनाविरुद्ध त्यानं तसं केलं होतं? त्या माणसानं भीती दाखवून जबरदस्तीनं तिला अडकवून ठेवलं होतं का? मला काहीच नीटसं समजलं नाही. गीताच्या हातात कॅमेरा देऊन त्या माणसानं रुहीला मिठी मारली. गीतानं हसल्यासारखं करून कॅमेऱ्याचं बटण दाबलं. मग तो रुहीच्या मांडीवर आडवा झाला. गीतानं फोटो काढला. रुहीच्या गालाला गाल लावून तो कोल्ह्यासारखा माणूस बसला. गीतानं आणखी एक फोटो काढला.

आमची तिथून सुटका होता होता बरीच संध्याकाळ झाली. गीतानं प्रथम रुहीला घरी सोडलं आणि नंतर मला. तिनं मला बजावलं, 'आपण कुठं गेलो होतो ते कोणालाही सांगायचं नाही. बरं का!'

सबंध दिवस मुलगी कुठं गेली ह्याचा पत्ता नसल्यामुळे आईबाबा काळजीत पडले होते. त्यांच्या ईदेची पार वाट लागली होती. मी उतरलेल्या चेहऱ्यानं आईबाबांच्या पुढे उभी राहिले– ते देतील ती शिक्षा भोगण्यासाठी. अशी ही गीता! जिनं मला 'एक भयंकर दिवस' ईदेची भेट म्हणून दिला होता. ती आता छोट्या दादाची बायको झाली होती. 'गिटारवादक' म्हणून दादाचं मयमनसिंहमध्ये नाव झालं होतं. कॉलेजमध्ये दादाच्या गिटारीच्या सुरावर गीता नाचली होती. ते गाणं होतं, 'हे देशभू, तुझ्या पायावर टेकविते मस्तक.' ह्या गाण्यानंतर गीतानं आपलं डोकं भूमीऐवजी दादाच्या खांद्यावर, छातीवर टेकवायला सुरुवात केली होती. तीच ही गीता मित्र. बेबी म्हणायची, 'ती फार वाईट मुलगी आहे. तिच्याबरोबर मैत्री करू नकोस.' गीताही म्हणायची, 'बेबी फार वाईट आहे. तिला पुन्हा तुमच्या घरी येऊ देऊ नकोस.'

बाबांचा आवाज एकदम फुटला, 'आजपासून कमालचा आणि माझा संबंध संपला. माझ्या जिवावर मोठा झाला आणि माझ्याच गळ्यावर सुरी फिरवली.'

आता आईचेही हुंदके थांबले होते. ती आवाज चढवून म्हणाली, 'शेवटी एका चांडाळणीशीच लग्न केलं. एका लाकूडविक्याच्या मुलीशी. तो हिंदू लाकूडविक्या एम. बी. बी. एस. डॉक्टरचा सोयरा होणार. ह्या मुलीची आई, मावशा रस्त्यावरच्या नळ-कोंडाळ्यावर अंघोळी करतात. खालच्या जातीचे लोक. काळ्या नागाची जात

ही. चेटके मेले! कोणाला तोंड दाखवायला जागा उरली नाही. अब्रू गेली ती गेलीच. पोरानं घराण्याच्याच तोंडाला काळं फासलं. एका नाचणारिणीबरोबर लग्न केलं. शी ! शी ! अशा मुलाला मी का म्हणून जन्म दिला रे अल्ला!'

आईचा हा आक्रोश संसारसागरात सतत येणाऱ्या लाटेसारखा होता. आमच्या घरावर एवढी मोठी आपत्ती ह्याआधी कधीही आली नव्हती. बाबांनी नाना, नानी, रुनूमावशी, हाशिममामा असं सगळ्यांना बोलावून घेतलं. ढाक्याहून मोठा मामा, झुनूमावशी आणि दादाही आला. सगळेच भयंकर काळजीत होते. घरात एक महत्त्वाची बैठक चालली होती. त्या बैठकीत डोकवायलासुद्धा लहानांना– म्हणजे मला आणि यास्मीनला – बंदी होती. मध्यरात्रीपर्यंत बैठक चालली होती. सगळेचजण अगदी हळू आवाजात बोलत होते. त्यामुळे कान टवकारले तरी आम्हाला काहीही ऐकू येत नव्हतं. सावरीच्या कापसासारखा एखाद-दुसरा शब्द उडत यायचा. पण त्यावरून वारा कुठल्या दिशेनं वाहतोय त्याचा अंदाज येत नव्हता.

बैठकीच्या दुसऱ्या दिवशी एक भयंकर घटना घडली. छोट्या दादाला पकडून आणून बाबांनी आणि हाशिममामानं त्याला बैठकीत साखळीनं बांधून ठेवलं. हातांपायांत साखळी, साखळीला कुलूप आणि कुलुपाची किल्ली बाबांच्या खिशात. बाबांच्या आरडाओरड्यानं घरदार हादरत होतं. खिडकीच्या फटीतून मी आतलं दृश्य पाहिलं आणि मला घाम फुटला. यास्मीन उशीत तोंड खुपसून रडत होती. आई बेचैन होती. ती माळेचे मणी जप म्हणता म्हणता सरकवत होती आणि व्हरांड्यात येरझाऱ्या घालत होती. 'सांग, गीताला सोडणार की नाही? तू गीताला सोडलं नाहीस तर तुझा माझा संबंध संपला.' बाबा थांबून थांबून ओरडत होते.

'तुम्ही मला कायमचं सोडलंत, काहीही दिलं नाहीत, तरी मी गीताला सोडणार नाही.' छोटा दादा शांतपणे म्हणाला.

छोट्या दादाचं उत्तर ऐकून बाबांचे डोळे जणू खाचेतून बाहेर येऊ पाहत होते. त्यांचा शर्ट घामानं भिजून अंगाला चिकटला होता. कमरेवर हात ठेवून ते धापा टाकत होते. त्यांचं ब्लडप्रेशर वाढत होतं.

'तू घरातून कुठंही जायचं नाहीस. कुठंही. फक्त कॉलेजचा अभ्यास करायचास आणि परीक्षा द्यायचीस.'

छोटा दादा चढ्या आवाजात म्हणाला, 'मला ह्या घरात यायचंच नव्हतं. तुम्ही खोटं बोलून, फसवून इथं आणलंत. मी गीताबरोबर लग्न केलंय. मला सोडून द्या. मी गीताकडे जाणार. मला तुमच्याकडून काहीही नको. मला सोडून द्या.'

'पहिलं गीताला सोड. नाहीतर तुझं मरण माझ्या हातून आहे, हे लक्षात ठेव. मी तुला चाबकानं मरेपर्यंत फोडून काढीन.' बाबांचे डोळे आग ओकत होते.

बाबांनी छोट्या दादाला विचार करायला दोन तास दिले होते. हे दोन तास तो

भिंतीला पाठ टेकवून ओठ आवळून बसला होता. मधून मधून नानी, रुनूमावशी आणि आई त्याला समजावत होत्या.

'बाबा रे, तू चांगला मुलगा आहेस. तुझे बाबा म्हणतात तसं कर. ह्या वयात मुलं चुकतात. तू इथं परत येऊन अभ्यास केलास, परीक्षा दिलीस तर तुझे बाबा तुला माफ करतील. तू अभ्यास कर. मोठा डॉक्टर हो. हे लग्न केलंस तर केलंस. तिला तिच्या बापाच्या घरी जाऊ देत. तुम्ही दोघंही आपापलं शिक्षण पुरं करा. मग तुझे बाबा थाटामाटात, लोकांना बोलावून ह्याच मुलीला तुझी बायको म्हणून घरी आणतील. तू अजून शिकतो आहेस. हे घर सोडून गेल्यावर तू काय खाणार आणि तिला काय खायला घालणार? जेवढं शिकला आहेस, त्या शिक्षणावर तुला कुठंही नोकरी मिळणं शक्य नाही. तू काय हमाली करणार आहेस? की रिक्षा चालवणार? तुझे वडील मोठे डॉक्टर आहेत. ह्या गावात त्यांना सर्वजण ओळखतात. तेव्हा त्यांचं ऐक. तुला त्यांनी सोडलं तर त्यांच्या संपत्तीतलं तुला काहीही मिळणार नाही. बाबा, तू समजूतदार आहेस. त्या मुलीला तिच्या वडिलांच्या घरी परत जायला सांग. तुझ्या वडिलांनी वचन दिलंय की तुझं लग्नाचं वय झालं की ते तू म्हणशील तिच्याशी तुझं लग्न लावून देतील.'

छोट्या दादानं तोंड उघडलंच नाही. त्याचं एकच म्हणणं होतं, 'साखळी सोडा.'

छोट्या दादा ओठ आवळून हट्टीपणानं बसून राहिलाय, ह्याची बाबांना पर्वा नव्हती. मारून मुटकून मुसलमान करण्यात त्यांचा हातखंडा होता. त्यांचा मुलगा आयुष्याचा जुगार खेळत होता. हे त्यांना सहन होणं शक्य नव्हतं. त्यांचा मुलगा त्यांच्यासमोर आगीत उडी मारायला निघाला होता. वडील असून ते कसे गप्प बसतील? हा मुलगा त्यांचा होता. त्यांच्या रक्ताचा. त्याचा चेहरा त्यांच्या चेहऱ्याशी मिळता जुळता होता. मुलाला मोठं करण्यासाठी त्यांनी घाम गाळून पैसा मिळवला होता. मुलगा त्यांच्या वंशाचा दिवा होता. त्याला परत आणायलाच हवं होतं. दोन तासानंतर हातात चाबूक घेऊन बाबा छोट्या दादासमोर जाऊन उभे राहिले.

'मग काय ठरवलं आहेस तू? माझं ऐकणार आहेस की नाही?' बाबांचा स्वर तापलेलाही नव्हता आणि नरमही नव्हता.

छोट्या दादानं ओठ आणखीनच आवळले. 'मला सोडा.'

'हो. सोडणार तर आहेच. पण तू मला विचारल्याशिवाय एक पाऊलही टाकायचं नाहीस. गीताकडे गेलेलं चालणार नाही.'

दातओठ खात छोटा दादा म्हणाला, 'मी जे सांगितलं ते सांगितलं. त्यात बदल होणार नाही. मी गीताकडे जाणारच. मला ह्या घरात राह्यचं नाही.'

'गीतेला खायला काय घालणार? आणि तू? तू काय खाणार?' चाबूक फटकारत बाबा म्हणाले.

'त्याची काळजी करण्याचं कारण नाही.' छोटा दादा होता तसाच बसून होता हट्टीपणानं. छोट्या दादाच्या जागी मी असते, तर बहुधा सर्व अटी मान्य केल्या असत्या. तळ्यात राहून माशांशी वैर करणं मूर्खपणाचंच आहे.

आता बाबांनी ओठ आवळले. त्यांचे डोळे करवंदाप्रमाणे लाल झाले.

त्यांनी छोट्या दादाला चाबकानं मारायला सुरूवात केली. जणू एक गरीब हरीण भुकेल्या वाघाच्या तावडीत सापडलं होतं. चाबकाचे फटकारे जणू माझ्याच पाठीवर बसत होते, माझं अंग जणू रक्तबंबाळ झालं होतं, कातडी सोलवटल्यामुळे मांस बाहेर आलं होतं आणि मासं फाडून हाडं बाहेर आली होती. मी डोळे घट्ट मिटून घेतले होते. चाबकाचे फटकारे थांबण्याची मी डोळे मिटून वाट पाहत होते. पण चाबकाचे फटकारे काही थांबेनात. बैठकीतून आई, नानी, मोठा मामा, रुनूमावशी काहीही न बोलता गुपचूप बाहेर आले. बाहेर येऊन कोणी व्हरांड्याच्या खांबाला टेकून उभं राहिलं, कोणी येरझाऱ्या घालायला लागलं, कोणी स्वत:चे केस धरून ओढले. ते जे काय करीत होते, त्यात त्याचं मन अजिबात नव्हतं. जणू काही मृत माणसं कबरीतून उठून येऊन इकडे तिकडे भटकत होती. कोणी कोणाकडे पाहत नव्हतं, तर बोलायचा प्रश्नच नाही. समोर जणू काही घनघोर अंधार पसरला होता. त्या अंधारात एक अरण्य झोपलं होतं. त्या अरण्यातून ऐकू येत होते फक्त चाबकाचे फटकारे.

शेवटी आईलाच राहवलं नाही. ती धावत आत गेली. चाबकाचा आवाज आणि 'आई ग!', 'आई ग!' अशा किंकाळ्यांत आपलं बोलणं विरून जाऊ नये म्हणून खूप मोठ्यानं ओरडून ती म्हणाली, 'हे पोर मरेल आता. तुम्ही काय त्याला मारायला उठला आहात? माझ्या पोराला ठार मारणार का?'

चाबकानं छोट्या दादाला रक्तबंबाळ करत बाबा म्हणाले, 'आज मी ह्याला ठार मारणारच. असा मुलगा मेलेलाच बरा!'

'सोडून द्या त्याला. जाऊ द्या कुठं जायचंय तिथं,' आई हुंदके देत म्हणाली, 'ह्याला मारून काहीही फायदा नाही. लहानपणापासूनच तो असाच हट्टीच आहे. आज आईबाप, भाऊबहीण ह्यांच्यापेक्षा ती चेटक्याची पोर त्याला प्यारी झालीय. जाऊ द्या, तिथंच जाऊ द्या त्याला. सोडा त्याला.'

पण छोट्या दादाला बाबांनी सोडलं नाही. त्याला त्यांनी त्याच्याच खोलीत कोंडून ठेवलं. खोलीच्या दाराला नवीन कुलूप आणून लावलं आणि किल्ल्या ठेवल्या स्वत:च्या खिशात. 'छोट्या दादाला काहीही खायला द्यायचं नाही', असं बाबांनी घरात बजावून टाकलं. त्याला सुबुद्धी होईपर्यंत ते त्याला खोलीबाहेर येऊ देणार नव्हते. त्यानं नैसर्गिक विधीही तिथंच करावेत, असा हुकूम त्यांनी दिला.

छोट्या दादानं दार-खिडकी तोडायचा प्रयत्न केला पण काही जमलं नाही. कारण दार-खिडकी भक्कम, लोखंडी होती. दरवाजा नऊ फूट उंच आणि पाच फूट रुंद होता.

छोटा दादा रात्रभर तळमळत होता. घर एखाद्या जुन्या स्मशानासारखं वाटत होतं आणि घरातले सर्व प्राणी उशीवर डोकं टेकून कोणालाही कळू न देता जागत होते. रात्री केव्हातरी यास्मीन घोगऱ्या आवाजात मला म्हणाली, 'बुबू, मला झोप येत नाही ग!'

'मलाही नाही', कूस बदलत मी म्हणाले.

उसाशांमुळे खोलीत जणू धुकं साठलं होतं. डोळ्यांना सगळं अंधुक दिसत होतं. दारं, खिडक्या, खोलीतील सामानसुमान सगळ्यांवरच धुकं पसरलं होतं. अंधार माझ्या केसांवर, डोळ्यांवर पसरला होता.

छोटा दादा चार दिवस उपाशी होता. नंतर मात्र आईनं चोरून खिडकीतून त्याला काही खायला दिलं आणि त्यानं खाल्ल्यावर मगच तिनं चार दिवसांनंतर तोंडात घास घेतला. बाबा घरातच होते. उपासामुळे, कोंडून ठेवल्यावर कैदी समर्पणाला तयार होतोय का, इकडेच त्यांचं लक्ष होतं. खोलीतून काही ऐकू येतंय का, ह्याचा कानोसा ते घेत होते. पण छोटा दादा हार मानायला तयार नव्हता. 'घरात चूल पेटता कामा नये,' असा हुकूम बाबांनी दिला होता.

'घरातल्या बाकीच्यांनी मग जगायचं कसं? खायचं काय?'

'मुडी आणि पाणी. बस!'

घरातील कोणी 'त्या' खोलीत खाण्याचे पदार्थ पोहोचविण्याचा प्रयत्न केला तर बाबा त्यालाही चाबकानं फोडणार होते. तरीही बाबांचा डोळा चुकवून आई काही ना काही खिडकीतून आत सरकवत होतीच. बाबांना हे कळलं होतं पण बाबा तिकडे काणाडोळा करत होते, असंच मला खात्रीनं वाटतं. बाबांनी त्यांची रजा वाढवली होती आणि ते छोटा दादा शरण येण्याची वाट पाहत बसले होते. इकडे छोट्या दादाची हाडंच शिल्लक राहिली होती. हाडांचा पिंजरा खिडकीला धरून कण्हतोय असंच त्याला पाहून वाटत होतं.

दोन वाघांची लढाई चालली होती. आम्ही होतो असहाय्य दर्शक. पंधरा दिवसानंतर एकदाची लढाई संपली.

लढाईत बाबा हरले. शेवटी छोट्या दादाला त्यांनी जाऊ दिलं.

छोटा दादा निघून गेल्यावर आम्हा दोघी बहिणींना बाबांनी छातीशी अगदी घट्ट आवळून धरलं. एवढं घट्ट की मला वाटलं आमची हाडं मोडणार.

बाबांनी विचारलं, 'तुम्ही शिकून खूप मोठ्या व्हाल ना? मला वचन द्या बरं!' आम्ही दोघींनी मान हलवून होकार दिला.

'दोघी मुलींचाच आता मला भरवसा आहे. तुम्ही तुमच्या भावांसारख्या होणार नाही. हो ना? सांगा बरं!'

आम्ही दोघींनी पुन्हा मान हलवली. पण आता नकार दर्शविण्यासाठी.

'मुलांनी खूप मोठं व्हावं म्हणून मी सर्व काही केलं. कमालच्या बाबतीत मी किती स्वप्नं रंगविली होती. तो खरंच फार ब्रिल्यन्ट होता. मॅट्रिकला 'स्टार' मिळाला होता त्याला. मला त्याचा किती अभिमान वाटायचा! त्यानं माझा अभिमान, माझी स्वप्नं धुळीला मिळवली. आता फक्त तुमच्यावरच माझी भिस्त आहे. आता तुमच्याकडे पाहूनच दिवस काढायचे. मग सांगा, मला जगू देणार ना तुम्ही? अभ्यास करणार ना? सांगा.' बाबांचा गळा भरून आला.

आम्ही मान हलवून म्हटलं, 'हो. करणार.'

'मला माझ्या मुलांना मारायची अजिबात इच्छा नसते. मला त्यांना मारताना खूप वाईट वाटतं. त्याला उपाशी ठेवण्यात मला काय आनंद वाटत होता? पण त्याचं मन बदलावं म्हणून शेवटचा प्रयत्न केला मी. पण त्यानं ऐकलं नाही. मारलं तरी ऐकलं नाही. तुम्ही ऐकणार ना माझं?' आम्ही दोघींनी होकार दिला.

बाबांच्या डोळ्यांतल्या पाण्यानं आमचे कपडे ओले झाले होते. बाबांना रडताना मी पहिल्यांदाच पाहत होते.

पण आमच्या होकारावर समाधान मानण्याचा बाबांचा स्वभावच नव्हता. ते आईला म्हणाले, 'ह्या घराचं वातावरणच बिघडलंय. एवढं मोठं घर मी मुलांसाठी विकत घेतलं होतं. त्यांना चांगल्या वातावरणात अभ्यास करता यावा म्हणून. प्रत्येकाला वेगळी खोली. कुठं आवाज नाही, गडबड गोंधळ नाही. मोहल्ल्यातल्या कोणाबरोबर त्यांना मिसळू दिलं नाही कारण त्यांनी मन लावून शांतपणे अभ्यास करावा अशी माझी इच्छा होती.' निःश्वास सोडत बिछान्यावर आडवं होत बाबा पुढे म्हणाले, 'एवढ्या मोठ्या घराचं आता काय करायचं? मी हे घर विकून टाकतो. माझ्या डोळ्यांत धूळ फेकून नोमाननं मित्रांबरोबर गप्पा आणि उनाडक्या करण्यात वेळ घालवला. परिणाम काय झाला? रिझल्ट चांगला लागला नाही. कमालनं एका मुलीच्या नादी लागून आपलं आयुष्य बरबाद केलं. ह्या घरात राहिल्या तर ह्या दोन्ही मुलीही वाया जातील.'

यशाच्या पायऱ्या चढता चढता अचानक पाय घसरून पडलेल्या माणसाचं विव्हळणं आई शांतपणे ऐकत होती. नमाज पढल्यावर आई रोज प्रार्थना करायची की तिच्या मुलाचं मन त्या 'विधर्मी मुली' वरून उडावं, त्या मुलानं तौबा करून नमाज सुरू करावा, तो ईमानदार व्हावा. पण आईच्या प्रार्थनेनं काहीही झालं नाही. छोट्या दादानं निघून जाताना एकदासुद्धा मागे वळून पाहिलं नव्हतं.

छोटा दादा निघून गेल्यावर दोनच दिवसांनी बाबांनी दोन सूटकेसमध्ये आमच्या

दोघींचे कपडे, पुस्तकं, वह्या भरल्या आणि मला पोहोचवलं 'मॉडेल स्कूल'च्या हॉस्टेलवर आणि यास्मीनला मिर्जापूरच्या 'भारतेश्वरी होम्स'मध्ये. बाबांना विरोध करण्याचं साहस कोणातही नव्हतं. काळ्या फाटकापाशी आई दगडाच्या मूर्तीसारखी उभी होती. तिला जर कोणी हलकासा धक्का दिला असता तरी शिळ्या गुलाबाच्या पाकळ्या झरून पडाव्यात तशीच ती पडली असती.

मी तेव्हा तेरा वर्षांचीसुद्धा नव्हते. आईला सोडून राह्यची मला अजिबात सवय नव्हती. आईच माझी वेणी घालायची, भरवायची, ताप आला तर रात्रभर उशापाशी जागत बसायची आणि कपाळावर थंड पाण्याच्या घड्या ठेवायची, झाडावरचं सर्वांत मोठं फळ माझ्यासाठी राखून ठेवायची, स्वत:च्या हातानं फुलांचं भरतकाम करून फुग्यांच्या हाताचा फ्रॉक शिवायची, रात्री झोप आली नाही तर पाठीवर थोपटत त्या तालात गाणं म्हणायची,

'घुमपाडानि मासिपिसि मोदेर बाडि एस,
खाट नाइ, पलंग नाइ, राजूर चोखे बस।
(झोपेच्या मावशी, आत्या, ये आमच्या घरा,
खाट नाही, पलंग नाही, बस राजूच्या डोळां)

आई मधून मधून लाडानं मला राजू म्हणायची. त्या आईला सोडून, आपलं अंथरूण-पांघरूण सोडून, 'एक्का-दुक्क्या'चं अंगण सोडून एका कॉटवर मला मुक्काम ठोकावा लागला होता. बाबांनी मला हॉस्टेलवर आणून सोडल्यावर सगळ्या मुलींना आश्चर्याचा धक्काच बसला होता. त्या मला विचारायला लागल्या, 'तू हॉस्टेलवर राह्यला का आलीस? तुझं घर तर गावातच आहे ना?'

गोंधळून त्यांच्याकडे पाहत राहण्याशिवाय माझ्याजवळ दुसरं काही उत्तर नव्हतं. मुली माझ्याकडे पाहून गालातल्या गालात हसत होत्या. जणू काही पायाला, पोटाला शिंग असलेला प्राणिसंग्रहालयातील एक अजब प्राणी त्या पाहत होत्या. मला छोट्या दादाबद्दल काही सांगावंसं वाटत नव्हतं. यास्मीनचा जन्म जिथं झाला त्या ईश्वरगंजच्या घरात काळ्या आणि लाल मुंग्यांची रांग भिंतीवरून सरकायची. त्यांतल्या लाल मुंग्या वेचून वेचून छोटा दादा मारायचा. म्हणायचा, 'लाल मुंग्या हिंदू असतात.'

मी एकदा एक काळी मुंगी मारली तर छोटा दादा माझ्यावर इतका संतापला, मला दणादण धपाटे घालत म्हणाला, 'काळ्या मुंग्यांना का मारतेस? अं? त्या तर मुसलमान आहेत. लाल वेचून वेचून मार.'

लाल मुंग्या हिंदू म्हणून त्यांना वेचून वेचून मारणाऱ्या छोट्या दादानं एका हिंदू मुलीशी लग्न करून आमचं घर सोडलं होतं, शिक्षण सोडून दिलं होतं, एवढंच नाही आईवडील, बहीणभाऊ ह्यांच्याकडेही पाठ फिरवली होती.

आठवडा उलटल्यावर आई हॉस्टेलवर आली. हॉस्टेलच्या सुपरवायझरजवळ तिनं मला घरी घेऊन जायची परवानगी मागितली. पण माझे पालक म्हणून रजिस्टरमध्ये फक्त बाबांचंच नाव असल्यानं तिला परवानगी मिळाली नाही. ती रडत रडत निघून गेली. शाळेच्या प्रिन्सिपल वहिदा साद वरच्या मजल्यावर राहत होत्या आणि खालच्या मजल्यावर काही मुलींची राह्यची सोय केली होती, तेच हॉस्टेल.

साधारणत: संध्याकाळच्या सुमाराला बाबा यायचे. येताना बिस्किट्स्, चणाचोर, मलाईकरी, मंडा घेऊन यायचे. ते हातात देऊन विचारायचे, 'अभ्यास कसा चाललाय, बेटा?'

माझी नजर जमिनीकडे. मान हलवून म्हणायची, 'चांगला.'

बाबा अगदी गोड आवाजात म्हणायचे, 'हॉस्टेलमध्ये तुझ्या वयाच्या आणखी मुली राहतात. राहतात ना?'

मी मान हलवत म्हणायची, 'राहतात.'

'इथं राहूनच शाळेत जायचं आणि शाळा सुटल्यावर हॉस्टेलवर येऊन अंघोळ, खाणंपिणं उरकून अभ्यासाला बसायचं. तुला इथं दुसरं तर काहीच काम नाही. तुला इथं ठेवलंय ते तुझ्या चांगल्याकरिताच. आता तुला कळलं नाही तरी मोठं झाल्यावर नक्की कळेल. वडील नेहमीच मुलांचं भलं करायला पाहतात, बरं पोरी! हो ना?'

'हो.' मी पुन्हा मान हलवून होकार द्यायची.

माझ्या डोळ्यांत पाणी यायचं. डोळ्यांतलं पाणी लपवण्यासाठी मी सूर्याकडे पाहत असे. म्हणजे बाबांना वाटावं सूर्याकडे टक लावून पाहिल्यामुळेच डोळ्यांत पाणी आलंय, मी रडत नाहीय.

मी घरी परतण्यासाठी उतावीळ झाले होते. पण हे मी बाबांना कळू दिलं नाही. बाबा सोडून दुसऱ्या कोणालाही मला भेटण्यास बंदी होती. एवढंच काय, आई आली तरी तिला भेटता यायचं नाही. वाटायचं इथून पळून जावं. पण गेटवर मिशीवाला तगडा दरवान बसलेला असायचा. गेट ओलांडून बाहेर जाणं कोणा मुलीला शक्यच नव्हतं. डॉक्टर रिबेका मेडिकल कॉलेजच्या टीचर क्वार्टरमध्ये राह्यला गेली होती. त्यामुळे रुनीही तिकडे गेली होती. ती असती तर मला थोडं बरं वाटलं असतं. खरं वाटलं असतं की नाही शंकाच आहे म्हणा! मला खात्रीनं काहीच सांगता येत नाही.

दुपारी चारच्या सुमारास शाळा सुटल्यावर खाऊन पिऊन, थोडी झोप काढून काही मुली बॅडमिन्टन खेळत, तर काही गप्पा मारत बसत. कोणत्या टीचरचं लग्न झालय, कोणी तलाक घेतलाय, कोण एकटं राहतं, कोणाचं कोणावर प्रेम आहे, हेच त्यांच्या गप्पांचे विषय असत. मला काही गोष्टी समजायच्या, काही नाहीत.

त्यांना मास्तरांच्या किंवा बाईंच्या घरातल्या आणि मनातल्या बातम्या कशा कळतात, हे मला कधीच समजत नसे. मला असं बातम्या काढणं तर शक्यच नव्हतं. बॅडमिन्टनची प्रेक्षक आणि गप्पांच्या अड्ड्यातील श्रोता होऊन मी वेळ घालवायची. संध्याकाळी पुस्तक घेऊन बसावंच लागायचं. कारण सुपरवायझर हॉस्टेलवर चक्कर मारून मुली अभ्यास करताहेत की नाही ते पाहत असत. माझ्या पुस्तकावर डोळ्यांतलं पाणी टपटप पडायचं. अक्षरं अंधुक व्हायची. हे रोजच रात्री व्हायचं. इथं मला एकटीलाच झोपावं लागायचं. झोपेची मावशी किंवा आत्या येऊन माझ्या डोळ्यांवर बसत नसे.

मी असा काय अपराध केला होता म्हणून मला घर सोडून निर्वासितासारखं जगावं लागत होतं. प्रेम केलं होतं छोट्या दादानं आणि प्रायश्चित घ्यावं लागत होतं मला. बाबांनी माझ्यावर अन्याय केलाय, ह्यात शंकाच नव्हती.

दादालाही प्रेम करताना मी पाहिलं होतं. पण दादाचं प्रेम मुकं होतं. 'अवकाशा'त राह्यला आल्याच्या तिसऱ्याच दिवशी मोहल्ल्यातच राहणाऱ्या अनिताच्या प्रेमात पडला होता दादा. रस्त्यावरून जाताना लांबसडक आणि दाट केसांच्या अनिताला त्यानं गच्चीत उभं असलेलं पाहिलं आणि पडला की तो प्रेमात! सहा महिन्यांतच अनिता कलकत्त्याला निघून गेली. मग दादानं डोळ्यांतनं पाणी काढत काढतच कविता लिहायला सुरूवात केली. शीलाला पाहिल्यावर कविता-लिखाणाला नक्कीच ओहोटी लागली. दादाचे फरहाद नावाचे दोन दोस्त होते. एकाला म्हणायचे'मुडा फरहाद' आणि दुसऱ्याला म्हणायचे 'चिकन फरहाद'. शीला 'चिकन फरहाद'ची बहीण होती. ती उंच होती. तिचा चेहरा नागवेलीच्या पानासारखा होता. दादाच्या मते शीला ऑलिव्हियाप्रमाणे दिसायची. ऑलिव्हिया सिनेमातली नटी होती. सिनेमॅगझीनमधील ऑलिव्हियाचे फोटो कापून दादानं आपल्या खोलीभर लावले होते. पुस्तकांत, वह्यांत, टेबलक्लॉथच्या खाली, उशीखाली, गादीखाली, सगळीकडे ऑलिव्हियाच. मी आणि यास्मीन, कुठंही ऑलिव्हियाचा फोटो आम्हाला मिळाला की आणून दादाला द्यायचो. दादा त्या फोटोंकडे तासन् तास बघत बसायचा. मग म्हणायचा, 'शीलाची हनुवटी अगदी अशीच आहे. हिचं नाक तर अगदी शीलासारखंच आहे. तिचेच डोळे जणू हिला बसवलेत. हसल्यावर शीलाच्या गालावरही अशीच खळी पडते.'

जुनी वही फेकून देऊन दादानं नव्या वहीत नव्या उमेदीनं कविता लिहायला सुरुवात केली. हेमंत मुखोपाध्यायांची प्रेमगीतं तो एकटाच बसून ऐकायचा. कॉलेजला जाण्यासाठी दिलेलं रिक्षाभाडं आणि टिफिनसाठी दिलेले पैसे जमवून त्यानं एक व्हायोलीन विकत घेतलं. यामिनी रायांकडून व्हायोलिन वाजवायला तो शिकला. शीलाचं चिंतन करत तो व्हायोलीनमधून करुण स्वर काढायचा. शीलाचं दादावर

कधीच प्रेम नव्हतं. दादाचं प्रेम एकतर्फीच होतं. दादाचं व्हायोलीन ऐकून शीलाचं मन विरघळणं अशक्यच होतं. पण कवितेमुळे कदाचित एखाद्या दिवशी हे होणं शक्य होतं. मग एक दिवस बैलोबाच्या मोठ्या मोठ्या डोळ्यांत पाहत हरिणी म्हणेल, 'कुठं शिकलात कविता करायला? छानच करता हं!'

बैलोबा लाजत लाजत हसेल.

हरिणी म्हणेल, 'आपण माझ्याकडे असं टक लावून का पाहता?'

बैलोबा लाजत लाजत हसेल.

हरिणी म्हणेल, 'वरचेवर समोरच्या रस्त्यावरून जाता ना, ते पाहून दादा म्हणत होता की नोमान हल्ली सारखा सारखा 'कांचीझुली'ला का येतो?'

बैलोबा लाजत लाजत हसेल.

हरिणी म्हणेल, 'आपण ह्या रस्त्यावरून जाता म्हणून कोणी काही बोलायचं कारणच काय? हा रस्ता काय फरहादच्या मालकीचा आहे! आपले आणखी मित्र 'कांचीझुली'त राहतात, त्यांच्याकडे जाता आपण. त्यात एवढं काय!'

बैलोबा लाजत लाजत हसेल.

हरिणी म्हणेल, 'आपल्या दोन्ही बहिणींचे कपडे मी शिवून देईन. मला येतं शिवणकाम. एकदा कपडा तर आणून द्या.'

बैलोबा लाजत लाजत हसेल.

हरिणी म्हणेल, 'ओफ्फ! किती उकाडतंय. गच्चीत गेलं तर वारा तरी येईल. आपल्यालाही इथं गरम होत असेल ना?'

बैलोबा मान हलवेल.

दादा ढाका युनिव्हर्सिटीतला मानसशास्त्राचा एम. ए. चा विद्यार्थी. त्याला मयमनसिंहमधला 'कांचीझुली'चा भाग आठवत राहील आणि मानसशास्त्र युनिव्हर्सिटीतल्या पार बांधलेल्या वडाच्या झाडावर माकडासारखं किंवा वटवाघुळासारखं लोंबकळत राहील. दादा सुट्टीचं कारण सांगून वरचेवर घरी येईल. कांचीझुलीच्या सावरीच्या झाडाखाली पुन्हा एकदा त्याची उदास हरिणीशी भेट होईल.

हरिणी म्हणेल, 'बाबा माझं लग्न ठरवताहेत.'

बैलोबा विचारील, 'कोणाशी?'

हरिणी म्हणेल, 'कोणाशी का असेना, तुमच्याशी नाही.'

बैलोबा म्हणेल, 'ओ!'

हरिणी म्हणेल, 'बाबा आजारी आहेत. त्यांना वाटतं अचानक काही बरंवाईट झालं तर? मुलीचं लग्न करून दिलं की निश्चिंत होऊन मरता येईल.'

बैलोबा विचारील, 'काय झालंय त्यांना?'

हरिणी म्हणेल, 'काहीही का होईना. ते माझं लग्न करणारच.'

बैलोबा म्हणेल, 'ओ!'

हरिणी म्हणेल, 'तुमचे बाबा मला लग्नाची मागणी घालायला आले तर माझे बाबा नाही म्हणणार नाहीत.'

बैलोबा म्हणेल, 'ओ!'

मग हरिणी रडायला लागेल.

बैलोबा विचारेल, 'रडतेस का?'

हरिणी म्हणेल, 'तुम्हाला नाही का कळत मी का रडते ते?'

बैलोबा नकारार्थी मान हलवेल.

हरिणी म्हणेल, 'तुम्ही मानसशास्त्र शिकता. पण दुसऱ्याचं मन तुम्हाला समजत नाही.'

बैलोबा ओशाळेल. गोंधळून जाईल.

दादा घरात प्रथम आईजवळ गोष्ट काढेल. तो म्हणेल, 'शीला फारच चांगली मुलगी आहे. लवकरच तिचं लग्न होणार आहे. ती लाल साडीत खरंच खूप सुंदर दिसेल. ती फार चांगला स्वयंपाक करते. चांगलं शिवणकाम करते. ती तिच्या सासू-सासऱ्यांची चांगली सेवा करेल. तिची मुलं तिच्यासारखीच सुंदर होतील.'

आई म्हणेल, 'तुझ्या मित्राची बहीण सुंदर आहे. उत्तम संसार करू शकेल अशी गुणी आहे. चांगली गोष्ट आहे. पण खरी गोष्ट काय आहे? सांग बरं!'

खरी गोष्ट सांगायला दादाला वेळ लागेल. एकेक पाऊल टाकत टाकत तो एक दिवशी शीलाशी लग्न करण्याची त्याची इच्छा असल्याचं सांगेल. बाबांच्या कानावर ही गोष्ट आई खडीसाखरेत घोळवून घालेल. पण खडीसाखरेत घोळवलेली गोष्टही बाबांना कडू लागेल. गोष्ट टाळता येईल तेवढी टाळत शेवटी बाबा एकदाचे मुलीला बघायला तयार होतील.

मग बैलोबा म्हणेल, 'चल. माझ्या घरी तुला बोलावलंय. बाबांना तुला पाह्यचंय.'

हरिणी लाजून हसेल.

बैलोबा म्हणेल, 'मी अगदी खूष आहे. आपलं लग्न होणार.'

हरिणी लाजून हसेल.

बैलोबा म्हणेल, 'तुला पाह्यल्यावर माझे बाबा तुला मागणी घालण्यासाठी तुझ्या घरी येतील.'

हरिणी लाजून हसेल.

बैलोबा म्हणेल, 'हातात बांगड्या घालून येऊ नकोस. कानांतही काही घालू नकोस. तोंडाला रंग वगैरे काही लावू नकोस. बाबांना हे काही आवडत नाही आणि मॅट्रिकला फर्स्ट क्लास मिळाला म्हणून सांग. नाहीतर तसं नको. उगाच पकडली

जाशील. त्यापेक्षा आय. ए.त शिकते म्हणून सांग. फर्स्ट क्लास मिळावा म्हणून खूप अभ्यास करतेय, लग्नानंतरही शिकण्याची इच्छा आहे, असं सांग. ध्येय काय असं विचारलं तर सांग की मला कॉलेजमध्ये शिकवायचंय.'

हरिणी लाजून हसले.

शीला घरी येईल. बैठकीत शीला समोर बाबा बसतील. दादा बसेल स्वत:च्या खोलीत. भिंतीवरच्या घड्याळ्याच्या लंबकाप्रमाणे दादाचे पाय हलत राहतील. घोट्यावर घोटा आपटून ठक् ठक् आवाज होत राहील. बैठकीत जायला त्याला लाज वाटेल. आई शेवयाची खीर करेल. ट्रेमध्ये चहा, बिस्किट्स्, मिठाई, खीर सर्व व्यवस्थित मांडून ती सोफ्याच्या समोरच्या टीपॉयवर नेऊन ठेवेल. खाता खाता बाबा शीलाशी गप्पा मारतील. बाबांच्या ओठांवर हसू असेल. शीला जाण्यास निघेल तेव्हा बाबा स्वत: तिला रिक्षा करून देतील. काळ्या फाटकाजवळ उभं राहून हसत हसत हात हलवून ते तिला निरोप देतील. आईनं नवीन साडी नेसलेली असेल. पान खाल्ल्यामुळे तिचे ओठ लाल झालेले असतील. खुशीच्या झुल्यावर झुलणारी आई धावत येऊन बाबांना म्हणेल, 'ही दिसायला अगदी मधुबालेसारखी आहे. हो ना?'

बाबा म्हणतील, 'अगदी तशीच.'

आई म्हणेल, 'फार चांगली आहे मुलगी.'

बाबा म्हणतील, 'हो. खरंच.'

आई म्हणेल, 'मुलाचं लग्नाचं वय झालंय. ताबडतोब लग्न झालं तर बरं!' शर्ट, पॅन्ट, बूट घातलेले, टाय बांधलेले, कुरळ्या केसांचे बाबा म्हणतील, 'ह्या मुलीशी मी माझ्या मुलाचं लग्न करणार नाही.'

बाबांचा निर्णय म्हणजे काळ्या दगडावरची रेघ.

दोन महिन्यानंतर वयात तेवीस वर्षांचा फरक असलेल्या ढेरपोट्या, मिशाळ, पाच फूट दोन इंच उंच माणसाबरोबर शीलाचं लग्न होईल.

हरिणी पिंजऱ्यात अडकून पडेल.

झुनूमावशी दादासारखी एकांतात बसून एकटीच मनातल्या मनात रडली नव्हती. तिनं सगळा मोहल्ला डोक्यावर घेतला होता. तिनं खाणंपिणं सोडून दिलं होतं. घरातल्या काचेच्या वस्तू फेकून फोडून टाकल्या होत्या. ओढणीनं फास लावून घ्यायचाही प्रयत्न केला होता. पण जमला नाही. दार फोडून हशिममामा आत गेला आणि त्यानं झुनूमावशीला वाचवलं. तिला वैद्याला दाखवलं. डोकं थंड राहावं म्हणून तेल चोपडलं तिच्या डोक्यावर. मौलवीला बोलावून फा फूही केलं. तरी तिला बरं वाटलं नाही. शेवटी तिला ढाक्याला मोठ्या मामाकडे पाठवायचं ठरलं.

रुनू आणि झुनू पाठोपाठच्या बहिणी. त्या दोघींचं सख्ख्य मोहल्ल्यातल्या

सगळ्यांना ठाऊक होतं. चणाचोरवालासुद्धा घरासमोर येऊन गायचा,

'ओ रुनूभाई, ओ झुनूभाई, कहाँ गयी रे,
मेरा गरमागरम चनाचोर खाइये रे।
ओ, चोर गर्रम ऽऽऽ'

रुनू, झुनू बरोबरच हसायच्या, बरोबरच रडायच्या. गाणं, नाचणं, बोरं वेचणं, फुलं वेचणं, माळा गुंफणं– सगळं सगळं बरोबर. झुनू आपल्या मनातलं रुनूला सांगायची आणि रुनू झुनूला. दोघी एकाच बिछान्यात झोपायच्या. लोकं म्हणायचे, 'वा! अगदी जुळ्या बहिणी शोभतात.'

तीच रुनू एकदा घरातून नाहिशी झाली. गेली ती गेलीच. गावभर शोधलं पत्ता नाही. मग कळलं की घरातून पळून जाऊन तिनं रासूबरोबर लग्नं केलंय आणि आता रासूच्या गावच्या– बेगुनबाडीच्या– घरी आहे. हे ऐकून झुनूमावशीनं रडून रडून मोहल्ला डोक्यावर घेतला. अंगणात लोळण घेतली. छाती बडवून घेतली. का? रासू होते झुनूचे घरच्या शिकवणीचे मास्तर. पण रुनूचे ते कोणीच नव्हते. रासूच्या डोळ्यांची भाषा रुनूनं वाचली नव्हती, छातीची धडधड ऐकली नव्हती. फक्त झुनूलाच माहीत होतं की टेबलाखालून तिच्या पायावर रासूंच्या पायाची बोटं कशी फिरायची, झुनूच्या बोटांशी एक हात कसा चाळा करायचा. प्राजक्ताची माळ झुनू कोणासाठी गुंफायची, हे फक्त झुनूलाच माहीत होतं. संध्याकाळ होताच आरशासमोर उभं राहून ती स्वत:कडेच पुन्हा पुन्हा पाह्यची, डोळ्यांत काजळ घालायची. हे सगळं कोणासाठी करायची ती? झुनूला शिकवायला मास्तर येतात हे सगळ्यांना माहीत होतं. पण ते खरं किती वेळ शिकतात हे कोणालाही माहीत नव्हतं. कारण शिकवणीच्या वेळी कोणालाही तिथं जायला बंदी होती. गडबड गोंधळ करायला परवानगी नव्हती. फक्त एकदाच रुनू आत जाऊन चहा-बिस्किट्स् देऊन येत असे. तेवढाच काय तो व्यत्यय.

तेव्हा अशा परिस्थितीत रासूचं लग्न झुनूशी न होता रुनूशी झालं, तर अपमानानं झुनूला मेल्याहून मेल्यासारखं झाल्यास काय नवल!

'पुरुष म्हणजे जनावर', अशीच झुनूमावशीची समजूत झाली. मौलवींनी मंत्र टाकल्यावर दोन दिवसांनंतर झुनूमावशी तळ्यात पाय बुडवून म्हणाली होती, 'पुरुषांच्या नादी लागणं म्हणजे मरणच!'

'हे डुकरापेक्षाही नीच आहेत. जी मिळेल तिला चाखतात. ह्यांना काही नीती नाही. आज एकीवर प्रेम करतील, तर उद्या दुसरीशी प्रेमाची भाषा बोलतील.'

झुनूमावशीचे केस कमरेखाली रुळत असत. पण त्यांच्या जटा झाल्या होत्या. डोळ्यांत काजळ नव्हतं पण डोळ्यांभोवती काळं झालं होतं. तिचा पिवळट गोरा रंग फिका पडला होता.

'नानीच्या चार मुलीत फजलीमावशीला शंभरपैकी ऐंशी मार्क्स, झुनूमावशीला पन्नास, रुनूमावशीला तीस आणि आईला– '

'दादानं शाळेतल्या मास्तरांप्रमाणे रूपावरून असे नंबर लावले होते. आणि आईला किती?'

दादा खुर्चीवर बसून पाय हलवत, तोंडात पेन्सिल धरून म्हणायचा, 'आईला भोपळा.'

'गेंतूची मा, तू आणि मी सारख्या. तुला एकजण त्रास देतोय, तसाच मलाही एकजण देतोय. जर वर खरंच अल्ला असेल, तर तो हे सहन करणार नाही. अल्लाच ह्याचा फैसला करेल.' पन्नास मार्क्स मिळवणारी रूपवती आणि आता संन्यासिनी झालेली झुनूमावशी म्हणाली.

'गेंतूच्या माबरोबर झुनूचं काय कुजबुजणं चाललंय एवढं!', दोघी गळ्यात गळा घालून बसल्या होत्या. हे नानीला अजिबात आवडलं नाही. 'झुनूच्या पोटात काही राहत नाही. काही तरी बोलून बसेल.'

गेंतूची मा कळवळून म्हणाली, 'अल्ला खरा निवाडा करत नाही. तो भेदभाव करतो. गेंतूच्या बापानं मला मारून, जाळून घराबाहेर काढलं. त्यानं दुसरं लग्न केलंय आणि तो सुखात राहतोय. मला मात्र सुख नाही. बाप जिवंत नाही. दोन भाऊ आहेत. पण गेंतूच्या बापानं मला घराबाहेर काढलं म्हणून ते मलाच दोष देतात, उठताबसता शिव्या देतात.'

गेंतूच्या माचा भाजलेला हात लोंबत राह्यचा. झुनूमावशी गुडघ्यावर हनुवटी टेकवून म्हणाली, 'मला आता जगावंसंच वाटत नाही. पण पुन्हा मनात विचार येतो की मी एकटीनंच का मरावं? त्या दोघांना मारूनच मी मरेन. मला सुख नाही. मग त्यांनी का सुखात राह्यचं?'

अंधाऱ्या गल्लीतून आलेला अंधार नानीच्या अंगणात पसरला. शेवाळ्याचं कांबळं ओढून चंद्राची कोर तळ्यातल्या पाण्यात झोपी गेली. गेंतूच्या माचा जळका हातही तिच्या फाटक्या पदराखाली झोपला. झुनूमावशीला कुठंही जायची इच्छा नव्हती. तिला तळ्याकाठच्या वाकड्या खजुराच्या झाडाखाली रात्रभर बसून राहावंसं वाटत होतं. मग टप् टप् करत दव तिच्या केसांवर पडेल. दवानं भिजलेल्या गवतावर पडलेली प्राजक्ताची फुलं आता पहाटेच उठून ती वेचणार नव्हती. आता कोणासाठी माळ गुंफायची गरजच नव्हती. संध्याकाळी लाल रिबीन बांधून काजळ घालायची तरी गरज काय?

झुनूमावशीला फार एकटं एकटं वाटत होतं. तिनं घरात धावत जाऊन एक कागदाचं बंडल आणलं. ती रासूनं लिहिलेली पत्र होती. त्यांना डांबराच्या गोळ्यांचा वास येत होता. तिनं पत्र्याच्या ट्रंकेत कपड्याखाली ही पत्रं जपून ठेवली होती.

चंद्राची कोर झोपल्यावर आणि अंधार खजुराच्या झाडावर वटवाघुळासारखा लोंबकळायला लागल्यावर झुनूमावशीनं पत्रांना काडी लावली.

'चल, गेंतूची मा. जरा शेक घे. थंडी पडलीय.'

आगीत जाळलेल्या पत्रांची राख उडून झुनूमावशीच्या केसांत पडत होती. गेंतूच्या माचा चेहरा धगीनं लाल झाला होता. विस्तव दिसला की तिला भात शिजवायची इच्छा व्हायची. पातेल्याजवळ वाकून रटरटणाऱ्या भाताचा वास घ्यावासा वाटायचा. गेंतूच्या माच्या डोक्यावर अंधाराच्या वटवाघुळानं झपकन् झेप घेतली.

'एवढ्याशा भातासाठी आणि अंग झाकायला कपडा मिळावा म्हणून मी त्याच्या लाथा खात राहिले बघा. माझ्या पोटात भूक होती आणि भूक असली की मन मरून जातं. प्रेमबीम मला नाही ठाऊक. ते बड्या लोकांचं काम. आम्हाला मन नसतंच. असतं फक्त पोट. जो पेजेला देईल, तोच मालक.'

गेंतूच्या माच्या अशा भुकेच्या गप्पा ऐकणं झुनूमावशीला अजिबात आवडण्यासारखं नव्हतं. तिची भूक तर केव्हाच मरून गेली होती. तोंडात घास घातला नाही तोच तिच्या पोटात ढवळून यायचं. तिचं अंतःकरण उजाड वाळवंट झालं होतं. रासूबरोबर झाडाखालीही तिनं आयुष्य घालवलं असतं. रासूच्या डोळ्यांत पाहिलं की ती तहान भूक विसरायची. रासूबरोबर पाण्यात बुडून मरण्यातही सुख होतं.

शेवटचं पत्र अर्धवटच जळलं आणि आग विझली. ते अर्धवट जळालेलं पत्र हातात घेऊन झुनूमावशी अंधारात तशीच बसून राहिली. तिला ते पत्र वाचायची खूप इच्छा झाली. बहुधा ह्या पत्रातच रासूनं लिहिलं होतं की ती त्याला प्राणापेक्षा प्रिय आहे.

झुनूमावशी ढाक्याला जाण्याआधी एक गोष्ट घडली. ती फक्त मला अन् झुनूमावशीलाच माहीत आहे. आम्ही दोघी रिक्षानं 'ज्युबिली घाट' भागातल्या एका पिवळ्या रंगाच्या दुमजली घरासमोर येऊन उतरलो. घरावर 'डाक बंगला' असं लिहिलं होतं. झुनूमावशी पुढे मी मागे. ह्या बंगल्याच्या बारा नंबरच्या खोलीच्या दारावर जेव्हा झुनू मावशीनं टकटक केलं तेव्हा तिच्या नाकातोंडावर दरदरून घाम आला होता. खोलीतून एक बारीक हडकुळा माणूस बाहेर आला. त्याच्या मिशा हनुवटीपर्यंत लांब होत्या. तो दिसायला भुतासारखा होता. हा माणूस नानीच्या घराच्या दोन घरं पलीकडे राहणारा होता. त्याला एक-दोनदा पाहिलेलं होतं. त्याचं नाव जाफर इक्बाल होतं. झुनूमावशीला आत घेऊन त्यानं दार लावून घेतलं आणि मी आपली व्हरांड्यात उभी राहिले– ब्रह्मपुत्रेकडे पाहत. माझी दुपार ब्रह्मपुत्रेच्या चमकणाऱ्या लाटा आणि त्या लाटांवर 'भाटियाली[२]' गात जाणाऱ्या नावा पाहण्यात सरली. पश्चिमेचं आकाश अंड्यातल्या बलकाच्या रंगाचं झालं. सूर्य ब्रह्मपुत्रेच्या पाण्यात बुडला. ते दृश्य मी जिथं झुनूमावशीनं उभं राह्यला सांगितलं होतं तिथं उभं

राहूनच मंत्रमुग्ध होऊन पाहत राहिले.

इकडे सूर्य बुडाला आणि तिकडे झुनूमावशी बंद दार उघडून बाहेर आली. माझ्या गालावर हळू हात फिरवत ती म्हणाली, 'हे बघ, तुला कोणी कुठं गेला होतात म्हणून विचारलं तर सांग की झुनूमावशीच्या एका मैत्रिणीकडे गेलो होतो म्हणून.'

बंगल्यात बाहेर येऊन आम्ही रिक्षात बसत असताना झुनूमावशी म्हणाली, 'कोणी विचारलं की त्या मैत्रिणीचं नाव काय? ती कुठं राहते?' मी उत्तराची वाट पाहत मख्खपणे बसून राहिले. तीच पुढे म्हणाली, 'तर सांग नाव फातिमा. राहते कालिबाडीला. ना! नको. कालिबाडी नको. सांग ब्रह्मपल्लीला. ठीक आहे?'

ठीक आहे की नाही ते काही मी झुनूमावशीला सांगितलं नाही. बहुधा तिला समजलं असावं की ती सांगो की न सांगो माझं तोंड सहजासहजी उघडत नाही, तेव्हा ते उघडणार नाहीच.

□

१) ऊकील बाप – कायदेशीर पालक.
२) भाटियाली – नावाड्यांची गाणी.

प्रत्यावर्तन - ९

चार महिन्यानंतर आईनं मला हॉस्टेलमधून घरी आणलं. ते एक प्रकरणच झालं. ज्या आईला मला भेटू दिलं जात नव्हतं, तिच्याच हाती मला सोपवलं गेलं. आईच्या हाती जणू आकाशीचा चंद्रच आला. त्याचं असं झालं : आई नेहमीच हॉस्टेलच्या सुपरवायझरना भेटायला यायची आणि रडायची. ती त्यांना म्हणायची, 'ह्या मुलीचे वडील दुसरं लग्न करणार आहेत. म्हणूनच त्यांनी मुलीला हॉस्टेलमध्ये ठेवलंय. हा एक डाव आहे. आमचं घर विकून दुसऱ्या बायकोला घेऊन ते वेगळं राहणार आहेत. माझे दोन्ही मुलगे माझ्याजवळ नाहीत. तेव्हा ह्या मुलीला तरी माझ्याबरोबर पाठवा. मुलगी घरात असल्यावर हिचा बाप घर कसं विकतो आणि दुसरं लग्न कसं करतो, ते पाहतेच.'

आईच्या रडण्यानं सुपरवायझरच्या काळजाला पाझर फुटला. त्यांनी मुलीला आईकडे सोपवली. मुलगी चार महिन्यांनी घरी परत आली.

यास्मीनलाही मिर्जापूरहून आणलं गेलं.

दोन्ही मुलींना जवळ घेऊन आई बसून राहिली. ती काळजीत होती. बाबा घरी आले. आम्हाला पाहून ते भूत पाहिल्याप्रमाणे चमकले. बाबांचे डोळे लाल झाले. ते दात ओठ खायला लागले. भीतीनं माझा चेहरा पांढराफटक पडला. यास्मीन आईच्या पाठीमागे लपायचा प्रयत्न करायला लागली.

'मुलींना जन्म मी दिलाय', आई बिचकत बिचकत म्हणाली, 'त्यांच्यावर माझा अधिकार नाही का?'

आई जणू वाऱ्याशी बोलली. ज्याला लागेल त्याला लागो!

बाबांनी तोंडातून ब्र काढला नाही. त्यांनी घरात धान्यधुन्य भरायचं बंद केलं. आई नानांच्या खानावळीतून अन्न आणून आम्हाला जेवायला घालायची आणि रोज तिचं सुनावणं चालूच असायचं, 'लग्न करायचा बेत आहे वाटतं! म्हणूनच दोन्ही मुलींना दूर ठेवलं होतं. पण मी जिवंत असेपर्यंत ही लबाडी चालू देणार नाही. ह्या शहरात येताना एवढीशी पोटली घेऊन आला होतात. माझ्याच वडिलांनी पैसा देऊन जगवलं.'

आई काही वाऱ्याशी बोलत नव्हती. हे बोलणं बाबांसाठी होतं, हे सहज समजण्यासारखं होतं. ती बाबांच्या तोंडावर बोलत नसे. पण बाबा त्यांच्या खोलीत असताना ती शेजारच्या खोलीतून किंवा बाहेरच्या व्हरांड्यातून एवढ्या मोठ्यानं बोलत असे की बाबांना सहज ऐकू जात असे.

मला शाळेत जाण्यासाठी रिक्षा-भाडं देणंही बाबांनी बंद केलं. माझी शाळा बंद झाली. आई म्हणाली, 'बघते ना किती दिवस पैसे देत नाहीत ते!'

ह्या बाबतीत फार दिवस बाबांचा राग टिकणार नाही, ह्याची आईला खात्री होती.

मी तीन दिवस शाळेत गेले नाही हे बाबांच्या लक्षात आलं. मग त्यांनी स्वत:च अबोला सोडला. पहाटेच थंड पाण्यानं अंघोळ करून ते कपडेबिपडे घालून तयार झाले आणि त्यांनी मला हाक मारली. मग घसा खाकरून म्हणाले, 'आता तुला शिक्षणाची गरज उरली नाही का?' मी गप्प.

मला शिक्षणाची गरज आहे की नाही ते बाबाच ठरवणार. माझ्या उत्तराची काहीच गरज नव्हती.

बाबा कडीपाटाकडे पाहत पुढे म्हणाले, 'जर गरज नसेल तर सरळ सांगून टाक. मग मलाही काळजी नको. तुझ्या भावांनी तर मला तसं सांगून टाकलंय. ते शिकणार नाहीत. मी दर महिन्याला नोमानला पैसे पाठवतो. पण तो ह्या वर्षी परीक्षेला बसणार नाही म्हणे! पुढच्या वर्षी बसणार आहे. आणि तुझा दुसरा भाऊ.... त्याच्या आयुष्याचीच वाट लागलीय. तुलाही त्याच वाटेनं जायचं असेल तर तसं सांग म्हणजे तुझ्या शाळेवर आणखी पैसा खर्च करायला नको.'

मी उदासपणे अंगणात वाढलेल्या गवताकडे, शेवाळलेल्या नळकोंडाळ्याकडे आणि पेरूच्या झाडावर बसलेल्या कावळ्याच्या शेपटीकडे आळीपाळीनं पाहत राहिले. बाबांसमोर तोंड उघडायची मला सवय नव्हती. त्यांच्यासमोर न बोलणंच चांगलं. मी थंडपणे उभी राहिले की बाबाही निश्चिंत होत. बाबा जे बोलतील ते मान खाली घालून चूपचाप ऐकण्याचीच ह्या घराची पद्धत होती. त्यांच्या मनात आलं तर ते अंगावरून प्रेमानं हात फिरवायचे किंवा गालावर एक चढवून द्यायचे. त्यांनी काहीही केलं तरी मला ते चूपचाप स्वीकारावं लागायचं. आताच बाबा म्हणाले ना की तुला छोट्या दादाच्या मार्गानं जायचं तर जा. ते फक्त बोलण्यापुरतं. खरं तर ते मला तसं मुळीच करून देणार नाहीत. जर खरंच मी तसं काही बोलले तर ते मारून मारून माझी कातडी सोलून काढतील.

'शाळेत का जात नाहीस?' बाबांनी वसकन् अंगावर ओरडून विचारलं. त्यांच्या अचानक ओरडण्यानं मला कापरं भरलं. कावळ्याच्या शेपटीवरची माझी नजर जमिनीकडे वळली. बाबांना प्रश्नाचं उत्तर खरंच हवं होतं हे त्यांच्या गर्जनेवरून मला समजलं. प्रश्नाचं उत्तर त्यांना ठाऊक होतं. पण ते त्यांना माझ्या तोंडून वदवून

घ्यायचं होतं. माझ्यावर अन्याय झाला होता आणि त्याला बाबाच जबाबदार होते, हे मला ठाऊक होतं. पण ते त्यांना समजावं म्हणून त्यांच्या समोर जेवढं मोठ्यानं बोलता येणं शक्य होतं तेवढं मोठ्यानं म्हणाले, 'रिक्षाला पैसे नाहीत.'

'रिक्षाला पैसे नाहीत? आईनं धरलंय ना पोटाशी! तुम्हाला खायला तीच घालते ना? तिच्याजवळ रिक्षापुरते पैसे नाहीत?'

बाबांनी माझ्या तोंडावर दोन टाका फेकले. ते जमिनीवर पडले. मला वाटलं पडू द्यावेत ते तसेच जमिनीवर. पण माझे विचार माझ्या मनातच राहिले. माझ्या भावनांची बाबांना अजिबात पर्वा नव्हती. मी तशीच उभी राहिलीय हे पाहून बाबांचा पारा चढायला लागला. मी चटकन पैसे उचलले. बाबांना फक्त छोट्या दादाच्या पुढेच हरताना पाहिलं होतं. ह्या वेळी त्यांची हार झाली की नाही माहीत नाही. पण न बोलता त्यांनी शरणागती पत्करली. आमचं घरी परत येणं त्यांनी मान्य केलं. पण त्यांनी ते मान्य केलंय हे आम्हाला अजिबात दर्शवलं नाही. त्यांनी पुन्हा आमची उचलबांगडी केली नाही. आम्हाला हॉस्टेलमध्ये पाठवलं नाही हे खरं, पण त्यांनी घराचा अंधारा तुरुंग करून टाकला. ज्या खिडक्यांतून रस्ता दिसायचा, त्या खिडक्या पूर्णपणे बंद करून टाकण्याची व्यवस्था केली. बैलगाड्या भरून विटा, वाळू आणि सिमेंट आणलं. गवंडी बोलावले आणि घराच्या कुंपणाची भिंत तुरुंगाप्रमाणे उंच केली. म्हणजे बाहेरच्यांशी आतल्यांचा काही संबंधच यायला नको. गच्चीवर जायला बंदी. गच्चीवर गेल्यास मानगुटीला धरून बाबा खाली आणत. 'पुन्हा कधी गच्चीवर गेलेली दिसलीस तर तंगडी मोडून टाकीन' असा दम देत. गच्चीवर पावसात भिजून आम्ही नाचायचो, तिथंच आम्ही भातुकली खेळायचो, मी रेलिंगला टेकून अभ्यासाव्यतिरिक्त इतर पुस्तकं तिथंच वाचत असे, गच्चीतूनच मोहल्ल्यातल्या माणसांच्या हालचाली टिपता येत. किती सुंदर जागा होती! पण तिथं जायलाच बाबांनी बंदी केली. माझ्या हालचालींना मर्यादा पडत होत्या, हे माझ्या लक्षात आलं. पण तसं का होतंय ते मला समजलं नाही. गच्चीत उभं राहून बाहेरच्या जगाला मी हळूहळू ओळखायला लागले होते. मंद वाऱ्यात, गच्चीवर येरझाऱ्या घालताना, रिमझिम पडणाऱ्या पावसाच्या थेंबाप्रमाणे शब्द माझ्या डोक्यात गर्दी करायचे आणि त्या शब्दांची मी मनातल्या मनात माळ गुंफायची.

गच्चीवर जाण्यास बंदी केल्यावर मला गच्चीवर जाण्याची जास्तच ओढ लागायची. बाबा घरातून बाहेर पडले रे पडले की मी गच्ची गाठायची. काळ्या फाटकाचा आवाज झाला की बाबा आले हे कळायचं. मग मी झंझावाताप्रमाणे खाली येऊन निष्पाप चेहरा करून अभ्यास करत असल्याचा आव आणायची. सीमा जसजशी संकुचित होत होती, तसतशी ती तोडून जाण्याची इच्छा प्रबळ होत होती.

माझ्या आतल्या आणि बाहेरच्या– दोन्ही प्रकृतींची चाहूल मी घेत होते. एक होती उत्सुक तर दुसरी उदास.

बाबा असं का वागत होते, ह्याचा पत्ता मला काही महिन्यानंतर लागला. बाबांना भीती वाटत होती की मीही कोणाच्या तरी प्रेमात पडून, शिक्षण सोडून, एखाद्या लफंग्याचा हात धरून घरातून पळून जाईन. शाळा आणि घर ह्यांच्यामध्येच माझं जीवन अडकून पडलं होतं. ह्या अडकून पडलेल्या जीवनात काही दिवसांसाठी का होईना, रतननं येऊन खुशीचे रंग उधळले. रतन टांगाईलमधील एलेंगा गावचा. तो दादाच्या खोलीत झोपायचा. दुपारी आमच्याबरोबर चोर-पोलिस खेळायचा. हा एक बैठा खेळ होता. कागदाचे छोटे-छोटे तुकडे करून त्यांच्यावर चोर, पोलिस, डाकू असं लिहायचं. मग त्या चिठोऱ्यांच्या घड्या घालून त्या फेकायच्या. त्यातील एक प्रत्येकानं उचलायचं. ज्याच्या हातात 'पोलिस' असं लिहिलेलं चिठोरा येईल त्यानं उरलेल्या दोघांमधील कोण 'चोर' व कोण 'डाकू' असेल त्याचा अंदाज बांधायचा. अंदाज चुकताच रतन 'डब्बा' म्हणून जोरात ओरडायचा. तो 'भोपळा' मिळाला तरी त्याला 'डब्बा'च म्हणायचा. रतन बाबांच्या एका डॉक्टर मित्राचा मुलगा. त्यामुळे त्याला आमच्या घराचं दार नेहमीच उघडं होतं आणि तसं असायलाच हवं होतं. कारण माझ्या जन्माच्या आधी जेव्हा बाबा पैशांच्या अडचणीत होते, तेव्हा रतनच्या वडिलांनी बाबांना सढळ हातानं मदत केली होती. रतन माझ्यापेक्षा दोन-एक वर्षांनं मोठा असेल. मिस्किल हसत, केस व शर्ट उडवत तो घरभर धावायचा. तो घरातलाच एक होता किंवा तसं दाखवत तरी होता. घरात शिरताच तो टॉवेल घेऊन अंघोळीला जायचा. गोऱ्या तोंडाला आणखी गोरं करून, मस्तपैकी केसांचा भाग पाडून 'मावशी, काय केलंय आज? खायला द्या.' म्हणत स्वयंपाकघरात शिरायचा. रतनची आई बुलबुल माझ्या आईला खूप आवडायची. रतन जेवायला बसला की आई रोज त्याला विचारायची,'बुलबुल अजूनही पूर्वीसारखीच दिसते का रे?'

आई म्हणायची की बुलबुल फारच सुंदर होती. इतर कोणाच्याही देखणेपणाचं एवढं कौतुक करताना मी आईला पाहिलं नव्हतं. रतन आमच्याबरोबर चोर-पोलिस खेळायचा, लुडो खेळायचा, पत्त्यांची जादू करून दाखवायचा. म्हणून तर मला गच्चीत जायला मिळत नाही, ह्या दुःखाचा थोडा तरी विसर पडायचा. पण जायच्या दिवशी एक घडी घातलेला कागद टेबलावर ठेवून, नेहमीप्रमाणेच माझ्या डोक्यावर चापट मारून तो म्हणाला, 'सांभाळून राहा. जातो मी.'

रतनकडे पाहून तो चालत नसून उडतोय असंच वाटत होतं. इतक्या वेगानं तो निघून गेला. तो दिसेनासा झाल्यावर कागद उलगडून पाहिला तर पत्र! त्या पत्रात त्यानं लिहिलं होतं की तो माझ्यावर खूप खूप प्रेम करतो. मी जर त्याच्यावर प्रेम

केलं नाही तर त्याच्या जीवनाला काही अर्थच उरणार नाही. आशी (येतो.) B दाय (निरोप घेतो.) असं त्यानं पत्राच्या शेवटी लिहिलं होतं.

ते पत्र वाचून माझ्या छातीत धडधडायला लागलं. भीतीनं घशाला कोरड पडली. हाताच्या घामानं भिजलेलं ते पत्र मुठीत घेऊन मी बाथरूममध्ये शिरले. तिथं पुन्हा मी ते पत्र उघडलं. 'प्रेम' या शब्दाकडे मी हावरटासारखी पाहत राहिले. ते पत्र मला लिहिलं होतं हे पाहून माझं अंग शहारलं. रतननं मला पत्र लिहिलं तेव्हा कोणी आडून पाहिलं तर नसेल? कोणी पाहिलं असेल तर सर्वनाशच! हे पत्र कधी कोणाच्या हातात पडलं तर फार मोठा धोका होताच. संकटं नेहमीच माझा पिच्छा पुरवतात. हे पत्र फाडून टाकलं तर सगळ्या काळज्या संपणार होत्या. पण पत्र मला फाडवत नव्हतं. राहू दे ते ! इतिहासाच्या पुस्तकात किंवा उशीखाली लपवून ठेवता येईल. त्या घडी घातलेल्या कागदाला मी सांभाळून ठेवत होते ते रतनबद्दल मला प्रेम वाटत होतं म्हणून नाही तर त्या पत्राबद्दल मला प्रेम वाटायला लागलं होतं म्हणून.

काही दिवसांतच ते पत्र बाबांच्या हाती लागलं. मी शाळेत गेले असताना बाबा घरी माझी पुस्तकं, वह्या तपासून पाहत. माझा अभ्यास कसा चाललाय, पुस्तक किती वाचून झालंय. वहीत काय काय लिहिलंय, गणितं कशी सोडवलीत, हे सगळं बाबा बारकाईनं पाहत. माझी पुस्तकं चाळून पाहत असतानाच त्यांना ते पत्र मिळालं. मला ते त्याबद्दल एकही शब्द बोलले नाहीत. फक्त टांगाईलला त्यांच्या डॉक्टर मित्राला पत्र पाठवून त्यांनी 'रतननं पुन्हा आमच्याकडे कधीही येऊ नये', असं कळवून टाकलं.

मी मनातल्या मनात म्हटलं की रतन नाही आला तर माझं काय अडणार आहे! गेला उडत!

मी बाबांच्या त्या डॉक्टर मित्रांना पाहिलं नव्हतं. पण बाबांच्या पत्रामुळे त्यांचा अपमान झाला होता. मला त्यांच्याबद्दल खूप वाईट वाटलं. सगळा अपराध माझाच असल्याप्रमाणे मीही ओशाळले होते. रतननं लिहिलेल्या पत्राला जणू मीच जबाबदार होते, सगळा अपराध माझाच होता!

माझ्यावर नजर ठेवण्यासाठी बाबा चोरून फार मोठे कट रचत असतानाच, एक दिवशी अत्यंत काळजीच्या स्वरात म्हणाले, 'सगळ्या वस्तूंचे भाव फारच वाढलेत. आजपासून एकच वेळ भात खायचा. रात्री सगळ्यांनी रोटीच खायची.'

रोटी? भाताच्याऐवजी? बाबांनी आता हा काय नवा तमाशा सुरू केला! आई कोरडेपणानं म्हणाली, 'लग्न केलं वाटतं? आता तिलाही खायला घालावं लागणार! इकडे आम्हाला सतावून तिला पोसणार.'

आईचा गैरसमज झालाय असंच मला वाटलं. कारण रस्त्यावर शेकडो भिकाऱ्यांना भटकताना पाहून आमचा शाळेचा रिक्षावाला सांगत होता की गावं सोडून लोंढ्यानं माणसं शहराकडे येताहेत. पिकं गेली. त्यांना खायला काही नाही.

मी त्या घरंदारं सोडून आलेल्या लोकांकडे अवाक होऊन पाहत राह्यची. त्यांच्या हातांत भांडी असत. रिकामी भांडी. नदीकडून नव्या बाजाराकडे त्यांची रीघ लागलेली असायची. त्यांचे डोळे खाचेतून बाहेर येऊ पाहत असत. अंगात हाडंच राहिली होती आणि ती चामडं फाडून बाहेर येण्याच्या बेतात होती. त्यांचं पाठपोट एक झालं होतं. जणू हाडांच्या सांगाड्यांचा घोळकाच चाललाय. त्यातील काही जण मागे राह्यचे, थकायचे. मग गटाराजवळ बसून धापा टाकायचे तर काही जण मोठमोठ्या घरांसमोर उभं राहून 'भात', 'भात' म्हणून ओरडायचे. आमच्या फाटकासमोरही असे लोक उभे राह्यचे. – मूठभर भातासाठी. पान्ता असो, आंबलेला असो, पण भात हवा. मूठभर भात.

शाळेतून परत आल्यावर अशा लोकांना पाहिलं आणि मी भरल्या पोटी त्यांना भीक घालायला धावले . मूठ दोन मूठ तांदळाची तर बात! पण पाहते तर तांदळाच्या ड्रमला भलं मोठं कुलूप. चांगलं भक्कम. दाराला लावतात तसं.

'आई, बाहेर कोणी भात मागताहेत. दे ना भात. त्यांनी खूप दिवसांत काही खालेल्लं दिसत नाही.' काळजीच्या स्वरात मी आईला म्हटलं.

आई नमाज पढत होती. मुनाजात संपवून सलाम केल्यानंतर आपल्या हातांचं चुंबन घेऊन आई जायनमाज गुंडाळता गुंडाळता म्हणाली, 'भात नाही.' आई कोणत्याही भिकाऱ्याला कधीच रिकाम्या हातानं पाठवत नसे. पसाभर तांदूळ द्यायची ह्या घराची रीत होती. उन्हाळ्यात केवढा तरी उरलेला भात रात्रीत आंबला म्हणून फेकून दिला जायचा. मधून मधून भिकाऱ्यांना पान्ता भात दिला जायचा. आता पान्ताही नव्हता.

दुपारी पानातला भात संपवून बोटं चाटता चाटता आईला म्हटलं, 'आई, आणखी थोडा भात वाढ.'

मला बळजबरीनं खायला घालावं लागायचं. खाण्यात मला गोडी नव्हती. गप्पात गुंतवून आई मला खायला घालायची. मासळी भातात कालवून आई पानात घास करून ठेवायची. एका ओळीत. मग मला म्हणायची, 'हा आहे वाघ, हा सिंह, हा आहे हत्ती, बरं का! आणि हे अस्वल. एवढं अस्वल खाऊन टाक बरं, बेटा. वा ! वा! अस्वल तुला पाहून घाबरलं बरं का! आता हा हत्ती खा.' बोलण्याच्या नादात मी जेवायची. मला खायला घालण्यासाठी आई निरनिराळ्या युक्त्या लढवायची. मी वाचण्यात दंग असताना 'जरा आ कर बघू. एक गंमत बघ किती छान झालीय' असं म्हणून आई माझ्या तोंडात घास घालायची. वाचता वाचता आई मला खायला

घालतेय हे लक्षात आलं की मी 'पुरे. पुरे. आता नको. तू जा बघू इथून' म्हणून आईला बाजूला सारायची. पण आई मला खायला घालायचीच. आंबा, अननस, टरबूज यांच्या बारीक बारीक फोडी प्लेटमध्ये घालून आई अभ्यासाच्या टेबलावर ठेवून जायची. काटा, चमचा ठेवायलाही ती विसरायची नाही. मी अभ्यास करता करता खावं, अशी तिची इच्छा असायची. मी नेहमीच पानात भात टाकायची. तीच मी आज बोटं चाटता चाटता आणखी भात मागत होते आणि मला खायचा आग्रह करणारी आई म्हणत होती, 'आणखी भात नाही आता.'

ही १९७४ ची गोष्ट.

आम्ही अचानक गरीब झालो होतो का?

भात मागूनही भात न मिळणं हे ह्या घराला नवीन होतं.

आता भिकाऱ्यांनाही भीक दिली जात नव्हती. असं का?

बाबा दोन्ही वेळा रोटी खात. नोकरांनाही रोटीच मिळे. आम्हा दोघी बहिणींसाठीच फक्त भात शिजवला जायचा. ड्रममधले तांदूळ संपत होते.

बाबा डोकं धरून म्हणत, 'देशात दुष्काळ पडलाय!'

रस्त्यावर भिकाऱ्यांची संख्या वाढतच होती. आता ते दारोदार हिंडून भाताऐवजी पेज मागत होते.

एके दिवशी आमच्या फाटकासमोर एक हाडांचा जिवंत सांगाडा येऊन उभा राहिला. वय असेल फार तर आठ. त्याला पाहून मी माझी नजर दुसरीकडे वळवली. त्याला काही मागवतही नव्हतं. त्याच्या तोंडातून शब्दच फुटत नव्हता. मी आईला हाक मारून त्या मुलाला लवकर काही तरी खायला देण्यास सांगितलं. म्हटलं, 'जे असेल ते दे. माझ्या वाटणीचं दिलंस तरी चालेल. मी उपाशी राहीन.'

आईनं त्याला भात दिला. त्याच्या हाताच्या हाडानं भाताचा घास कसाबसा तोंडात कोंबला. उपासानं मरायला टेकलेल्या त्या मुलाला भात गिळायलाही कष्ट पडत होते, हे मला स्पष्टपणे दिसत होतं. माणसांना अनेक गोष्टींचा तुटवडा पडतो हे मला माहीत होतं. पण भाताच्या तुटवड्यामुळे हाडांचा सांगाडा झालेला मी प्रथमच पाहत होते. 'काहीच खायला न मिळाल्यामुळे त्याच्या घशाची वाट बुजून गेलीय', असंच मला वाटलं. कितीतरी अन्न रस्त्यावर फेकलं जातं, वाया जातं, असं अन्न कुत्री-मांजरांना, कावळ्या चिमण्यांना मिळतं आणि माणूस मात्र उपाशी मरतो!

रात्री आई जेवताना, रोटी चावत म्हणाली, 'माझ्या लहानपणी दुष्काळ पडला होता. विमानातून खाली सत्तू फेकायचे. आम्ही धावत जाऊन धक्काबुक्की करून सत्तू आणून खात असू. तेव्हा भात मिळतच नव्हता.'

अशा वेळी बाबाही त्यांच्या कोषातून बाहेर येत. 'भात मिळेलच कसा?

तांदूळच नव्हते. लोकांजवळ पैसा होता पण बाजारात तांदूळच नव्हते. भुकेपोटी लाखो माणसं मेली. कलकत्त्याच्या रस्त्यावर म्हणे प्रेतांचे ढीग पडले होते! केळीच्या बुंध्यातला पांढरा गर खाऊन मी जगलो. आमच्या गावातल्या किती तरी लोकांनी आपल्या मुली विकल्या. काहींनी आपल्या बायका विकल्या. केवळ दोन वेळच्या भातासाठी.'

'हा दुष्काळही त्या पन्नासच्या दुष्काळासारखा ठरतो की काय, कोण जाणे!' नि:श्वास सोडून बाबा पुढे म्हणायचे.

घरातले तांदूळ संपले तर! मग आम्हाला भात मिळणार नाही? खायला मिळालं नाही तर इस्रायलाप्रमाणे आमचाही फक्त हाडांचा सांगडाच उरणार! असे विचार मनात आले की पोटात गोळा उठायचा. 'अल्लानं दुनियेतल्या लोकांच्या ईमानाची परीक्षा घेण्यासाठी दज्जालला पाठवलंय', अशी अफवा पीरबाडीतील लोकांनी उठवल्यावर तर माझी घाबरगुंडीच उडाली. दिसायला अतिशय भयंकर असणारा तो दज्जाल, ज्यांचा अल्लावर विश्वास नाही, त्यांचा प्रचंड सुऱ्यानं गळा कापणार. डोळे मिटताच डोळ्यांसमोर कुत्सित हसणारा, भला मोठा उघडावाघडा दज्जाल उभा राह्यचा. तो माझ्या गळ्यावर सुऱ्याचा वार करायचा, अंगणात रक्ताचं थारोळं साठायचं. मी 'आई ग', 'बाबा' असं किंचाळत असायची. इकडे मी मरतेय आणि दज्जाल आपला हो हो करून दात काढून हसतोय. मग मी माझ्या अंगातली सर्व शक्ती पणाला लावून ईमान आणायचा प्रयत्न करायची. आईच्या मताप्रमाणे ईमान म्हणजे 'अल्ला एक आणि अद्वितीय आहे, मुहम्मद अल्लाचे रसूल' आहेत ह्या गोष्टीवर विश्वास ठेवणं. मी ईमान आणण्यासाठी हे वाक्य सारखं सारखं म्हणायची. पण 'विश्वास' ही गोष्ट मात्र मला थोडी गूढच वाटायची. आई जे सांगायची त्यावर मला विश्वास ठेवायला लागायचा, जरी मी ती गोष्ट पाहिली नसली तरी! भूत-पिशाचावर विश्वास ठेवण्यासारखंच होतं हे ! किंवा फटिंग टिंग पायानं बोलतो, त्याची तिन्ही डोकी कापलेली आहेत, हे मी फक्त ऐकलं होतं, कधीही फटिंग टिंगला पाहिलं नव्हतं. तरीही त्यावर मला विश्वास ठेवावा लागला होता. फटिंग टिंगमध्ये दज्जाल पाठवायची शक्ती असती तर मला फटिंग टिंग, फटिंग टिंग असा जप करावा लागला असता. आई म्हणायची, 'जा, नानीकडे जाऊन झोप. तुझे मामा तुझे किती लाड करतात!'

शराफमामानं बळजबरीनं मला नागडं केलं होतं, ह्याला 'लाड' म्हणायला मी तयार नव्हते. आई सांगते म्हणूनच मला अल्ला, रसूल, भूत, पिशाच ह्या सर्वांवरच विश्वास ठेवावा लागत होता. मला जर विश्वास ठेवायचा अधिकार दिला असता तर मी मला ज्या गोष्टींवर विश्वास ठेवायला सांगितला जात असे, त्या गोष्टींवर अजिबात विश्वास ठेवला नसता. शाळेत 'हवेत गॅस असतो' ह्या गोष्टीवर विश्वास ठेवायला

सांगितलं. आम्ही विश्वास ठेवला. कधी कधी मनात यायचं की ज्या गोष्टी दिसत नाहीत त्यावर मला बळेबळेच विश्वास ठेवायला लागतोय. जर कोणी धमकावून मला म्हटलं असतं की डोळे मिटून बघ, आकाशात घोडा उडतोय. तर बहुधा मला तसंच दिसलं असतं. माझ्या स्वत:च्या सुस्त शरीरात मला दुष्काळाचा हाडांचा सांगाडा दिसायचा.

आई म्हणायची, 'तुला किती वेळा सांगितलंय की भात टाकू नकोस. भाताचं एक शीत जरी वाया गेलं तरी अल्ला नाराज होतो. भाताची किंमत कळली ना आता? भात न मिळाल्यानं माणसं मरताहेत.'

सोफ्याच्या हातावर कोपर ठेवून आणि हात गालावर ठेवून आई विचार करायची, 'माझी दोन्ही मुलंही उपाशी असतील का?'

'नोमानला मी नियमित पैसे पाठवतो. काळजी करू नकोस.' बाबा आईला धीर द्यायचे.

पण खरं तर आई छोट्या दादाची काळजी करायची. त्याला तर कोणीच पैसा पाठवत नव्हतं. छोटा दादा कुठं आहे, कसा आहे हे आम्हाला माहीत नव्हतं. आई तिच्या ह्या हरवलेल्या मुलासाठी रडायची. मग बाबा म्हणायचे, 'फार रात्र झालीय. जा आता. जाऊन झोप.' एवढं वाक्य फेकून बाबा आपल्या खोलीत निघून जात.

उजाडताच आमच्या काळ्या फाटकापाशी गर्दी जमायची. आई भाताची पेज त्यांना वाढायची. संध्याकाळी इस्राइलही येऊन उभा राह्यचा. आई त्याला भात वाढायची.

मधून मधून दारावरून मिरवणूक जायची. 'जगण्यासाठी अन्न पाहिजे. वस्त्र पाहिजे. आम्हाला जगण्याचा अधिकार पाहिजे.'

कम्युनिस्ट पार्टीचे लोक गाणी गात घरोघरी जात आणि लाल कपडा पसरून म्हणत, 'तांदूळ द्या. गरीब लोक मरताहेत. त्यांना वाचवा.'

एक दिवस मिरवणूक आमच्या घराशी येऊन थांबली. मिरवणुकीतील लोकांनी डोक्याला लाल कपडा बांधला होता. त्यांतील एकजण मला म्हणाला, 'जा. घरातल्या मोठ्या माणसाला बोलावून आण. तांदूळ द्यायला सांग.' माझ्या अंगावर काटा उभा राहिला. मी धावत जाऊन आईला सांगितलं, 'आई, तांदूळ दे, लोक आलेत. त्यांना तांदूळ द्यायलाच हवेत.'

आई चिडून म्हणाली, 'तांदूळ मागितल्याबरोबर तांदूळ द्यायलाच पाहिजेत का? तुम्ही काय खाणार मग?'

'खूप लोकांनी दिलेत. त्यांच्या झोळीत खूप तांदूळ जमा झालेत. जाऊन बघ. तुला बोलावताहेत.' मी आईला ओढायला लागले.

आईनं दाराच्या आडून त्यांना विचारलं, 'काय पाहिजे.'

त्या तरुणातला एकजण पुढे येऊन म्हणाला, 'तांदूळ हवेत, मा. माणसं उपाशी मरताहेत. म्हणून आम्ही विद्यार्थी घरोघर जाऊन तांदूळ गोळा करतोय. आम्ही गरिबांना जेवायला घालणार आहोत. तुम्हाला देता येतील तेवढे द्या, मा.'

बाकी म्हणाले, 'काही खाणार आणि काही उपाशी राहणार, हे नाही चालणार.' मी खूपच उत्तेजित झाले होते. आईला ढोसून म्हणाले, 'तांदूळ दे, आई. कुलूप तोड आणि तांदूळ दे.'

'तुझे बाबा मारून टाकतील.' आई दबक्या आवाजात म्हणाली.

'मारू देत, आई. मारू देत. तरी तांदूळ दे. चल, कुलूप तोडू या.' मी बेपर्वाईनं म्हटलं.

बाहेर एवढ्या लोकांना जमलेलं पाहून आई घाबरून गेली होती. ती म्हणाली, 'तुझ्या बाबांना निरोप देता आला असता तर बरं झालं असतं. एवढ्या लोकांना मी एकटी कशी तोंड देऊ?'

काळं फाटक सताड उघडं होतं. मोहल्ल्यातल्या मुलांनी फाटकाबाहेर गर्दी केली होती. आईला काय करावं हे अजिबात सुचत नव्हतं. ती गोंधळलेली होती. मी अंगणातून विटेचा तुकडा आणला आणि कुलुपावर मारायला सुरूवात केली. चवथ्या फटक्यालाच कुलूप तुटलं. भक्कम टाळं तुटलं. तांदळाचा ड्रम अर्धा भरलेला होता. टॉवेलमध्ये मावतील तितके तांदूळ घेऊन मी त्या लोकांकडे धावत सुटले. आई माझ्या ह्या कृत्याकडे अगतिकपणे पाहत राहिली.

तांदूळ मिळताच गाणी गात मिरवणूक पुढे निघून गेली. मी त्या मिरवणुकीकडे भारावून पाहत राहिले. मला एक निर्भेळ आनंद मिळाला होता. माझ्यातल्या जिद्दीचा, दृढतेचा मला साक्षात्कार झाला होता. माझ्यातही हिंमत होती. धाडस होतं. माझ्याजवळही स्वप्नं होतं. माझ्यातल्या 'मी'ला पाहून मी चकितच झाले होते. मी खरंच अशी होते का? की दुपारी मिरवणूक पाहिल्यामुळे भारावून गेले होते?

आईचा चेहरा पांढराफटक पडला होता. फाटक लावून ती आत आली. 'तुझा बाप आज तुला काही जिवंत ठेवत नाही.'

मी हसून म्हटलं, 'बाबांचा मार तर रोजच खाते. त्यात नवीन काय?'

आई कम्युनिस्टांना नावं ठेवायची. ते वाईट असते तर त्यांनी गरिबांसाठी तांदूळ कशाला गोळा केले असते? गरिबांना जगवणं हा काही अन्याय नाही. ते देवाला मानत नाहीत. पण त्यांनी काही पापही केलं नाही. उलट गांजलेल्यांना ते मदत करताहेत. इस्राइलसारख्या भुकेनं तडफडणाऱ्या किती तरी लोकांना ते जेवायला घालण्याचा प्रयत्न करताहेत. मलाही त्यांच्यात सामील होऊन तांदूळ गोळा करावे, असं वाटायला लागलं. जोपर्यंत दुष्काळ आहे, तोपर्यंत आपणही जेऊ नये असं

माझ्या मनात आलं. पण माझ्या ह्या वाटण्याला काही अर्थ नव्हता. माझ्या मनासारखं मी वागू शकत नव्हते. सध्या मला बाबांच्या चाबकाची वाट पाहण्याशिवाय गत्यंतर नव्हतं. छोट्या दादासाठी विकत आणलेला चाबूक बाबांच्या गादीखाली अजूनही पडून होता.

बाबा घरी आल्याबरोबर तांदूळाच्या ड्रमकडे नजर टाकणार असा माझा अंदाज होता आणि तो खराही ठरला. तुटलेलं कुलूप ड्रमच्या कोयंड्याला लटकत होतं. ते हातात घेऊन बाबा पाहतील आणि चिडलेल्या वाघाप्रमाणे डरकाळी फोडतील हा माझा अंदाजही खरा ठरला. बाबांनी अगदी तसंच केले. मी खोलीत दम रोखून बसले होते. मला वाटलं बाबा आता गादीखालचा चाबूक काढून माझी पाठ सोलून काढणार. मला मार खाण्याआधीच वेदना व्हायला लागल्या. धनुष्यासारखी पाठ वाकडी झाली. मणक्यांतून आधीच कळा मारायला लागल्या. बाबांच्या ओरडण्यानं सबंध घर थरथर कापायला लागलं. माझं अंग थंड पडलं होतं. माझे डोळे दगडाचे झाले. माझ्यासमोर फक्त काळोखच होता. मी पिसासारखी कुठं तरी उडत चालले होते. कुठं? कोण जाणे! 'राजबाडी स्कूल'च्या आवारातील मीराबाईच्या पांढऱ्याशुभ्र पुतळ्याप्रमाणे मीही नग्न होत होते. आता मी स्वतःच स्वतःला नग्न करत होते. मला कोणी नातेवाईक नव्हते, मैत्रिणी नव्हत्या. मी एकटीच होते. अगदी एकटी. हे जग, हा संसार माझ्यासाठी नव्हताच. मी निर्वाणाला पोहोचले होते.

क्षणात घर एकदम शांत झालं. जणू घरात कोणी नव्हतंच किंवा कधीच कोणी राहत नव्हतं. डरकाळी ऐकून प्रत्येकजण आपापल्या गुहेत जाऊन लपला होता. मला बोलावणं येण्याची मी वाट पाहत होते. आज माझ्या पापाचा घडा भरणार होता. पण मी पाप केलं नव्हतं, ह्याची मला खात्री होती. अशी खात्री मला प्रथमच वाटत होते. धनुष्यासारखी वाकलेली पाठ ताठ करून मी आत्मविश्वास निर्माण करण्याचा प्रयत्न करायला लागले. काय बोलायचं ते घोकायला लागले. 'पुस्तकात लिहिलंय, गरिबांना खायला द्या.' मग लोक तांदूळ मागायला आले तेव्हा मी त्यांना तांदूळ दिले.'

पण आईचे शब्द मला स्पष्ट ऐकू आले, 'एवढं ओरडायचं कारण काय? हळू बोललं तरी चालतं. ड्रमचं कुलूप मी तोडलं. मुली भुकेनं कळवळून रडायला लागल्या म्हणून.'

'भुकेनं रडायला लागल्या? का? दुपारी भात करून त्यांना जेवायला वाढलं नाहीस?' बाबांनी विचारलं.

आई स्वयंपाकघराच्या व्हरांड्यातून बारीक आवाजात म्हणाली, 'त्या भातानं त्यांचं भागण्यासारखं नव्हतं. तुम्ही दोन मुलींच्या भातासाठी मोजून तांदूळ दिले होते. पण मलाच भात खावासा वाटला. नुसती रोटी खाऊन कसं राहणार? म्हणून त्यांचा

भात मीच खाऊन टाकला.'

'तुझी एवढी हिंमत की कुलूप तोडलंस! मला निरोप का नाही पाठवलास?'

'कसा पाठवू? घरात कोण होतं निरोप द्यायला?' आईच्या स्वरात किंचित राग होता. बाबांची गर्जना अचानक थांबली.

नि:स्तब्ध घर जणू आळोखेपिळोखे देऊन जागं व्हायला लागलं.

गुहेतून एकेकजण बाहेर यायला लागला. अंधारातून उजेडात.

स्वयंपाकघरातून भांड्यांचा आवाज ऐकू येऊ लागला आणि व्हरांड्यातून आईच्या पायांचा आवाज.

बाबा घराबाहेर पडताच आई बेलाखालून काळ्या फाटकाकडे जायची. बुरख्यातून तिचं पोट चांगलंच पुढे आलेलं दिसायचं.

असं नेहमीच व्हायला लागलं– बुरख्यातून पुढे आलेलं पोटं आणि बेलाखालून आईचं हळूच दिसेनासं होणं. मी हळूच आईच्या मागे जाऊन पाहिलं. आई आवाज न करता काळं फाटक उघडून रिक्षानं कुठं तरी जायची. पीरबाडीला आणि नानीच्या घरी जाण्यासाठी उजवीकडे वळावं लागायचं आणि आईची रिक्षा वळायची डावीकडे. आई इकडे कोणाकडे जात होती?

'आई कुठं जातेस ग? रिक्षा डावीकडे वळते. कोणाचं घर आहे त्या बाजूला?'

आई घरी आल्यावर मी डोळे बारीक करून आईला विचारायची. आई रागानं म्हणायची, 'स्वत:चं काम कर. नसत्या चौकशा कशाला?'

आईचा हा स्वभावच होता. प्रश्न आवडला नाही की ती रागवायची. पण हा राग असा तसा नसायचा. एकदा मी तिला विचारलं होतं की एवढ्या मोठ्या गाठोड्यातून पीरबाडीला काय नेलंस म्हणून. तिनं इतक्या जोरात मला थोबाडीत ठेवून दिली की मी चक्कर येऊन खिडकीच्या लोखंडी सळईवर जाऊन आदळले.

ती कुठं जाते, ते तिनं मला त्या दिवशी सांगितलं नाही. पण काही दिवसांनंतर तिनंच मला विचारलं, 'मी जिथं जाते, तिथं तुला यायचंय?' मी उडी मारून 'हो' म्हटलं.

आईबरोबर मी पायीच निघाले. चालत चालत गोलपुकुर ओलांडून आम्ही 'मृत्युंजय स्कूल' समोरच्या एका गल्लीत शिरलो. गल्लीत गलिच्छ वस्ती होती. त्या वस्तीतल्या एका सहा बाय सहाच्या खोलीत छोटा दादा आणि गीता मित्र राहत होते. आईनं बुरख्याखालून काही डबे काढले. सगळ्यांत मोठ्या डब्यात तांदूळ होते.

मी हे सगळं पाहून आश्चर्यानं तोंडात बोटच घातलं.

'खबरदार! ही गोष्ट ह्या कानाची त्या कानाला कळता कामा नये.' आईनं मला धमकावलं.

‘मी, खरंच, कोणालाही काही सांगणार नाही.’ मी आवंढा गिळत म्हणाले.

‘अफरोजा, स्वयंपाकाला लाग. घरात डाळ आहे ना?’ आई डब्बे व्यवस्थित ठेवत म्हणाली.

‘अफरोजा कोण?’ मी विचारलं.

‘ती मुसलमान झालीय. आता तिचं नाव अफरोजा.’ आई उत्साहानं म्हणाली.

एका बाजल्यावर घुंघट काढून अफरोजा बसली होती. छोटा दादा तिच्या शेजारी बसला होता. त्याचं तोंड सुकलं होतं. त्या खोलीत ते बाजलं सोडून एक मातीची चूल आणि दोन-तीन भांडी एवढंच सामान होतं. त्या खोलीची जमीन मातीची होती.

कुठं गेला तो केसांचा फुगा काढून शिटी वाजवत हिंडणारा, बेलबॉटम घातलेला तरुण! छोट्या दादाचा उतरलेला चेहरा पाहून मला त्याची दया आली. एका पडक्या खोलीत तो दिवस काढत होता. त्याच्यावर जुलूम होत असताना मी हातपाय आखडून गोगलगायीसारखी बसले होते म्हणून मला फार अपराधी वाटलं. त्या वेळी माझे ओठही जणू शिवून टाकले होते. आजही साखळीनं बांधून माणूस माणसाला मारू शकतो! बाबाच असं करू शकत होते. लपून आसू गाळण्याशिवाय छोट्या दादासाठी कोणीच काही केलं नव्हतं.

‘छोटा दादा, तुला खूप पत्र आलीत.’

चूल पेटवता पेटवता छोटा दादा फक्त ‘हं’ एवढंच म्हणाला.

‘कॉटनदा त्या दिवशी घरावरून जात होते. त्यांनी मला ‘कमाल कुठं आहे’ म्हणून विचारलं. मी त्यांना काहीच सांगितलं नाही.’ ह्या वेळी माझा आवाज जरा मोठा झाला होता.

छोट्या दादानं काहीही न बोलता चुलीवर पातेलं चढवलं. पातेल्यातलं पाणी उकळायला लागलं. सवय नसताना तो चुलीत लाकडं सारायला लागला. हे दृश्य मला खरंच नवीनच होतं. छोट्या दादाला गिटारचे शिक्षक कॉटनदा किंवा त्याला आलेली पत्र ह्यांच्याबद्दल अजिबात उत्सुकता नव्हती, हे माझ्या लक्षात आलं. ह्या काही महिन्यांत तो फार बदलून गेलाय, हे मला समजून चुकलं. आईनं नेलेले डबे तो उघडून पाहत होता. तांदूळ, तेल, मसाला. एवढ्यात एका डब्यात त्याला आईच्या हातचं चिकन दिसलं. त्याचे डोळे आनंदानं चमकले. पण त्यानं तो आनंद लपवत चुलीत लाकडं सारायला सुरूवात केली. जणू त्या वेळी ‘लाकडं सारणं’ हेच जगातलं सर्वांत महत्त्वाचं काम होतं. बहुधा त्याला सपाटून भूक लागली असावी. पूर्वीही त्याला अशीच भूक लागायची. पण तेव्हा तो खाण्याबाबत बेपर्वाई करायचा. गावभर भटकून आल्यावर पान वाढलं असतानासुद्धा गप्पा मारत बसायचा.

मी छोट्या दादाच्या लाजऱ्या डोळ्यांकडे एकटक पाहत होते. किती दिवसांनी पाहत होते त्याला! आठव्या एडवर्डनं प्रेमासाठी सिंहासन सोडलं. छोट्या दादानं

तसंच काहीसं केलं होतं. गुबगुबीत गादी स्वत:च्या इच्छेनंच सोडून जमिनीवर झोपणं त्यानं पत्करलं होतं. त्याचं प्रेमाचं घर ऐश्वर्यानं भरलंय असंच मला वाटलं. त्यात प्रापंचिक सुखाच्या गोष्टी नसतीलही पण दुसरं काही तरी नक्कीच होतं. ते 'दुसरं काही' म्हणजे काय हे सांगणं कठीण होतं. फक्त त्याची जाणीव होत होती. सुखसोयींना सोडणं सगळ्यांनाच शक्य होत नाही. वैराग्य पत्करण्यास फारच कमी लोक तयार होतात. छोट्या दादानं डॉली पॉलला लिहिलेल्या पत्रात लिहिलं होतं की तो तिच्याबरोबर झाडाखाली राहूनसुद्धा आयुष्य घालवू शकेल. गीता मित्राला त्यानं बत्तीस पानांचं पत्र लिहिलं होतं. त्यातही त्यानं हेच लिहिलं होतं. पडक्या मातीच्या खोलीत आयुष्य काढणं हे झाडाखाली आयुष्य काढण्यासारखंच होतं. छोटा दादाच असं धाडस करू शकत होता. पैसा, वैभव ह्यांची तो पर्वा करत नव्हता. सर्व पाश तोडून तो मुक्त झाला होता. त्याला कोणी शासन करू शकत नव्हतं. त्याचं शोषणही करणं शक्य नव्हतं. वेळेत घरी येऊन अभ्यासाला बसायचं बंधनही आता त्याला नव्हतं. मलाही सर्व बंधनं तोडून असंच मुक्त व्हावंसं वाटलं. छोट्या दादाला बांधलेल्या साखळीसारखी एक साखळी आपल्याही अंगाभोवती वेढलेली आहे, असं मला नेहमीच वाटायचं. मात्र मला वेढणारी साखळी अदृश्य होती.

छोट्या दादाच्या आईशी चोरून भेटीगाठी व्हायला लागल्यानंतर छोटा दादा गुपचूप घरी यायला लागला. बाबा दुपारी हॉस्पिटलमध्ये असत. ती वेळ साधून छोटा दादा घरी यायचा. त्याच्यामागून घुंघट घेतलेली गीता मित्रा पाय न वाजवता घरात शिरायची. आई त्यांना आत घेऊन दार घट्ट बंद करून घ्यायची. कोणीही पाहू नाही म्हणून. मग ती त्यांना खायला घालायची. जाताना बरोबर पिशवी भरभरून डाळ, तांदूळ, तेल, मीठ असं सगळं सामान द्यायची. आम्ही दोघीजणी कान टवकारून बसायचो. बाबा अचानक आले तर! छोटा दादा खोल्या-खोल्यातून मांजराप्रमाणे हिंडायचा आणि रेडिओ, घड्याळ, ग्रामोफोन वगैरे गोष्टी चाचपडून पाहत म्हणायचा, 'मला ह्यांची जरुरी आहे.' ह्याशिवाय सर्व घरभर, गादीखाली, कपाटाच्या ड्रॉवरमध्ये, पुस्तकांच्या रॅकमध्ये तो काहीना काही शोधत राह्यचा. त्याच्याकडे पाहून तो ह्या घरात नव्यानंच आलाय, असं वाटायचं, मोठ्या कुतूहलानं तो सर्व वस्तू चाचपडून पाह्यचा. छोट्या दादाला घरात असं वावरताना पाहून मला खूप बरं वाटायचं. मला वाटायचं, त्यानं पुन्हा इथंच राहावं, पूर्वीसारखंच अभ्यासाच्या टेबलावर डोकं ठेऊन झोपून जावं, त्याच्या लाळेनं पुस्तकाची पानं ओली व्हावीत, उन्हात, अंगणात पाटावर उभं राहून घोसाळ्याच्या घासणीनं अंग घासून त्यानं अंघोळ करावी, पूर्वीसारखंच, वाऱ्यानं विसकटलेले केस, खांद्यावर गिटार, अशा अवतारात शिटी वाजवत रात्री-अपरात्री त्यानं दार ठोठावावं.

पत्र्याच्या ट्रंकेत गिटार, कपडे भरून छोटा दादा हळूहळू घेऊन जायला लागला.

एक दिवस पाहिलं तर रेडिओ जागेवर नाही. आणखी एक दिवस भिंतीवरचं घड्याळ नाहीसं झालं. मला काही कळलंच नाही, असं मी दाखवलं. टेबलावर रेडिओ जिथं ठेवलेला होता तिथं जुन्या वह्या पुस्तकं उगीचच रचून ठेवली. म्हणजे टेबलावरची जागा रिकामी आहे, असं कोणाच्या लक्षात यायला नको. भिंतीवर घड्याळ्याच्या जागी एक कॅलेंडर टांगून टाकलं. घरातून काही वस्तू गायब होताहेत, हे लक्षात आलंय असं यास्मीननंही दाखवलं नाही. आईही वेळ विचारायची झाल्यास, 'बघ, तुझ्या रिस्टवॉचमध्ये किती वाजलेत?' असं म्हणायची. ती भिंतीवरच्या घड्याळाकडे पाह्यची सवय कळूनसवरून घालवत होती. आम्ही तिघीजणी आंधळ्याचं सोंग आणत होतो. कोणीच कोणाला कशाबद्दलही प्रश्न विचारत नव्हतं. बाबांनी बातम्या ऐकण्यासाठी रेडिओ शोधू नये किंवा वेळ बघण्यासाठी त्यांची नजर भिंतीकडे जाऊ नये, असं मला मनोमन वाटत होतं. बाबांनी ह्याबाबत काही विचारलंच तर भुरटा चोर घरात शिरला असावा, असं सांगायचं मी ठरवलं होतं. मला वाटतं आईनं आणि यास्मीननंही असंच एखादं उत्तर तयार ठेवलं असावं. एके दिवशी शाळेतून परत आल्यावर खोलीत पाय ठेवताच पाहिलं की छोटा दादा मोठा रेकॉर्ड प्लेअर सोफ्याच्या कव्हरमध्ये गुंडाळतोय. मी त्याकडे पाहून न पाहिल्यासारखं केलं आणि गाणं गुणगुणत कॅलेंडरकडे पाह्यला लागले. तेवढ्यात आई घाईघाईनं तिथं आली आणि म्हणाली, 'कमाल, हे नेऊ नकोस. तुझ्या बाबांना कळलं तर रागानं लाल होतील.'

'हा नीट वाजत नाही. दुरूस्त करायला हवा. मेकॅनिककडे घेऊन जातोय.' छोटा दादा कोरडेपणानं म्हणाला.

एखाद्याबद्दल तुमच्या मनात अनुताप आणि अनुकंपा भरून राहिली असेल तर तुम्ही दुखावले जाऊ शकता पण त्या माणसाचा राग नाही करू शकत. म्हणूनच आमच्या तिघींपैकी कोणीही छोट्या दादाला अडवू शकलं नाही. 'मेड इन जर्मनी'चा रेकॉर्ड प्लेअर उचलून छोटा दादा निघून गेला.

दिवसां मागून दिवस उलटले. पण दुरूस्त होऊन एकही वस्तू परत आली नाही. चला! ठीक आहे! अशा आवडीच्या वस्तू नेऊन त्याला समाधान मिळत असेल, तर मिळो बापडे! आम्हालाही थोडं फार प्रायश्चित्त मिळेल!

एके दिवशी ज्याची मला भीती वाटत होती, तेच घडलं. बाबा अचानक अवेळी घरी आले. भीतीनं माझं अंग थंड पडलं. बाबा आल्याचं कळताच छोटा दादा आणि गीता मित्र जवळच्याच एका खोलीत घुसले आणि त्यांनी आतून कडी लावून घेतली. कडीचा तो आवाज एखाद्या बाँबच्या आवाजासारखा वाटला. बाबांनीही तो आवाज ऐकला असावा. त्या आवाजाचा मागोवा घेत बाबा कुठंपर्यंत पोहोचतील कोण जाणे! मला कापरं भरलं. आई बंद दाराशी अशा रीतीनं उभी राहिली होती की काही

कारणानं तिनंच दार लावून घेतलंय. आत कोणी असण्याचा प्रश्नच नाही. तिचं बोलणंही अगदी असंबद्ध होतं. आम्ही शाळेतून केव्हाच येऊन खाणंपिणं आटपून बसलो असूनसुद्धा ती आम्हाला म्हणाली, 'हे काय, हातपाय न धुता बसून काय राहिलांत? खायचं नाही?' संध्याकाळ झाली नव्हती तरी ती म्हणाली, 'अरे, माझ्या मागरेब नमाजाची वेळ होऊन गेली ना!'

बाबा असे अवेळी घरी आले की कोण कोण काय काय करतेय ते पाहत, आम्ही अभ्यास करतोय की नाही, गच्चीवर कोणाचा आवाज तर येत नाही ना, दारं-खिडक्या बंद आहे ना हे सगळं तपासून माझ्या टेबलापाशी येऊन थोरांचे विचार ऐकवून पेशन्ट्स पाह्यला निघून जात.

पण त्या दिवशी ते घरात उगाचच रेंगाळताहेत, उगाचच ह्या खोलीतून त्या खोलीत डोकावताहेत, असं वाटायला लागलं. एक एक क्षण युगासारखा वाटत होता. बुटांचा आवाज बंद दाराशी थांबताच आईनं विचारलं, 'काही खाणार का?' आईच्या या प्रश्नालाही काहीच अर्थ नव्हता. ती दुपारच्या खाण्याची वेळ नव्हती की रात्रीच्या जेवणाचीही. बाबांनी आईला काहीच उत्तर न देता दाराला धक्का दिला. दार आतून बंद होतं. घरातील सर्व माणसं त्यांच्यासमोर उभी होती. तर मग आत कोण आहे? हा प्रश्न काही गैरवाजवी नव्हता. तरीही मला तो तसा वाटला. ज्याला वाटेल तो आत जाईल, बाबांना त्याच्याशी काय करायचं? समजा मीच आत जाऊन आतून दार लावून जादूनं बाहेर आले असेल तर! पी. सी. सरकार असंच करतात. हौदिनीचंही तसंच. एका बॉक्समध्ये ते स्वत:ला बंद करून घेतात. बॉक्स राहते तशीच्या तशी आणि हे जादूनं बाहेर.

बाबांनी दाराला आणखी जोरानं धक्का दिला आणि ओरडून विचारलं, 'आत कोण आहे?'

आई काहीही न बोलता दारातून बाजूला झाली. आता तिथं उभं राहण्यात काही अर्थ उरला नव्हता. मला एकाएकी घाईची परसाकडे लागली. स्वयंपाकघरातून भाजी करपल्याचा वास आला. यास्मीन दगडाच्या मूर्तीसारखी बसली होती. तिच्यासमोर पुस्तक होतं. बंद दारामुळे बाबांच्या मनात आलेला संशय दूर करण्याची ताकद कोणातही नव्हती. कोणत्याही गोष्टीची शहानिशा केल्याशिवाय बाबांना चैन पडत नसे. तो त्यांचा स्वभावच होता. जरा त्यांना कसला संशय आला तर ते त्याचा सोक्षमोक्ष लावल्याशिवाय सोडत नसत. मग त्यांना खाणंपिणंही सुचत नसे. 'आत कोण आहे?' ह्या बाबांच्या प्रश्नाला उत्तर द्यायला कोणीच तयार नव्हतं. तरीही ते प्रश्न विचारतच होते.

खरं तर, एवढ्या चौकशीची गरजच काय होती? कुत्रा, मांजर आणि दोन्ही मुली आपापल्या जागेवर होत्या. मुली अभ्यास करत होत्या आणि कुत्रा, मांजर

व्हरांड्यात बसली होती. गच्चीत कोणीही नव्हतं. दारं-खिडक्या बंद होत्या. आईही घरात होती. संसार वाऱ्यावर सोडून पीरबाडीला गेली नव्हती. सगळं जिथल्या तिथं होतं. संशयाला खरं म्हणजे जागा नव्हती. तरीही बाबा विनाकारण ओरडत होते, 'आत कोण आहे?'

मी भूमितीच्या पुस्तकात डोकं घालून बसले होते. जणू काही एक फार कठीण प्रश्न सोडविण्यात गुंतले होते, घरात काय चाललंय ते जाणून घ्यायची मला गरज नव्हती आणि वेळही नव्हता, बाबांचा प्रश्न माझ्या कानात शिरलाच नव्हता, भूमितीचा कठीण प्रश्न सोडविण्यात मी इतकी गुंतले होते की मला काही ऐकू येत नव्हतं. किंवा काही दिसतही नव्हतं. मी माझ्याच नादात बाथरूमकडे निघाले. जणू तिथं जाणं माझ्या दृष्टीनं फार महत्त्वाचं होतं, डोक्यावर पाणी ओतल्यावर माझा कठीण प्रश्न सुटणार होता. बाथरूमचं दार लावून मी श्वास टाकला. आता काय होईल, ह्याची कल्पनाही मला करवत नव्हती. जे काय व्हायचंय, ते माझ्या दृष्टीआड होऊ दे. पण असं लपून बसणं शक्य नव्हतं. बाथरूमच्या दारावरही पहारीचा वार झाला, 'दार उघड, उघड दार.' मी बाहेर येताच चित्त्याप्रमाणे झेप घालून बाबांनी मला पकडलं, 'त्या खोलीत कोण आहे?'

बाबांचा तो भयंकर रागावलेला चेहरा पाहून मी दम रोखून एखाद्या गुन्हेगारासारखी उभी राहिले. जणू काही मीच काही तरी गुन्हा केला होता, बंद दारामागची सर्व जबाबदारी माझी होती. माझं बखोटं पकडून बाबा मोठमोठ्यानं गरजायला लागले. त्यांना उत्तर हवं होतं. नाहीतर ते काही तरी भयंकर करून बसणार होते!

अखेर काळी, चपट्या नाकाची, विरळ केसांची आई माझ्या पाठीशी उभी राहिली. बाबांच्या तावडीतून मला सोडवत अतिशय थंड स्वरात ती म्हणाली, 'कमाल आलाय त्याच्या बायकोला घेऊन. ती मुसलमान झालीय.'

'काय? काय म्हणालीस? कोण आलंय?' बाबांनी खणखणीत आवाजात विचारलं.

'कमाल. कमाल आलाय.' आई म्हणाली.

'कोण कमाल? मी कोणा कमालला ओळखत नाही.' बाबा बोलता बोलता बंद दाराकडे धावले. 'आताच्या आता त्यांना बाहेर काढ माझ्या घरातून. आता. या क्षणी.' बाबांनी सगळं घर डोक्यावर घेतलं होतं.

मी व्हरांड्यातच उभी होते. माझे हातपाय गळून गेले होते.

बाबांचं बोट अजूनही काळ्या फाटकाकडे होतं आणि त्याच वेळी मागच्या दारानं छोटा दादा त्याच्या बायकोचा हात धरून काळ्या फाटकाकडे पळत होता.

□

ऋतुप्राप्ती

शाळेतून परत आल्यावर कपडे बदलताना पाहिलं तर पांढऱ्या पायजम्याला रक्त लागलेलं. हे कसं झालं? कुठं तरी कापलं वाटतं! कुठं आणि कसं कापलं? जखम व्हावं असं काही घडलं नव्हतं. मला दुखतही नव्हतं. मग असं काय झालंय? भीतीनं मला धडधडायला लागलं. एवढं रक्त वाहतेय, मी मरणार तर नाही?

आई बागेत फ्लॉवर तोडत होती. मी धावत तिकडे गेले आणि तिच्या कुशीत शिरून रडायला लागले. अगदी हमसून हमसून.

'आई ग, मला कशानं तरी कापलंय. बरंच रक्त आलंय.'

'कुठं कापलं? अं? कुठं?' आईनं मला अलगद उठवलं.

मी ओटीपोटाखाली खूण करून दाखवलं.

आई डोक्यावर हात फिरवत म्हणाली, 'रडू नकोस.'

मी डोळे पुसत पुसत म्हणाले, 'डेटॉल आणि कापूस आण लवकर.'

आई हसत म्हणाली, 'रडण्यासारखं काही नाही. होईल बरं.'

माझ्या अंगातून रक्त वाहतंय आणि आईच्या तोंडावर काळजीचा लवलेश नाही! ती दोन फ्लॉवर घेऊन घरात शिरली. मला कुठं लागल्यास ती कुठं आणि केवढं लागलंय ते पाहून डेटॉल लावून बॅन्डेज वगैरे बांधायची. तसं आज तिनं काहीही केलं नाही. उलट तिच्या ओठाच्या कोपऱ्यावर हसू होतं. फ्लॉवरवरची माती झाडत ती म्हणाली, 'तू आता मोठी झालीस. मोठ्या मुलींना असं होतंच.'

'असं होतं म्हणजे? काय होतं?' आईच्या हसण्याकडे रागावून पाहत मी विचारलं.

'हेच. असं रक्त जाणं. याला 'स्राव' किंवा 'हायेज' म्हणजे पाळी येणं म्हणतात. मुली मोठ्या झाल्यावर दर महिन्याला त्यांना असं होतं. मलाही होतं.' आई हसून म्हणाली.

'यास्मीनलाही होतं?' मी काळजीच्या स्वरात विचारलं.

'तिला अजून होत नाही. पण तुझ्या एवढी झाल्यावर तिलाही असं होईलच.'

अचानक, एका संध्याकाळी, मी अशा रीतीनं मोठी झाले. आई मला म्हणाली, 'तू आता लहान राहिली नाहीस. आता लहानांसारखं खेळणं, बाहेर हिंडणं बंद, बरं का! आता मोठ्या मुलींप्रमाणे घरात बसायचं. धावपळ करायची नाही. शांत राह्यचं. पुरुषांसमोर जायचं नाही.'

आईनं तिची एक जुनी साडी फाडून त्याचे तुकडे केले. त्या तुकड्यांच्या घड्या घातल्या. एक नाडी आणि त्या घड्यांतील एक घडी माझ्या हातात देत ती म्हणाली, 'ही नाडी कमरेला घट्ट बांध आणि ही घडी पोटाकडून पाठीकडे घेऊन नाडीत घट्ट अडकवून टाक. रक्त तीन दिवस जाईल. चार, पाच दिवससुद्धा जाऊ शकतं. घाबरायचं कारण नाही. सगळ्या बायकांनाच असं होतं, बेटा. हे अगदी स्वाभाविकच आहे. एक कपडा भिजला की तो स्वच्छ धुवून वाळत टाक आणि दुसरा घे. हे सगळं लपून, कोणाच्या न कळत करायचं बरं का! कोणाला दिसता कामा नये! ही शरमेची गोष्ट आहे. कोणाजवळ ह्याबद्दल बोलायचं नाही.'

मला भीती वाटायला लागली. ही काय विचित्र गोष्ट आहे! शरीरातून रक्त वाहणार! तेही दर महिन्याला! पुरुषांना असं का होत नाही? फक्त बायकांनाच असं का होतं? मलाच असं का झालं? अल्लाहो त' आलॉप्रमाणे निसर्गही भेदभाव करतो का? आई, मावशी ह्यांच्यासारखी मी मोठी झालेय, आता बाहुलीशी खेळायचं माझं वय राहिलं नाही, असंच मला वाटलं. आता मारामारी करता येणार नाही, आता साडी नेसून घरकाम करावं लागणार, हळूहळू चालावं लागणार, खालच्या आवाजात बोलावं लागणार. आता मी मोठी झालेय. गोल्लाछुटच्या खेळातून, एक्का-दुक्काच्या चौकोनातून कोणी तरी मला धक्का देऊन बाहेर काढलं होतं. मी आता पूर्वीची राहिले नव्हते. आता मी दुसरीच कोणी झाले होते. – भयानक कुरूप. जे काही स्वातंत्र्य शिल्लक होतं तेही क्षणात कापसाच्या म्हातारीप्रमाणे उडून गेलं. मी एखादं वाईट स्वप्न तर पाहत नव्हते? का जे घडलंय, आई जे म्हणतेय, ते सगळं खरं आहे? हे जर स्वप्न असतं तर! मग जाग आल्यावर कळलं असतं की मी होते तशीच आहे. अहा! तसंच का होत नाही बरं? हे रक्ताचं वाहणं खोटं ठरावं असं मला मनापासून वाटत होतं. हा एक अपघात ठरावा. माझ्या शरीरातूनच, कुठून तरी, लक्षात न आलेल्या जखमेतून रक्त वाहिलेलं असावं. हे रक्त वाहणं पहिलं आणि शेवटचं ठरावं. मग साडीचे तुकडे आईला परत करीत मी म्हणेन, 'मी बरी झाले.'

बाथरूमच्या भिंतीवर डोकं आपटलं तरी दुखलं नाही. हे शरीर फक्त एक वाहन होतं. एक रक्तबंबाळ हृदय त्यातून मी वाहून नेत होते. दुःखाचे दगडगोटे छातीत जमून त्यांचा पर्वत व्हायला लागला होता. माझ्या हातात आईनं दिलेला साडीचा तुकडा होता. मी जणू माझी नियतीच हातात पकडून ठेवली होती. – भेदभाव करणारी कुरूप नियती!

आई बाथरूमचं दार खटखटावून म्हणाली, 'काय झालं? एवढा वेळ का लागतोय? जसं सांगितलंय तसं करून बाहेर ये. लवकर.'

आई मला पोटभर रडूही देत नव्हती. मला रडायचं होतं– शरमेनं तोंड झाकून, अपमानानं उदास होऊन, वेदनेनं विव्हळून, भीतीनं थरथर कापून– मला रडायचं होतं. मला आईचा राग आला. घरातल्या सगळ्यांचाच मला राग आला. सगळ्यांनी माझ्याविरूद्ध जणू एक कटच केला होता! उकिरड्यावर फेकायला त्यांना मीच सापडले होते ना! माझ्याच अंगातून दुर्गंधी येत होती! सर्वनाश माझ्याच मानगुटीवर ठाण मांडून बसलाय! सगळा त्रास मलाच! ही किळसवाणी गोष्ट लपवून तरी कशी ठेवायची? आता ह्या अवस्थेत चालू तरी कशी आणि धावू तरी कशी? आणि माझ्या पायजम्याच्या आत रक्तानं भरलेली लक्तरं आहेत हे कोणाला कळलं तर! घृणेनं स्वतःवरच थुंकावंसं वाटलं मला! मला स्वतःचीच किळस आली. आता मी सर्कसमधल्या जोकरसारखी होते. मी आता इतरांपेक्षा वेगळी होते. अगदी वेगळी. घाणेरडी. मला असा एक रोग झाला होता की तो कधीच बरा होणार नव्हता.

ह्यालाच म्हणायचं का मोठं होणं! मी तर होते तशीच होते. अजूनही मला गोल्लाछुट खेळायला आवडत होतं. पण आईनं बजावलं होतं, 'उड्या मारू नकोस. धावू नकोस. आता तू लहान राहिली नाहीस.'

बाहेर, अंगणात उभं राहिलं की आई रागवायची, 'घरात हो. आजूबाजूच्या घरातील मुलं गच्चीवरून तुझ्याकडे बघतात.'

'मग काय झालं? त्यात बिघडलं कुठं?' मी जरा नाराजीनंच म्हणायची.

'तू आता मोठी झाली आहेस. भलतंच काही झालं म्हणजे?'

काय होऊ शकतं? हे आईनं कधीच मला सांगितलं नाही. बाहेरच्या पुरुषांसमोर जाण्यास हळूहळू मला बंदी करण्यात आली. मला सगळ्यांच्या नजरेपासून लपवण्याचा, मला झाकून ठेवण्याचा आई जिवापाड प्रयत्न करायला लागली. मामा आपल्या मित्रांना घेऊन आमच्या घरी आले की आई मला आतल्या खोलीत ढकलायची. मी मामांच्या मित्रांच्या नजरेला पडू नये म्हणून. हळूहळू मी अस्पृश्य व्हायला लागले होते.

आईच्या कपाटात किल्ल्या शोधत असताना माझा हात चुकून कुराण शरीफला लागला. हे लक्षात येताच घाईघाईनं आई तिथं आली आणि मला म्हणाली, 'तू अशुद्ध असताना कुराण शरीफला शिवू नकोस.'

'अशुद्ध म्हणजे?' मी कडवटपणानं विचारलं.

'पाळी आली की शरीर अशुद्ध होतं. तेव्हा कुराणाला हात लावू नये. नमाज रोजालाही बंदी.'

आई कुत्र्यालाही अशुद्ध समजत होती आणि आता बायका मुलीही काही

वेळेला अशुद्ध होतात, अपवित्र होतात, हे नव्यानंच मला कळत होतं. पाळी आलेल्या मुली सोडून बाकी सगळे अयू करून शुद्ध होतात. मी घाण वास मारणाऱ्या डबक्यात पडलीय, मी डोक्यापासून पायापर्यंत घाणीनं लडबडली आहे, असंच मला वाटलं. मला किळस आली. उलटी येईल असं वाटलं. ते रक्तानं भिजलेले कपडे धुताना मला भडभडून आलं. ह्यापेक्षा एखाद्या भुतानं पछाडलेलं बरं! ह्या घाणेरड्या, वाईट, अपवित्र गोष्टीला मनाच्या एका पेटीत बंद करून ती पेटी कोणी ये-जा करत नाही अशा ठिकाणी गाडून टाकावी असं वाटलं.

मला बसता उठताना भीती वाटायची. तो कपडा बाहेर तर आला नसेल, अशी शंका यायची. पटकन् ती गलिच्छ गोष्ट सगळ्यांसमोर पडली तर! तर मग सगळ्यांनाच कळणार! ते घाणेरडं रक्त जमिनीवर पडलं तर लोक खो खो करून हसणार! शी! हे शरीर माझं आणि ते माझाच अपमान करायला उठलं होतं! दिवसाढवळ्या मला गटारात बुडवून काढायला बघत होतं!

दुपारच्या कडक उन्हातही मी आपले कपडे काढू शकत नव्हते. छातीचा उभार काजूप्रमाणे वाढत होता. शरीरातून झरझर रक्त वाहत होतं. मी उदास होऊन पडून राहत होते.

तीन दिवसांच्या रक्तस्रावानंतर अगदी दमून, मेल्याप्रमाणे मी झोपले होते. मला अशी झोपलेली पाहून बाबांचा पारा एकदम चढला. ते जंगली सांडाप्रमाणे माझ्या अंगावर धावून आले. 'काय झालं? वेळी अवेळी झोपतेस का? उठ बघू आणि अभ्यासाला बस. ताबडतोब.'

मी कशीबशी टेबलापाशी येऊन बसले. बाबा पुन्हा रागावले, 'अशी हळूहळू काय चालतेस? अंगात जोर नाही? जेवत नाहीस?'

पुन्हा आईच माझ्या मदतीला धावून आली. तिनं बाबांना बाजूला घेऊन काही तरी सांगितलं. अगदी खालच्या आवाजात, मला कुजबुज ऐकू येत होती. त्या शब्दांत माझे कान भाजून काढणारी अदृश्य आग होती. उघडलेल्या पुस्तकातली अक्षरं धूसर दिसायला लागली. त्या आगीत पुस्तकं, वह्या सगळंच जळायला लागलं. माझ्या चेहऱ्यालाही आगीची धग लागत होती.

बाबा माझ्याजवळ परत आले आणि माझ्या खांद्यावर त्यांचा हात की चाबूक– कोण जाणे काय ते– ठेवून म्हणाले, 'आराम करायचा असेल तर कर. जा. थोडी झोप. नंतर कर अभ्यास. जा. झोप जा. शरीराला विश्रांतीचीही गरज असते. नक्कीच असते. पण म्हणून सगळा दिवस कुंभकर्णाप्रमाणे आळसात पडून चालणार नाही. तुझा तो आळशी भाऊ आहे ना? नोमान. आळशीपणामुळेच त्याचा अभ्यास झाला नाही. आता सायकॉलॉजी शिकतोय. सगळी बकवास! काय दिवे लावणार आहे. कोण जाणे!'

खुर्चीवरून उठवून बाबांनी मला बिछान्यावर नेऊन झोपवलं. माझ्या उशाजवळ बसून ते माझ्या केसांतून हात फिरवत बोलत राहिले. ‘आता माझी मुलं म्हणजे तुम्ही दोघी मुलीच. तुम्हीच माझी संपत्ती. तुमच्या दोघींवरच मी आता विसंबून आहे. तुमच्याच आशेवर जगतोय मी. माहीत आहे ना? तुम्हाला मोठं केलं की मला माझ्या जीवनाचं सार्थक झालं असं वाटेल. तुम्ही माझी निराशा केलीत तर मात्र मला आत्महत्येशिवाय दुसरा मार्ग नाही. शरीर थकलं असेल तर जरूर विश्रांती घे. पण बरं वाटल्यावर अभ्यासाला बस. जशी सवय लावावी तशी लागते. मी तुमच्या खाण्यापिण्यात काहीही कमी पडू देत नाही. का? तुम्ही दाबून अभ्यास करून मोठं व्हावं म्हणून. विद्यार्थ्यांची एकमात्र तपस्या म्हणजे अध्ययन. नंतर कर्मजीवन. तेव्हा काम करावं लागतं. त्यानंतर विश्रांती. कामापासून सुटका. प्रत्येक गोष्टीला काही नियम आहेत. आहेत ना?’

बाबा त्यांच्या खरखरीत बोटांनी माझे केस मागे सारत होते. बाबा स्वत:चे केस मागे वळवत. त्यांना स्वत:चे केस कपाळावर आलेले आवडत नसत, तसंच इतरांचेही केस कपाळावर आलेले खपत नसे. मी पाहून ठेवलंय. त्यांचं लाड करणं म्हणजे केस मागे सारणं. बाप रे! एवढे खरखरीत हात दुसऱ्या कोणाचे असतील का? त्यांची खरखरीत बोटं पाठीवरून फिरायला लागल्यावर वाटलं की ते लाड करीत नसून विटकुरानं माझ्या पाठीचं चामडंच सोलून काढताहेत.

पाळी आली म्हणून खेळणंबागडणं सोडून घरात गप्प बसून राहणं माझ्या स्वभावात नव्हतं. मोठं होण्याची मला खूप हौस होती. माझा हात दाराच्या कडीला पोहोचण्याइतकी मोठी मी कधी होते, असं मला झालं होतं. आता पायाच्या चवड्यावर उभं राहून मी दाराची कडी काढू शकत होते. पण या रक्तस्रावानं मला फारच मोठं करून टाकलं होतं, सगळ्यांपासून दूर केलं होतं. ह्या मोठं होण्याची मला भीती वाटायला लागली होती. मी अकरा वर्षांची झाल्यावर आईनं मला हाफपॅन्ट वापरण्यास बंदी केली होती. तिनं स्वत: मला पायजमे शिवून दिले होते. बाराव्या वर्षी मला ओढणी घ्यायला लावली होती. माझे पाय, माझी छाती वाढत होती आणि वाढणाऱ्या गोष्टी झाकायलाच हव्यात. मी जर असे कपडे घातले नसते तर लोक मला ‘बेशरम’, ‘निर्लज्ज’ म्हणाले असते. निर्लज्ज मुली लोकांना आवडत नाहीत. ज्या मुली लाजऱ्या असतात, त्यांना चांगली स्थळं मिळतात. मीही चांगल्या ठिकाणी पडणार असंच आईला वाटत होतं. पुस्तकातल्या किड्याचं– ममताचं– काही दिवसांपूर्वीच लग्न झालं होतं. तिला विचारलं होतं, ‘तुझं ज्याच्याशी लग्न होणार आहे त्याला ओळखतेस का?’

ती नकार देत म्हणाली होती, ‘नाही. ओळखत नाही.’

ममताचा नवरा लग्नाला हत्तीवरून आला होता. सगळ्या मयमनसिंहनं त्याला हत्तीवरून जाताना पाहिलं होतं. त्यानं भरपूर हुंडा घेतला होता– सात तोळे सोनं, तीस हजार टाका, रेडिओ, रिस्टवॉच. हत्तीवरूनच तो ममताला त्याच्या घरी घेऊन गेला.

आता ममता सासरकडच्यांचं हवं नको सगळं बघणार. तिचं शिक्षण आता संपल्यातच जमा. हत्तीवर बसून आलेल्यानं तिच्या वाचनाच्या शौकाला केव्हाच झटकून टाकलं असेल.

पाळीचा त्रास संपतोय ना संपतोय तोच गावाकडचे एक हवालदार एक भला मोठा रहू घेऊन आमच्याकडे आले आणि बाबांना म्हणाले, 'माझ्या मुलासाठी तुमच्या मोठ्या मुलीला मागणी घालायला आलोय.'

त्यांचं बोलणं ऐकताच बाबांनी माशासकट त्याला बाहेरची वाट दाखवली. तेही न बोलता निघून गेले. ते पाहून आई नाराजीनं म्हणाली, 'असं करून कसं चालेल? मुलीचं लग्न करायचं नाही का? ती आता मोठी झालीय. ह्या वयात लग्न झालेलं बरं...'

आईला पुढे काहीही बोलून न देता बाबा म्हणाले, 'माझ्या मुलीचं लग्न केव्हा करायचं ते मला समजतं. तू मध्ये पडायचं कारण नाही. माझी मुलगी शिकतेय. ती डॉक्टर होणार आहे. माझ्यासारखी एम. बी. बी. एस. नाही. एफ. आर. सी. एस. होणार आहे. तिच्या लग्नाबद्दल पुन्हा बोलायचं नाही. समजलं?'

मी बाबांचं बोलणं लक्ष देऊन ऐकत होते. त्यांच्यावरचा माझा राग केव्हाच विरून गेला. उलट मला वाटलं की एक ग्लास लिंबाचं सरबत स्वत: करून बाबांना नेऊन द्यावं. त्यांना नक्कीच त्याची गरज असणार. पण बाबांनी न बोलवताच त्यांच्याजवळ जायची किंवा त्यांनी सांगितली नसताना एखादी गोष्ट नेऊन द्यायची मला सवय नव्हती आणि मी सवयीची गुलाम होते.

मी मोठे झालेय, त्यामुळे आईला फारच उत्साह आलाय, हे माझ्या लक्षात आलं. तिनं बाजारातून एक बुरखा विकत आणला आणि तो मला देत ती म्हणाली, 'पाहा बरं, बेटी, तुला हा होतो की नाही. मी तुझ्यासाठी मुद्दाम आणलाय.'

अपमानानं मी लाल झाले. 'काय म्हणतेस? मी बुरखा घ्यायचा?'

'हो तर! मोठी झालीस ना? मोठं झाल्यावर मुलींनी बुरखा घालायचा असतो.' आई बुरख्याची लांबी रुंदी मोजत म्हणाली.

'नाही. मी बुरखा घालणार नाही.' मी ठामपणे म्हटलं.

'तू मुसलमान आहेस ना?' मुसलमान स्त्रियांनी पडद्यात राहावं, असं स्वत: अल्लाहो त' आलॉनं सांगितलंय.' आई नरम स्वरात म्हणाली.

'सांगितलं असेल. मी बुरखा घालणार नाही.'

'फजलीच्या सगळ्या मुली किती छान बुरखे घालतात. फार चांगल्या मुली आहेत त्या. तूही शहाणी मुलगी आहेस. बुरखा घातला की लोक म्हणतात, 'वा! काय गुणी मुलगी आहे!' माझ्या पाठीवर प्रेमानं हात फिरवत आई म्हणाली. आईच्या हाताच्या ऊबेनं मी मेणासारखी वितळायची. पण आज तसं होऊन चालणार नव्हतं. मला 'नाही' म्हणायला शिकलंच पाहिजे. मनातल्या मनात मी पुन्हा पुन्हा 'नाही' हा शब्द म्हणून पाहिला.

'नाही.'

'काय? घालणार नाहीस?' आई चिडली.

'सांगितलं ना 'नाही' म्हणून', मी आईपासून दूर सरकले.

आई जो हात प्रेमानं पाठीवर फिरवत होती, त्याच हातानं पाठीत सणसणीत धपाटा घालत म्हणाली, 'जहन्नममध्ये जाशील. सांगून ठेवते, जहन्नममध्ये जाशील. तुझं वागणं काही मला बरं दिसत नाही. नवमहालला नेलं तुला, पण तुझे डोळे काही उघडले नाहीत. तुझ्या एवढ्याच नाहीत तर तुझ्यापेक्षा लहान मुलीही बुरखा घालतात. पाहिलं नाहीस? किती छान दिसतात त्या! नमाज, रोजे करतात. पण तू जसजशी मोठी होते आहेस, तसतसं सगळं सोडून द्यायला लागली आहेस. तुझ्या नशिबात जहन्नमच लिहिलाय.'

आईनं मारून माझी पाठ लाल केली तरी हरकत नाही. पण बुरखा घालायचा नाही म्हणजे नाही. अभ्यासाच्या टेबलापाशी मान खाली घालून बसून राहिले. समोर पुस्तक होतं. पण मला काहीच दिसत नव्हतं.

आई रागानं पाय आपटत व्हरांड्यात गेली. माझ्या खोलीला लागूनच आतला व्हरांडा होता. तिथूनच मला ऐकू जावं म्हणून आई म्हणाली, 'खरं तर ही आहे कातडं पांघरलेली सैतान. पाहिलं तर वाटतं की बिचारी अगदी भोळी आहे. आईबाप सांगतात तसं वागते. पण खरं तसं नाही. ही मला उलट उत्तरं देते. दुसरं कोणी असं केलं नसतं. कुठून हिला एवढी हिंमत येते कोण जाणे! बापाप्रमाणे आईनंही पाठ सोलून काढली असती तर मग आईचंही सगळं ऐकलं असतं. नाक दाबल्याशिवाय तोंड उघडत नाही.'

नाक दाबून तोंड उघडताना आई आई राहत नसे. राक्षशीण व्हायची. तेव्हा आई खूपच वाईट दिसायची. मग हीच आई मला प्रेमानं भरवत असे, बडबड गाणी शिकवत असे, ताप आल्यावर रात्र रात्र जागत असे ह्यावर विश्वासच बसत नसे. धुळीच्या कणाप्रमाणे मी मातीत मिसळून जात आहे, असं मला वाटलं. माझ्या रक्तामासांत हिरकणीप्रमाणे राग जमा व्हायला लागला.

मला विष खाऊन मरून जावं असं वाटलं. खरोखरच ताबडतोब मरून जावं.

हे जग फार दुष्ट आहे. ह्या जगात मुलगी म्हणून जन्माला येण्यापेक्षा मेलेलं फार चांगलं! एक मुलगी अचानक मुलगा झाल्याचं वर्तमानपत्रात वाचलं होतं. मलाही तसंच व्हावंसं वाटलं. एके दिवशी सकाळी उठून पाहावं तर मी मुलगा झालेली! छातीवर बेढब मांस नाही. तलम शर्ट घालून मर्जीप्रमाणे हिंडायला मोकळीक. मग दिवसभर गाव पालथं घालता येईल, पाहिजे तेव्हा सिनेमा पाह्यचा, बिडी फुंकायची आणि रात्रीच घरी यायचं. मग माशाचा सगळ्यात मोठा तुकडा आई पानात वाढेल, कारण मी मुलगा. कुलदीपक. मुलाचे सगळे अपराध आई पोटात घालते. मला कोणी ओढणी घ्यायला सांगणार नाही की बुरखा घालायला. गच्चीत जाण्याबद्दल, खिडकीत उभं राहण्याबद्दल, घरात मित्र आणून गप्पांच्या अड्ड्याबद्दल, मर्जीप्रमाणे घराबाहेर फिरण्याबद्दल मला कोणीही काहीही बोलणार नाही.

पण मला मुलगा करणार कोण? मला स्वत:ला तर ते शक्य नाही. कोणापाशी प्रार्थना करू? माणसं अल्लापाशी प्रार्थना करतात. अल्ला सोडून इतर कोणापाशी प्रार्थना करता येत असती तर! हिंदूच्या तीन कोटी देवांपाशी करावी का प्रार्थना? पण देव माझी प्रार्थना ऐकतील का? मी तर हिंदू नाही. आणि अल्लाकडे मी खूप काही मागून पाहिलंय. अल्ला काहीही देत नाही. अल्लाची बात तर अगदी फालतू आहे. मी कोणापाशीच प्रार्थना केली नाही. उलट माझी इच्छा माझ्या मनालाच सांगायला लागले, मी पुन्हा पुन्हा म्हणायला लागले, 'एक तर मी मरून जावं नाहीतर मुलगा व्हावं! 'इच्छा असली की सगळं होतं.' असं बाबा सांगायचे. म्हणून मी मनापासून इच्छा करायला लागले. आतून, बाहेरून, पाप-पुण्य सगळं पणाला लावून इच्छा करायला लागले.

□

फुलबहारी

'आपण मुलगा व्हावं,' असं मला उत्कटपणे वाटत असतानाच फुलबहारीची आई आमच्या घरी– अवकाशमध्ये– आली आणि 'आपण मुलगा व्हावं' ही माझी इच्छा आपोआपच मरून गेली.

फुलबहारीच्या आईची फक्त हाडंच शिल्लक राहिली होती. तिला कावीळ झाली होती. खरं तर ती मरायचीच पण पीर-फकिरांच्या दुव्यामुळे जगली होती म्हणे! त्या दुबळ्या, अशक्त बाईला कोणीच कामावर ठेवायला तयार नव्हतं. ह्याच्या त्याच्याकडे भीक मागून ती कशीबशी दिवस ढकलत होती. आमच्या स्वयंपाकघराच्या व्हरांड्यात ती धपकन् बसली आणि उठताना तिला व्हरांड्याच्या खांबाचा आधार घ्यावा लागला. ती एवढी थकली होती की आता आयुष्याचा भार तिला आणखी वाहणं शक्यच नव्हतं. तिला पाहून वाटलं की जीवनही ओझं होऊन खांद्यावर बसतं. त्याला असं उचलून फार दूरपर्यंत वाहून नेणं अवघडच असतं. कारण शरीर आणि मन दोन्हीही साथ देत नाहीत.

हीच, फुलबहारीची आई, घसघस करत नानीकडे मसाला वाटायची. घसघस. घसघस. फुलबहारीची आई बेलाखालून पाय ओढत ओढत जात असताना मला हाच आवाज ऐकू येत होता. ती कुठं निघाली होती कोण जाणे! ती कुठं जातेय, ह्या जगात तिला जायला कुठं जागा आहे का, हे काही मला तिच्या मागे धावत जाऊन पाहता आलं नाही.

'घसघस' या शब्दानं मला एका जुन्या, मोडक्या दाराची आठवण करून दिली. त्या दारापाशी बसूनच, डुलत डुलत पाट्यावर फुलबहारीची आई मसाला वाटायची आणि मी त्या दारात बसून तिच्याकडे एकटक पाहत राह्यची. ती भल्या पहाटे येऊन मसाला वाटायला घ्यायची. ते वाटण दुपारपर्यंत चालायचं. हळद, मिरची, धणे, जिरे, कांदा, लसूण आणि आलं असे सात प्रकारचे मसाले तिला वाटायला लागत. नानांच्या खानावळीतला नोकर एका मोठ्या घमेल्यात घालून हे मसाले घेऊन जायचा. दुपार सरून संध्याकाळ होते ना होते तोच पुन्हा तिचं मसाला वाटण्याचं

काम सुरू व्हायचं ते दिवेलागणीपर्यंत चालायचं. तिच्यासारखंच डुलत डुलत आपणही पाट्यावर वाटावं, असं मला फार वाटायचं. मी एकदा विचारलंही होतं, 'मला वाटायला देतेस जरा?'

फुलबहारीची आई मसाला वाटण्याचं काम थांबवून, पान खाऊन खाऊन काळे झालेले दात दाखवत माझ्याकडे पाहून फक् करून हसली. 'आपा, तुमच्याच्यानं नाही व्हायचं हे काम. फार कष्टाचं आहे हे.'

फुलबहारीची आई माझ्या आईच्या वयाची असेल. पण ती मला 'आपा' 'तुम्ही' असं म्हणायची. कारण मी तिच्या मालकाच्या घरातली मुलगी होते. मी मसाला वाटलेलं बरं दिसलं नसतं. ही कामं खालच्या लोकांची. त्यांचे हात कडक होत अशी कष्टाची आणि घाणेरडी कामं करून. तीन वर्षांची असल्यापासूनच कोण खालचे लोक, कोण मोठे लोक हे मला समजायला लागलं होतं. फुलबहारीची आई मोठी दिसत असली तरी खालची होती, लहान माणूस होती. तिच्या मांडीवर बसायचं नाही, तिला शिवायचं नाही, तिच्या हातचं खायचं नाही. ह्या अशा लोकांना खुर्चीवर किंवा सोफ्यावर बसायचा अधिकार नाही. त्यांनी उभंच राह्यचं. अगदी बसायचंच झालं तर जमिनीवर बसायचं. जमिनीवरच झोपायचं. हाक मारताच त्यांनी धावत येऊन समोर उभं राहिलं पाहिजे. मालकानं केलेला हुकूम मुकाट्यानं पाळला पाहिजे. असा नियमच होता.

फुलबहारीच्या आईच्या पानानं काळ्या पडलेल्या दातांकडे पाहत असताना अचानक एका प्रश्नानं डोकं वर काढलं. मी लगेचच फुलबहारीच्या आईला विचारलं, 'तुझं नाव काय?'

वाटणाच्या घसघस आवाजात माझा प्रश्न बहुतेक तिला ऐकू गेला नसावा. तिनं काहीच उत्तर दिलं नाही. दुपारच्या जेवणानंतर घरातली माणसं जरा आडवी झाली असताना, चोरटी मांजर चुलीपाशी झोपली असताना म्हणजेच घरात जरा सामसूम असताना मी फुलबहारीच्या आईला पुन्हा तोच प्रश्न विचारला. पण घसघस आवाजात तिला ऐकू जावा म्हणून ह्या वेळी जरा मोठ्यानंच. 'तुझं नाव काय ग?' काम थांबवून ती माझ्याकडे पाह्यला लागली. तिच्या कपाळावरून घाम ओघळत नाकावरून हनुवटीपर्यंत पोहोचला होता. 'नाकाच्या शेंड्याला घाम आला तर नवऱ्याचं प्रेम मिळतं,' असं रुनूमावशी म्हणायची. फुलबहारीचा बाप केव्हाच मेला होता. तिच्या आईला कोणाचं प्रेम मिळणार होतं? माझा प्रश्न ऐकून फुलबहारीची आई हसली. पण तिनं दात दाखवले नाहीत हसताना. तिचा खालचा ओठ पुढे आला आणि दोन्ही गाल, गालांत सुपारी ठेवल्यासारखे, फुगले.

माझ्या कुतूहलानं भरलेल्या नजरेला आपली शांत नजर भिडवत ती म्हणाली, 'मला नाव नाही. लोक मला 'फुलबहारीची आई' अशीच हाक मारतात.'

हे उत्तर ऐकून मला हसू आलं. तिचा अडाणीपणा दाखवून देण्यासाठी डोळे मोडत म्हणाले, 'फुलबहारी व्हायच्या आधी तुझं नाव काय होतं?'

पदरानं तोंड पुसत ती म्हणाली, 'मला तेव्हा नाव नव्हतंच.'

'मग तुला सगळे हाक काय मारायचे? तुझे आईबाबा काय हाक मारायचे तुला?'

फुलबहारीची आई एक सुस्कारा सोडून म्हणाली, 'आईबाप कुठं आहेत? केव्हाच गेले.'

'ते ठाऊक आहे. पण जेव्हा होते तेव्हा तुझं त्यांनी नाव ठेवलं नाही? जसं माझं नाव नासरिन, तसं.' मी फुलबहारीच्या आईला शाळेतले मास्तर विद्यार्थ्याला समजावून सांगतात तशी सांगत होते.

वाटता वाटता ती म्हणाली, 'नाही. माझं नाव कोणीच ठेवलं नाही. मला कधीच कुठलंच नाव नव्हतं. मला सगळे पोरी, पोरटे, कारटे, माकडे अशाच नावानं हाक मारायचे.'

मी तिच्या हलणाऱ्या शरीराकडे अवाक होऊन पाहत राहिले. पाट्याचा नाही तर जणू माझ्या डोक्यातच आवाज हात होता. – घसघस.

केळीला लोंगर लागल्याचं किंवा कढीलिंबाची फांदी मोडल्याचं जेवढ्या उत्सुकतेनं मी सांगायची, तेवढ्याच उत्सुकतेनं मी आईला म्हटलं, 'आई, ठाऊक आहे का तुला? फुलबहारीच्या आईला स्वतःचं असं नावच नाही.'

आई नुसतं 'हं' म्हणाली.

आईच्याच वयाच्या एकीला स्वतःचं नावच नाही, हे ऐकून आईला थोडंसुद्धा आश्चर्य वाटलं नाही. आईला काहीच कसं वाटलं नाही, ह्याचं मला मात्र नवल वाटलं.

'आई, नावाशिवाय माणूस असू शकतं?' पुस्तकातलं डोकं उचलून डोक्यात आलेला प्रश्न मी आईला विचारून टाकला.

'काही तरी विचारू नकोस. वाच. मोठ्यानं वाच.' आई चिडली.

मी आज्ञाधारक मुलीप्रमाणे डुलत डुलत वाचायला लागले.

'जे स्वतःला मोठे म्हणवून घेतात, ते मोठे नसतात.

लोक ज्यांना मोठे म्हणतात, तेच खरे मोठे असतात.

जे शिकतात, तेच गाडी घोड्यावर बसतात.

सदा सत्य बोलावे.'

'फुलबहारी, तुला माहीत आहे, तुझ्या आईला नावच नाही.' वाचता वाचता एकदा मध्येच दबक्या आवाजात मी फुलबहारीला एक बातमी सांगितली.

पण हे ऐकून फुलबहारीलाही अजिबात नवल वाटलं नाही. तिच्या दृष्टीनं जणू ते अगदी स्वाभाविकच होतं. उलट तिरक्या नजरेनं ती माझ्याकडे पाहत राहिली. तिच्या आईला स्वत:चं नाव नाही, म्हणून मला आश्चर्य वाटण्यामागे एखादं छुपं कारण तर नाही ना, ह्याचा ती अंदाज घेत होती.

'नाही नाव तर नाही. नावाचं कामच काय? गरिबाला नाव असलं काय आणि नसलं काय!' फुलबहारी ओठ आवळत म्हणाली.

आईच्या मते फुलबहारी चंट होती. पुरुषासारखी बोलायची. तिचा आवाज म्हणजे पिचका पावा. ते असो. फुलबहारीच्या बोलण्यानं मी विचारात पडले. गरिबांना नावाची गरजच नसते असाच सूर निघत होता तिच्या बोलण्यातून. नावाशी गरिबांचा संबंधच काय! फुलबहारीचं बरोबरच होतं. गरीब शाळेत जात नाहीत. त्यामुळे वह्या- पुस्तकावर त्यांना नाव लिहावं लागत नाही. शाळेच्या पटावर अर्थातच नाही. गरिबांना घरदार नसतं. त्यामुळे दस्तऐवजही कधी करावे लागत नाहीत. मग नावाची गरजच काय? म्हणजे नावाशिवाय जगता येतं. अर्थात फक्त गरिबांनाच. गरिबांना फक्त नावच नसतं असं नाही, तर अंथरूण-पांघरूण, मटण-मच्छी, बूट-चपला, कपडालत्ता, तेल-साबण, स्नो-पावडर काहीच नसतं आणि तरीही ते जगतात! फुलबहारीची आणि तिच्या नाव नसलेल्या आईचीही मला खूप दया आली. बादलीतल्या पाण्यात फडकं भिजवून फुलबहारी उकिडवी बसून फरशी पुसत होती. तिनं कानावर विडी अडकवली होती. काम झालं की ती विडी ओढायची. फुलबहारीच्या विडी ओढण्याला घरातील कोणी हरकत घेत नसे. खालचे लोक विडी ओढू शकतात, तंबाखू खाऊ शकतात, पण सभ्य घरातल्या बायकांनी त्याला तोंडसुद्धा लावायचं नसतं. पुरुषांना मात्र– मग ते खालचे असोत की बडे– काहीही बंधन नाही. ते आपल्या मर्जीप्रमाणे काहीही करू शकतात. उंच, काळ्या फुलबहारीचा देवीचे वण असलेला चेहरा आणि कानावर खोचलेली विडी हीच माझ्या दृष्टीनं तिची ओळख होती. कामातून जरा सवड मिळताच ती जमिनीवर जरा टेकायची आणि फक् फक् करत धूर सोडायची. विडी पिताना ती खूप खूष असते, हे मी हेरलं होतं. 'तुला अ, आ, इ, ई, क, ख, ग, घ येत नाही ना?' उकिडव्या बसलेल्या फुलबहारीला मी विचारलं.

फरशी पुसता पुसता मान हलवून ती नाही म्हणाली.

कागदावर मी भरकन् 'अ' काढला आणि फुलबहारीला दाखवत म्हणाले, 'हा 'अ' आहे. म्हण 'अ'.'

'अ.' फुलबहारी म्हणाली. काम थांबवून ती कागदाकडे कुतूहलानं पाहत होती. 'आणि हे बघ. हे तुझं नाव. फुलबहारी.' तिचं नाव कागदावर लिहून मी तिच्यासमोर कागद धरला. ती त्या अक्षरांकडे आश्चर्यानं पाह्यला लागली. जणू काही एखाद्या

अनोळखी ठिकाणाचं चित्रच ती पाहत होती. 'फुलबहारी कामचोर आहे,' असंच आई म्हणाली असती. पण आता आई घरात नव्हती. म्हणूनच फुलबहारी काम सोडून माझ्याजवळ जमिनीवर टेकू शकली. 'हे खरंच माझं नाव आहे का, खाला?' तिनं विचारलं. त्या चंट मुलीच्या चेहऱ्यावर लहान मुलाचं निरागस हसू होतं.

मला फुलबहारीला लिहायला शिकवावं, असं वाटलं. मग ती स्वत:चं नाव लिहू शकेल. 'अच्छा फुलबहारी, तू मला 'खाला' म्हणून का हाक मारतेस? मी तर तुझ्यापेक्षा किती तरी छोटी आहे.'

माझ्या प्रश्नानं ती पुरती गोंधळून गेली. ती म्हणाली, 'अरे बाप रे! तुम्हाला खाला नाही म्हणायचं तर काय म्हणायचं! तुम्ही मोठी माणसं. वयानं लहान असलात म्हणून काय झालं! मोठ्या माणसांच्या तान्ह्या मुलालासुद्धा नावानं हाक मारायची नसते. आम्ही गरीब. आमच्या कपाळी हेच लिहिलंय.'

मी हसले आणि माझ्या कपाळावर हात ठेवत म्हणाले, 'तुझं कपाळ तर माझ्यासारखंच दिसतेय. गरिबांचं कपाळ काय वेडंवाकडं असतं!'

फुलबहारी पुन्हा निरागसपणे हसली. 'मी काय ह्या कपाळाबद्दल बोलतेय वाटतं! कपाळ म्हणजे भाग्य.'

सुस्कारा सोडून बाकी राहिलेली जमीन पुसता पुसता ती म्हणाली, 'बाप मेल्यावर आमचं कपाळ पारच फुटलं बघा! लोकांकडे काम करून पोट भरावं लागतं. लिहिणं वाचणं आमच्या कपाळी कुठलं!'

'तुला वडील नाहीत! केव्हा गेले ते? आणि कशानं?'

फुलबहारी वर न पाहताच म्हणाली, 'वारं लागून मेला माझा बाप.'

'वारा? वारा लागल्यानं माणूस मरतो?' आश्चर्यानं माझी मान बगळ्याप्रमाणे लांब झाली.

'खाला, अहो भुताचा वारा! बाप लुळा होऊन पडला. पडला तो पडलाच. पुन्हा काही उठला नाही.' दाराचा उंबरा पुसता पुसता सुस्कारा सोडला तिनं. तिनं एक जाडीभरडी साडी नेसली होती. ती गुडघ्यावर फाटली होती. तिची हिरव्या रंगाची आणखी एक साडी होती. तिच्या तर चिंध्याच लोंबल्या होत्या. मला पुन्हा तिची दया आली.

फुलबहारी खोली पुसून खोलीबाहेर निघून गेली. मी तिच्याकडे हताशपणे पाहत राहिले. 'भूत लागल्यामुळे माणूस मरतो,' ह्या गोष्टीनं माझ्या मनात खळबळ माजवली होती.

आईला ह्याबाबत विचारलं. तर तीही म्हणाली की भूत लागल्यावर हातपाय लुळे पडतात हे अगदी खरं आहे.

भूत, पिशाच ही खरोखरच एक अद्‌भुत, विचित्र भानगड होती. फक्त शराफ

मामालाच भूत दिसायचं. मला भूत कधीच दिसलं नाही. मध्येच कधी तरी हडळीचा झटका बसावा असं वाटायचं. पण तसंही कधी झालं नाही. खिडकीच्या फटीतून अंधारात, झाडांझुडुपांत टक लावून बराच वेळ पाहत बसले होते. पण मला काही भूत दिसलं नाही.

ह्या गोष्टीला एक आठवडा होतो ना होतो तोच गेंतूला भुतानं झपाटलं. गेंतूचा उजवा पाय अचानक लुळा पडला. गेंतूच्या मा ला हे कळल्यावर मुलाच्या काळजीनं तिला वेड लागायचंच तेवढं बाकी राहिलं. तिला गेंतूला पाहू दिलं नाही म्हणून नानीकडे येऊन ती हंबरडा फोडून रडायला लागली. ती गेंतूला पाह्यला गेली होती. पण गेंतूच्या बापानं तिला अंगणातूनच झाडू मारून हाकलून लावलं. तिच्या पोटचा गोळा असला तरी एकदा बाइन तलाक दिल्यावर तिला त्याच्या सावलीला शिवायचाही अधिकार राहिला नव्हता. गेंतूच्या माचा हंबरडा कोणी खाटेवर बसून, कोणी दरवाजातून उभं राहून, कोणी आंब्याखाली उभं राहून, कोणी नळावर उभं राहून ऐकत होते. झुनूमावशी 'अयाई ग' करीत वेण्या हलवत आत निघून गेली. नानी मुकाट्यानं विडे करत होती. अचानक टुटुमामा गेंतूच्या माच्या अंगावर धावून आला आणि त्यानं तिला तिथून हाकलून लावलं. त्याला म्हणे बायकांचं रडणंओरडणं अजिबात सहन होत नसे! तोंडात पदर कोंबून गेंतूची मा तिथून निघून गेली. मीही तिच्या मागून गेले. नव्हे, माझे पाय आपोआपच तिकडे वळले. बांबूच्या खालून जाताना मला खरंतर भीती वाटायला पाहिजे होती. पण मला अजिबात भीती वाटली नाही. भूत लागलं असतं तर माझेही हातपाय लुळे पडले असते, हे मी अजिबात विसरून गेले. मी बेपर्वा, बेहिशेबी, वाह्यात आणि उद्धट मुलगी! गेंतूची मा रेल्वेलाइनकडे निघाली. मीही सावलीप्रमाणे तिच्यामागे. रेल्वेलाइनवर बसून ती रडायला लागली. मी रूळांवर खडे मारायला सुरूवात केली. ठण्, ठण्, ठण्. गेंतूच्या मानं चमकून मागे पाहिलं तर मी! माझा अगदी अवतार होता त्या वेळी. केस विस्कटलेले, पाय धुळीनं माखलेले. मी दातसुद्धा घासले नव्हते. मी तिला म्हटलं, 'रडू नकोस, गेंतूची मा! तिकडून बाजूला हो. गाडी येईल बघ. बघच तू! एक दिवस बापावर विळ्याचा घाव घालून गेंतू तुझ्याचकडे येईल.'

'विळ्याचा घाव घालून ठार मारणं' हा वाक्प्रचार मी आईकडून ऐकला होता. आई फुलबहारीवर संतापली होती. तेव्हा तिनं फुलबहारीला असंच धमकावलं होतं. फुलबहारीनं शिंगाडा माशाचं कालवण चुलीवर ठेवलं आणि दिली ताणून. तिकडे कालवण करपून गेलं. मग आई रागावणार नाही? बाबांच्या खिशात रजिया बेगमनं लिहिलेली पत्र मिळाल्यानंतर आई रजिया बेगमलाही विळ्याचा घाव घालून मारणार होती. मी रजिया बेगमला कधीच पाहिलं नव्हतं. पण झुनूमावशीसारखी दिसत

असावी, असं मला आपलं वाटायचं. आईची धमकी ऐकून मला तिचीही दया आली होती. गेंतू विळ्यानं आपल्या बापाला मारतोय, हे दृश्य अगदी सहजपणे मी डोळ्यांपुढे आणू शकत होते. गेंतूच्या घराच्या अंगणात रक्ताचा सडा पडलेला पाहून माझा थरकाप उडाला नाही. गेंतूच्या मा च्या मागून बांबूखालून येतानाही मी अजिबात घाबरले नव्हते.

गेंतू मेल्यानंतर पाच एक दिवसांतच ठंडाच्या बापाला भुतानं झपाटलं. जिलबीचं दुकान बंद झालं. ठंडाच्या बापानं अंथरूण धरलं. खोकल्यातून रक्ताच्या गुठळ्या पडायला लागल्या. मौलवी येऊन मंत्र टाकून जात. शर्षिनाच्या पीराकडून मंत्रवून आणलेलं पाणीही पाजत होते. तरीही रक्त पडायचं काही थांबेना. भूत लागल्यावर माणूस वाचतच नाही म्हणे! म्हणून ठंडाच्या घरातले हात जोडून स्वस्थ बसून राहिले. त्यांनी ठंडाच्या बापाची आशाच सोडली होती. बाबांना हे कळल्यावर बाबा आपण होऊन तिथं गेले. 'काय झालंय? बघू या तरी!' असं म्हणून बाबांनी नाडी पाहिली, डोळे पाहिले, जीभ पाहिली. मग त्यांनी ठंडाला पाठवून क्षयावरचं औषध आणलं. त्या औषधानं ठंडाच्या बापाला बरं वाटलं. हे काय! भूत लागलेला माणूस खडखडीत बरा झाला! आठवडाही उलटला नसेल की ठंडाचा बाप दुकानात जाऊन बसला! डोळ्यांनी हे पाहिल्यावर भुताचा वारा लागणं हे फार भयानक आहे असं काही वाटलं नाही. बाबांना ठंडाचा बाप वाचला म्हणून नवल वाटल्याचं दिसलं नाही. जणू तो बरा होणारच होता. माझ्या मनात आलं की बाबांना कळलं असतं तर गेंतूला नक्कीच वाचवलं असतं.

ठंडाचा बाप फुलबहारीचा दूरचा मामा लागत होता. पण नात्यासंबंधी बोलणं निघताच तो फुलबहारीचं व त्याचं काही नातं हे नाकारत असे. एक दिवस बिडी ओढता ओढता फुलबहारीनं मला सांगितलं होतं की त्याचं दुकान आहे, त्याच्याजवळ आता बऱ्यापैकी पैसा आहे. तेव्हा आमच्याशी नातं असल्याचं सांगायला त्याला लाज वाटते. आम्ही लोकांकडे घरकाम करतो ना! गरिबात उच्च-नीच असतं!'

ठंडाची आई मात्र सगळ्यांना सांगत होती की शर्षिनाच्या पीराच्या पाण्यामुळेच तिच्या नवऱ्याचं भूत उतरलं. पण 'नानांच्या औषधानंच मामू बरा झाला', ह्याची फुलबहारीला खात्री होती. ती म्हणाली, 'वारं लागलं की माणूस जगत नाही म्हणतात. पण मामू वाचलाच ना!'

फुलबहारी लोकांच्या बोलण्यावर फारसा विश्वास ठेवत नसे. काळी मान ताठ ठेवूनच ती बोलायची.

पन्नासच्या दुष्काळात हाशिममामा झाल्यानंतर नानीचे दोन मुलगे असंच वारं लागून पाठोपाठ गेले. ठंडाच्या बापाला वारं लागल्याचं ऐकल्यावर आईला ह्या

गोष्टीची आठवण झाली. त्या मुलांना पातळ परसाकडं होत होती. ती आईचं दूध पितच नव्हती. वैद्यानं मंत्र टाकला होता. वैद्याच्या मते शहाबुद्दिनच्या जांभळावर राहणाऱ्या भुतानं ह्या दोन मुलांना धरलं होतं. त्यानं नानीला चामडं आणि लोखंड सतत जवळ ठेवायला सांगितलं होतं. चामड्याजवळ किंवा लोखंडाजवळ भूत येत नाही. नानी चामड्याचा एक तुकडा आणि तुटलेला लोखंडाचा तुकडा नेहमी जवळ ठेवत असे. – अगदी स्वयंपाकघरात किंवा संडासात जातानासुद्धा. भुतानं नानीच्या खांद्यावरून पुन्हा मुलापाशी जाऊ नये म्हणून बाहेरून खोलीत शिरताना नानीला विस्तव ओलांडून जावं लागायचं. शिवाय जुन्या झाडूनं स्वत:चं अंग झाडावं लागायचं. शरीराच्या सांदीकोपऱ्यात लपून बसलेलं भूत निघून जावं म्हणून. पण एवढं सगळं करूनही नानीची दोन्ही मुलं वाचली नाहीत. आईला मुलगा झाल्यावर नानीनं असंच सगळं केलं होतं. ती घरात सतत विस्तव पेटवून ठेवायचीच. आई संडासातून अथवा मोरीतून घरात येते वेळी नानी तिला विस्तव ओलांडायला लावायची. शिवाय जुन्या झाडूनं तिचं अंग झाडायची. भुताच्या वाऱ्यापासून मुलांना वाचवायचा एवढा एकच उपाय होता.

मी झाल्यावर आईला विस्तव ओलांडून घरात येताना पाहून बाबांनी विचारलं, ‘हे आणखी काय?’

‘असं करावंच लागतं. नाहीतर मुलाला वारं लागतं. मूल दूध पित नाही. आव होऊन मूल जातं.’

पण आम्ही चार भावंडं अगदी ठणठणीत होतो. कोणीही दूध सोडलं नाही. आव झाली तरी कोणी मेलंबिलं नाही. कोणालाही ‘तसलं’ वारं लागलं नाही. पण आई मात्र ‘अल्हमदो लिल्लाहे वल खलाकस्समावाते वल अरज़ वज्ज्वात जुल्माते वन्नूर सुम्मा अलैना कुफलो बेरब्बेहिम वाहिलून’ असं म्हटल्यामुळे सर्व रोगांपासून ती आणि तिची मुलं वाचली असंच सगळ्यांना सांगत असे. अगदी बाबांनासुद्धा. बाबा ऐकून न ऐकलंसं करत.

ठंडाचा बाप बरा झाल्यावर झोपडपट्टीत ‘वारं लागण्या’चं प्रमाण कमी झालं. ज्या दोघांचौघांना वारं लागलं ते बाबांच्या औषधानं बरे झाले. काहींना हॉस्पिटलमध्ये पाठवावं लागलं. पण तेही आजारातून उठले.

आमचं काम सोडल्यानंतर फुलबहारीला ताप यायला लागला. पण आता कोणीही भुताची गोष्ट काढली नाही. मशिदीचे इमाम बऱ्या झालेल्या ठंडाच्या बापाच्या दंडावर ताईत बांधता बांधता म्हणाले, ‘अल्लानं एक चांगलं काम केलं म्हणायचं! पोरटीला अजिबात लाज-लज्जा नव्हती. मोठी तोऱ्यात चालायची. अल्ला करो आणि ह्या तापात मरो ती!’

फुलबहारी आजारी आहे हे कळल्यावर मी तिला पाह्यला निघाले तेव्हा आईनं

माझा कान पकडला. 'फार शहाणी झालेय. शिंग फुटलीत! नुसतं हिंडायला पाहिजे.' मला फुलबहारीला पाह्यला जाता आलं नाही. ताप उतरल्यावर झोपडपट्टीतल्याच एका तोंडाचं बोळकं झालेल्या सत्तर वर्षांच्या म्हाताऱ्याशी तिचं लग्न झाल्याचं कळलं. त्या म्हाताऱ्याला पहिल्या तीन बायका होत्याच. फुलबहारीची आई मुलीच्या लग्नासाठी पैसे मागायला नानीकडे आली होती. नानीनं पदरात बांधलेले पाच रुपये काढून तिला दिले. आणखी दोन-चार घरी पैसे मागून तिनं फुलबहारीसाठी एक लाल साडी घेतली. म्हाताऱ्याला हुंडा म्हणून दोनशे रुपये दिले. फुलबहारी आपल्यापासून फार दूर निघून गेली असंच माझ्या मनात आलं. आता ती आमच्या स्वयंपाकघराच्या व्हरांड्यात आळसावलेल्या दुपारी बिडी ओढताना दिसणार नव्हती, ती माझ्याबरोबर पूर्वीसारख्या गप्पा मारणार नव्हती, आता ती कोणाकडेही घरकाम करणार नव्हती. आता ती तिच्या नवऱ्यासाठी स्वयंपाक करेल, घुंघट घेऊन तळ्यावरून पाणी आणेल. पण फुलबहारीचं हे रूप काही तिला शोभण्यासारखं नव्हतं. तिचं ते धप् धप् चालणंच सुंदर होतं. एक दिवस रस्त्यावरची मुलं तिच्या मागे लागली. तिच्यामागे नाचत नाचत त्यांनी तिला 'च्युतमारीची रंडी' म्हटलं. ते ऐकताच फुलबहारीनं एका पोराच्या थोबाडीत ठेवून दिली. मी तर नुसती बघतच राहिले. माझ्या हातातला गॅसचा फुगा हातातून सुटून आकाशात केव्हा उडून गेला, ते मला कळलंच नाही.

संध्याकाळच्या अंधुक प्रकाशात, बेलाखालून जाता जाता फुलबहारीची आई बोलून गेली, 'फुलबहारीच्या नवऱ्यानं जीव घेतला तिचा गळा दाबून. रडले नाही मी. रडून काय उपयोग! माझी फुलबहारी परत येणारेय थोडीच! अल्लाच न्यायनिवाडा करेल.'

गारूड्याच्या टोपलीतून जणू एक भला मोठा अजगर निघाला आणि आपला प्रचंड जबडा वासून त्यानं मला गिळून टाकलं. एक मूक पण भयंकर दुःख माझ्या, आतल्या आत, चिंधड्या करायला लागलं. माझ्या छातीच्या पाट्यावर माझ्या दुःखांचा चक्काचूर व्हायला लागला. आतून आवाज ऐकू यायला लागला– घसघस, घसघस.

□

कवितेच्या गल्लीबोळांतून

'क्षुधार राज्ये पृथिबी गद्यमय,
पूर्णिमार चांद जेन झलसानो रुटि।'
('भुकेच्या राज्यात पृथ्वी रुक्ष, कोरडी,
अन् पौर्णिमेचा चंद्र करपलेली रोटी')

अंगणाच्या मध्ये चांदण्यात उभं राहून मोठ्या मामानं असं म्हणताच मोढ्यावर बसून 'सोहराब आणि रुस्तुम'ची गोष्ट सांगत असताना कानामामू मध्येच थांबले. हसून त्यांनी विचारलं, 'कोणाला खायची आहे रोटी? कोणाला लागलीय एवढी भूक?'

'भुकेनं हजारो गरीब मरताहेत.' मोठा मामा अंगणात येरझाऱ्या घालत म्हणाला. त्याच्या खडावांचा खड् खड् आवाज येत होता. कोणाला ऐकू जाऊ नये म्हणून अगदी हळू आवाजात मी म्हणाले,

'पेडे दाओ चांदरुटि, किछु खाबो,
बाकिटुकु बस्तिते बिलाबो ।'
('आणून द्या चांदरोटी, खाईन मी थोडीशी,
पलीकडच्या झोपड्यांत वाटून टाकीन बाकीची.')

कानामामूंचे कान फार तिखट होते. त्यांनी विचारलंच, 'सगळेच कवी झाले की काय? झोपड्यांतून वाटून टाकण्याची गोष्ट कोणी काढली? अं? कोणी?'

मी काहीही न बोलता हातांनी माझं तोंड झाकून घेतलं.

कविता रचणं ही माझ्या अनेक वाईट सवयीतली एक होती. आई मला शिकवायची 'तालगाछ एक पाये दांडिये, सब गाछ छाडिये ।'

('एका पायावर उभा ताड, सगळ्यांत लांब त्याची मान')

मी म्हणायची, 'बटगाछ पांच पाये दांडिये, सात हात बाडिये ।'

('पाच पायावर उभा वड, सात हात पसरून छान.')

शाळेत कविता म्हणताना मी मूळ कविता विसरून जायची आणि गमतीनं

केलेली कविता मात्र मनात घोळत राह्यची.

नानीच्या घरात राहत होतो त्या वेळची गोष्ट. चटईवर बसून कंदिलाच्या उजेडात मी वाचत होते, 'मौमाछि मौमाछि कोथा जाओ नाचि नाचि दांडाओ ना एकबार भाई।' ('मधमाशी, मधमाशी, नाचत नाचत कुठं जाशी? थांब ना जराशी')

त्याच वेळी मला कानामामू येताना दिसले. लगेच मी 'मधमाशी'च्या ऐवजी 'कानामामू' शब्द घालून दोन ओळी रचल्या.

कानामामू, कानामामू, कोथा जान हांटि हांटि दांडान ना एकबार भाई।
किच्छा शुनाते हबे, पुलापान खुंजितेछि, दांडाबार समय त नाई ।
(कानामामू, कानामामू, चाललात कुठं असे, थांबा ना थोडेसे.
चाललोय ऐकवायला पोरांना किस्से, थांबायला आता वेळच नसे.)

हे ऐकताच आई आतून ओरडली, 'काय चाललंय? फार वाईट सवय आहे ही तुला. कवितेशी कसली थट्टामस्करी!'

शाळेतल्या वाह्यात मुली नवं वर्ष सुरू होताना शाळेतल्या इतर मुलींना काही ना काही नावं देत. अगदी सकाळीच भिंतीवर नावाच्या पाट्या लटकावल्या जात. कोणी लिहिलं, कोणी आणून तिथं लावलं, कोणाला काहीच कळत नसे. शाळेत आल्यावर नावं वाचायला सगळ्या मुली गर्दी करत. एकदा मला नाव ठेवलं होतं, 'बेसूर बासरी.' दुसऱ्या ठिकाणी माझ्या नावापुढे लिहिलं होतं, 'नाकासमोर चालणारी.'

दिलरुबा ही आमच्या वर्गातील सर्वांत सुंदर मुलगी होती. तिला नाव ठेवलं होतं 'खानकी.' खानकी म्हणजे वेश्या. पण मला 'खानकी'चा अर्थ खरंच माहीत नव्हता. मी तिला विचारलं, 'तुला नाव ठेवलंय 'खानकी.' त्याचा अर्थ काय ग?'

तिच्या डोळ्यांत टचकन् पाणी आलं. तिनं काहीच उत्तर दिलं नाही. मला तिची दया आली. मी तिच्याजवळ जाऊन बसले आणि हळूच माझा हात तिच्या पाठीवर ठेवला. हा शब्द मी आईच्या तोंडून ऐकला होता. मोलकरणींना शिव्या देताना ती हा शब्द वापरायची. मला त्याचा अर्थ कळला नव्हता. मला दिलरुबाची दया आल्यावर मी तिच्याजवळ जाऊन बसले. मग अंधार हळूहळू विरून पहाट होते, तशीच मी दिलरुबाच्या प्रकाशात कमळाप्रमाणे उमलायला लागले. नव्या वर्षाच्या उदासवाण्या दुपारी दिलरुबाशी माझी मैत्री झाली. मग दिलरुबानं मला गप्पा मारताना लता-पाता, टोना-टुनी ह्यांच्याबद्दल खूप काही सांगितलं. ते ऐकून लता-पाताचं घर, टोना-टुनीचं जीवन ह्यांचं एक सुंदर चित्र मी माझ्या मनात रेखाटलं. नंतर तिच्या घरी गेल्यावर मी लता-पता, टोना-टुनी ह्यांना पाहिलं. त्यांच्याशी थोडंसं बोललेही. पण गोष्टीतल्या त्या आणि खऱ्या त्या ह्यांच्यात खूपच फरक होता. खऱ्यापेक्षा दिलरुबाच्या गोष्टीतल्या त्या मला जास्त आपल्याशा वाटल्या. लताला भेटल्यावर तिला आता कसं वाटतंय हे तिला न विचारता मी दिलरुबाला विचारायची, 'लताचं नंतर काय झालं?'

दिलरुबा सांगायची, 'त्यानंतर लताला काही बरं वाटलं नाही. वैद्य आले, डॉक्टर आले. पण लता हळूहळू वाळतच चालली. सुकत सुकत ती सुतासारखी झाली. सूत घरात झुलायला लागलं. मग कोणी म्हणायला लागले की हे सूत पाण्यात सोडून द्या, तर कोणी म्हणायला लागले की त्या सुताला छातीशी धरून ठेवा. मग एकानं लताला छातीशी धरलं, तिचं चुंबन घेतलं, लतानं डोळे उघडले आणि ती हसली. तिच्याकडे पाहून वाटलं की आता ही बरी होणार.'

दिलरुबा गोष्ट सांगताना ह्या जगात नसायचीच. मी तिच्या डोळ्यांकडे निरखून पाह्यची. ते डोळे माझ्यावर रोखलेले असले, तरी ते मला पाहत नसायचे. पाहत असायचे दुसऱ्याच कोणाला तरी.

लताच्या आजारामुळे मला तिची काळजी वाटायची. पण दिलरुबाच्या गोष्टीमुळे माझी काळजी दूर झाली. मग दिलरुबानं तिच्या कवितांची वही मला दाखवली. त्यातील कविता वाचता वाचता 'गवत' नावाच्या कवितेशी मी थांबले.

घास,
तुमि आमाके नेबे? घासफुल नेबे? खेलाय?
आमि दिन फुरियेछि घुरे घुरे मेलाय,
आमार जा किछु आछे नाओ,
तबु एकबार स्पर्श कर आमाके, छुंये दाओ ।
एसेछि तोमार काछे बड अबेलाय ।
तुमि जदि छुंये फेलो हेलाय,
भासिये दाओ निरुद्देशे भेलाय ।
आमि फिरे तोमार काछेइ जाब
शतबार निजेके हाराब ।
(हे गवता,
घेणार का मला खेळायला? आणि तू रे गवतफुला?
जत्रेत भटकून भटकून दिवस माझा सरला.
माझं जे काही आहे ते सगळं घे तू.
पण एकदाच कर स्पर्श मला. एकदाच. तू.
आलेय मी तुझ्यापाशी अशा अवेळेला,
केलास जर अपमान अन् दिलेस सोडून मला,
डोणीतून निरुद्देश भटकायला.
येईन मी इरून फिरून तुझ्यापाशी
स्वतःला पुन्हा पुन्हा हरवून घेण्यासाठी.)

'मला कविता करायला शिकवशील का, दिलरुबा?' कवितेवरची नजर न

उचलताच मी दिलरुबाला विचारलं.

दिलरुबाच्या नितळ चेहऱ्यावर पातळ गुलाबी ओठ शोभून दिसत होते. तिचे केस कुरळे होते आणि तिनं ते खोप्यासारखे मागे बांधले होते. त्यातल्या काही चुकार बटा तिच्या कपाळावर, मानेवर, गालावर रुळत होत्या. ह्या आधी मी हिला कुठंतरी पाह्यलं होतं? ह्या चुकार बटा? कुठं? कधी? ह्या आधीही मला कविता करायला शिकाविशी वाटली होती आणि हिनं मला होकार दिला नव्हता, असं मला वाटलं. ह्या दृश्यात पूर्वीही मी होतेच. कुठंतरी हे सगळं मला अगदी ओळखीचं वाटत होतं. मी, जणू काही, अशीच एकटी एका मुली शेजारी ह्या आधी बसले होते! कधी? कुठं? ती मुलगीही दिसायला अशीच होती. आमच्या पुढ्यात अशीच कवितेची वही होती. समोर उघडी खिडकी. खिडकी पलीकडे वैराण माळरान. आणि माळरानावर उतरून आलेलं आकाश.

दिलरुबा माझ्यापेक्षाही अबोल होती. माझ्यापेक्षाही जास्त लाजरी. शाळेच्या मैदानात मुली जेव्हा गडबड-गोंधळ, आरडाओरडा करत तेव्हा दिलरुबा खिडकीत बसून आकाशाकडे पाहात राह्यची.

'कविता करायला कधीच कोणाला शिकवता येत नाही. आकाशाकडे बघत राहा. बघता बघता तुला रडू येईल. जर तू खूप रडू शकलीस, तर लिहूही शकशील.' दिलरुबा भावविवश होऊन म्हणाली.

दिलरुबाचं वर्गात लक्ष नसायचं. तिला कान धरून तास संपेपर्यंत उभं राहण्याची शिक्षा व्हायची. मधून मधून वर्गाबाहेरही जावं लागायचं. वर्गाबाहेर काढल्यावर वर्गाच्या दारापाशी एका पायावर उभं राहून ती मजेत आकाशाकडे बघत राह्यची. तिला आकाशाबद्दल विलक्षण प्रेम होतं. तिला पाहिलं की मला एक धुंदी चढायची. त्या धुंदीत मी तिच्या बरोबर अन् बरोबर चालायची, बोलायची, तिच्या खांद्यावर हात ठेवायची.

आकाशाकडे पाहून मला काही दिलरुबासारखं रडू आलं नाही आणि त्यामुळे मी कविताही लिहिली नाही. उलट दिलरुबाचा चेहरा आठवून मी एके दिवशी अचानक शाळेच्या मैदानात सापडलेल्या पुढ्ठ्याच्या फाटक्या कागदावर काही ओळी लिहिल्या–

आमि तोमाय खेलाय नेब दिलरुबा,
गोल्लाछुट खेलते जान?
गोल्ला थेके एक बिकेले हठात करे छुटे
हारिये जाब दूरे कोथाओ, अनेक दूरे!
सात समुद्दुर तेर नदीर उपार जाब, जाबे?
(दिलरुबा,
घेईन मी खेळायला तुला.
खेळता येतो का गोल्लाछुट तुला?

एका संध्याकाळी गोल्लापासून काढू पळ,
हरवून जाऊ कुठं तरी दूरवर.
सात समुद्र ओलांडून नदी करू पार
येशील ना तू तिथं माझ्याबरोबर?)

पुडीच्या फाटक्या कागदावरच्या त्या ओळी वाचून दिलरुबा गोड हसली. इतकं गोड हसू मी पूर्वी कधी पाह्यलं नव्हतं. कदाचित रुनी अशीच हसत असावी किंवा अशी नाही, थोडीशी वेगळी. 'ज्याचं हसणं इतकं गोड आहे, त्याला बोलण्याची गरजच काय!' असं रवीन्द्रनाथांनी एका ठिकाणी लिहिलंय, ते अगदी योग्यच आहे. रुनीसमोर मी असायची लाजाळूचं झाड. पण दिलरुबाची गोष्ट वेगळी होती. दिलरुबाचं आणि माझं एक वेगळंच जग होतं. शब्दांशी खेळणारं जग. दिलरुबानं तिच्या कवितेच्या वहीत लिहिलं–

'जेदिकेइ जेते बल जाब,
निजेके हाराब!
काछे एसो,
एकटिइ शर्त शुधु, भालबासो ।'
('म्हणशील तिथं येईन मी
स्वत:ला हरवून बसेन मी
ये ना माझ्या जवळ अशी
एकच अट मात्र माझी
आस पुरव, प्रेमाची.')

मला तर फक्त तेवढंच ठाऊक होतं. प्रेम करणं. आमचं प्रेम गाढ होत होतं. गाढ. दोन डोळे नेतील तिथपर्यंत आम्ही हरवून जात होतो, सात समुद्रापलीकडे. अर्थात हे हरवणं मनातल्या मनातच होतं. आम्ही ह्या वास्तव जगात हरवलो नाही. कधीच. दिलरुबा तिच्या कवितेसारखीच होती आणि तिची कविता होती एखाद्या शांत तळ्यासारखी. एखाद्या अरण्यात असलेल्या एकांत, निर्जन तळ्यासारखी. त्या तळ्यातल्या पाण्याचा रंग होता आभाळासारखा. मधूनच त्या शांत जलाशयात टपकन् एखादं दुसरं पान पडायचं. जणू काही नावच. दिलरुबाच्या जळात तरंगणारी नाव. फक्त तिची एकटीचीच.

अशा या दिलरुबानं एक दिवस मला धक्काच दिला. तिचं लग्न तिच्या बाबांनी ठरवल्याचं तिनं मला सांगितलं. तिचं लग्न लवकरच होणार होतं.

'नाही, नाही,' दिलरुबाच्या उतरलेल्या चेहऱ्याकडे आणि मंद डोळ्यांकडे पाहत मी म्हणाले, 'तू नकार दे. सांगून टाक की तुला लग्न करायचं नाही.'

दिलरुबा हसली. पण तिचा चेहरा आणखीनच उतरला होता. हाताला चटका बसेल इतका ताप अंगात असणारं माणूस असंच हसलं असतं. दुसऱ्या दिवसापासून दिलरुबाची शाळा बंद झाली. मी अगदी एकटी पडले. इतकी एकटी की ती ज्या खिडकीत बसायची तिथं मी बसून राह्यची. बराच वेळ. शाळा सुटल्यावरसुद्धा आकाशात तिला शोधायची. ती रागावून आकाशात तर निघून गेली नाही! कोण जाणे! आणि आकाशाकडे बघताना त्या वेळी प्रथमच मला रडू आलं.

लग्नाच्या दोन दिवस आधी दिलरुबा 'अवकाश'मध्ये आली होती. आली होती, खरोखरच हरवून जाण्यासाठी, सात समुद्राच्या पलीकडे, नदीच्या त्या काठाला, एका निर्जन अरण्यात, स्वप्नलोकात. ह्या निष्ठुर जगापासून खूप खूप दूर, जिथं दु:खी स्त्रिया आपले पंख पसरून मेघबालांबरोबर लपंडाव खेळतात तिथं. काळं फाटक उघडून ती आत आली. डोळ्याची पापणी न हलवता तिचा नितळ चेहरा, स्वप्नाच्या बागेतून चालल्यासारखं तिचं चालणं मी खिडकीतून पाहत होते. ती चालत नव्हतीच, डोलत होती. खिडकीतून मी तिला येताना पाहिलं आणि खिडकीतूनच तिला परत जाताना पाहिलं. माझी आणि तिची भेट झालीच नाही. बाबांनी तिला दारातूनच हाकलून लावलं. का हाकलून लावलं? कारण अभ्यास सोडून संध्याकाळच्या वेळेला एखाद्या किशोरीनं दुसऱ्या घरी जाण्याचं कारणच त्यांना समजलं नाही. त्यांनी तिला नाव, पत्ता आणि येण्याचं कारण विचारलं आणि मग डोळे लाल करून, काळ्या फाटकाकडे बोट करून ते ओरडले, 'आताच्या आता चालती हो. गप्पा मारायला आलेय म्हणे! नालायक मुलगी कुठची!'

'नालायक मुलगी' निघून गेली. 'खानकी' मुलगी निघून गेली. पुन्हा कधीही ती मला भेटणार नाही, हे तेव्हा मला ठाऊक नव्हतं. एका प्रौढ, अनोळखी माणसाबरोबर तिचं लग्न होईल, कवितेची वही तिला जाळून टाकावी लागेल, शिक्षणाला राम राम ठोकून तिला मसाला वाटावा लागेल, कांदा चिरावा लागेल, रांधावं लागेल, वाढावं लागेल, घरातल्यांना खायला घालावं लागेल आणि वर्षा-वर्षानं तिचा पाळणा हलेल, हे सर्व खरंच, मला माहीत नव्हतं.

आणि मी? मी आता दिलरुबाची जागा घेईन. आकाशाकडे पाहत राहीन. मला मग रडू येईल. आणि मी कविता लिहीन. मी ह्या समाजाचा, ह्या जगाचा तिरस्कार करेन. माझ्या अदृश्य कैदेची घृणा येईल मला. माझ्या हातां-पायांतल्या बेड्यांची जाणीव होईल मला. लक्षात येईल की माझे दोन्ही पंख कापलेत आणि एका भक्कम पिंजऱ्यात मी अनंत काळापासून जखडून पडलेय.

किंवा एक पिंजराच दबा धरून बसलाय माझ्यात. जेव्हा मी भरारी घ्यायला बघते, तेव्हा तो मलाच मारून मुटकून डांबून ठेवतो.

□

मुबाश्वेरा थंड होऊन पडली पांढऱ्या बिछान्यावर–

घरातल्या लोकांना गोंधळात पाडून, अचानक गुरूवारच्या रात्री, मुबाश्वेरा पटकन् मेली. मुबाश्वेरा कधी आमच्या घरी आली किंवा मी तिच्या घरी पीरबाडीला गेले की आमची भेट होत असे. आमच्या घराच्या अंगणात किंवा गच्चीत मी तिच्याबरोबर भातुकली खेळत असे. पीरबाडीला भातुकली खेळायची पद्धत नसल्यामुळे तिथं ती 'कर्बला[१] युद्ध', अर्थात लुटुपुटीचं, खेळत असे. ती होत असे हसन आणि महमद हुसेन. ते वाजिद आणि माबिया ह्यांना गुद्दे मारायचे, लाथा मारायचे. अर्थात ही मारामारी हवेतच चालायची. कारण वाजिद आणि माबिया व्हायला कोणी तयारच नसायचं. ह्या खेळाची मी एकमेव प्रेक्षक असायची.

फजलीमावशीच्या मुलांबरोबर माझं फारसं सख्य कधीच नव्हतं. ती मला फार दूरची वाटायची. त्याचं बोलणं आमच्यासारखं नव्हतं. ती अबंगाली लोकांसारखं बोलायची. त्यांची बंगाली बोलण्याची ढब उर्दूसारखी होती. त्यांच्या घरातील मुलं पाच वर्षांपासूनच नमाज, रोजा करत असत, मुली नऊ किंवा दहा वर्षांच्या झाल्या नाही तोच बुरखा घालायला लागत. त्या शाळेत जात नसत, मैदानावर जाऊन खेळत नसत. एकट्या घराबाहेर पडत नसत. कारण असं वागल्यास अल्ला नाराज होतो, असं त्यांच्या घरातल्या मोठ्या माणसांनी त्यांना सांगून ठेवलं होतं.

मुबाश्वेरा पंधरा वर्षांची असताना अबू बकरचा पोलादाचा कारखाना पीरांच्या मालकीचा झाला. अबू बकरनं अल्लाला साक्षीला ठेऊन आपला कारखाना अमिरूल्लाहांच्या नावानं करून दिला. पीरांच्या मज्लिशीसाठी लोकांची चांगलीच गर्दी व्हायला लागली होती. पीरबाडीकडे मुंग्यांसारखी लोकांची रीघ लागत होती. पीरसाहेब अल्लाचे सच्चे भक्त स्वत: निवडून त्यांना कारखान्यात चिकटवत होते. टुटुमामा आणि शराफमामा शिक्षणाला राम राम ठोकून पीरबाडीत पोहोचले

होते. आपल्या दोन भावांना व्यावहारिक जगातून बाहेर काढून अल्लाच्या मार्गाला लावलं म्हणून फजलीमावशी एकदम खूष होती. पॅन्ट, शर्ट वापरायचं सोडून टुटुमामा आणि शराफमामा पायजमा, पांजाबी घालायला लागले होते. शिवाय गोल टोपीही. त्यांनी दाढी मिशा वाढविल्या होत्या. प्रपंचातील जी काही लहान मोठी मुळं शिल्लक राहिली असतील ती उपटून टाकण्यासाठी हुमेरा, सुफेरा, मुबाश्वेरा त्यांना छोट्या छोट्या खोल्यात बसवून नसीहत देत. हिदायतचा मालक अल्ला. एकदा अचानक मी एका खोलीत शिरले, तर टुटुमामाची बोलणी खावी लागली आणि बाहेर यावं लागलं. त्या खोलीत टुटुमामा झोपला होता आणि हुमेरा त्याच्याजवळ बसून त्याच्या छातीवर हात फिरवत त्याला नसीहत देत होती.

'नसीहत अशीच देतात. एकान्तात, अंधारात, छातीवर हात फिरवत.' आईनंच मला असं सांगितलं होतं.

शराफमामाला नसीहत द्यायला मुबाश्वेराला सांगितलं होतं. तो काही कोणी परपुरुष नव्हता. तिचा मामाच होता. त्या नसीहतच्या दिवसांतच तिला भुतानं झपाटलं. पण हे झपाटणं वेगळंच होतं. ती झाडाखाली एकटीच बसून रडायची. तिच्या रडण्याचं कारण ती कोणालाच सांगत नव्हती. तिला जेवण जात नव्हतं, सारखं उलटी येतेय असं वाटायचं, नमाज-रोजात तिचं मन लागत नव्हतं. सारखी झाडाखाली जाऊन बसायला बघायची. नसीहतला ओहोटी लागली. 'युद्ध युद्ध' खेळणाऱ्या त्या खेळकर मुलीनं अंथरूण धरलं. भूत उतरविण्याआधीच तिला सणसणून ताप भरला. तिला मंतरलेलं पाणी प्यायला दिलं, वेगवेगळ्या सुरा वाचून मंत्र टाकले तरी तिचा ताप काही उतरेना. फजलीमावशी मुलीचं डोकं मांडीवर घेऊन बसून राह्यची. कपाळावर थंड पाण्याच्या घड्या ठेवायची. मुबाश्वेराच्या अंगात एवढा ताप होता की ओल्या फडक्यातून वाफा निघायच्या. मुबाश्वेराला हळूहळू श्वास घेणंही कठीण होऊ लागलं. तेव्हा मात्र फजलीमावशी तिच्या नवऱ्याला म्हणाली, 'आता मला बघवत नाही. डॉक्टरांना बोलवा.'

'डॉक्टर? मंतरून आणलेल्या पाण्यानं ताप उतरला नाही, तो डॉक्टरांच्या औषधानं उतरेल?' मुसाकाका म्हणजे फजलीमावशीचा नवरा म्हणाला.

'न उतरू देत. प्रयत्न करून पाह्यला काय हरकत आहे. अल्लाहुसशाफी. बरं करणारा अल्लाच आहे. औषध एक निमित्त.' फजलीमावशी म्हणाली.

बोलावणं येताच आपली बॅग घेऊन पेशन्टला पाह्यला, डॉ. रजब अली पीरबाडीत हजर झाले तेव्हा रात्रीचे साडेबारा वाजले होते.

पेशन्ट पांढऱ्या बिछान्यावर झोपली होती. सात दिवसाच्या तापानं ती अगदी वाळून गेली होती. तिची जीभ, डोळे, नखं, सगळंच पांढरं पडलं होतं. पांढरंफट्टक. फिकं.

डॉक्टरांनी नाडी पाहिली, ब्लडप्रेशर बघितलं. हृदयाचे ठोके ऐकले. नंतर त्यांनी तिथं जमलेल्या लोकांना दहा मिनिटं बाहेर जायला सांगितलं. दहा मिनिटानंतर त्यांना परत बोलावलं. त्यांनी तिला इंजेक्शन दिलं. डॉक्टरांच्या कपाळावरच्या आठ्या वाढायला लागल्या. आठ्या घालतच ते म्हणाले, 'पाहू या, काय होतं ते.'

डॉक्टर नातेवाईकांकडून फी घेत नसत.

मुबाश्वेरा सकाळी बिछान्यात थंड पडलेली होती. तिनं ह्या जगाचा निरोप घेतला होता. फजलीमावशी मुसमुसून रडत होती. कोणी गेल्यावर त्यांच्या घरात मोठ्यानं रडत नसत. कारण मरणाची वेळ कपाळावर लिहिलेली असते. त्या त्या वेळी मरण येणारच. शिवाय मरण म्हणजे अल्लाजवळ परत जाणं. जे अल्लाजवळ जातात त्यांच्यासाठी शोक केल्यास अल्ला नाराज होतो. उलट गेलेल्याला हसतमुखानं निरोप द्यायला हवा. फजलीमावशीनं मोठ्यानं हंबरडा फोडताच हुजुरांची मोठी मुलगी– जोहरा– धावत आली आणि तिनं फजलीमावशीच्या तोंडावर आपला हात दाबून धरला. ती म्हणाली, 'शी! शी! असं काय करतेस भाभी! तुझी मुलगी अल्लाजवळ गेलीय. तिच्यासाठी दुआ माग. बघ, तिच्या तोंडावर कसं तेज आलंय. ती नक्कीच स्वर्गात जाणार. अल्लाची चीज अल्लानं नेली. अशी रडलीस तर गुन्हा होईल, पाप लागेल. डोळ्यांतनं पाणी गाळायचं असेल तर गाळ. पण मोठ्यानं रडू नकोस.'

कोणी मरण पावल्यास मोठमोठ्यानं रडणं कबिरा गुनाह ठरतो. फजलीमावशीला नियम मानावाच लागला. तोंडात ओढणी कोंबून तिनं रडणं आवरून धरलं.

आई संध्याकाळी मुबाश्वेराला पाहून आली होती. तिला मुबाश्वेराची स्थिती पाहून रडू आवरलं नाही. बाबांनी घरात शिरताच मुबाश्वेरा गेल्याचं सांगितलं.

'आधीच औषधपाणी केलं असतं तर वाचली असती. मी गेलो तेव्हा फार उशीर झाला होता.' बाबा म्हणाले.

आई डाव्या हातानं डोळ्यांतलं पाणी पुसत म्हणाली, 'तिचं संपलंच होतं तर ती वाचणार कशी? अल्लानं तिला फार आयुष्य दिलंच नव्हतं. ती नक्कीच स्वर्गात जाईल. मरण्यापूर्वी 'अल्ला', 'अल्ला' म्हणून कण्हत होती.'

बाबांनी बूट काढून कॉटखाली सरकवले. मोजे काढून बुटांत कोंबले. त्यांच्या कपाळाला आठ्या पडल्या. शर्टाची बटणं काढता काढता ते म्हणाले, 'तिला दिवस गेले होते.'

'कोणाला?'

डाव्या हाताच्या खोलीत मी कान टवकारून ऐकत होते. माझ्या छातीत धडधडलं.

'आणखी कोणाला? तुझ्या बहिणीच्या मुलीला. काय नाव तिचं? मुबा. मुबाश्वेराला.' बाबा घामानं भिजलेला शर्ट हँगरला टांगता टांगता म्हणाले.

'तिचं लग्न झालेलं नव्हतं. तिला दिवस कसे जातील? त्या निष्पाप मुलीबद्दल तुम्ही असं घाणेरडं कसं बोलता? जीभ झडेल तुमची. सांगून ठेवते.' आई हुंदके देऊन रडायला लागली.

बाबांनी पॅन्टवरून लुंगी गुंडाळली. लुंगीचं एक टोक दातात धरून हात लांब करून लुंगीखालून पॅन्ट काढून कपड्याच्या स्टँडवर अडकवली. मग दातात धरलेल्या लुंगीच्या टोकाची पोटावर घट्ट गाठ बांधली.

आई खोलीत अस्वस्थपणे येरझाऱ्या घालायला लागली. मला दाराच्या फटीतून दोघांचेही पाय दिसत होते. आईनं येरझाऱ्या घातल्या आणि मग ती बाबांकडे वळली. बाबांच्या पायात काही नव्हतं आता. आईचे पाय काळे, नाजुक. तिच्या पायाच्या अंगठ्याला काही तरी झालं होतं. अंगठ्याचं नख निघालं होतं. ह्या उलट बाबांचे पाय गोरेपान होते. मोजे वापरल्यामुळे ते आणखीनच गोरे दिसत होते. चार पाय जवळ जवळ आले. बाबांच्या पायाची बोटं एकमेकांना लागलेली होती. ते कॉटवर पाय खाली सोडून बसले होते. नख निघालेला पाय डळमळत होता. काळे पाय गोऱ्या पायांजवळ गेले आणि परत फिरले. पुन्हा ते गोऱ्या पायांजवळ गेले.

''जडीबुट्टीनं ते पाडून टाकण्याचा प्रयत्न केला असावा. इन्फेक्शन झालं होतं. सेप्टिसीमिया.' बाबा थंडपणे सांगताना मी ऐकलं.

'नाही. खोटं आहे हे! जीभ झडेल तुमची. अल्लाच निवाडा करेल ह्या सगळ्या बदनामीचा.'

आई चांगलीच पेटली होती.

धाडकन् दार बंद झालं.

आता त्या खोलीतून येणारे आवाज इतके हळू होते की मला एकही अक्षर लागेना.

मरण ही अगदी सहज घडणारी गोष्ट आहे, असं मला वाटलं. आज श्वासोच्छ्वास चाललाय. उद्या शरीर थंड होऊन पडेल पांढऱ्या बिछान्यावर. आज हातपाय हलताहेत, उद्या हालणार नाहीत. आज स्वप्न पाहतेय, उद्या पाहणार नाही. मेलं की सगळं संपलं. आई म्हणते, 'आत्मा उडून जातो अल्लाजवळ आणि शरीर ह्या जगात पडून राहतं. आत्मा म्हणजेच सर्व काही.'

आत्मा कसा उडून जातो? कबुतरासारखा? आई म्हणते की आत्मा अदृश्य असतो. तो दिसत नाही.

ह्या जगात किती तरी गोष्टी अदृश्य आहेत.

मुबाश्वेरा गेल्यावर शराफ मामानं अल्लाचा मार्ग सोडला. त्याला नसीहत

द्यायला आता कोणीच राहिलं नव्हतं. तो पॅन्ट शर्ट घालून पुन्हा जुन्या जगात परत आला. त्यानं आपल्या ट्रंकेत रक्ताचे डाग पडलेला कापडाचा तुकडा आठवण म्हणून काही दिवस सांभाळून ठेवला होता.

□

१) कर्बाला – इराकमधील एक स्थान. येथे हजरत अली यांचे चिरंजीव हजरत इमाम हुसैन शहीद झाले होते. तेथे त्यांची समाधी आहे.

प्रत्यावर्तन – २

ढाका विश्वविद्यालयातील शिक्षण सोडून देऊन दादा घरी परत आला. त्यानं मयमनसिंहमध्येच एका परदेशी औषध कंपनीत नोकरी धरली होती.

दादा म्हणाला, 'मी आईसाठी नोकरी पत्करली. ह्या घरात आईकडे बघणारं कोणी नाही. तिला कोणी एक पैसा देत नाही. आता मी आईला आणखी कष्ट करू देणार नाही.'

पहिल्या पगारातून दादानं आईसाठी चार साड्या आणल्या. सोन्याच्या बांगड्याही करायला टाकल्या.

त्या साड्यांवर पडून आई हुंदके देऊन रडली. आई साडी नेसत नसे. तिनं साडी नेसणं सोडून दिलं होतं. पण दादानं आणली म्हणून तिनं साडी नेसली. मुसमुसत तिनं साडीच्या निऱ्या घातल्या. आई खूपच सुंदर दिसत होती. तिनं दादाला छातीशी धरलं. डोळ्यांतलं पाणी तिला आवरत नव्हतं. ती दादाला म्हणाली, 'माझ्यासाठी आता आणखी काही आणू नकोस, बाबा! आता मला कशाचीही गरज नाही. तू पैसा साठव. भविष्यात तुलाच उपयोगी पडेल.'

मान खाली घालून, दबावाखाली वावरणारी आई आता ताठ मानेनं वावरत होती. तिचा मुलगा कमवायला लागला होता. आता कोण्या रंडीबाजा पुढे हात पसरण्याची तिला गरज राहिली नव्हती. पूर्वी कधीच आई इतकी आनंदी आणि उत्साही दिसली नव्हती. काफिराबरोबर संबंध ठेवल्यास पाप लागतं, म्हणून फजलीमावशी स्वत: आईला घेऊन कचेरीत गेली होती. कशाला? तर बाबांशी संबंध तोडून टाकायला. आईला तलाक मिळवून द्यायला. आईनं कचेरीतच तलाकनाम्यावर सही केली. बाबांच्या हातात तो कागद येताच 'धत् तेरी!' असं म्हणून त्यांनी तो फाडून टाकला. काफिराबरोबर एका घरात राहावं लागतं म्हणून तिचा जळफळाट व्हायचा. ती म्हणायची, 'वाट फुटेल तिकडे निघून जाईन मी.'

पण घर सोडून ती कधीच कुठं गेली नाही. तिला जायला जागा नव्हती म्हणून ती गेली नाही की हे घर, घराभोवताली स्वत:च्या हातानं लावलेली झाडं आणि

घरातली माणसं ह्या सर्वांबद्दल तिला ममता वाटत होती, म्हणून गेली नाही? समजायला काही मार्ग नव्हता.

'युनिव्हर्सिटीतून ग्रॅज्युएट होऊन आलेत आमचे कुलदीपक! मला अगदी धन्य धन्य वाटतंय!' दादा ढाक्याहून परत आल्यापासून बाबा असाच त्रागा करायचे. आपल्या ग्रॅज्युएट मुलाला त्यांनी युनिव्हर्सिटीत पाठवलं होतं 'मास्टर डिग्री' मिळवायला. पण दादा दोन वर्षांनी परत आला तेव्हा त्याच्याजवळ होती आनंदमोहन कॉलेजमधून मिळवलेली बी. एस. सी. ची डिग्री. बाबा म्हणायचे, 'ह्यापेक्षा मरण पत्करलं.' दादा बसल्या जागेवरून निर्विकारपणे बाबांचे टोमणे ऐकायचा.

दादानं घरी आल्यावर आपली खोली व्यवस्थित लावली. छोट्या दादाची कॉट बाहेर व्हरांड्यात उभी करून ठेवली. आश्चर्य म्हणजे, छोट्या दादाची कॉट बाहेर टाकली म्हणून बाबा भयंकर चिडले. त्यांनी आरडाओरड करून घर डोक्यावर घेतलं. 'ही कॉट जिथं होती तिथं ठेव. ज्याची आहे तो परत आल्यावर झोपणार कुठं? कॉटवर जशी गादी घातलेली होती, तशीच घालून ठेव.'

आई एक मोठा सुस्कारा सोडून म्हणाली, 'कमाल काय आता परत येणार आहे! हे गाव सोडून गेलाय म्हणे! इस्लामपूर की कुठं गेलाय. काय खातो, कसा राहतो कोण जाणे!'

हे आईचं बोलणं ऐकून बाबांच्या तळपायाची आग मस्तकात पोहोचली. 'काय खातो आणि काय नाही. मला काय त्याचं! तू अजिबात बोलू नकोस. तुझ्यामुळेच मुलं बिघडलीत.'

आई ताठ उभी राहून मान वर करून म्हणाली, 'का नाही मी बोलायचं? किती दिवस मी मुकाट्यानं राह्यचं? मी आता कोणाची मिंधी नाही. माझा मुलगा पैसा अडका, कपडालत्ता सगळं पुरवतोय मला. आता मी कोणाची पर्वा करत नाही. माझ्या पोराला किती दुष्टपणे मारून घरातून हाकलून लावलंत. आता कॉटवर बिछाना घालून ठेवण्यात काय फायदा? सांगा ना, आहे फायदा?'

बाबा म्हणाले, 'फायदा-तोटा मला चांगला कळतो. पण तुला समजावून सांगण्यात अर्थ नाही.'

दादानं रवीन्द्रनाथांच्या कवितेचं पुस्तक विकत आणलं होतं. त्यातल्या कविता धीरगंभीरपणे तो स्वत: वाचायचा आणि मलाही वाचायला लावायचा. मी एका मागून एक कविता वाचायची. दादा उच्चार सुधारून द्यायचा. कुठं किती भावावेग हवा, कुठं जोर द्यायचा, कुठं द्यायचा नाही, कुठं हळू म्हणायचं, कुठं भराभर म्हणायचं, हे सर्व तो समजावून सांगायचा. दादा म्हणायचा, 'कविता हृदयातून वाचली पाहिजे. तरच ते कवितावाचन.'

दादा 'काव्यसंध्ये'चा बेत आखायचा. आम्ही दोघंच कविता म्हणायचो आणि दोघंच ऐकायचो. दादा परीक्षक. माझं एक नवीनच जीवन सुरू झालं. त्यात दादा केंद्रस्थानी होता. औषध कंपनीचं एक लाल नोटबुक त्यानं मला दिलं होतं. त्यात मी रोज दोन-तीन कविता लिहायची. लिहून झाल्या की दादाला दाखवायची. तो कविता वाचायचा. मग एखादीला 'चांगली', एखादीला 'फारच चांगली' असे शेरे मारायचा. कधी कधी कविता वाचल्यावर तो म्हणायचा, 'शी! अगदीच वाईट. ही कविता नाहीच.'

माझी कवितेची वही शाळेत, एका मुलीकडून दुसऱ्या मुलीकडे फिरत राह्यची. एकीचं वाचून झालं की दुसरी घरी घेऊन जायची. वही माझ्या हातात यायला महिन्यापेक्षा जास्त दिवस लागायचे. माझ्या वहीवर मुलींच्या उड्या पडत. मी 'मुक्त विहंग' नावाची एक कविता लिहिली होती. ती वाचल्यावर दादा म्हणाला होता, 'अरेरे! माझं 'पाता' मासिक अजून निघत असतं, तर मी तुझी ही कविता नक्कीच छापली असती.'

फक्त कवितेबद्दलच नाही, तर आम्ही कथांबद्दलही चर्चा करायचो. दादा एक कथा वाचायचा, मी एक वाचायची. तो वाचताना एखाद्या ओळीला 'वा! वा!' म्हणायचा आणि ती ओळ दोन-तीन वेळा वाचायचा. त्याचं पाहून मीही तसंच करायची. बाबा घरी परत येईपर्यंत आमची साहित्यिक चर्चा मस्त रंगायची.

कधी कधी गाण्याची मैफल जमायची. मला गाणं म्हणायला सांगितल्यावर कर्कश आवाजात एक-दोन ओळी म्हणून मी सोडून द्यायची. दादाही बेसूरच गायचा. त्याचं गाणं गुरानं हंबरडा फोडल्यासारखं वाटायचं. गाण्याच्या मैफलीत आम्ही यास्मीनला आवर्जून घ्यायचो. कारण तिचा आवाज चांगला होता. दादा म्हणायचा की यास्मीनला मी एक हार्मोनियम विकत घेऊन देणार आहे.

दादानं गाणं ऐकण्याचं एक यंत्र विकत घेतलं होतं. काही वेळा संपूर्ण संध्याकाळ आम्ही गाणं ऐकण्यातच घालवायचो. 'गेले ते दिन मज घालती साद' हे गाणं ऐकताना दादा रडत असल्याचं माझ्या लक्षात आलं. मी पाय न वाजवता खोलीत आले होते. माझ्याकडे त्याचं लक्ष गेलं नव्हतं.

'दादा, तू रडतोस?' मी विचारलं.

दादा डोळ्यांतलं पाणी पुसत म्हणाला, 'छे! रडेन कशाला? उगाचंच.'

दादा खरंच रडत होता. दादा शीलासाठी रडत असेल का?

ती गोष्ट अजून माझ्या मनात राहून गेलीय. दादाच्या मनात कसलं तरी दुःख राहून गेलंय, हे मला ठाऊक होतं. दादा एकटाच बसून अगदी जवळच्या माणसासाठी रडायचा, गेलेल्या दिवसाची आठवण काढून रडायचा.

मी दादाच्या शेजारी खिडकीत जाऊन बसले. बागेत लिली फुलल्या होत्या.

त्यांचा मधुर सुवास पसरला होता. रस्त्यावरून माऊथ ऑर्गन वाजवत दुलाल चालला होता. तो इतका जोरात चालायचा की त्याला पाहून वाटायचं की तो धावतोच आहे. सकाळी, दुपारी, संध्याकाळी, एवढंच नाही तर मध्यरात्रीही माऊथ ऑर्गनचा आवाज आला की कोणीही डोळे मिटून सांगावं की हा दुलाल आहे म्हणून. तो कोणाशी बोलायचा नाही, कोणासाठी थांबायचा नाही, नुसता धावत असायचा. जणू काही त्याला एखादं जरुरीचं काम आहे. खरं तर तो काहीच काम करत नसे. लोक त्याला वेडा म्हणत.

मी दादाला विचारलं, 'दुलाल खरंच वेडा आहे?'

'मला तसं वाटत नाही.' दादा म्हणाला.

अचानक एक निःश्वास सोडून दादा उभा राहिला. ढगाळलेलं आकाश निवळून ऊन पडावं तसं दादाच्या चेहऱ्यावर हसू पसरलं होतं. दादा मला म्हणाला, 'जा, बुद्धिबळाचा डाव मांड. आज कोण जिंकतं ते पाहू या.'

दादाला हसताना पाहून मला खूप बरं वाटलं. मी बुद्धिबळाचा डाव मांडला. दादाकडून बुद्धिबळ खेळायला शिकल्यापासून मीच जिंकत असे. दादा नेहमीच हरायचा. माझ्या डोळा चुकवून तो सोंगट्या चोरायचा. म्हणून खेळायला सुरुवात करतानाच मी सांगून ठेवायची की चोरी केलेली चालणार नाही. तरीसुद्धा चोरी करताना दादाला मी दोनदा पकडलं होतं. तासाभरातच मी त्याच्या राजाला शह देताच तो पट जाणूनबुजून उलटवून टाकत असे. मग मी मोठमोठ्यानं किंचाळायची, 'दादा, तू हरत होतास, दादा, तू हरत होतास.'

मग आपल्याला काही कळलंच नाही, असा लहान मुलासारखा निष्पाप चेहरा करून दादा विचारायचा, 'मी हरत होतो? कुठं? दाखव बरं कसा हरत होतो. तूच तर हरलीस.'

भाबडा चेहरा करून तो हरल्याचं नाकबूल करायचा. मी चुकीची चाल दिली, ते त्याला आवडलं नाही, म्हणून त्यानं पट उलटवला, हे असायचं त्याचं स्पष्टीकरण. 'मी नेहमी जिंकते, मी चांगलं खेळते,' हे कधीच त्यानं कबूल केलं नाही.

शाळेत 'हुशार विद्यार्थिनी' म्हणून माझं नाव झालं होतं. पहिल्या तीनमध्ये माझा नंबर असायचाच. तरीही मी हुशार आहे हे मानायला बाबा तयार नसत. मी अभ्यासाकडे दुर्लक्ष करते, अशी त्यांची ठाम समजूत होती. नाही तर मी पहिली नसते का आले! फार राग यायचा.

आई दादाचं मन सांभाळण्यातच गुंतलेली असे. दादाला सुकं मटण खावंसं वाटलं की आई लगेच करायची. दादाला झाल पीठा खावासा वाटला की आई लगबगीनं तयारीला लागायची. आकाश ढगाळलं किंवा उगाच पावसाचे दोन थेंब

पडले की दादा म्हणायचा, 'आई, भुना खिचुडि कर आणि हिल्सा तळ.'

लगेच आई खिचडसाठी डाळ, तांदूळ काढायची.

आईच्या पीरबाडीच्या फेऱ्या कमी झाल्या होत्या.

पैसाअडका असलेला दादा घरातली महत्त्वाची व्यक्ती झाली होती. त्यानं आम्हाला चित्ररूप स्टुडिओत नेऊन आमचा ग्रुप फोटो काढून घेतला. स्वत:चे निरनिराळ्या पोझेस्‌मध्ये फोटो काढून त्यानं ते अल्बममध्ये लावून ठेवले होते. काही फोटो एनलार्ज करून ते फ्रेम करून त्याने खोलीत लावले होते. ते दाखवून तो विचारायचा, 'काय, मी सिनेमातल्या हिरोसारखा दिसतो की नाही?'

तो हिरोसारखा दिसतो, हे मी कबूल करायची. दादा दिसायला खरोखरच देखणा होता.

रवीन्द्रनाथ आणि नजरूल ह्यांची चित्रं मी काढली होती. ती दोन्ही चित्रं फ्रेम करून दादानं भिंतीवर लावली होती. घरी आलेल्या पाहुण्यांना तो ती दाखवून सांगायचा, 'ही माझ्या बहिणीनं काढलीत बरं का!'

रंग आणि ब्रश आणून देऊन दादा मला चित्र काढायला सांगायचा. चित्र काढताना, मोठी झाल्यावर एखाद्या फाईन आर्टस्‌ स्कूलमध्ये जाण्याचा विचार मी नेहमीच करायची. पी. टी. आय. स्कूलच्या गाण्याच्या मास्तरांनी मी मोठी कलाकार होणार म्हणून भाकीत केलं होतं. मी कुठलंही चित्र काढत असो, दादा भारावून ते बघत राह्यचा आणि म्हणायचा, 'तुला तुझ्या लहानपणी मीच चित्र काढायला शिकवलं. म्हणून तर तू एवढी सुंदर चित्र काढतेस.'

एकदा माझ्या मनातली इच्छा दादाला सांगितली, 'मी फाइन आर्टस स्कूलमध्ये शिकायला जाईन. मग मला आणखी सुंदर चित्र काढता येतील.' दादा तोंड वेंगाडून म्हणाला, 'बाबांना कळलं तर ते तुला जिवंत ठेवणार नाहीत. ते तुला काही झालं तरी कलाकार होऊन देणार नाहीत. म्हणतील, कलाकार उपाशी मरतो.'

दादा फक्त आईसाठीच आणायचा असं नाही. तो आम्हालाही कपडे, चपला आणायचा. सिनेमाला न्यायचा. मला तर सिनेमाची चटकच लागली होती. सिनेमासाठी मी त्याच्या सारखी मागे लागायची. त्याला अगदी सतावून सोडायची. मग मधून मधून तोही गंमत करायचा. एकदा मला म्हणाला, 'ठीक आहे, अर्ज कर माझ्याकडे. मग विचार करून ठरवतो तुझा अर्ज मंजूर करायचा की नाही.'

मी अर्ज लिहिला. 'डिअर सर' अशी सुरुवात केली. अर्जाच्या शेवटी लिहिलं, 'युअर ओबीड्यन्ट सर्व्हन्ट.' खरं तर पुस्तकात पाहूनच मी लिहिलं होतं. मॅनेजरकडे पैसे मागण्यासाठी अर्ज कसा करावा त्याचा नमुना पुस्तकात दिलेला होता. त्या अर्जातील 'पैसे पाहिजेत' च्या जागी 'सिनेमा पाह्यचा आहे' एवढाच बदल मी केला होता.

दादाला अर्ज मिळाला. पण त्यानं त्याचा कोणताच निर्णय मला कळवला नाही. मी अगदी उतावीळ झाले होते. ते पाहून दादा म्हणाला, 'तुला जराही धीर नाही. अशी घाई मला अजिबात आवडत नाही. एकदा मी एका मित्राला घेऊन सिनेमाला गेलो होतो. इक्बाल त्याचं नाव. आम्ही त्याला 'पांढरा हत्ती' म्हणत असू. गोरापान आणि लट्ठ होता ना तो! थिएटरवर गेल्यावर समजलं की तिकिटं संपलीत. ह्याचं म्हणणं काही झालं तरी सिनेमा पाह्यचाच. ब्लॅकनं तिकिटं घ्यावी लागली तरी घ्यायची. ब्लॅकमध्ये तिकिटांचा भाव तिप्पट होता. मी त्याला म्हटलं की आपण उद्या येऊ या. पण तो आजच आत्ताचाच मॅटिनी शो बघायचा म्हणून हटून बसला. मी त्याला एक ठेवून दिली. त्यानंतर पुन्हा कधी माझ्यासमोर त्यानं असा नाचरेपणा केला नाही. तूही त्या इक्बालसारखी आहेस. अजिबात धीर नाही.'

मला दादा आवडायचा पण कधी कधी त्याचा हेवाही वाटायचा. त्याला त्याच्या मर्जीप्रमाणे पाहिजे तिथं जाता यायचं, पाहिजे ते करता यायचं. त्यानं मोटरसायकल घेतली होती. तिच्यावरून तो गावभर फिरायचा. कुठं कुठं जायचा. टांगाईल, जमालपूर, नेत्रकोणा. मलाही त्याच्याबरोबर जावंसं वाटायचं. आपल्या सीमेबाहेर पाऊल टाकण्याची मला फार इच्छा होती. दादा म्हणाला होता की एक दिवस मी तुला जयरामकुराला पर्वत दाखवायला घेऊन जाईन. गारो पर्वत. मी तिथं जायला उतावीळ झाले होते. पण दादा जाणं पुढे पुढे ढकलत होता. ह्या महिन्यात नको, पुढच्या महिन्यात जाऊ, असं म्हणत होता. तरीही मी आशा सोडली नव्हती. एक दिवस सगळे उठण्याआधीच उठून, भल्या पहाटे मी पर्वत पाह्यला जाणार होते. खूप दूर. एकांताच्या पाठीवर डोकं देऊन मी शिशिरात टपटपणारं दव पाहणार होते.

दादा मयमनसिंहला परत आल्यानंतर काही महिन्यातच बाबांची ढाक्याच्या मिटफोर्ड हॉस्पिटलला बदली झाली. बदलीचं कळल्यापासून बाबा सारखे चिडचिड करायचे. दादावर घराची जबाबदारी सोपवून ते ढाक्याला गेले. पण दर दोन-तीन दिवसांनी रात्रीच्या गाडीनं ते मयमनसिंहला यायचे आणि पहाटेच पुन्हा ढाक्याला जायचे. मिटफोर्डला ते जुअरिस्प्रूडन्स विभागाचे प्रोफेसर म्हणून गेले होते. ते आता विद्यार्थ्यांना शिकवत होते. मॉर्गमध्ये प्रेतांची चिरफाड करत होते. बबांची बदली झाल्याचा सर्वांत जास्त आनंद मला झाला. तेव्हा माझं वय पंख पसरून भरारी मारण्याचं होतं.

एका दुपारी मला ब्रह्मपुत्रेत पाय भिजवून यायची इच्छा झाली. आमच्या घरापासून ब्रह्मपुत्रा हाकेच्या अंतरावर होती. पण तिथं जायला घरातून परवानगी नव्हती. जेव्हा मी लहान होते तेव्हा मला घरातली मोठी माणसं म्हणायची, 'तू लहान आहेस. एकटीनं बाहेर जाणं बरोबर नाही. मुलांना पळवून नेणारा झोळीत

घालून घेऊन जाईल. फटिंग टिंग नदीच्या काठी उभा असतो. तो पायानं बोलतो. हाऊमाऊखाऊ असं म्हणून तो तुला खाऊन टाकील ना!'

आणि जेव्हा मोठी झाले तेव्हा ऐकावं लागलं, 'मोठ्या मुलींनी बाहेर जाणं बरोबर नाही.'

घरात कोणालाही कळू न देता, यास्मीनला बरोबर घेऊन चूपचाप बाहेर पडले. आई झोपली होती. दादा बाहेर गेला होता. बाबा ढाक्याला होते. माझा रस्ता मोकळा होता. मी फटिंग टिंगला घाबरत नव्हते. का नाही जायचं मग? जायचंच. थोडं थोडं साठत माझं स्वप्नही नदीप्रमाणे लांब झालं होतं. – मनासारखं ब्रह्मपुत्रेच्या तीरावर भटकण्याचं स्वप्न, ब्रह्मपुत्रेत पाय बुडवून बसण्याचं स्वप्न.

मी ब्रह्मपुत्रेच्या तीरावरून चालत होते. माझे केस वाऱ्यावर उडत होते, वारा भणभणत होता. दुपारच्या वेळी उन्हात तीरावरची वाळू चमकत होती. त्याच वेळी अगदी त्याच वेळी– मी खूप आनंदात असताना– एका मुलानं माझ्या आनंदात विष कालवलं. तो समोरून येत होता. माझी काहीही चूक नव्हती. मी त्याच्या चालत्या गाडीला खीळ घातली नव्हती. पण मला काही कळायच्या आतच त्यानं माझे दोन्ही स्तन आणि नितंब जोरात दाबले व हसत हसत तो निघून गेला. त्याच्याबरोबर असलेले त्याचे मित्र टाळ्या देऊन हसायला लागले. माझं शरीर जणू माझं नव्हतंच. ते त्या मुलाचं खेळणं होतं. ब्रह्मपुत्रा सगळ्यांची आहे. माझीही आहे. ह्या तीरावर येण्याचा मलाही अधिकार होताच. पण माझा अपमान करण्याचा त्याला काय अधिकार होता? मी मुठी आवळल्या. त्या सगळ्यांना चाबकानं फोडून काढावं, असं वाटलं. चामडी सोलून काढावी, असं वाटलं. पण काहीच करू शकले नाही. दोन पावलंसुद्धा पुढे टाकू शकले नाही. यास्मीन रडकुंडीला आली होती. 'बुबू, चल, घरी जाऊ या. मला भीती वाटते.' ब्रह्मपुत्रेवरून संतापानं पेटून मी घरी परतले. घरात शिरताच पाहिलं की अमानकाका आईला खेटून बसून गप्पा मारत होता.

'काय ग, कसं काय चाललंय?' अमानकाकानं विचारलं.

मी तीक्ष्णपणे त्याच्याकडे पाहिलं आणि एकही शब्द न बोलता माझ्या खोलीत गेले आणि खोलीचं दार लावून घेतलं. मग मी मोकळेपणानं रडले. माझ्या अगतिकतेसाठी रडले. पण मी रडतेय हे मात्र कोणालाही कळू दिलं नाही. वेदनेचं अथांग पाणी मला भोवऱ्यात अडकवून पार तळाला नेत होतं, हे कोणाला कळलंच नाही.

आईला विचारलं, 'अमानकाका कशाला आला होता?'

आई गोड हसून म्हणाली, 'तो अल्लाच्या मार्गानं येणार आहे. त्याला नसीहत देत होते.'

मी म्हटलं, 'फार नसीहत देऊ नकोस. नसीहत द्यायला गेली आणि मुबाश्वेरा ह्या जगातूनच गेली माहीत आहे ना?' माझा आवाज अगदी बारीक होता म्हणून म्हणा किंवा आई कसल्या तरी विचारात असल्यामुळे म्हणा माझं बोलणं तिला ऐकू गेलं नाही.

अमानकाका रोज संध्याकाळी यायचा आणि आईच्या खोलीत बसून अगदी खालच्या आवाजात काहीतरी बोलत असायचा. आई तेव्हा दार लोटून घ्यायची. एकदा मी लोटलेलं दार ढकलून आत शिरले. मला अचानक आत आलेलं पाहून अमानकाका पलंगावरून उडी मारून खाली उतरला. मच्छरदाणीत आई होती.

'आई, काळोखात बसून काय करतेस?' मी विचारलं.

आई म्हणाली, 'अमानचं त्याच्या बायकोबरोबर भांडण झालंय. त्याचं मन थाऱ्यावर नाही. म्हणून तो माझ्याकडे आलाय. मन मोकळं केलं की बरं वाटतं. त्याला अल्लाच्या मार्गानं येण्यासाठी समजावत होते.'

'मला भूक लागलीय. जेवायला वाढ.' उगाचंच असं म्हटलं. भूक लागली तर मणीच मला जेवायला वाढायची.

आई चिडून म्हणाली, 'डोकं दुखतंय म्हणून जरा पडले होते. पण तुम्ही मला शांतपणे पडूही देत नाही.'

मी खोलीतून बाहेर आहे. व्हरांड्यात वाऱ्यावर उभी राहिले. एक खोल श्वास घेतला. अमानकाकाला आईला चिकटून बसलेलं पाहून मला श्वास घ्यायला त्रास होत होता. मी सात वर्षांची असताना ज्यानं मला नागडं केलं होतं, तो अंधारात आईलाही नागडं करत असणार, अशी मला शंका आली.

अमानकाकाचं वेळी अवेळी घरी येणं दादाच्याही नजरेतून सुटलं नव्हतं. तो घरी आल्यावर विचित्र नजरेनं इकडे तिकडे पाह्यचा.

□

कसरीचे आश्रयस्थान

आईच्या लाकडी कपाटाच्या एका कप्प्यात फक्त पुस्तकं होती आणि राहिलेल्या बाकी कप्प्यांत घड्या न घातलेले कपडे कोंबून ठेवलेले होते. पुस्तकांच्या कप्प्यात मक्सूद-उल-मो 'मेनिन, नज़्म-उल-कुराण, पीर अमीरुल्लाहांनी लिहिलेल्या कवितांचं पुस्तक 'मिनार', तजकिरातुल अवलिया ह्या पुस्तकांबरोबरच 'हु ॲम आय' नावाचं एक इंग्लिश पुस्तकही होतं. अमिरूल्लाहांना इंग्लिशही येत होतं. आईनं अनेकदा मला सांगितलं होतं की हुजूर खूप ज्ञानी आहेत. फाडफाड इंग्रजी बोलतात. हुजुरांबद्दल बोलताना आईचे डोळे चमकायचे.

अमीरुल्लाहांनी नक्कीच व्यावहारिक शिक्षण घेतलं असणार! मला ह्याबद्दल आईला विचारावंसं वाटायचं. पण उद्धटपणा होईल म्हणून मी हे वाक्य गिळूनच टाकलं होतं. अल्ला रसूलच्या बाबतीत काही बोलायला खरं तर आईला आवडायचं नाही. पीर अमीरूल्लाहांच्याविषयी चर्चा केलेलीही तिला खपायची नाही. ती जे काय सांगायची ते मी 'हं', 'हूं' करून ऐकून घेतलं की ती एकदम खूष व्हायची. मी तिची मुलगी होते, तेव्हा तिला खूष ठेवणं हे माझं कर्तव्य होतं. मला असंच शिकवलं होतं. आईला खूष ठेवलं की थपडा, चापट्या, गुद्दे ह्यांच्यापासून बचाव व्हायचा, शिवाय जेवताना आई प्रेमानं माशाचा किंवा मटणाचा मोठा तुकडा पानात वाढायची. आईच्या प्रेमापेक्षा थपडा, गुद्दे ह्यांच्यापासून वाचण्यासाठी मी ओठ शिवून टाकायची. कुराण, हदीस मानत नाहीत ते मुसलमान नव्हेतच, असं आईचं स्पष्ट मत होतं. ते नरकाच्या आगीत होरपळणार.. आदर नाही. मग बस! अल्लाचा हिशेब अगदी सरळ साधा होता. नमाज, रोजा नाही, तर नरकाची आग. बुरखा घातला नाही, तर नरकाची आग. परक्या पुरुषांबरोबर बोलल्यास, नरकाची आग. लघवी करून पाणी नाही घेतलं, नरकाची आग. जोरात हसलं, नरकाची आग. जोरात रडलं तरीसुद्धा नरकाची आग. फक्त आग. मला आईला सांगावंसं वाटायचं की लोक आगीला एवढं का भितात? हल्ली आग भयंकर गोष्ट राहिलेली नाही. थंड देशात तर घरोघरी शेकोटी पेटवून ठेवतात. सर्कशीत आगीशी किती विलक्षण खेळ खेळतात. आता

भाजल्यावर औषधोपचार आहेत. बरी होतात माणसं! आणि अल्ला तरी माणसांना आगीचीच एवढी भीती कशाला दाखवतो! लोकांना छळायच्या आणखी किती तरी भयंकर तऱ्हा आहेत. पण अल्ला त्यांच्या वाटेला जाताना दिसतच नाही. दुष्ट, वाईट लोकांना दुसऱ्यांचा शारीरिक छळ करायला आवडतो आणि चतुर लोकांचा मानसिक छळ करतात. शारीरिक कष्टांपेक्षा मानसिक कष्टांचा त्रास जास्त होतो. अल्ला चतुर आहे, असं वाटत नाही. तो दुष्ट, वाईट आहे. गेंतूच्या बापासारखा. कधी कधी तो मला बाबांसारखा वाटतो. बाबा जे बोलतात त्यातील अक्षर अन् अक्षर पाळलं गेलं पाहिजे, असं बाबांना वाटतं. जरा कुठं त्यांच्या मनाविरूद्ध घडलं की ते बेदम मारतात. हा शारीरिक छळच झाला. बाबा आणि अल्ला ह्यांच्यात एकच फरक आहे. बाबा व्यावहारिक शिक्षण देऊन आम्हाला मोठं व्हायला सांगतात, तर अल्ला कुराण, हदीस वाचावं अशी इच्छा करतो. बाबा जसे मला दूरचे वाटतात, तसा अल्लाही वाटतो. बाबा घरात नसले की मी खूष होते. अल्ला तर बिचारा निराकारच आहे. पण त्याच्याबद्दल बोलताना मी अस्वस्थ होते. दोघंही नसण्यात मला आनंद आहे. दोघंही मला दोन बाजूला अशा रीतीनं खेचतात की माझं अस्तित्वच संपून जातं. राहतं ते मॉर्गमधलं दोन भाग झालेलं प्रेत. बाबा माझ्यावर खूष झाले की पेटीभर मिठाई आणतात, मोठमोठे रहू, कतला आणून त्यांचा मधला मोठा तुकडा मला वाढायला लावतात. अल्ला पण ज्याला खायला घालतो त्याला अगदी पोट भरून घालतो. पक्ष्यांचं मांस, द्राक्षं, मद्य आणि खूप काही. गुलाबी रंगाच्या सुंदर तरुणी पुरुषांच्या पात्रांत मद्य ओततात. स्वर्गातलं भोजन केल्यावर ढेकरही सुगंधित येतो, ह्या गोष्टीवर नाना विलक्षण खूष होते. मला मात्र कोणीही ढेकर दिला तरी किळसच येते. मग ढेकर सुगंध येणारा असो की दुर्गंध येणारा. एक ढेकर देतोय आणि दुसरा त्याचा सुवास घ्यायला तयारीत उभा आहे, असं कधी होतं का? म्हणजे असं की नाना ढेकर देताहेत आणि गेंतूचा बाप त्याचा वास घ्यायला नाक फेंदारून उभा आहे. हदीस उजव्या हातात घेऊन मी नाना आणि गेंतूच्या बापाला डाव्या हाताला बसवलं. एक ढेकर देत होता, एक त्याचा वास घेत होता. मी कसर, अक्षरं आणि ढेकर ह्यांत हरवून गेले. मी होतेही आणि नव्हतेही. ढेकर होतेही आणि नव्हतेही. कसर आणि अक्षरं माझ्याबरोबर होती आणि ढेकरांबरोबरही. मला ह्या अवस्थेपासून दूर जायचं नव्हतं. हदीसच्या पुस्तकात कसरीनं आश्रय घेतला होता. आमच्या घरात ओल होती. काही दिवस पुस्तकाला हात लागला नाही की कसर लागायची. कसरीचं मोठं पोट पाहून मला किळस यायची. पुस्तक जमिनीवर झटकून मी कसर मारली. एक डोळा मारलेल्या कसरीवर होता तर दुसरा पुस्तकातल्या अक्षरांवर. ती अक्षरं ओळीत मांडली होती आणि त्या ओळी अशा होत्या–

'जगातली सर्वच गोष्टी भोग्यवस्तू आहेत आणि त्यांतील सर्वोत्तम भोग्यवस्तू

म्हणजे चारित्र्यसंपन्न स्त्री.'

मी जमिनीवर आडवी झाले होते. माझा एक हात हनुवटीवर होता. दुसऱ्या हातात हदीस होतं.

'मला पाया पडण्याबाबत कोणाला हुकूम करायचा झाल्यास मी प्रत्येक स्त्रीला तिच्या पतीच्याच पाया पडण्याचा हुकूम करेन.'

'एखादी स्त्री तिच्या पतीला म्हणाली की तुमची कोणतीच गोष्ट मला पसंत नाही, तर तिची सत्तर वर्षांची इबादत[१] नष्ट होते. मग भलेही तिनं दिवसा रोजा ठेवून आणि रात्री नमाज पढून सत्तर वर्षांचं पुण्य कमावलेलं असो.'

'नवरा बायकोला चार कारणांनी मार देऊ शकतो.–

१. साजशृंगार करून त्याच्याजवळ येण्यास त्यानं फर्मावलं असता, तिनं ते मानलं नाही तर,

२. संभोगाला नकार दिला तर,

३. स्त्रीनं तिचं कर्तव्य, स्नान आणि नमाज ह्यांचा त्याग केला तर,

४. नवऱ्याच्या परवानगीशिवाय दुसऱ्याच्या घरी गेल्यास.'

'ज्या स्त्रिया पतीच्या दुसऱ्या विवाहाचा मत्सर न करता शांत राहतात, त्यांना अल्ला शहिदांच्या बरोबरीनं सवाब देतो.' कसर पुस्तक सोडून माझ्या अंगावर चढायला लागली. बहुतेक आता तिला मलाच खायचं होतं. सगळ्या घरालाच कसर आणि वाळवी लागली होती. रात्री कुटकुट आवाज करत वाळवी लाकूड खायची आणि आवाज न करता कसर पुस्तकांची पानं खायची. महानबी हजरत महंमदांची वचनंही ती मजेत खाऊन टाकत होती. कसर काय मुसलमान होती! तिचा नक्की कोणताच धर्म नव्हता! ती 'शरदेंदु अमनिबास' ही खाते आणि 'हदीस', 'कुराण' ही खाते.

दिलरूबानं शाळा सोडल्यापासून माझी पुस्तकांशी मैत्री जमली होती. लायब्ररीतील पुस्तकं भराभर संपत होती. बंकिम, शरच्चंद्र, विभूतिभूषण, रवीन्द्रनाथ जे मिळेल ते मी वाचत होते. गच्चीत बसून, जिन्यावर बसून, अभ्यासाच्या टेबलापाशी बसून किंवा झोपून. – पण मी वाचत होते. बाबा घरात शिरताच ही क्रमिक पुस्तकांबाहेरची पुस्तकं मी पटकन् लपवून ठेवत असे आणि अभ्यासाचं पुस्तक समोर उघडून ठेवत असे. रात्री सगळे झोपल्यावर हळूच उठून दिवा लावत असे आणि मच्छरदाणीत पडून ही अभ्यासाबाहेरची पुस्तकं वाचत असे. यास्मीन माझ्या शेजारी गाढ झोपलेली असे. आई मधून मधून टोकायची, 'दिवसभर कसली फालतू पुस्तकं वाचतेस! जरा अल्लाचं नाव घेत जा आता. एक दिवस सगळ्यांनाच मरण येणार आहे. मुबाश्वेरा नाही गेली!' मी आईला काहीही उत्तर द्यायची नाही. आईचे आदेश-उपदेश तळपत्या सूर्याप्रमाणे मला भाजून काढत.

कुराण, हदीस मानलं नाही तर आखिरतला वाचण्याची अजिबात शक्यता नाही, ही धमकी मी पुष्कळ वेळा ऐकून चुकले होते. तरीही हदीस कशाला म्हणतात ते मला अजून नीट कळलंच नव्हतं आणि आता जे कळलं होतं त्याच्यावरून आणखी खोलात जाऊन समजावून घ्यायची माझी इच्छा नव्हती. घाणीच्या टोपलीत घाणच असणार. त्यात रत्नं माणकं शोधण्याचं कारणच नाही. कसरीनं खाल्लेलं हे पुस्तक दोन्ही हातांनी मी बंद करून टाकलं. त्यातून ढेकर बाहेर येतच होते. जणू काही ह्यानंच खाल्ला होता स्वर्गातला खाना! आईची चाहूल लागताच मी पुस्तक होतं तिथंच ठेऊन दिलं. कसर मुकाट्यानं हदीस खातेय, हे आईला माहीतच नव्हतं. आई अमानकाकाला नसीहत देण्यात गुंतली होती. रोज रात्री आईच्या खोलीतील काळोखातून कुजबूज, खदखद असे नसीहत देण्याचे आवाज ऐकू यायचे. आईला कसरीबद्दल काहीच सांगितलं नाही. कसरीला लागली असेल भूक तर खाऊ दे. मला कसर मारत बसायची गरजच काय?

मुबाश्वेरा गेली म्हणून मी अल्लाचं नाव का घ्यायचं, ते मला कळलंच नाही. मला अल्लाचं नाव घ्यायची अजिबात इच्छा नव्हती. अल्ला फाल्ला सगळं खोटं आहे, असंच मला वाटतं. कुराण एका अजाण × × पुरुषानं लिहिलंय. हदीस म्हणजे महंमदाची वचनं असतील तर महंमद नक्कीच गेंतूच्या माच्या नवऱ्यासारखे × × ×, × × ×, × × ×. अल्लामध्ये आणि महंमदामध्ये मला काहीही फरक दिसत नाही.

मी पुस्तक कप्प्यात ठेवलं खरं, पण माझ्या मनाला कसर लागली होती. आतल्या आत आवाज न करता ती माझ्या मनातले शब्द, अक्षरं, वाक्य, आणखी काही काही खात होती.

संध्याकाळी गेंतूची मा आली होती. ती पूर्वीप्रमाणेच पिचक्या आवाजात बोलत असूनसुद्धा मी काही तिला प्रथम ओळखलं नाही. आई व्हरांड्यात खुर्चीवर बसून माळेतले मणी ओढत होती. तरी गेंतूच्या माच्या बोलण्याकडे तिचं लक्ष होतं. खरं म्हणजे माळ ओढताना 'दरूद[१]' म्हणायला पाहिजे. आई हे दोन्ही एकाच वेळी कसं करू शकत होती? बहुतेक आईला दोन मनं असावीत. एक मन अल्लात गुंतलेलं आणि एक ह्या जगात. आईचं जग मात्र फारच लहान होतं. दिवसातून दोनदा त्याला फेरफटका मारून येता येत होतं. गेंतूची मा अचानक बोलणं थांबवून आपले कपडे वर करायला लागली. माळेतले निळे मणी आईच्या बोटातून पूर्वीपेक्षा अधिक वेगानं सरकू लागले. बोटातून मणी सरकत होते आणि गेंतूच्या माच्या अंगावरचे कपडे सरकत होते. दोन्ही अगदी तालात चाललं होतं. तिनं कपडे वर सारून पाय, मांड्या, तळवे उघडे करून दाखवले. सगळीकडे भाजलं होतं. आईनं च्यक् च्यक्

केलं. हे कृत्य गेंतूच्या बाबांनी केलं नव्हतं, तर सफर अलीनं केलं होतं. दोन वर्षांपूर्वी गेंतूच्या मा नं सफर अलीशी लग्न केलं होतं. त्यानंच तिला लाकडानं पोळलं होतं. का केलं त्यानं असं? कारण तो तिचा नवरा होता आणि नवऱ्याला बायकोला पाहिजे ते करायचा अधिकार होता. मी मनातल्या मनात असंच उत्तर शोधून ठेवलं होतं, पण आईच्या आणि गेंतूच्या माच्या मते सफर अली अत्यंत नीच आणि बदमाश होता.

'सफर अली कुराण, हदीस मानून चालतोय. म्हणूनच त्यानं आपल्या बायकोला मारलं, ' असं आईला सांगावंसं वाटलं. शब्द ओठांशी घुटमळत होते. शेवटी मी ते गिळून टाकले. सगळी अक्षरं कसरीनं खाल्ली की काय? कोण जाणे!

गेंतूची मा आमच्या घरी काम मागायला आली होती. भाजल्यामुळे आता तिचं पुन्हा लग्न होणं शक्यच नव्हतं. कोणीही पुरुष तिला पोसायला तयार नव्हता. माळेतले मणी आता हळूहळू सरकत होते. आई म्हणाली, 'माझ्याकडे चोवीस तासाची बाई आहे. आणखी मोलकरीण ठेवायची मला गरजच नाही.'

आईचे दोन्ही पाय हालत होते. कोणत्या तालावर कोण जाणे! बहुधा तिच्या मनात एखादं गाणं घुमत होतं. मोराच्या नाचाचा ताल आईच्या पायांत होता. आई दिवसा आपले पंख मिटून घ्यायची आणि रात्री पसरायची. मी आईच्या पायांकडे बघत असतानाच गेंतूच्या माच्या चेहऱ्यावर उतरलेली सांजही पाहत होते. धूसर उजेडात आईच्या हातांतील माळेतले मणी मांजराच्या डोळ्यांसारखे चमकत होते.

गेंतूच्या माला आईनं काम दिलं नाही. पण आई तिला म्हणाली, 'तशी जाऊ नकोस. दोन घास खाऊन जा.'

मी दारात बसून गेंतूच्या माचं भाजलेलं अंग पाहत होते. तिथून नजर उचलून ती आईवर रोखत एकदम बोलून गेले, 'गेंतूच्या माला कामावर ठेवलंस तर काय महाभारत अशुद्ध होईल?'[३]

'महाभारत तर अशुद्ध आहेच.' आई शांतपणे म्हणाली.

गेंतूची मा व्हरांड्यात बसली होती. ती कापून टाकलेल्या झाडाच्या बुंध्यासारखी दिसत होती. बुंध्याच्या डोक्यावर शेकडो डास चक्रासारखे फिरत होते. हातां-पायांवर बसलेले काळे कुळकुळीत डास लंगरखान्यात[४] खाना खायला बसल्यासारखे दिसत होते. जळलेल्या कातड्याचं स्पर्शज्ञानही बहुधा कमी झालं होतं. फक्त पोटाची भूक पोटात राहून गेली होती. गरिबांचं असंच होतं. त्यांचं सगळं जातं– संसार, समाज, नातेवाईक, पैसाअडका सगळं जातं. पण भूक काही जात नाही. मी स्वत:ला गेंतूच्या माच्या जागी कल्पनेनं बसवून पाहिलं. मी जर गेंतूची मा असते तर घासभर भातासाठी अशी वाट पाहत बसून राहिले नसते. उठून निघून गेले असते. पुन्हा मागे वळूनसुद्धा पाहिलं नसतं. बेलाच्या खालून काळ्या फाटकाकडे जाताना जणू मी

स्वत:च स्वत:लाच पाहत होते. मी चालत होते. वाऱ्याच्याही पुढे. वेड्या दुलालसारखी. कोणाकडेही न पाहता. दुलाल माऊथ ऑर्गन वाजवत जायचा. माझ्याजवळ माऊथ ऑर्गन नव्हता. पण बराच काळ जमलेला आर्तनाद होता माझ्या छातीत. त्यामुळे दुसऱ्या कुठल्याही वाद्याची मला गरज नव्हती. आतून आगीच्या ज्वाळा बाहेर पडत होत्या पण त्या आता मला जाळत नव्हत्या. मन जळून केव्हाच खाक झालं होतं. शरीरावरचं सगळं कातडं जळून गेलं होतं. ही आग माझ्या जळलेल्या शरीरातून ठिणग्या उडवत होती. मी जेव्हा सफर अलीच्या घरी जाऊन पोहोचेन, तेव्हा मला पाहून तो चमकेल. चुलीतलं लाकूड घेऊन माझ्या अंगावर धावून येईल. पण त्यानं मला स्पर्श करण्याआधीच त्याचं शरीर जळायला लागेल. आतून भडकून उठलेली आग. अंध शापित आग. सफर अलीच्या शरीरावर तिचं तांडव नृत्य सुरू होईल. त्याच्या हातातल्या पेटलेल्या लाकडावरही आग नाचेल. तो जळून खाक होईपर्यंत मी तिथंच थांबेन. मगच माझी भूक भागेल.

जी आग इतके दिवस माझ्या अंत:करणात भरली गेली, तीच चौपटीनं भडकून उठेल. मी पुन्हा वाऱ्याच्या पुढे पुढे वेड्या दुलालसारखी चालत निघेन. आगच मला सफर अलीच्या घरापासून गेंतूच्या बाबांच्या घरापर्यंतचा रस्ता दाखवेल. तिथं मला कळवळून विव्हळण्याचा आवाज ऐकू येईल. अंगणात उभ्या असलेल्या लोकांसमोर मला तलाक दिल्यावर माझ्या तोंडून निघालेला आवाज तो हाच असेल.

एवढी कल्पना करून मी एक श्वास घेतला. गेंतूची मा झाडाच्या बुंध्यासारखी व्हरांड्यात बसूनच होती. तिच्या डोक्यावर डास चक्रासारखे फिरतच होते. तिच्या आकसलेल्या देहाकडे पाहून तिच्या जागी मला बसवण्याची कल्पना मी सोडून दिली. दारात मी बसले होते तिथंच बसून मी स्वत:ला गेंतूच्या बाबांच्या बाहुली खेळण्याच्या वयातील बायकोच्या भूमिकेत पाहू लागले. बाहुलीशी खेळण्याचं वय होतं ते. गेंतूच्या बापाचा विळ्याचा वार माझे तुकडे तुकडे करून टाकत होता. मी रक्तबंबाळ होऊन अंगणात पडले होते. कण्हत होते. किंचाळत होते आणि अंगणात जमलेली माणसं मुकाट्यानं सगळं पाहत होती– कोणी हातावर कोपर टेकून, कोणी हात मानेखाली घालून. सगळे पाहत होते बायोस्कोपमधील शेवटचं दृश्य. पण मी सर्व दर्शकांना चकित केलं. गेंतूच्या बापाच्या हातून विळा घेऊन मी त्याचं कातडं सोलवटून काढलं. जखमेवर मीठ चोळलं. जमलेल्या लोकांनी मोहल्ला डोक्यावर घेतला. ते ओरडत होते की मी वेडी आहे. ठार वेडी.

हो. वेडीच.

कोळंबी नीट साफ केली नाही म्हणून आई मणीवर चिडली. 'कातडं सोलून काढून त्यात मीठ भरेन,' अशी धमकी आईनं तिला दिली होती. त्याचं असं झालं

: अमानकाकाला कोळंबीची मलाई करी खावीशी वाटली. म्हणून ती केली होती. पण खाताना त्याला ढवळून आलं. आईचा संताप अनावर झाला. आई कातडं सोलून काढून त्यात मीठ भरणार, असं मणीला खरोखरच वाटलं. मलाही तसंच वाटलं. मी मणीला विचारलं, 'मणी, कातडं सोलून काढून त्यात मीठ भरलं तर काय होतं ग?'

'खूप त्रास होतो.' मणी म्हणाली. भीतीनं ती पांढरी पडली होती.

तिच्या डोळ्यांतलं पाणी पुसता पुसता, मी किती तरी वेळा मध्यरात्री तिच्या शरीराशी खेळले होते, त्याची आठवण मला आली. मी माझा हात हळूच मागे घेतला. मनातल्या मनात मी म्हणाले, 'मणी, ते दिवस विसरून जा. ह्या घरातून निघून जा आणि आपल्या स्वप्नाचं एक घर उभं कर. तिथं तुझ्या आईला आणि चिनीला घेऊन सुखानं राहा. एखाद्या पिकानं डोलणाऱ्या शेताच्या कडेला घर बांधून राहा. जर जवळ नदी असेल, तर पाण्यात सूर्य कसा बुडतो, ते पहा. तेव्हा आकाशात फार सुंदर रंग पसरलेले असतात, मणी. ते पाहून तुला खूप बरं वाटेल.

आईनं कधीच मणीचं कातडं सोलून काढलं नाही आणि त्यात मीठही भरलं नाही. तरी कोणा-कोणाचा असा छळ मी करते. मनातल्या मनात. शराफमामा, अमानकाका ह्यांना मी मनातल्या मनात अशी शिक्षा करते. आज मला गेंतूच्या बापाचा असा छळ करावासा वाटला. पण ही केवळ इच्छाच. मधून मधून मी विचार करते की मी ह्यातलं खरं किती करू शकणार आहे! मी एक दुबळी मुलगी. वादळात उन्मळून पडेन अशी. ताठ उभं राहणं मला शक्य आहे? पण मग मधून मधून असाही विचार मनात येतो की माझ्यात एवढं बळ नसेलही. पण इच्छा तर आहे!

◻

१) इबादत – साधना, उपासना.

२) दरूद – मुस्लिम संतांचे आदराने घेतलेले नाव आणि त्यांना केलेला मुजरा.

३) महाभारत अशुद्ध होणे – बंगालीतील एक वाक्प्रचार. ह्याचा अर्थ मोठा अपराध घडणे.

४) लंगरखाना – अन्नछत्र, सदावर्त.

युद्धानंतर

मोहल्ल्यातल्या रिकाम्या पडलेल्या घरात हिंदू परत यायला लागले होते. कलकत्त्याच्या निर्वासित शिबिरांतून लोक आपल्या देशात, आपल्या घरी परत यायला लागले होते. त्यांच्या घरांतलं सर्व सामान लुटलं गेलं होतं. ओस पडलेल्या घराच्या अंगणात लूत लागलेली कुत्री झोपलेली असत पण आता तिथं माणसांचा गलबलाट ऐकू येऊ लागला होता. गच्चीच्या रेलिंगवर हनुवटी टेकवून मी त्यांचं परत येणं पाहत होते. आटलेल्या ब्रह्मपुत्रेला जणू पूर आला होता. सुकलेल्या बागांतून रंगीबेरंगी फुलं उमलली होती. घर लुटलं गेलं म्हणून कोणाला वाईट वाटत असल्याचं दिसत नव्हतं. आपल्या वाडवडिलांच्या घरी परत येण्यातच त्यांना आनंद वाटत होता. काही काही घरांतून कीर्तनही ऐकायला येऊ लागलं होतं. बायका सांजवात लावायला लागल्या. 'उलुध्वनी[१]'ही ऐकू यायला लागला. एक स्मशान अंग झटकून उठलं होतं.

हिंदू आपापल्या घरात परत आल्यावर पंधरा-एक दिवसांनी आमच्या घराचं काळं फाटक उघडून काही मुक्तिसैनिक आत आले. त्यांच्याजवळ बंदुका होत्या. त्यांच्या मागे मोहल्ल्यातलेच पंधरा सोळा लोक होते. त्यांच्याशी आमची तोंडओळख होती. आम्ही हसून त्यांचं स्वागत केलं. पण त्यांच्यातील कोणाच्याही चेहेऱ्यावर हास्याची रेषा उमटली नाही. जणू ते त्यांच्या जन्मजात शत्रूच्या घरी आले होते. ते खोल्या खोल्यातून हिंडत होते आणि विचारत होते, 'लुटलेला माल कुठं आहे? ज्याचं जे काही आहे, घेऊन जा.'

मोहल्ल्यातले लोक– त्यांची आणि आमची तोंडओळख होती– आमच्या घरातून एक एक करून वस्तू उचलून नेऊ लागले. काश्याची भांडी, पितळेची कळशी, टेबल, खुर्च्या सगळं उचलून नेलं. आई शिवण्याच्या मशीनला तेल घालत होती. तेलाची डबी राहिली आईच्या हातात आणि एकानं मशीन अलगद उचलून नेलं. मी आणि आई हतबल होऊन बघत राहिलो.

लोकांनी घर लुटून नेल्यावर आई म्हणाली, 'चांगलंच झालं. करावं तसं भरावं.'

हे बोलणं बाबांना उद्देशून आहे, हे माझ्या लक्षात आलं. आम्ही गावाकडून परत आलो तेव्हा घरात काही नव्या वस्तू दिसल्या. त्या पाहून आईनं विचारलं होतं, 'हे सगळं तुम्ही विकत घेतलं का? घ्यायच्याच होत्या तर जुन्या वस्तू का घेतल्या? तोंडापाशी गंजून भोक पडलेल्या ह्या गुळाच्या ड्रमचं काय करणार?'

बाबांनी मोजे काढून बुटांत कोंबले. आईच्या प्रश्नांना त्यांनी काहीच उत्तर दिलं नव्हतं. 'का हिंदूंच्या घरांतून उचलून आणल्यात ह्या वस्तू?' आईनं नाक मुरडत विचारलं होतं. तरीही बाबांनी काही उत्तर दिलं नव्हतं.

गुळाचा ड्रम पाहून मीही चकित झाले होते. बाबांनी न विचारता दुसऱ्यांच्या घरांतून सामान उचलून आणलं, ह्यावर विश्वास ठेवायला मला खूप कष्ट पडले. ज्या बाबांनी युद्ध सुरू असताना, प्रदीप नावाच्या एका हिंदू मुलाला आमच्या घरात आसरा दिला होता, युद्ध संपल्यावरही आलम नाव घेऊन तो आमच्याकडेच मजेत राहिला होता, बाबांनीच त्याला औषधाच्या दुकानात 'कॅश'वर बसवलं होतं, त्याच बाबांना हिंदूंच्या सामानाची हाव सुटली होती! एकाहत्तरमध्ये घरात आजोबा, रियाजुद्दिन, आणि ईमान अली पण होते. त्यांनी हे काम केलं असण्याचीही शक्यता होती.

बाबांना काही विचारण्याची माझी हिंमत नव्हती. म्हणून मी आजोबांनाच विचारलं, 'तुम्ही हिंदूचं सामान लुटलंत का?'

आजोबा व्हरांड्यात लोखंडी खुर्चीवर बसले होते आणि अंगणातल्या बदकांकडे आणि कोंबड्यांकडे टक लावून पाहत होते. जणू काही बदकं आणि कोंबड्या जगातले सर्वांत उत्कृष्ट प्राणी होते. हे प्राणी सोडून माणूस आणि त्याची जिज्ञासा अगदी तुच्छ गोष्ट होती. मी पुन्हा प्रश्न विचारल्यावर त्यांची तंद्री भंगली. 'बिहारी सामान रस्त्यावर फेकून जाळून टाकत होते. त्यातलंच काही घरात आणून ठेवलं.' आजोबांनी उत्तर दिलं. 'कोणी आणलं घरात? बाबांनी? सांगा ना, बाबांनी आणलं का?' मी आजोबांचा पिच्छा पुरवला.

आजोबा कोंबड्यांना आणि बदकांना गहू घालता घालता म्हणाले, 'आम्हीच ग!' त्यांच्या ह्या विसंगत उत्तरानं माझं समाधान झालं नाही.

घर लुटलं गेल्याचं कळताच बाबा घरी आले. हाताची घडी घालून ते व्हरांड्यात उभे होते. त्यांना पश्चाताप झालाय हे पाहून मला बरं वाटलं.

मला पश्चाताप झालेला बाबांचा चेहरा पाहावासा वाटत होता. मी त्यांचं फक्त ओरडणं ऐकलं होतं, अहंकार पाहिला होता. हा अहंकारच त्यांना मधून मधून अमानुष बनवत असावा.

दादा घरी आल्यावर मी त्याला बातमी पुरवली, 'लुटून आणलेलं सामान लोकांनी परत नेलं.'

छोटा दादा आल्यावर त्यालाही सांगितलं.

घरात एक भयंकर गोंधळाचं आणि काळजीचं वातावरण होतं. बाबा हाताची घडी घालून व्हरांड्यात होते तसेच उभे होते. शांततेचा भंग करीत कर्कशपणे आई म्हणाली, 'मोडका तोडका गुळाचा ड्रम लुटून आणायची गरजच काय होती? अल्ला पापाला दंड करतोच! मधल्या मध्ये माझी वस्तू गेली. माझं शिलाई मशीन. पैसे जमवून विकत घेतलं होतं मी ते.'

संकट एकटं येत नाही. घर लुटून नेल्यावर बरोबर पंधरा दिवसांनी रक्षावाहिनीनं दादाला रस्त्यातून धरून नेलं. देश स्वतंत्र झाल्यावर, शेख मुजीबांनी सैन्याच्या एका तुकडीवर दहशत कमी करण्याची जबाबदारी सोपवली होती. ह्या तुकडीचंच नाव 'रक्षावाहिनी.' ह्या सैनिकांनी जागोजागी टेहळणी-नाकी उभारली होती. बसमधून, रस्त्यातून– ज्याचा संशय येईल त्याला– ते उचलून नेत आणि हातपाय बांधून बेदम मारहाण करत. दादा कोणाच्या अध्यात नव्हता की मध्यात. तो एकदम सीधासाधा माणूस. पण त्यालाही त्यांनी धरून नेलं. दादाला सोडवून आणायला बाबा गेले. पण त्यांना एकट्यालाच परत यावं लागलं. दादाला बेदम मारहाण करूनसुद्धा त्याच्याकडून कसलाच माग न मिळाल्यामुळे पंधरा दिवसांनी त्याला सोडून देण्यात आलं. रक्षावाहिनीच्या कॅंपवरून परत आल्यापासून दादा शेख मुजीबांचा कट्टर विरोधक बनला. तो सगळ्यांना सांगायचा, 'पाकिस्तानचा अंमलच बरा होता. सुरक्षितता तरी होती रस्त्यांवर.'

जे लोक मुजीबांचे चाहते होते, तेही म्हणायला लागले की हे कसलं सरकार! रक्षावाहिनीतर्फे देशातल्या निरपराध लोकांवर अत्याचार करतंय!'

२

हे असं काही वर्षं चालूच राहिलं. लोकांमध्ये असंतोष वाढतच होता. शेख मुजीबांनी 'बाकशाल' नावाचा राजकीय पक्ष तयार केला. बाकी सगळ्या पक्षांवर बंदी घातली.

'हे कसलं सरकार! देशात दुष्काळ पडतोय. माणसं भुकेनं मरताहेत.' बाबा म्हणायचे. टोपी-दाढीवाले लोक बिळांतून बाहेर येऊन आरडाओरडा करायला लागले होते, 'ह्या स्वातंत्र्याला काही अर्थ नाही. ह्या देशाला पुन्हा पाकिस्तान बनवलं पाहिजे.' मोठा मामा निःश्वास सोडून म्हणायचा,'देशाचं काय होणार आहे, कोण जाणे! पाकिस्तानच्या अंमलातही जे झालं नाही ते करतंय हे सरकार! बंग भवनात धूमधडाक्यात शबबरात साजरी केली जातेय. पाकिस्तानी अंमलातही शबबरात

साजरी केली जात नव्हती. मुजीब इस्लामी परिषदेला गेले. युद्धाच्या वेळी रशियानं किती मदत केली! आणि आता मुजीब सरकार इस्लामी देशांच्या यादीत बांगलादेशचं नाव घालायला निघालंय. भारताच्या विरोधातही सरकार बोलतंय. भारताचं सैन्य आलं नसतं तर स्वातंत्र्य मिळालं असतं का?'

मला राजकारणातलं फारसं काही समजत नव्हतं. पण शेख मुजीबांचं सात मार्चचं रेडिओवरून प्रसारित झालेलं भाषण मला आवडलं होतं. मला स्फुरण चढलं होतं. माझ्या अंगावर रोमांच उभे राहिले होते. 'ह्या वेळचा संग्राम स्वातंत्र्यसंग्राम, ह्या वेळचा संग्राम मुक्तिसंग्राम' ही केवळ एक घोषणा नव्हती तर रक्ताला उधाण आणणारी कविता होती. शाळेत गाण्याच्या तासाला आम्ही गात होतो, 'जय बांगला, बांगलार जय.' हे काही फक्त गाणं नव्हतं. आणखीही काही होतं. मन हलवून सोडणारं काही तरी त्यात होतं! मोहल्ल्यात वरचेवर मांडव घालून नाच-गाण्याचे कार्यक्रम होत. माईकवर गाणं सुरू झालं की मी तिकडे धाव घ्यायची. हार्मोनियमच्या साथीवर मुलं-मुली गाणं म्हणायच्या, नाच करायच्या. ते सगळे किती सुंदर दिसायचे! ती गाणी मला रोमांचित करायची. खुदीरामचं गाणं ऐकलं की असंच व्हायचं. कानामामू खुदीरामची गोष्ट सांगायचे. देशाच्या स्वातंत्र्यासाठी ह्या मुलानं गव्हर्नर जनरलवर बॉम्ब फेकला आणि तो स्वत: फाशी गेला. मला खुदीरामसारखं व्हावंसं वाटायचं. केवढं धाडस! केवढी बेफिकिरी!

अचानक एक दिवस, त्या वेळेला अचानकच म्हणायचं, सगळ्या शहरभर काळजी आणि शांतता पसरली. मोहल्ल्यातील लोक रस्त्यावर जमून चर्चा करायला लागले. जणू काही पृथ्वीचा नाश होणार होता दोन-तीन मिनिटातच आणि ती मोहल्ल्यावर कोसळणार होती! कोणी कोणी कानाला रेडिओ लावले होते. लोकांचे चेहेरे उतरलेले होते. डोळे भीतीनं आणि आश्चर्यानं मोठे झालेले. काय झालं? आता आणखी काय झालं? कान लावून रेडिओ ऐकण्याचे दिवस तर एकाहत्तरमध्येच संपले होते. त्यानंतर मध्ये चारच वर्षं गेली होती. त्यांत दुष्काळ पडला होता, पडलेले पूल आणि खचलेले रस्ते ह्यांची दुरूस्ती सुरू झाली होती. त्या मध्ये आता हे आणखी काय? देशात काही गडबड झाली की रेडिओवर बी.बी.सी. ऐकायचं ही लोकांची पद्धत! देशातून दिल्या जाणाऱ्या बातम्यांवर कोणाचा विश्वास नसे. लोक जे करत, तेच बाबाही करत. मला त्यांनी रेडिओचा नॉब फिरवायला सांगितला. त्यांना बी.बी.सी. वरच्या बातम्या ऐकायच्या होत्या. बाबांनी रेडिओ लावायला सांगितला ही फार मोठी जबाबदारी आपल्यावर सोपवली असं वाटलं. ही मला मोठी सन्मानाची गोष्ट वाटली. अभ्यासाशिवाय इतर काहीही करायला बाबा मला सांगत नसत.

जगातल्या दुसऱ्या कुठल्याही कामासाठी मला हाक मारत नसत. रेडिओ लावायचं काम दादाचं किंवा छोट्या दादाचं. मी फक्त दूर उभं राहून आ वासून सर्व पाहत असे. पण आता दादा घरात नव्हता. ऑफिस कामानिमित्त, दोन दिवसांसाठी शेरपूरला गेला होता. छोटा दादा तर नव्हताच नव्हता. कोणीच नाही म्हणून रेडिओ लावण्याची जबाबदारी माझ्यावर आली होती. बी. बी. सी. च्याजवळ काटा येताच बाबा 'थांब, थांब,' म्हणाले. हवेतून तरंगत शब्द येत होते. अस्पष्ट. तुटक.

'शेख मुजीबांची हत्या.'

केवळ एवढ्यावरच हे प्रकरण थांबलं नव्हतं, तर त्यांच्या धनमंडीतील बत्तीस नंबरच्या घरात शिरून कोणीतरी घरातील सर्वांनाच गोळ्या घालून ठार केलं होतं. हे काय झालं! असं होणं शक्य होतं! बाबा डोकं धरून बसले. छोटा दादा घरी असता तर तोंड वाकडं करून व्हरांड्यात बसून राहिला असतां आणि मोठा दादा असता तर म्हणाला असता, 'मुजीबांच्या दोन मुलांनी– शेख कमाल आणि शेख जमाल ह्यांनी– ढाका युनिव्हर्सिटीत लोकांना जगणं कठीण केलं होतं. ते दोघं खिशात पिस्तूल घेऊनच हिंडायचे. लोक तरी किती सहन करणार!'

आईला काही सुचतच नव्हतं. ती घरभर फिरत होती आणि मधून मधून बडबडत होती, 'काय हा अमानुषपणा! मुलं, सुना आणि ते एवढंसं पोर– रसेल– सगळ्यांना मारलं! त्यांनी काय गुन्हा केला होता! दुष्टपणा ग बाई दुष्टपणा!'

'आता आपला देश पुन्हा पाकिस्तान होणार का?' मी बाबांना विचारलं. पण उत्तर मिळालं नाही. ते अजूनही डोकं धरूनच बसले होते.

'आई ग, सांग ना, आपला देश पुन्हा पाकिस्तान होणार?'

सगळ्या प्रश्नांची उत्तरं जणू काही आई-बाबांजवळ तयार होती. केव्हाही काहीही होओ, उत्तर तयार!

'मध्यरात्री घरात घुसून त्यांनी त्यांचा निर्वंश केला. अल्ला ह्याचा नक्कीच न्याय-निवाडा करेल' आई म्हणाली.

बाबा अजूनही तसेच बसून होते. तेवढ्यात मोहल्ल्यातले दोघेजण बाबांकडे आले. – माखनलाल लाहिडी आणि एम. ए. काहहार. बैठकीत बसून सकाळचा चहा घेता घेता ते देशाच्या भविष्याबद्दल गंभीरपणे चर्चा करत होते. मी दाराच्या आड उभी राहून त्यांचं बोलणं ऐकत होते. मला काही कळत होतं आणि काही कळत नव्हतंही. मोठी माणसं मला त्यांच्या बोलण्यात घेत नसत. मी त्यांच्या चर्चेत भाग घेण्याइतकी मोठी झाले नव्हते म्हणून की मी मुलगी होते म्हणून? कोण जाणे!

घरात शेख मुजीबांचा बोट वर केलेला फोटो होता. त्याकडे पाहून मला वाईट वाटलं. हा माणूस काल होता, आज नाही, ह्या गोष्टीवर विश्वास ठेवायला मन धजत नव्हतं. आता रेडिओवर 'जय बांगला' हे गाणं लागत नव्हतं. मला भीती वाटायला

लागली. मी वाईट स्वप्न पाह्यला लागले. समजा, पुन्हा युद्ध सुरू झालं तर आम्हाला रेड्याच्या गाडीतून पुन्हा कुठं तरी पळून जावं लागेल. शहरात रस्त्यांवर तोफा डागल्या जातील, वाटेल त्याला गोळ्या घालून मारलं जाईल, माझ्या अंगावर टॉर्चचा उजेड पडेल, कोणीतरी त्या उजेडात मला पाहील, एक थंडगार साप माझ्या शरीरात, माझ्या हाडांत, माझ्या रक्त-मांसात शिरेल.

एका रात्रीत सगळं पालटलं. मुजीबांचं नाव घेण्यासही बंदी केली गेली. 'जय बांगला' म्हणायलाही बंदी. मला गुदमरायला झालं. बैठकीतून बाबांचे 'काय होणार आहे पुढे, कोण जाणे!' हे शब्द घरंगळत आत येत होते.

'काय होणार, कोण जाणे!' बाबा दुसऱ्या दिवशीही असंच म्हणाले. कारण बाबांचा असिस्टंट, बाबांचा उजवा हात असणारा अबू अली औषधांच्या दुकानातून दोन लाख घेऊन पळून गेला होता.

ही बातमी ऐकल्यावर आई म्हणाली, 'कंजूष माणसाचा पैसा असाच चोरापोरी जातो. बायको-मुलांना छळून जमा केलेला पैसा अल्ला राहू देत नाही. कोणत्या ना कोणत्या मार्गानं तो जातोच. माझ्या अम्मीचं सगळं लुटलं गेलं. – पैसा अडका, दागदागिने सगळं. तसं हेही घर लुटलं गेलंच. तेव्हा म्हटलं माझ्या अम्मीला मदत करा. परतफेडीची आशा करू नका. पण ते झालं नाही. आता पैसे गेलेच ना! अल्ला दंड करतोच!'

देशातलं वातावरण बिघडलं होतं. तरीही मदारीनगरहून रियाजुद्दिन आणि ईमान अली यायचे. ते जमीन विकत घेण्यासाठी बाबांकडून भरपूर पैसे घेऊन जायचे. आई त्यांना स्वयंपाकघरात जेवायला वाढायची. ताट भरून भात, भाताच्या कडेला थोडी डाळ आणि तळलेली मिरची. ते मिरची तोंडी लावून भात खायचे. आई त्यांना जमिनीवरच झोपायला लावायची. मच्छरदाणी अर्थातच नसायची. डास चावल्यामुळे त्यांचे सुजलेले चेहरे आणखीनच सुजायचे.

बाबा रात्री घरी आल्यावर विचारायचे, 'त्यांना वाढलंस ना?' आई कडवटपणे म्हणायची, 'वाढणार नाही? चांगलं पोट फुटेस्तोवर जेवलेत!'

माझा अभ्यास चाललाच होता. पाठ्यपुस्तकाखाली 'अपाठ्य' पुस्तकं. बाबा स्वप्न पाहत होते– मुलगी शिकून स्वत:च्या पायावर उभी राहील. मी चोरून गच्चीत जातच होते. मोहल्ल्यातल्या कोणाच्या केसांचा फुगा, कोणाच्या गालावरची खळी, कोणाच्या डोळ्यांतलं हसू, कोणाच्या ओठांवरचा तोरा हे पाह्यला मला आवडायचं. संध्याकाळ होताच मुलांना पाह्यचा कार्यक्रम आटपून मी खाली यायची. घरात बसून अमावास्या, पौर्णिमेला आकाशात अंधार-उजेडाचा खेळ कसा चालतो, ते कळत

नसे. पुष्कळ दिवसांत चंद्राबरोबर माझं फिरणं झालं नव्हतं. आई पीरबाडीला जातच होती. काळोखात चोरून अमानकाका घरी येतच होता. आई तन-मनानं त्याला नसीहत देतच होती. तिनं कपडे भरून आपली सूटकेस कॉटखाली तयार ठेवली होती. लवकरच ती अल्लानं पाठवलेल्या 'बुराक' वर बसून मक्केला जाणार होती. पहिल्या बॅचमध्ये तिचं नाव यावं, म्हणून ती पीरांकडे प्रयत्न करत होती. 'आईला मरण आलं, तर मीही मरून जाईन,' असं आता मला वाटत नव्हतं.

बाबांची ढाक्याच्या मिडफोर्ड हॉस्पिटलहून पुन्हा मयमनसिंहला बदली झाली होती. ते मेडिकल कॉलेजमध्ये शिकवत होते. राख फासून संन्यासी करण्याचं काम होतं त्यांचं. संध्याकाळी आरोग्य वितानमध्ये 'डॉक्टर' अशी पाटी असलेल्या खोलीत बसून पेशन्ट्स तपासत. पेशन्ट्सची गर्दी वाढतच होती.

चाकलादाराशी तलाक झाल्यावर रजिया बेगम बाबांकडे एकसारखे निरोप पाठवत होती.

छोटा दादा कुठं आहे, जिवंत आहे, की नाही, हे आम्हांला कोणालच माहीत नव्हतं. अचानक एखाद्या दिवशी तो परत येईल, अशी बाबांना आशा वाटत होती. म्हणून ते त्याचा बिछाना घालून ठेवायला लावत. दादा घरात नवीन नवीन सामान घेऊन ठेवत होता. तो एक सुंदर मुलगी शोधत होता. लग्नासाठी.

मी हळूहळू मोठी होत होते.

□

१) उलुध्वनी – बंगाली हिंदू स्त्रिया मंगलप्रसंगी तोंडानं काढतात, तो आवाज.